Đến Già Mới Chợt Tỉnh

TỐNG VĂN CÔNG

Hồi ký

ĐẾN GIÀ
MỚI CHỢT TỈNH

Từ theo Cộng đến chống Cộng

NGƯỜI VIỆT BOOKS

Đến Già Mới Chợt Tỉnh

Hồi ký Tống Văn Công

Người Việt Books xuất bản lần thứ nhất tại Hoa Kỳ.

Bìa và trình bày: Uyên Nguyên.

ISBN: 978-1539649113

Thương yêu tặng vợ tôi: Phan thị Ngọc Mai
và các con: Phương Chi, Phương Nguyên–ĐứcTiến,
Mai Hiền–Tăng Thịnh.

Gừng cay muối mặn

TIỂU SỬ TỐNG VĂN CÔNG

- Tên họ: Tống Văn Công
- Ngày tham gia kháng chiến chống Pháp: 6–1949
- Tham gia Vệ quốc đoàn (củaViệt Minh): 1951
- Tập kết ra miền Bắc: 2–1955
- Vào Đảng Lao Động Việt Nam (Cộng sản): 3–5–1958
- Viết báo: 1952 (cộng tác viên báo Nhân Dân miền Nam do Trần Bạch Đằng làm chủ bút)
- Phóng viên báo Lao Động: 1–1960–1975
- Tổng biên tập báo Lao Động Mới (cơ quan ngôn luận của Liên Hiệp Công Đoàn Giải phóng miền Nam (ông Nguyễn Hô làm Chủ tịch): 6–1975–1976
- Tổng biên tập báo Công nhân Giải phóng (Người Lao Động): 1976–1986
- Tổng biên tập báo Lao Động: 1988–1994
- 6-1994: nghỉ hưu, vì bị tố cáo có "âm mưu diễn biến hòa bình"
- 9-2009: viết bài "Đổi mới Đảng tránh nguy cơ sụp đổ" bị Đảng Cộng Sản buộc kiểm điểm, nhưng vẫn tiếp tục viết 30 bài nữa. Tổ chức Đảng mở 15 cuộc kiểm điểm và yêu cầu tự nhận một hình thức kỷ luật. Ngày 25 tháng 2 năm 2014 công bố "Lời chia tay với Đảng cộng sản Việt Nam".

MỤC LỤC

LỜI NHÀ XUẤT BẢN

Một khi nạn bưng bít thông tin bị phá bỏ thì các chế độ độc tài sẽ tan rã", Václav Havel nói như thế khi cùng những người có chung chí hướng thành lập "Hiến Chương 77" nhằm tranh đấu cho việc loại bỏ chế độ cộng sản tại Tiệp Khắc.

Nhà văn Václav Havel là kịch tác gia từng bị chế độ cầm tù và là tổng thống đầu tiên của Tiệp Khắc sau khi chế độ cộng sản sụp đổ.

Đã sống và bản thân đã trải nghiệm cái xã hội cộng sản toàn trị trên quê hương, Václav Havel nhìn thấy bộ mặt của chế độ đã hủy hoại xã hội, làm mọi người – không trừ một ai, từ giới lãnh đạo chóp bu cho đến từng người dân - đều "sống dối trá". Havel vạch trần mâu thuẫn đặc thù của chế độ: mâu thuẫn giữa nhu cầu tự nhiên của con người có bản chất sống động và chân thực đối chọi với quy định phi tự nhiên, chết cứng và dối trá của hệ thống toàn trị. Theo ông, trong chế độ toàn trị, từng cá nhân bị đánh bật khỏi sinh hoạt truyền thống như gia đình, bạn bè, hội đoàn, tôn giáo... để chịu đựng sự áp đặt của bộ máy đảng, nhà nước và các đoàn thể bù nhìn.

Hậu quả là "dối trá lên ngôi". Người ta nghĩ một đằng nói một nẻo.

Với niềm tin mãnh liệt rằng con người đáng được sống thật với bản chất của mình và đời sống dân sự phải được hồi phục, Václav Havel kêu gọi mọi người thoát khỏi nỗi sợ hãi, bắt đầu từ việc giải phóng đời sống khỏi sự dối trá đang bao trùm. Ông thúc giục mọi người đừng nói, đừng làm những điều họ không tin tưởng, mà hãy nói và hãy làm những gì tin là đúng. Nghĩa là hãy sống thật. Và cương quyết không dự vào trò hề là các sinh hoạt lố bịch lừa mị dân của chế độ.

Chế độ cộng sản toàn trị Tiệp Khắc trước khi sụp đổ năm 1989 và chế độ toàn trị tại Việt Nam kéo dài đến nay có cùng khuôn mẫu: là con đẻ của hệ thống cộng sản toàn trị Liên Xô. Và những suy nghĩ của Václav Havel cũng là của người Việt.

Điển hình của lối suy nghĩ đó là tác giả cuốn sách này, ông Tống Văn Công.

Ông Tống Văn Công chỉ bắt đầu nhận ra bộ mặt "không tính người" của cộng sản Hà Nội khi thông tin bùng nổ trên Internet.

Ông thú nhận: *"cứ nghĩ mình gia nhập Vệ Quốc Đoàn khi vừa tròn 18, rời quân ngũ là sẵn sàng đi cuốc đất, gánh gạch xây nhà, hằng chục năm cầm bút bảo vệ chế độ, nên có đủ tư cách khuyên Đảng trở về với dân với nước. Nhưng tôi đã lầm! Không phải nhầm hôm nay mà nhầm từ ngày đầu tiên với lòng đầy tự hào bước vào 'con đường cách mạng'. Nhầm khi đọc ba chữ Vệ Quốc Đoàn mà không hiểu nó hóa trang cho một ý thức hệ còn đang ẩn giấu".*

Nhiều sự thật xẩy ra khiến Tống Văn Công xét lại lý

tưởng mà ông muốn thực hiện trong gần cả cuộc đời. Ông tâm sự: "*Năm 1990 phong trào dân chủ nổi lên mạnh mẽ ở các nước xã hội chủ nghĩa Đông Âu và Liên Xô. Ở trong nước, Trần Xuân Bách đòi đổi mới chính trị, văn nghệ sĩ đòi tự do tư tưởng và sáng tác. Nguyễn Văn Linh dùng mọi thủ đoạn nhằm bảo vệ sự độc quyền của Đảng cộng sản: Đi Thành Đô cầu hòa với địch, cách chức Trần Xuân Bách, chỉ đạo việc cách chức nhà văn Nguyên Ngọc, giữa hội trường Ba Đình dịp mừng ngày Quốc khánh năm 1990, công khai gọi 'con Dương Thu Hương chống Đảng, thằng Nguyễn Quang Sáng hư hỏng'*". Trước cách hành xử của Nguyễn Văn Linh, Tống Văn Công mượn hai câu thơ của Nguyễn Duy để nói lên nỗi ngao ngán của mình: "*Ta nhờn nhợn cái há mồm vĩ nhân tôm cá. Khạc đủ nghề thằng nọ con kia*".

Václav Havel kêu gọi mọi người "hãy làm những gì mình tin là đúng". Tống Văn Công trước khi "bước qua lời nguyền" vào lúc tuyên thệ gia nhập Đảng cộng sản, đã không dám hành xử đúng với những gì ông muốn.

Ông viết trong hồi ký là từng sống một thời vô luân để hai chữ "liên quan" đè lên cơm áo. Và chỉ trích chính mình "*sau khi anh Trần Xuân Bách bị kỷ luật, tôi còn tiếp tục làm tổng biên tập báo Lao Động ba năm nữa, nhưng không đến thăm anh một lần nào*"!

Chẳng riêng ông, nhiều người khác cũng thế: "*Nhiều người nhờ Trần Xuân Bách mà leo lên quyền cao chức trọng, nhưng sau khi ông bị kỷ luật, suốt bao năm có anh nào dám đến thăm ông thầy cũ của họ đâu*"! Tống Văn Công buồn bã kết luận: "*cũng đừng trách họ hèn, bởi chúng ta phải sống 'một thời vô luân' mà*"!

Trong diễn văn đọc khi nhậm chức Tổng thống Tiệp Khắc, Václav Havel tin tưởng đất nước ông rồi ra sẽ có dân chủ tự do, nhưng điều ông lo lắng là phải nhiều thế hệ nữa dân tộc ông mới hồi phục được niềm tin lẫn nhau vì mọi người đã triền miên sống hai mặt dối trá với nhau dưới thời chế độ toàn trị.

Tại Việt Nam xã hội chủ nghĩa, "dối trá lên ngôi" thấy rất rõ qua câu chuyện "Con Trăn Thần" Tống Văn Công kể lại:

"Báo Lao Động giữa năm 1963 có đăng bài của thông tín viên Tất Biểu ở nhà máy bơm Hải Dương đưa tin anh Lê Văn Hạng công nhân nhà máy trong khi đi nghỉ phép đến miền Tây Nghệ An đã bắn hạ một con trăn lớn chưa từng thấy. Tin này được nhiều bạn đọc gửi thư hỏi thêm chi tiết. Tòa soạn liền cử phóng viên Trần Thanh Bình tới gặp Lê Văn Hạng. Nghe anh này thuật lại câu chuyện quá hấp dẫn, anh Bình gợi ý anh Tất Biểu viết lại từ mẩu tin ngắn thành một bài ký sự dài đăng nguyên một trang báo. Anh Tất Biểu viết bài có tựa đề 'Con Trăn Thần'. Bài viết kể: Trước khi anh Hạng tới đây, nhân dân vô cùng hoảng sợ, bởi con trăn đã bắt đi hai con bò, hai cháu bé. Khi anh Hạng tìm gặp được nó, con trăn vùng dậy, cất đầu lên cao quá các ngọn cây cổ thụ, mồm phun phì phì, nước bọt tuôn xuống như mưa. Anh Hạng phải luồn lách lựa thế để nã đạn đúng vào mồm con trăn liên tục 16 phát, nó mới ngã vật làm gãy bao nhiêu cây cối. Dân làng được tin đưa hai con trâu cổ tới giúp anh Hạng kéo con trăn về làng. Người ta đo con trăn dài gần 30 thước, thân nó to bằng cái vành bánh xe đạp. Họa sĩ Minh Tân minh họa trông giống như cảnh Thạch Sanh chém con chằn tinh.

"Số báo đăng bài này gây tiếng vang lớn trong và ngoài nước.

Nhân dân Nhật báo Bắc Kinh dịch bài và đổi tựa đề là 'Dũng sĩ diệt mãng xà vương' kèm theo bức tranh minh họa cho câu chuyện thần kỳ. Nhà thơ Tố Hữu, Trưởng ban Tuyên huấn Trung ương Đảng nói với hội nghị Tuyên huấn - Báo chí về niềm tự hào dân tộc đã có một công nhân bình thường nhưng hành động phi thường, là 'Thạch Sanh thời đại , 'Thạch Sanh cộng sản'. Hồ Chủ tịch mau chóng tặng thưởng cho Lê Văn Hạng 'Huy hiệu Bác Hồ'. Ban thi đua khen thưởng Trung ương làm thủ tục xét thưởng huân chương lao động hạng nhất...

"Giữa lúc cả nước đang náo nức vui mừng thì bỗng có một tin chấn động: Các nhà khoa học Ba Lan cho rằng con trăn khổng lồ xuất hiện ở Việt Nam nếu là có thật thì nó đánh đổ các học thuyết về cổ sinh vật học đang được giảng dạy hằng trăm năm nay. Họ đề nghị Nhà nước Ba Lan mua bộ xương này với giá tương đương một nhà máy lớn. Trước mắt, họ xin Nhà nước Việt Nam cho họ được tới khảo sát bộ xương con trăn thần và khu rừng nơi anh Hạng tìm thấy con trăn và bắn chết nó. Họ phán đoán, khu rừng này phải là rừng nguyên sinh và rất có thể ở đó còn có nhiều động vật khổng lồ của thời tiền sử!

"Tin này như một tiếng sét làm tỉnh cơn mê. Hồ Chủ tịch chỉ thị phải nhanh chóng xác minh sự thật. Ban Tuyên huấn Trung ương yêu cầu báo Lao Đông trong thời gian sớm nhất phải có báo cáo chính xác.

"...Trong lúc ban biên tập báo Lao Động cho phóng viên xuống nhà máy bơm Hải Dương tìm hiểu thực hư thì một cộng tác viên tờ báo là kỹ sư nông nghiệp của Bộ Nông trường, nhân đến tòa báo gửi bài cộng tác đã vui chuyện kể rằng chính anh ta được chứng kiến lúc anh Hạng đưa con trăn thần về nông trường. Anh *nói, rất tiếc là bài báo của Tất Biểu không kể những chi tiết không thể nào quên như: Khi hai con trâu kéo con trăn về tới đoạn dốc hơi cao ở khúc quanh vào văn phòng nông trường thì một con trâu bị đứt ruột, ngã khuyu. Từ văn phòng gần đó, năm sáu cô nhân viên hiếu kỳ chạy ra xem. Vừa nhìn thấy đầu con trăn khổng lồ há mồm thè lưỡi, các cô hốt hoảng nhào nhào ù té chạy, một cô yếu tim ngất xỉu.*

"Anh kỹ sư đã làm cho Ban biên tập báo Lao Động như sắp chết đuối vớ được cọc. Anh Nguyễn Anh Tài đề nghị anh kỹ sư làm cố vấn cho đoàn báo Lao Động vào rừng Nghệ An thẩm tra vụ trăn thần. Đang vui chuyện, hóm hỉnh bỗng anh lặng lẽ, trầm tư, nói rất lấy làm tiếc, vì công việc đang chồng chất, không thể sắp xếp để cùng đi với đoàn.

"...Anh kỹ sư ngồi lặng mấy giây, rồi hai vai run lên, đầu gục xuống, vừa nức nở khóc, vừa nói không ra lời: 'Tôi... tôi cứ tưởng mọi việc đúng như trong bài báo là ... tôi theo đó rồi thêm thắt cho vui câu chuyện... Tôi xin lỗi... rất là là xin...lỗi...'!

Kết luận câu chuyện "Con Trăn Thần", Tống Văn Công viết: *"Không chỉ báo Lao Động mà các cơ quan lãnh đạo của Đảng, Nhà nước đều muốn câu chuyện "Thạch Sanh cộng sản" quên dần trong im lặng, bởi nó phơi bày sự dốt nát, háo danh và cẩu thả của cả hệ thống chính trị và khoa học của chế độ".*

Tống Văn Công bừng tỉnh huyễn mộng với cộng sản nhờ vào thông tin bùng nổ trong thời đại Internet, nhưng không phải người cộng sản nào cũng nhận ra bộ mặt thật của chế độ toàn trị, cho dù hàng ngày biết bao thực tế ê chề diễn ra chung quanh. Điển hình là chính thân phụ ông Công, người đảng viên vào đảng cộng sản từ năm 1930, từng tham gia chín năm chống Pháp.

Ông Công thuật lại nội dung một buổi trò chuyện giữa hai cha con sau năm 1975, cha ông nói: *"Tao vẫn tin rằng chỉ có chủ nghĩa cộng sản mới triệt để giải phóng được cho loài người, nhưng mà bọn đảng viên ở quận Ba Tri này tao thấy đem thằng nào ra bắn cũng đáng tội hết, mày à"*! Một người bạn ông Công ngồi nghe chuyện giữa hai cha con ông Công, bình luận: *"Chưa nói tới cái chủ nghĩa cộng sản, ngay cái chủ nghĩa xã hội cũng còn quá xa! Nói chỉ có chủ nghĩa cộng sản mới triệt để giải phóng loài người (!) Nhưng ai thực hiện nó đây? Các đảng viên thực hiện mới có mấy năm đã be bét, đến nỗi đem thằng nào ra bắn cũng được. Vậy chẳng lẽ việc trọng đại này phải nhường cho bọn cựu đại địa chủ và tư bản hay sao"*?

Sau mấy chục năm hết lòng tận tụy với Đảng cộng sản, vào tuổi hoàng hôn của đời người, Tống Văn Công dứt khoát vất bỏ cái "vòng kim cô" ông tự quàng lên đầu từ thuở còn là một thanh niên bỏ quê hương miền Nam tập kết ra Bắc năm 1954.

Ngày 25 tháng Hai năm 2014, ông gởi "Lời Chia Tay Đảng Cộng Sản Việt Nam". Ông nhận được nhiều ý kiến đóng góp, trong đó có nhà văn Thái Bá Tân làm một bài thơ tặng ông với những câu: *"… Trót đưa lên bàn thờ. Muốn hạ xuống cũng khó. Làm thế nào bây giờ? Một người vì lý tưởng. Hy sinh cả cuộc đời. Đến già mới chợt tỉnh. Đau, không nói nên lời. Con cháu những người ấy. Dẫu giỏi và thông minh. Cũng khó lòng hiểu hết. Cái đau cha ông mình"*.

Về phần ông, Tống Văn Công dặn mình chớ nói năng như một kẻ vô can và phải tự biết mình *"ngu lâu"*, là *"tội đồ"*.

Ông viết: *"Lúc nghe ông Nguyễn Văn Thiệu nói 'đừng nghe cộng sản nói, hãy nhìn cộng sản làm', tôi cho rằng, nói như ông Thiệu chẳng thuyết phục được ai! Cho đến khi trải nghiệm chính sách của Đảng cộng sản qua các thời kỳ, đối chiếu thông tin nhiều chiều, mới xác nhận câu nói của ông Thiệu là có cơ sở"*

Rõ ràng Hồi ký Tống Văn Công không nhằm biện minh cho sự "ngu lâu" của tác giả mà chỉ để cho thấy việc nhận ra chân lý trong giai đoạn lịch sử vừa qua của nước ta thật không dễ! Ông đau đớn tâm sự: *"Trải qua 56 năm hoạt động trong Đảng, nay nghiệm lại, thức tỉnh, ngấm được nỗi đau lầm lạc vào con đường lịch sử, buộc dân tộc vào tròng độc tài đảng trị che giấu sau chiếc mặt nạ tự do, dân chủ".*

Và Tống Văn Công kết luận cuốn hồi ký bằng câu nói của Boris Yeltsin, một đảng viên cộng sản lão thành Nga và cũng là tổng thống đầu tiên của Liên Bang Nga sau chế độ Liên Xô: **"Cộng sản không thể sửa chữa mà phải dứt khoát vất bỏ".**

Nhà xuất bản Người Việt
Tháng Mười, 2016
Đinh Quang Anh Thái

TRƯỚC KHI
VÀO CHUYỆN

Ngày 25 tháng Hai năm 2014, tôi gởi "Lời Chia Tay Đảng Cộng Sản Việt Nam". Sau đó, nhận được nhiều ý kiến rất khác nhau. Giáo sư Tương Lai, nhà văn Nguyên Ngọc, giáo sư Chu Hảo mừng cho tôi đã xong trách nhiệm của một đảng viên 56 tuổi Đảng. Nhà báo Kha Lương Ngãi, nhà văn An Bình Minh chia sẻ: "Như phải ly dị sau cuộc hôn nhân dài 56 năm, dù trút được gánh nặng, nhưng sao khỏi chút bùi ngùi"! Nguyên chủ bút báo Tin Sáng Hồ Ngọc Nhuận: "Đọc Lời Chia Tay, tôi rất vui, bởi nó đóng góp cho dân chủ hóa đất nước." Nhà văn Thái Bá Tân đưa lên "phây" bài thơ tặng tôi có những câu: "... *Trót đưa lên bàn thờ. Muốn hạ xuống cũng khó. Làm thế nào bây giờ? Một người vì lý tưởng. Hy sinh cả cuộc đời. Đến già mới chợt tỉnh. Đau, không nói nên lời. Con cháu những người ấy. Dẫu giỏi và thông minh. Cũng khó lòng hiểu hết. Cái đau cha ông mình*". Tiến sĩ, luật sư Lưu Nguyên Đạt sau khi kể tội kẻ từng là "cơ sở truyền thông của Đảng cộng sản" đã nhận xét "Quyết định bỏ Đảng của Tống Văn Công không quyết liệt, không sáng sủa như qua lời phát biểu của luật gia Lê Hiếu Đằng. Nó không đanh thép bằng lập trường thô bạo của một

Dương Thu Hương." Về phần mình, từ khi được "mở mắt", bắt đầu viết những bài góp ý với Đảng cộng sản, lúc nào tôi cũng dặn mình chớ có nói năng như một kẻ vô can và phải tự biết mình "ngu lâu", là "tội đồ". Lúc nghe ông Nguyễn Văn Thiệu nói "Đừng nghe cộng sản nói, hãy nhìn cộng sản làm", tôi cho rằng, nói như ông Thiệu chẳng thuyết phục được ai! Cho đến khi trải nghiệm chính sách của Đảng cộng sản qua các thời kỳ, đối chiếu thông tin nhiều chiều, mới xác nhận câu nói của ông Thiệu là có cơ sở! Vì vậy tôi nghĩ, phải viết như thế nào cho dễ lọt tai hàng triệu đảng viên chưa được "mở mắt" và không ít người bị nhồi vào não "ơn Đảng, ơn Bác". Với giọng nhẹ nhàng, nhưng tôi không lẩn tránh những đòi hỏi cấp bách dân chủ hóa đất nước, thực hiện các quyền dân sự và chính trị, tự do ngôn luận, tự do lập hội, nhà nước pháp quyền với tam quyền phân lập, không cho phép Đảng đứng trên Hiến pháp, pháp luật. Chính vì vậy mà tôi bị Đảng cộng sản đưa ra kiểm điểm 15 lần trong không khí đấu tố. Cuối cùng, không chấp nhận một đảng viên dám "tự ý nói lời chia tay", ngày 6 tháng Ba năm 2014, Đảng công bố quyết định: "*Khai trừ đảng viên Tống Văn Công vì đã có rất nhiều bài viết phát tán trên mạng internet xuyên tạc chủ trương chính sách, truyền bá những quan điểm trái với Cương lĩnh, đường lối của Đảng cộng sản Việt Nam; mặc dù đã được phân tích, giáo dục nhiều lần, nhưng không sửa chữa, khắc phục mà vẫn tiếp tục sai phạm ngày càng nghiêm trọng hơn, không còn đủ tư cách đảng viên cộng sản*".

Ông Nguyễn Gia Kiểng – Tập hợp Dân chủ Đa nguyên, trong bài "Thời điểm để nhìn rõ Đảng cộng sản" đã cho rằng: "*Thực ra chúng ta không nên thù ghét Đảng cộng sản. Nó chỉ là một sản phẩm của lịch sử và văn hóa của chính chúng ta. Một dân tộc không có tư tưởng chính trị không khác một con tàu không phương hướng, mọi tai họa có thể xảy đến và cộng sản chỉ là một".* Tôi đồng ý với nhận định này. Tôi "ngu lâu" là do những nguyên nhân lịch sử và văn hóa đó. Cha tôi đi theo cộng sản từ năm 1929. Làng tôi, quận tôi, tỉnh Bến Tre tôi có không dưới 80% số dân đi theo cộng sản, riêng nông dân có thể lên đến 90%. Nhìn lại vài hiện tượng trong lịch sử: Hầu hết những người trong nội các Trần Trọng Kim và các văn nghệ sĩ nổi tiếng thời tiền chiến đều đi theo Việt Minh. Nhiều cơ quan đầu não của Việt Nam Cộng Hòa bị tình báo cộng sản thâm nhập, nhưng không có ở chiều ngược lại. Ông Nguyễn Thành Nhân quận ủy viên quận Ba Tri bị quân đội Việt Nam Cộng Hòa bao vây tứ phía, chạy thẳng vào nhà ông Tám Thương có hai con trai là lính Việt Nam Cộng Hòa, một người vừa bị Việt Cộng bắn chết. Vậy mà ông Tám Thương ôm chầm lấy Thành Nhân, đưa xuống hầm bí mật. Rất nhiều trí thức xuất thân quan lại, có lập trường chống cộng, sau đó lại chấp nhận cộng sản: Huỳnh Thúc Kháng, Phan Kế Toại, Bùi Bằng Đoàn, Nguyễn Hữu Thọ, Trịnh Đình Thảo... Nhiều đảng viên cao cấp của Quốc Dân Đảng chuyển sang lập trường cộng sản như Trần Huy Liệu, Nguyễn Bình... Dân biểu đối lập trong Nghị viện Việt Nam Cộng Hòa, chủ nhiệm báo Tin Sáng, ông Ngô Công Đức, cha bị cộng sản xử tử, vậy mà trong hồi ký của ông in đậm những dòng này: *"Có nhiều lúc trằn trọc khi nghĩ lý tưởng đã nằm trong tay của những người đã giết thân phụ mình và cuối cùng nhận họ là anh em, khi phải đặt Tổ quốc trên hết".* Học giả Hoàng Xuân Hãn trong lá thư đề ngày 2 tháng Giêng năm

Bính Tý (1996) gửi cho Võ Nguyên Giáp đã viết: *Nước ta chỉ có hai cuộc giải phóng mà thôi, thời 1416– 1427 với Lê Lợi cùng Nguyễn Trãi và thời 1945– 1975 với Bác Hồ cùng các anh... Cái cần thiết trong cuộc giải phóng là cái Đức của người lãnh đạo, cái Đức để cho địch không tìm cách mua chuộc mình và làm gương cho nhân dân giữ lòng yêu nước...*" Nhắc lại những điều trên đây, tôi không nhằm biện minh cho sự "ngu lâu" của mình mà chỉ để cho thấy việc nhận ra chân lý trong giai đoạn lịch sử của nước ta vừa qua thật không dễ!

Trải qua 56 năm hoạt động trong Đảng, nay nghiệm lại, thức tỉnh, ngấm được nỗi đau lầm lạc trên con đường nghiệt ngã của lịch sử, buộc dân tộc vào tròng độc tài đảng trị che dấu sau chiếc mặt nạ tự do, dân chủ.

NHỚ VÀI CHUYỆN
HỒI NHỎ

CHA TÔI BỊ NHÀ NƯỚC THỰC DÂN QUẢN THÚC..

Khoảng lên 5 tuổi, tình cờ tôi được biết cha tôi, Tống văn Thêm, bút danh Tăng Ích) là người đang bị nhà nước thuộc địa Pháp quản thúc. Hôm đó, cha má sắp đưa tôi về quê ngoại thì bà nội gặng hỏi: "Con đã xin phép ban Hội tề chưa? Mình phải giữ cho đúng lễ luật".

Tôi thắc mắc hỏi cô Ba tôi và cô kể: Cha tôi lên Sài Gòn học trung học, ở trọ nhà ông Đồ Nam thày thuốc Bắc. Ông Đồ Nam là học trò của Nguyễn Ái Quốc phái về hoạt động cộng sản. Bác Nguyễn Tư con ông Đồ Nam học cùng lớp, chơi thân với cha tôi. Có lẽ vì thế mà trong nhiều học trò ở trọ, ông Đồ Nam chọn cha tôi để tuyên truyền cộng sản. Sau một năm, cha tôi bỏ học, về nhà xin ông nội tôi sắm máy chụp hình để đóng vai thợ ảnh đi hoạt động cách mạng (khi tôi biết thì ở góc nhà vẫn còn một đống phim bằng kiếng cỡ 20x 30 cm). Lý lẽ "học cho giỏi chỉ để làm mọi cho Tây" của cha tôi đã thuyết phục được ông nội, bà nội tôi.

Ngày Một tháng Năm1930 cha tôi tham gia cuộc biểu tình hơn 200 người ở xã Tân Xuân, huyện Ba Tri và bị bắt. Sau này, tôi được nghe người bạn của cha tôi là chú Huỳnh Dư Bì (sau này là Cục phó Cục quản lý Thi công, Bộ Xây dựng thời ông Đỗ Mười làm Bộ trưởng) kể: "Cha mày với hơn chục người làng An Bình Tây bị bắt, nhốt vô Nhà Việc (còn gọi là Nhà Vuông, trụ sở Ban Hội tề của xã). Thằng Đội Xôm được chủ quận Ba Tri phái vô chỉ huy tra tấn những người cộng sản. Nhà chú ở gần Nhà Việc, cho nên suốt đêm nghe tiếng kêu la của những người bị đánh đập, không sao chợp mắt"! Ông nội tôi phải bán nhiều ruộng đất để đưa tiền nhờ ông Sáu Lục, anh ruột ông nội, đang làm Hương Chủ (vị trí thứ nhì trong Ban Hội tề gồm 12 vị) lo lót, chuộc cho cha tôi, không bị đày ra Côn Đảo mà chỉ bị quản thúc tại nhà.

Sau khi đi học biết đọc, tôi giở Từ điển Hán– Việt của cụ Đào Duy Anh soạn từ 1932, xem định nghĩa từ cộng sản: "Cái chủ nghĩa muốn tiêu diệt quyền tư hữu, đem tất cả các cơ quan sinh sản và sinh sản phẩm trên xã hội làm của chung của tất cả mọi người, đặt cơ quan thống kê và quản lý chung; về chính trị thì chủ trương liên hiệp tất cả giai cấp lao động để đánh đổ chế độ tư bản". Tôi lại tìm định nghĩa "chế độ tư bản" cũng trong sách này: "Chế độ sản nghiệp lấy sự mưu lợi làm mục đích, chế tạo ra hàng hóa là cốt mưu lợi, chứ không cốt cung cấp cho sự cần dùng". Dù chỉ hiểu lơ mơ, nhưng tôi cũng đã cảm nhận "tư bản" gắn liền với "thực dân Pháp", kẻ xâm chiếm nước mình, "cộng sản" chống Pháp như vậy thì chắc chắn là tốt.

Có điều lạ, tuy bị quản thúc, đi đâu phải xin phép, vậy mà cha tôi lại thường xuyên ngồi ở Nhà Việc đánh cờ tướng với ông Hương Cả Nga, đứng đầu Ban Hội Tề. Mỗi khi bà nội sai tôi đi tìm gọi cha tôi về ăn cơm, tôi biết ngay là phải chạy tới Nhà Việc, tìm lý do để chấm dứt cuộc đấu cờ say mê giữa một ông đứng đầu nhà chức trách của chế độ thực dân với một đảng viên cộng sản đang bị quản thúc! Khoảng năm 1980, em tôi là Tống Văn Cảnh, cán bộ Ban tuyên giáo Huyện ủy Ba Tri được giao viết quyển Lịch sử Đảng bộ cộng sản xã An Bình Tây. Quyển Lịch sử có đoạn "Cuối năm 1938... tên Hương Quản Nga theo lệnh tên Quận Mẫn đã khủng bố kềm kẹp nhân dân, truy tầm bắt bớ cán bộ, đảng viên xã An BìnhTây, bắt đàn ông hàng đêm phải mang cây đi ngủ tập trung, để canh chừng cộng sản". Năm 1938, tôi đã lên sáu, đến nay còn nhớ nhiều chuyện thời ấy, nhưng không nhớ chuyện này. Tôi hỏi cha tôi về đoạn văn trên, ông cười: "Nó viết theo chủ trương tuyên truyền hiện nay đó mà. Từ lúc làm Hương quản cho tới khi lên Hương cả, ổng có bắt cán bộ, đảng viên nào đâu. Đảng viên mà không đi biểu tình hô hào lật đổ chế độ thực dân Pháp thì họ cũng không bắt. Ông Dương Bạch Mai đảng viên Đảng cộng sản Pháp sang Liên Xô học Đại học Đông Phương của Stalin, năm 1932 về Sài Gòn làm báo cộng sản, vẫn đắc cử Hội đồng thành phố Sài Gòn. Ông Huỳnh Thúc Kháng hoạt động chống Pháp, bị tù Côn Đảo 11 năm, ra tù lập báo Tiếng Dân tuyên truyền lý thuyết Duy Tân, vẫn được bầu vào Viện đại biểu Trung Kỳ".

Hóa ra thời thực dân Pháp ranh giới thù địch giữa nhà

nước thuộc địa với người dân không chia thành chiến tuyến quyết liệt như hiện nay giữa Đảng Cộng sản với người dân đòi dân chủ tự do!

GIA ĐÌNH YÊU THƯƠNG

Ông nội tôi có ba người con, nhưng chỉ có cha tôi là trai. Sau khi cha tôi bị bắt vì tội "làm cộng sản", ông nội tôi sốt ruột chuyện "nối giòng". Có người mai mối má tôi là Nguyễn Thị Thâm ở làng Giồng Tre (xã An Ngãi Trung) cho cha tôi. Ông tôi chọn ngày tốt làm lễ "coi mắt", nhưng cha tôi không chịu đi. Ông tôi rút chiếc roi mây bảo, nếu không chịu đi thì nằm xuống phản "ăn roi". Chàng trai 20 tuổi đã ngoan ngoãn nằm xuống chịu đòn.

Một tháng sau, nhân có việc tới Giồng Tre, cha tôi hỏi các bạn ở đây về cô Nguyễn Thị Thâm đã khiến mình bị ăn roi. Cậu Tư Đáo, con người chú thứ mười của má tôi tìm ra cớ để đưa cha tôi tới làm khách của ông ngoại tôi và được má tôi pha trà đem ra mời. Buổi sáng đó đã nên "duyên kỳ ngộ". Hôm sau, cha tôi vui vẻ rót rượu mời ông bà nội tôi, xin nhận lỗi vì đã trái ý cha mẹ, nay xin được làm lễ coi mắt"! Ông nội tôi cứ nghĩ cha tôi đã ưng cô gái nào khác, đến khi biết vẫn là cô gái ở Giồng Tre, ông tôi bật cười: "Tại sao để ăn đòn rồi mới chịu đi"?

Sau lễ ra mắt, hai họ quyết định các bước kế tiếp theo tập tục. Cha tôi phải tới "ở rễ" tại nhà ông bà ngoại tôi. Trong bữa cơm đầu tiên, ông ngoại tôi cầm chai rượu lên hỏi: "Con có biết uống rượu không"? Cha tôi đáp: "Dạ, có chút đỉnh". Ông ngoại tôi rót đầy ly nhỏ, đưa cho cha tôi. Cha tôi cầm lấy, cám ơn và uống cạn. Ông ngoại tôi cười lớn nói bỗ bã: "Tao thích mày! Trong trường hợp này, nhiều thằng sẽ ỏn ẻn, dạ thưa, con không biết rượu chè. Sau khi lấy được con gái người ta rồi thì nó mới lộ ra bộ mặt Lưu Linh"! Một hôm, bà ngoại tôi sai cha tôi chặt trái dừa cho cậu út tôi uống. Cha tôi cầm quả dừa xoay qua, trở lại mãi. Bà ngoại tôi nhìn thấy biết con rể mình thuộc tuýp người "dài lưng tốn vải", đã bảo má tôi kíp "cứu nguy cho chàng".

Tết Tân Mùi, 1931 cha má tôi làm lễ cưới và ngày rằm tháng 9 năm Nhâm Thân, 1932, tôi được ra đời. Có lần cha tôi nói, ông không dám tiếp tục nhận nhiệm vụ của Đảng là vì nghĩ đến sự hiểm nguy cho má con tôi. Cha tôi giải thích tên Công của tôi không phải là công hầu, cũng không phải công tư, mà là công nhân, thợ thuyền. Như vậy là ngay vừa mới sinh ra, tôi đã được giao cho ông Mã Khắc Tư (Karl Marx)! Một lần, cha tôi đưa tôi đến ông thày nổi danh coi tướng Đại Lục Tiên. Ông này nói: " Nếu sau này cháu làm thợ bạc thì khó ai bì kịp, thứ hai mới là làm biện lý." Ra về, cha tôi bảo, con chớ có làm thợ bạc, nếu làm thợ thì làm thợ mộc. Cha tôi được cho biết Đảng Cộng sản là đảng của giai cấp công nhân, nhưng ông không thể hình dung được công nhân là một tập thể lao động trong xưởng máy. Theo ông, thợ mộc, thợ hồ, thợ hớt tóc... là giai cấp công nhân.

Tôi có may mắn là suốt tuổi thơ được sống trong một gia đình đầy tình yêu thương. Ông bà tôi dù túng thiếu bao giờ cũng dành tiền gạo cho người ăn xin. Một lần, từ vùng tản cư, tôi trốn theo mấy anh lớn vào vùng Pháp chiếm. Quá lo sợ đến tức giận, ông nội tôi buộc phải phạt roi đứa cháu đích tôn. Tôi biết mình có lỗi đáng bị ăn đòn, nên không khóc, nhưng ông tôi vừa khẽ nhịp roi, vừa nức nở nghẹn ngào. Trái lại, bà nội tôi không bao giờ vì tức giận mà đánh cháu, bà tôi đánh vì "thương cho roi, cho vọt". Một lần, bà giê lúa, tôi chạy nhảy làm đổ lúa, bà bảo không nghe, đến khi tôi làm đổ lúa lần thứ hai, bà ra lệnh: "Về nhà, nằm sẵn ở bộ ván". Tôi về nằm khóc một lúc thì ngủ. Đến bữa cơm chiều, được gọi dậy, tôi mừng vì nghĩ đã thoát khỏi ăn đòn. Nhưng không thoát được, sau bữa cơm, bà thong thả ngoáy trầu, ăn trầu xong mới khẽ gọi, "Công đâu? Ra cúi xuống đây"! Bà không hề nóng giận, chậm rãi phân tích cái hư cái sai của cháu đến mức không thể tha thứ. Còn cha tôi thì ông chỉ vung roi với con khi nổi giận. Ông thường dặn: "Hễ thấy cha nổi nóng thì con mau mau chạy biến đi! Đừng có đứng đó, cha đánh chết".

Ông nội và cha má tôi đều mua rất nhiều sách. Lúc nhỏ tôi thích nằm nghe má đọc Truyện Kiều và các loại thơ. Nghe nhiều lần, tôi thuộc từng đoạn, dù không hiểu gì. Khi biết đọc, Chủ nhật, ngày Hè, tôi thường đọc truyện Tàu cho ông nội, bà nội nghe. Tôi sớm được biết quê mình có những chí sĩ yêu nước đồng thời là những nhà thơ như Phan Thanh Giản, Nguyễn Đình Chiểu, Phan Tòng, bà Sương Nguyệt Anh nhà thơ sáng lập Nữ Giới Chung, tờ báo đầu tiên của phụ nữ Việt Nam... Tôi thích Phan Thanh Giản, một ông quan suốt ba triều vua, đã có những câu thơ cảm thương người vợ: "Đường mây cười tớ ham rong ruổi; trướng liễu thương ai kẻ lạnh lùng..." Khi biết nghĩ đến vận nước, tôi thích câu "Non nước tan tành hệ bởi đâu" của cụ Đồ. Năm mười tám tuổi vào Vệ quốc đoàn, tôi động viên mình "mặc kệ thằng Tây, đạn nhỏ, đạn to, xô cửa xông vào như chẳng có" trong Lời Điếu Nghĩa Sĩ Cần Giuộc.

Bất hạnh lớn nhứt của tôi là má tôi bị viêm phổi qua đời năm tôi mới lên bảy. Cha tôi là thày thuốc Đông y giỏi chữ Nho, nhưng ông lập bài vị thờ má tôi bằng chữ Quốc ngữ. Ở giữa nền giấy màu xanh kẽ hai chữ lớn màu trắng: VỢ TÔI. Hai bên là 2 câu đối tiếng Việt: "Chồng khóc, con kêu thấy chỉ đáp thăng dòng nước mắt". "Vợ hiền, dâu thảo, tìm nơi họa cô cảnh chiêm bao". Rất nhiều buổi, cha tôi ngồi bên bàn thờ làm thơ như trao gởi tâm linh với má tôi. Đáng tiếc là tôi chỉ nhớ được một vài câu mà trái tim non nớt cảm nhận được: "Xuống đất hóa bùn sẽ gặp nhau".

ÔNG GIÀ BA TRI.

Giữa năm 1942 từ xã An Bình Tây, tôi đi bộ 2 cây số để vào học lớp 3 Trường tiểu học Ba Tri. Lúc ấy, Nhật đã chiếm Đông Dương hai năm. Bên Pháp, Thống chế Pétain đầu hàng Phát Xít Đức, ở Đông Dương, Toàn quyền Decoux hàng phục Phát Xít Nhật. Để lấy lòng người Việt, Decoux cho phát triển phong trào hướng đạo, cho lập sân vận động, phát triển bóng đá, thể dục thể thao, cho học tân nhạc... Theo phong trào hướng đạo, học sinh chúng tôi mặc bộ đồng phục quần đỏ áo sơ mi trắng. Trường tiểu học Ba Tri mời nhạc công từ Nhà thờ Giồng Tre tới dạy học sinh các bài hát Pháp như La Marseillaise, Maréchal nous voilà... và những bài tân nhạc Việt Nam như Tiếng gọi Sinh viên, Trên sông Bạch Đằng, Ải Chi Lăng... Ông đốc Trinh của Trường tiểu học Ba Tri đặt lời Việt cho một bài hát Pháp có nội dung ca ngợi Pétain và chính quyền thực dân ở Đông Dương:

"Trong khi quốc gia tai nàn,
Nhờ quan thống chế Pétain,
Không ham hưởng chữ an nhàn,
Kề vai gánh vác giang san.
Khuyên nhủ ai nấy đồng tâm,
Phục hưng nước Pháp cùng nhau.

...

Ở xứ Ba Tri ngày nay,
Có sân vận động đẹp thay.
Nhờ quan Đốc phủ Mẫn lo lắng.
Nên thể thao dân sự đàng hoàng.
Nào học sinh phải ghi nhớ.
Đền đáp công ơn này..."

Ngày ngày, vào giờ ra chơi buổi sáng, chúng tôi xếp hàng đi quanh sân trường rợp bóng những cây còng cổ thụ, hát vang những bài ca đã học. Nhiều người đi đường dừng chân lắng nghe. Có một ông già đẩy xe bán chiếu thường xuyên dừng lại đúng giờ này, lắng nghe với vẻ mặt đăm chiêu. Rồi bỗng dưng không thấy ông ấy xuất hiện nữa. Người bạn thân ngồi chung bàn học với tôi là Nguyễn Thống Thành, con ông chủ nhà dây thép (nay là bưu điện) tỏ ra thạo tin, xì xầm: "Mày biết gì không? Ông già bán chiếu rải truyền đơn. Một tờ phê phán ông Đốc Trinh nịnh Tây. Một tờ in hai bài thơ cộng sản châm biếm Pétain quỳ gối trước quân Đức, Decoux cúi đầu lạy quân Nhật. Mật thám tìm ra, đã bắt ông già bán chiếu." Tôi hỏi: "mày có tờ truyền đơn đó không cho tao coi với"? Thành đáp: " Nhà tao có, nhưng người lớn không cho con nít lấy"! Suốt tuần sau đó, nhiều người buôn bán ở chợ Ba Tri xì xầm với nhau chuyện ông già bán chiếu rải truyền đơn và gọi đó là một "ông già Ba Tri". Tôi cứ tưởng "ông già Ba Tri" là chỉ những vị nổi tiếng của quê tôi như Phan Thanh Giản, Nguyễn Đình Chiểu, Phan văn Trị... nhưng ông nội tôi bảo sự tích này có từ thời Minh Mạng: Ông Trần văn Hạc, Hương cả của làng An Hòa Tây cho đắp con đập ngăn vàm rạch làm tắc nghẽn đường ghe chở hàng hóa vào chợ BaTri. Dân chúng cả vùng phát đơn kiện, nhưng thế lực Trần Văn Hạc quá mạnh, quan Tổng, quan Huyện, quan Tỉnh đều xử ông ta thắng kiện. Bà con bàn bạc cử ba ông già có uy tín nhất vùng là Thái Hữu Kiểm, Nguyễn Văn và Lê Văn Lợi mang đơn ra Huế kiện lên triều đình. Các ông này đi bộ qua nhiều vùng rừng hoang vắng nguy hiểm, mất mấy tháng mới tới Huế, nổi trống kêu oan ở cửa Ngọ Môn. Vua Minh Mạng cho các ông vào chầu tấu trình sự việc. Vua nghe xong, hạ chiếu cho các ông thắng kiện. Từ đó, danh xưng "ông già Ba Tri" là chỉ những cụ già nhưng chí khí không già, dám dũng cảm bảo vệ lẽ phải.

Nguyễn Thống Thành bảo tôi: "Ông già bán chiếu xứng đáng là ông già BaTri ngày nay đó mày". Sau Tháng Tám 1945, tôi sống ở nông thôn, bưng biền, không nhận được tin tức gì về Nguyễn Thống Thành.Trên các nẻo đường kháng chiến, tôi cứ mong được gặp nó, người đầu tiên đã cho tôi biết về một tổ chức bí mật có tên là Việt Minh, để rồi tôi tin, theo! Hơn 30 năm sau, tôi mới biết Nguyễn Thống Thành, bạn tôi, đứng bên kia chiến tuyến, là đại tá tỉnh trưởng đã tử thủ ở thị xã Phước Long! Nhiều năm sau, trong cuộc họp cựu chiến binh, tôi được nghe một thiếu tá dự trận này kể, anh ta kêu gọi đầu hàng, nhưng Nguyễn Thống Thành đã bắn trả. Tôi tin rằng nếu lúc ấy tôi có mặt, kêu gọi chắc chắn Thành đầu hàng. Nhưng đến nay niềm tin đó đã lung lay.

BỎ CỜ TAM SẮC, CHÀO CỜ MẶT TRỜI.

Một sáng tháng Ba 1945, như thường lệ chúng tôi xếp hàng chào cờ trước khi vào lớp học. Tất cả đều ngỡ ngàng khi nhìn thấy lá cờ mặt trời đã thay thế cờ tam sắc. Ông đốc Trinh đứng trên bực thềm giải thích sự kiện này. Tôi nhớ đại khái là ngày 9 tháng Ba quân Nhật đã làm đảo chính lật đổ chính quyền thuộc địa của Pháp. Nhật có chính sách "Trả Châu Á cho người Châu Á", họ trả độc lập cho nước mình. Nhưng riêng xứ Nam kỳ thì tạm thời còn trực thuộc Nhật như đã từng thuộc Pháp, cho đến khi Nhật giành được toàn thắng. Từ hôm nay, trường chúng ta bỏ cờ tam sắc, chào cờ Nhật, không hát Marseillaise quốc ca Pháp nữa. Ông không nói, nhưng chúng tôi cũng biết là bài "Trong khi quốc gia tai nàn" của ông cũng không được hát. Những ngày sau đó, ông quận Chỉ (người thay ông quận Mẫn hồi năm ngoái) được thăng lên chức tỉnh trưởng Bến Tre. Ông Trực, một viên chức từ tòa bố Bến Tre (tức dinh của ông chủ tỉnh người Pháp) được đưa về Ba Tri làm quận trưởng thay ông Chỉ. Những người bạn của cha tôi, bác Ba Di, dượng Ba Kiến, chú Tám Bì, chú Hai Dần, bác Tám Huê, chú Năm Vinh, chú Sáu Sinh... uống trà tán chuyện thời cuộc, cho rằng: "Đã thay thầy đổi chủ, nhưng đám đày tớ thì vẫn y nguyên như cũ"! Có lẽ đó là điểm yếu nhất của chính phủ Trần Trọng Kim đối với người dân vốn đã coi các công chức trong hệ thống chính quyền thuộc Pháp là những tay sai. Việc Nhật không dùng Hoàng thân Cường Để là người đang nương tựa nước Nhật để chống Pháp về nước chấp chính mà lại chọn Bảo Đại vốn là con bài của Pháp đã khiến cho người dân Việt tha thiết với độc lập thất vọng. Tiếp theo đó là việc Nhật không chấp nhận đề nghị của Bảo Đại chọn chí sĩ Ngô Đình Diệm làm thủ tướng mà chọn học giả Trần Trọng Kim càng làm cho chính phủ này bị giảm sự tin cậy.

Chính phủ Trần Trọng Kim có những chính sách tiến bộ, nhưng có thể có hại cho chính họ: Không lập bộ quốc phòng, không tổ chức lực lượng vũ trang để tránh bị Nhật lôi kéo vào chiến tranh, do đó không có khả năng tự bảo vệ. Thả tất cả tù chính trị phần lớn là đảng viên cộng sản, lực lượng này có cơ hội lật đổ họ. Từ ngày 8 tháng 5, Chính phủ Trần Trọng Kim ban hành Hiến pháp Quân chủ Lập hiến, đảm bảo các quyền tự do chính trị, tự do tôn giáo, tự do ngôn luận, tự do lập hội. Nhiều tổ chức được thành lập đã tạo điều kiện làm tăng thêm lực lượng cho đảng cộng sản: Tổ chức Thanh niên Tiền tuyến do Thứ trưởng Bộ Thanh niên Tạ Quang Bửu, một người có cảm tình với Việt Minh điều hành. Ở Nam Bộ, tổ chức Thanh niên Tiền phong do Phạm Ngọc Thạch (đảng viên cộng sản từ tháng 3 năm 1945) điều hành. Sau khi Nhật đảo chính Pháp một ngày, ngày 10 tháng 3 năm 1945, Việt Nam Quốc gia Độc lập Đảng được thành lập, do Hồ Văn Ngà làm chủ tịch, Phạm Ngọc Thạch làm Tổng thư ký. Số đông đảng viên của Đảng này ngả theo Việt Minh. Sau Cách mạng Tháng 8, Hồ văn Ngà bị giết! Ở tỉnh Bến Tre và huyện Ba Tri của tôi, sau mấy tháng tồn tại của chính phủ Trần Trọng Kim, phong trào cách mạng do Đảng cộng sản tổ chức đã phát triển vượt bực. Nhiều tù nhân cộng sản được chính phủ Trần Trọng Kim thả ra đã hoạt động mạnh mẽ như: Nguyễn Tấu đảng viên cộng sản từ năm 1930, bí thư tỉnh ủy; Lê Hợi đảng viên cộng sản từ 1930; Võ Châu Thành, Nguyễn Phục Hưng, Nguyễn Chí Khải, Nguyễn Viết Chỏi... đều là những đảng viên lâu năm. Các đảng viên này mau chóng xây dựng chi bộ đảng đều khắp các xã và tổ chức nông hội thu hút hơn 3000 nông dân. Đảng cộng sản đưa được hàng loạt cán bộ cốt cán thâm nhập vào các tổ chức, đảng phái khác: Ông Nguyễn Văn Cái làm Tổng thư ký Thanh niên Tiền phong tỉnh Bến Tre (sau này là Ủy viên Ban khởi nghĩa Tháng Tám, đại biểu Quốc hội năm 1946 của Việt Nam Dân Chủ Cộng Hòa); Ông Huỳnh Kỳ Thanh làm Thanh niên Tiền phong thị xã Bến Tre (sau này là Chánh văn phòng Ủy ban Kháng chiến/ Hành chánh tỉnh); ông Đỗ Phát Quang lãnh đạo Trường huấn luyện của Đảng Quốc gia Độc lập (sau này là Đại biểu Quốc hội, Ủy viên Ủy ban Kháng chiến – Hành chánh tỉnh Bến Tre); ông Nguyễn văn Tất chỉ huy Bảo an binh Tỉnh Bến Tre (sau này là Ủy viên Ủy ban Kháng chiến/ Hành chánh tỉnh Bến Tre, chỉ huy đội vũ trang). Ở Ba Tri, các thầy giáo trẻ như thầy Nở, thầy Triết, các trí thức trẻ như Huỳnh Dư Bì, Trịnh văn Khâm, Hồ văn Vị... đều có chân trong tổ chức Việt Minh của Đảng cộng sản.

Từ những biến đổi lực lượng chính trị ở huyện Ba Tri và toàn tỉnh Bến Tre có thể suy đoán tình hình tương tự như vậy ở nhiều nơi khác.

SỐ ĐÔNG TRÍ, PHÚ, ĐỊA, HÀO ĐI THEO VIỆT MINH.

Ngày 25 tháng 8 năm 1945 có tin Việt Minh đã cướp được chánh quyền ở Bến Tre, tỉnh trưởng Phan Văn Chi đầu hàng. Ấp An Hoà cùng cả làng An Bình Tây của tôi sôi sục chuẩn bị tham gia cướp chánh quyền thị trấn Ba Tri. Các đảng viên cộng sản công khai đứng ra nhân danh Mặt trận Việt Minh cắt đặt việc mua vải, giấy hai màu đỏ, vàng để may và dán cờ đỏ sao vàng, tổ chức các đội võ trang với dáo mác, gậy gộc. Chú thợ hồ Hai Dần là bí thư chi bộ, bác giữ vịt Tư Nay là phó bí thư chi bộ, không xưng danh cộng sản mà là Chủ nhiệm và Phó chủ nhiệm Mặt trận Việt Minh, ngồi vào những chiếc ghế mới hôm qua còn là của Hương Cả, Hương Chủ trong Nhà Việc (trụ sở Ban Hội tề), chỉ đạo hoạt động cách mạng. Suốt đêm tiếng hô tập đi theo nhịp "một hai " làm cho bọn con nít chúng tôi cũng không thể chợp mắt. Vừa rạng sáng, tất cả được tập hợp xếp hàng theo từng khối để tiến ra thị trấn. Điều đáng nói là dẫn đầu các khối đều là các trí, phú, địa, hào của ấp, của xã: Trịnh Văn Vinh đại địa chủ, nguyên Chánh lục bộ; Võ Văn Di địa chủ, nguyên Hương Trưởng; Trịnh Văn Khâm sinh viên, con trai của ông Hương Cả Nghi; Huỳnh Dư Bì sinh viên, con trai ông Hội đồng Thuần; Ba Phán con trai địa chủ Tím; Sáu Sinh địa chủ, nguyên thư ký quận trưởng Ba Tri... Do đâu mà những người này hăm hở lao vào dòng thác cách mạng do cộng sản lãnh đạo? Bởi vì từ ngày 19– 5– 1941 tại Pắc Bó tỉnh Cao Bằng, dưới sự chủ trì của Hồ Chí Minh, Hội nghị Ban chấp hành Trung ương lần thứ 8 của Đảng cộng sản Đông Dương đã quyết định thành lập Mặt trận Việt Nam Độc Lập Đồng Minh gọi tắt là Việt Minh với Cương lĩnh:

"Không phân biệt giai cấp, tôn giáo, xu hướng chính trị, hễ thừa nhận mục đích, tôn chỉ và chương trình của Việt Minh thì được gia nhập". Mục đích, tôn chỉ và chương trình của Việt Minh là: *"Cùng nhau đánh đuổi Nhật, Pháp, làm cho nước Việt Nam hoàn toàn độc lập, dựng lên nước Việt Nam Dân Chủ, Cộng Hòa".*

Nội dung đó đã đáp ứng đúng nguyện vọng tha thiết của mọi người Việt Nam yêu nước. Đảng cộng sản đã giấu biệt lá cờ búa liềm, cờ đỏ sao vàng, họ không hô hào làm cách mạng vô sản mà kêu gọi giành độc lập dân tộc, tự do, hạnh phúc cho nhân dân! Vài phút sau khi đoàn An Bình Tây lên đường, Huỳnh Dư Khải (con ông Hương cả Khiêm, cháu ông Hội đồng Thuần) bạn học cùng lớp nhứt với tôi chạy tới, gọi bọn nhóc chúng tôi như Võ Minh Triết, Trịnh Hoành Sang, Nhiều, Điều, Thưởng, Trắc... kéo theo người lớn làm "khởi nghĩa". Chúng tôi đến thị trấn Ba Tri thì thấy hàng ngàn người, cờ xí, biểu ngữ từ nhà lồng chợ đi tới dinh quận. Đứng trên cái bàn cao, xung quanh có dân quân bảo vệ, ông Lê Văn Lượm bí thư quận ủy, chủ tịch Ủy ban Khởi nghĩa đọc tờ hiệu triệu viết sẵn. Đọc xong bản hiệu triệu, ông thông báo ta đã chiếm trại bảo an và trại cảnh sát, ông quận Trực xin đầu hàng. Tiếp theo đó, ông Võ Châu Thành phó bí thư quận ủy, phó ban khởi nghĩa, nhân danh chủ tịch Ủy ban Nhân dân Cách mạng và ông Nguyễn Chí Khải ủy viên Ban Thường vụ Quận ủy, nhân danh Chủ tịch Mặt trận Việt Minh ra mắt đồng bào. Mô hình "hệ thống toàn trị" này đã được giữ y cho tới hôm nay: Bí thư của Đảng là quan chức quyền lực số 1 đứng trên các tổ chức chính quyền và mặt trận. Phó bí thư của Đảng là nhân vật quyền lực số 2 được giao trách nhiệm làm Chủ tịch Ủy ban hành chánh (nay là Ủy ban Nhân dân); các Ủy viên Ban Thường vụ của Đảng làm chủ tịch Mặt trận và chủ tịch các đoàn thể...

Ngay sau ngày cướp chính quyền, chủ tịch Võ Châu Thành ký lệnh tử hình không cần xét xử đối với những người bị gọi là "có nợ máu đối với nhân dân" như Cai tổng Đặng, Cai tổng Bang, Biện Ký, Đội Xôm, Hương quản Nhường, Hương quản Lầu... Sau này được biết, ở nhiều nơi trên khắp đất nước ta đã có nhiều người bị giết, trong đó có những nhà ái quốc, nhà văn hóa nổi tiếng như Tạ Thu Thâu, Phan văn Hùm, Phạm Quỳnh...

Sau khi Đảng cộng sản Đông Dương tuyên bố tự giải tán, các tổ chức Đảng ở huyện Ba Tri, Bến Tre vẫn giữ nguyên vai trò lãnh đạo như cũ, chỉ khác trước là không họp chi bộ công khai ở cơ quan. Trả lời báo chí trong và ngoài nước, Chủ tịch Hồ Chí Minh tuyên bố: "Tôi chỉ có một Đảng – Đảng Việt Nam". Các cán bộ cũng như người có học ở quê tôi đều biết rõ sự thật là Đảng chỉ giả vờ giải tán, nhưng không ai chê trách Cụ Hồ nói dối mà ngược lại đều khen "Cụ Hồ mình khôn khéo quá".

QUỐC HỘI VÀ HIẾN PHÁP 1946

Tháng 12– 1945 Pháp tái chiếm 20 tỉnh thành Nam Bộ. Bến Tre là tỉnh cuối cùng chưa bị chiếm. Tỉnh ủy Bến Tre xin Trung ương Đảng cho tỉnh tổ chức bầu đại biểu Quốc hội sớm từ ngày 25– 12, thay vì ngày 6– 1– 1946 như quy định chung. Hồi đó ngày 6– 1 còn được cho là ngày thành lập Đảng. Mãi đến sau năm 1960, người ta mới biết ngày 6– 1 là ngày âm lịch, theo dương lịch là ngày 3 tháng 2– 1930. Tỉnh Bến Tre được bầu 5 đại biểu quốc hội. Mặt trận Việt Minh, do Đảng cộng sản lãnh đạo, giới thiệu 6 người ra ứng cử là: Phạm Văn Bạch, Nguyễn Văn Cái, Đỗ Phát Quang, Nguyễn Tấu, Trần Quế Tử, Ca văn Thỉnh. Trong đó, hai người sau là trí thức cảm tình Đảng. Hầu hết cử tri đều gạch tên người đứng ở cuối danh sách, do đó ông Ca Văn Thỉnh bị thất cử. Có thể nói, "Đảng cử dân bầu" đã có từ cuộc bầu cử Quốc hội đầu tiên. Điều này không phải chỉ ở tỉnh Bến Tre mà khắp cả nước. Xin nêu vài ví dụ, ở Hải Phòng, ông Vũ Trọng Khánh, nguyên thị trưởng Hải Phòng của Chính phủ Trần Trọng Kim, đương kim Bộ trưởng Bộ Tư pháp của Chính phủ Lâm thời Hồ Chí Minh, do từ chối sự giới thiệu của Mặt trận Việt Minh Thành phố Hải phòng mà bị thất cử. Chủ tịch Hồ Chí Minh rất lo lắng đã yêu cầu ông Vũ Trọng Khánh chấp nhận sự giới thiệu của Mặt trận Việt Minh tỉnh Hà Đông (chưa bầu cử), nhưng ông vẫn kiên quyết từ chối. Do không có chân trong Quốc hội, ông phải rời ghế Bộ trưởng Bộ Tư pháp. Trong khi đó, cố vấn Vĩnh Thụy (tức cựu hoàng Bảo Đại) chấp nhận sự giới thiệu của Mặt trận Việt Minh tỉnh Thanh Hóa, đắc cử với 92% số phiếu bầu.

Lâu nay, Quốc hội được bầu năm 1946 được coi là Quốc hội đa nguyên, đa đảng là chủ nhân của bản Hiến pháp 1946 dân chủ, tam quyền phân lập. Thực ra không phải như vậy. Ngày 20– 9– 1945 Chủ tịch Chính phủ lâm thời Hồ Chí Minh ký Sắc lệnh số 34/ SL thành lập Ban soạn thảo Hiến Pháp gồm 7 thành viên: Trưởng ban là Hồ Chí Minh, các ủy viên gồm Vĩnh Thụy, Đặng Thai Mai, Vũ Trọng Khánh, Lê Văn Hiến, Nguyễn Lương Bằng, Đặng Xuân Khu (tức tổng bí thư Trường Chinh). Với ban soạn thảo này thì rất khó để có thể soạn ra được bản Hiến Pháp 1946. Do thực hiện thỏa thuận giữa Việt Minh với Việt Nam Quốc dân Đảng (Việt Quốc) và Việt Nam Cách Mạng Đồng Minh Hội (Việt Cách), Quốc Hội phải nhận vào 70 đại biểu của hai đảng này không qua bầu cử (Việt Quốc 50 đại biểu, Việt Cách 20 đại biểu). Sau khi có thêm 70 đại biểu không qua bầu cử, ngày 2– 3– 1946, Quốc hội bầu ra Ban soạn thảo Hiến Pháp gồm 11 thành viên: Tôn Quang Phiệt, Trần Duy Hưng, Nguyễn thị Thục Viên, Đỗ Đức Dục, Cù Huy Cận, Nguyễn Đình Thi, Huỳnh Bá Nhung, Trần Tấn Thọ (Việt Cách), Nguyễn Cao Hách (Việt Cách), Đào Hữu Dương (Việt Cách), Phạm Gia Đỗ (Việt Quốc). Ngày 9– 11– 1946, Quốc hội thông qua Hiến pháp với 240/242 phiếu thuận. Hai người bỏ phiếu phiếu chống là Nguyễn Sơn Hà với lý do Hiến pháp không có điều khoản cho tự do kinh doanh; Phạm Gia Đỗ phản đối chế độ chỉ có một viện. Nhưng sau đó mấy tháng, 70 đại biểu của Việt Cách,Việt Quốc chỉ còn lại 7 người và Hiến pháp 1946 chỉ còn nằm trên giấy. Ngày 4– 12– 1953, Quốc hội (gồm những người được bầu năm 1946) thông qua luật Cải cách Ruộng đất, tước đoạt ruộng đất của người bị quy là địa chủ, trái với Điều 12 của Hiến pháp 1946: " *Quyền tư hữu tài sản của công dân Việt Nam được bảo hộ* ". Thật ra như ở trên đã nói, bản Hiến pháp này đâu phải là của họ! Nhà báo Huy Đức có nhận xét rất đúng *"Mặc dù Hồ Chí Minh đặt vấn đề xây dựng Hiến pháp rất sớm, Hiến pháp 1959 mới thực sự là Hiến pháp của ông"*.

Từ 8– 1945, tôi ở trong đội Thiếu nhi Cứu quốc xã An Bình Tây. Thời gian này có vài chuyện mà mỗi khi nhớ lại cảm thấy ray rứt:

– Giữa năm 1946, vào buổi sáng, tôi đang đi xuống chợ thì gặp bốn anh du kích tay cầm mã tấu giải anh Sấn (học trên tôi 3 lớp) hai tay bị trói ké, đi về hướng Giồng Gạch, sông Hàm Luông. Không cần hỏi, ai cũng biết đó là hướng đưa người đi "mò tôm".(Tiếng lóng của thời đó chỉ việc đâm chết rồi ném xác xuống sông. Nghe nói, anh Sấn bị nghi làm gián điệp, chỉ vì hôm lính Pháp đi ruồng bố, anh đã "trăm" tiếng Tây với thằng quan ba! Cùng thời gian này (sau khi Pháp chiếm Ba Tri vài tháng) ở khắp quận đều có những vụ "trừng trị bọn gián điệp": xếp Cang ở Tân Xuân; Hương quản Thành ở An Đức; Thạch (bạn học cùng lớp với tôi, con trai Cai Tổng Đệ)... Họ bị giết, không có cáo trạng, không có tòa án xét xử! Số đông người dân vẫn cho rằng, trước họa ngoại xâm, chuyện "mạnh tay" như vậy là cần thiết (!).

Năm 1947, Ba Tri có nhiều trận phục kích đánh cả đoàn xe của Pháp. Giữa tháng 6, đại đội 885 phục kích ở Giồng Quéo tiêu diệt 50 lính Pháp và Lê Dương, thu nhiều vũ khí, đặc biệt có nhiều đồ hộp và thuốc lá thơm. Một chiến sĩ của đại đội 885 nhắn tin cho má anh đến thăm, ban chỉ huy cho bà mấy bao thuốc lá Bastos. Trên đường về, bà vừa đi vừa phì phèo điếu thuốc, khi đến làng An Bình Tây thì có mấy người ăn mặc giống như lính quận, tay lăm lăm súng gắn lưỡi lê, bắt bà đưa vào chùa Long Khánh, quát hỏi: "Thuốc thơm này ở đâu ra? Ai cho? Khai mau"! Mang nỗi lo của một bà má bộ đội, lại nghe cách ăn nói hỗn hào, bà nghĩ đã gặp bọn theo Tây. Bà bảo: "Tôi lượm được ngoài lộ đá". Lập tức bà bị những cú đấm như trời giáng.

Lúc ấy chúng tôi họp Đội Thiếu nhi Cứu quốc ở nhà người bạn, nghe người nhà bên cạnh bảo vừa bắt được gián điệp, du kích đang tra hỏi ở chùa Long Khánh. Chúng tôi ngừng họp kéo ra chùa và chứng kiến cảnh một bà già ốm yếu gan góc chịu những đòn tra tấn với mắt nhìn khinh bỉ, đôi môi mím chặt. Giữa lúc căng thẳng đó, có tiếng mõ báo động và người từ dưới Chợ Mới ùn ùn chạy lên hô "Tây ruồng". Cuộc tra tấn dừng lại. Người trưởng nhóm giao nhiệm vụ cho anh tự vệ trẻ tuổi: "Nếu Tây tới gấp quá, thì mày cứ việc khử bả đi". Nghe tới đó, bà già khóc rống "Trời ơi, cứ tưởng mấy chú là Việt gian, cho nên tui quyết không khai. Sự thực là tui đi thăm con tui là Trần Văn Tuấn ở đại đội 885 vừa đánh trận Giồng Quéo. Thuốc thơm là của chỉ huy bộ đội cho tui"!

HỒNG QUÂN PLATON– THÀNH VÀO LÍNH LÊ DƯƠNG.

Tháng Năm 1948, tôi học xong lớp nhứt trường tiểu học (ở xã Giao Thạnh, quận Thạnh Phú), chờ ngày thi vào trung học hoặc nhận công tác kháng chiến. Khoảng hạ tuần tháng Sáu có tin bộ đội mới về diễn tập ở cuối xã, thế là cả bọn kéo nhau đi xem. Gặp lúc bộ đội đang nghỉ trong các nhà dân. Tôi chợt nhìn thấy trên cây ổi to trước khoảng sân của ngôi nhà lớn có một chú bộ đội mắt xanh mũi lõ đang trèo hái quả ném xuống cho lũ trẻ. Chuyện lạ không thể tưởng, thích quá, tôi vội chạy vào. Bác gái chủ nhà bước ra kêu: "Đủ rồi!

Chú Thành xuống uống trà đi". Chú Tây bộ đội trả lời tiếng Việt rành rẽ, "Em không uống trà đâu. Chị cho em vài li "để" nhậu với ổi được không"? "Được, để chị nói với anh". Tôi bám theo: "Anh ơi, anh là người Pháp á"? Anh Tây vui vẻ: "Hổng phải, anh là hồng quân Liên Xô. Em có biết Liên Xô không, là một nước trong phe đồng minh chống phát xít đó". Tôi đáp, trong giáo trình lớp nhứt tôi có được học điều đó. Từ trên thềm, bác trai chủ nhà gọi anh Tây bộ đội và tôi vào.

Trên bàn đã dọn những đĩa khô cá hố nướng thơm phứt, hai đĩa ổi, mỗi quả bổ làm tư, mấy cái li nhỏ có chân. Đóng quân ở nhà này là một khẩu đội "mochiê" (súng cối) "mà anh Tây bộ đội là khẩu đội trưởng. Tôi nói, em là học trò tiểu học không được phép uống rượu, chỉ xin các chú bác cho được ngồi hóng chuyện người lớn. Bác gái đem cho tôi mấy con cá khô nướng nhấm nháp. Câu chuyện được biết về ông Tây như sau: Platon Skizhinsky học xong trung học thì Đức tấn công Liên Xô. Platon vào quân đội, trong một trận đánh không cân sức, bị Phát xít Đức bắt, buộc đi đốn gỗ. Sau khi Phát xít Đức đầu hàng, Platon bị Hồng quân kết án tử hình vì tội *"bị địch bắt mà không chết"*! Trên đường giải về Liên Xô, anh liều nhảy tàu lửa trốn sang Pháp, con đường sống duy nhất là vào lính Lê Dương. Anh sang Việt Nam trong đoàn quân Lê Dương, sau tên Platon ghép thêm chữ Thành tiếng Việt. Năm 1946 tại Bến Tre, trên đường lái xe chở thực phẩm, Platon nhận được truyền đơn kêu gọi phản chiến. Sau đó anh liên lạc được với người đại diện Việt Minh tên là Mô, rồi mang hai khẩu súng ra vùng kháng chiến. Sau hai tuổi quân, Platon lập nhiều chiến công, nói thạo cả tiếng lóng của nông dân xứ dừa và được bộ đội cưới cho cô vợ đẹp nhứt Bến Tre, sinh một con gái tên là Tanhia.

Sau khi tập luyện thành thục đúng kế hoạch, Tiểu đoàn 307 kéo lên Giồng Luông, xã Đại Điền long trọng làm lễ xuất quân ngày 5– 7– 1948. Vì nơi đó khá xa nên dù rất muốn tôi không thể đi dự. Câu chuyện của chú Hồng quân Platon Thành để lại trong tôi nỗi thương cảm lẫn băn khoăn: "Bị địch bắt mà không chết có đáng chịu tội tử hình"? Việc này làm tôi nhớ đến những bản án tử hình đối với anh Sấn, bạn Thạch ở quê tôi. Không ngờ hơn 30 năm sau, năm 1981 tôi đi thăm Liên Xô với tư cách Phó tổng biên tập báo Lao Động và được Platon Thành làm phiên dịch cho hơn 20 ngày. Câu nói đáng nhớ của anh khi gặp tôi là: " *Năm 1955 tôi rất vui khi được về nước, bởi vì cái thằng cha khốn nạn đó đã chết hơn hai năm*"! (Stalin chết năm 1953). Tôi nhắc chuyện anh leo cây ổi của bác chủ nhà ở Giao Thạnh nơi Tiểu đoàn 307 đóng quân. Platon Thành nói: "các đồng đội ngày xưa sang đây đều mang ổi cho mình. Nhiều người Việt Nam quý quả xoài, măng cụt, vải, nhãn nhưng theo mình ổi là thứ quả ngon nhất Việt Nam. Buổi trưa, giã đĩa muối ớt, mang một xị đế vào vười ổi lai rai là hết ý"!

BÁC HAI NÓI VỀ ĐẢNG CỘNG SẢN VÀ ĐẢNG DÂN CHỦ.

Năm 1948 ông Hồ Văn Ngôi, Trưởng ty Xã hội Bến Tre (Ủy viên thường vụ tỉnh ủy) bổ nhiệm cha tôi làm Ủy viên kiểm sát Ty Xã hội tỉnh Bến Tre. Lúc này ông Võ Văn Hưỡn (thời thuộc Pháp là đốc học) bạn cùng xóm và là bạn học của cha tôi đang làm Trưởng ty Giáo dục. Cha tôi xin cho tôi vào làm nhân viên của ty. Phó ty là bác Hai Trần Trung Trực, nhà giáo thời Tây (ba của Trần Trung Tín sau này là họa sĩ nổi tiếng); Trưởng phòng Tu thư là bác Ba Lê Văn Trương, nhà giáo thời Tây ở quận Sóc Sải. Hơn chục nhân viên ở tuổi 17, 18. Võ Hoàng Lê sau này là đại tá, bác sĩ, giám đốc Bệnh viện quân đội 175. Lê Huỳnh Thọ sau này là Phó trưởng ban Ban tổ chức Trung ương Đảng cộng sản. Cả cơ quan chỉ có 3 nữ là chị Năm Quyến, sau 1975 là bà Sáu, Phó giám đốc Sở văn hóa TP HCM. Chị Bình sau này là mẹ của đạo diễn Việt Linh và Nguyễn thị Định, được gọi là "Định nhỏ" để phân biệt với bà Chủ tịch Hội Nguyễn Thị Định (sau này là Phó Tư lệnh quân giải phóng miền Nam). Công việc của số đông nhân viên chúng tôi là viết tài liệu giáo khoa bằng thứ mực pha đậm đặc, sau đó áp lên khuôn bột để in, rồi đóng thành tập, gửi cho các trường học cấp một trong các vùng giải phóng. Từ tháng 8– 1945 đến năm 1951 Bến Tre có nhiều vùng giải phóng. Vùng rộng lớn nhứt gồm toàn bộ quận Thạnh Phú và quá nửa quận Mỏ Cày.

Tôi và Định cùng tuổi, từng cùng học lớp nhứt, nay ngồi cùng bàn, thường nói với nhau đủ thứ chuyện, rồi nãy sinh tình yêu. Nói là yêu nhau, nhưng chúng tôi chưa dám trao cho nhau một nụ hôn! Một hôm, Định hỏi: "Anh có biết trong cơ quan này ai là đảng viên cộng sản không"? Do đã từng công tác ở Hội Phụ nữ Cứu quốc tỉnh, nên Định biết rành các tổ chức chính trị. Tôi đáp, không biết và hỏi lại, ở đây ai là đảng viên cộng sản? Định thì thầm: "Chỉ có Bác Năm Trưởng ty là Cộng sản. Còn Bác Hai phó Ty, Bác Ba trưởng phòng và anh Chấp phụ trách văn thư đều là đảng viên Đảng Dân Chủ. Họ thường tuyên truyền với anh về Đảng Dân Chủ mà anh không biết đó! Anh chớ có nghe họ mà xin vô Đảng Dân Chủ, đó nghe"! Tôi thắc mắc hỏi tại sao? Định nói: "Đảng Cộng sản Đông Dương mới là Đảng lãnh đạo kháng chiến. Đảng Dân Chủ chỉ là một thứ cây kiểng, không có vai trò gì đâu".

Một hôm tôi tò mò hỏi Bác Hai Trần Trung Trực phó ty, có phải bác Hai là đảng viên Đảng Dân chủ không? Bác vui vẻ đáp: "Ừ, mày cũng biết à"? Tôi nói: "Cháu muốn biết Đảng Dân Chủ khác với Đảng Cộng Sản như thế nào"? Bác Hai gõ mấy cái lên vầng trán rộng: "Chà, nói sao cho mày hiểu đây ha"! Bác thò tay vô túi áo lấy ra bao thuốc lá đặt lên đầu bàn, nói: "Coi như cái chủ nghĩa xã hội, chủ nghĩa cộng sản đang ở trên đó. Còn chúng ta đang ở dưới này. Ai cũng muốn đi lên cái 'thiên đàng' đó cả.Điều khác nhau là Đảng Cộng Sản gồm những người tả khuynh, họ quyết tiến lên thật nhanh, nên chọn con đường thẳng băng. Gặp núi cao? Vượt núi! Gặp sông sâu? Vượt sông! Đảng Dân Chủ của chúng tao cũng chủ trương đi lên chủ nghĩa xã hội, chủ nghĩa cộng sản, nhưng gồm những trí thức ôn hòa, muốn đi chậm rãi an toàn nhứt. Núi cao? Ta tránh núi, mở đường đi vòng! Sông sâu? Ta kết bè, đóng ghe hoặc bắc cầu! Rồi thì cũng tới đó thôi. Hai thằng con tao, Trần Trung Hiếu, Trần Trung Tín đang ở bộ đội, tụi nó trẻ, máu nóng, cho nên đều vô Đảng Cộng Sản."

Nguyễn Thị Định gợi ý và cùng tôi tìm hiểu các chức vụ lãnh đạo của tỉnh, hóa ra tất cả đều do đảng viên cộng sản nắm. Chủ tịch Ủy ban Kháng chiến– Hành chánh tỉnh là ông

Nguyễn Văn Diệp, Phó Bí thư Tỉnh ủy; Chủ nhiệm Mặt trận Việt Minh là ông Phan Triêm, Ủy viên Thường vụ Tỉnh ủy; Tỉnh đội trưởng dân quân tự vệ là Nguyễn Tẩu, ủy viên Thường vụ Tỉnh ủy (trước đó ông là Bí thư tỉnh ủy); Trưởng ty Thông tin Tuyên truyền là ông Nguyễn Trí Hữu, Ủy viên Thường vụ Tỉnh ủy; Trưởng đoàn Văn hóa Kháng chiến là ông Lê Hoài Đôn, Ủy viên Thường vụ phụ trách Trưởng ban Tuyên huấn Tỉnh ủy; Trưởng ty Xã hội là ông Hồ Văn Ngôi, Ủy viên Thường vụ Tỉnh ủy; Trưởng ty Giáo dục là ông Võ Văn Huỡn, Ủy viên Thường vụ Tỉnh ủy; Chủ nhiệm báo Đoàn kết của tỉnh là ông Trần Văn Anh, Tỉnh ủy viên; Tỉnh đoàn trưởng Đoàn Thanh niên Cứu quốc là ông Trần Chính, Tỉnh ủy viên; Chủ tịch Hội Phụ nữ Cứu quốc là bà Nguyễn thị Định, Tỉnh ủy viên...

Mấy tháng sau bọn trẻ chúng tôi xin thi vào Trung học. Tôi và Lê Huỳnh Thọ trúng tuyển. Các trường trung học của kháng chiến đều đóng trong Rừng U Minh. Từ Bến Tre đi bộ tới đó mất hơn nửa tháng và tốn khá nhiều tiền. Tôi nói khó khăn này với cha tôi. Không thể ngờ, cha tôi giải quyết nhẹ như không: Ông xin thôi chức Kiểm sát viên của Ty xã hội, một địa vị "quan cách mạng", rồi mua mấy ký lô thuốc nhuộm quần áo, mấy chục viên gạch xây bếp lò, một cái chão đựng to, ra đứng giữa chợ Thạnh Phú, lắc cái trống kêu lung tung, miệng rao "Nhuộm đây! Nhuộm áo quần đây"! Hơn một tháng, cha tôi kiếm đủ số tiền cho tôi đi học. Nhưng ông bị coi là thiếu tinh thần cách mạng, phải rời Bến Tre đi vào Cà Mau, kiếm sống bằng việc bứt dây choại đem bán cho những người làm nghề bện đăng, bện đó bắt cá.

Năm 1951, giặc Pháp chiếm hết các quận Mỏ Cày, Thạnh Phú, ty giáo dục phải giải thể. Nguyễn Thị Định chạy lên Sài Gòn, học trường sư phạm, ra trường làm cô giáo ở Trường Bông Sao, quận 8 và lấy chồng là một sĩ quan Việt Nam Cộng Hòa.

NGHE ÔNG LÊ ĐỨC THỌ THUYẾT GIÁO

Cuối năm 1950, Trường trung học Huỳnh Phan Hộ (trường tôi học) đăng cai cuộc họp học sinh của ba trường trung học kháng chiến (Huỳnh Phan Hộ, Thái Văn Lung, Nguyễn Văn Tố) để nghe huấn thị của đại diện Trung ương cục miền Nam. Dù ba trường này cách nhau hàng chục cây số đường sông, nhưng 7 giờ sáng tất cả đã có mặt đầy đủ ở hội trường Trung học Huỳnh Phan Hộ. Ông Nguyễn Thượng Tư hiệu trưởng trường Huỳnh Phan Hộ thông báo, hôm nay chúng ta được vinh dự nghe bác Sáu Lê Đức Thọ, phó bí thư Trung ương Cục miền Nam nói về tình hình thế giới, trong nước và nhiệm vụ mới.

Từ lâu, bọn học trò chúng tôi truyền miệng chuyện tình của bác Sáu Lê đức Thọ. Ông tên thật là Phan Đình Khải, lúc ở ngoài Bắc, đã có vợ là cán bộ, đảng viên, sinh một con trai tên Phan Đình Dũng. Ông là Ủy viên Thường vụ Trung ương Đảng làm trưởng đoàn cán bộ từ Việt Bắc vào tăng cường cho Trung ương Cục miền Nam. Đoàn lên đường tháng 6– 1948 đến Cà Mau tháng 6– 1949. Năm 1950, một lần đến thăm trường trung học Nguyễn Văn Tố, nhà lãnh đạo cao cấp của Đảng bị cô nữ sinh tên Th. hớp hồn; từ đó ông thường xuyên tìm cớ đến thăm nhà trường để gặp nàng. Rủi cho ông, cô Th. đã có người yêu là một bạn học đẹp trai học giỏi tên L. Thấy bác Sáu đầy quyền lực cấp tập tiến công, L. sợ bị thua cuộc, bèn tìm gặp, nói thẳng: "Thưa bác Sáu, Th. là người yêu của cháu, mong bác thông cảm". Bác Sáu buộc phải "thông cảm", nhưng cô Th. bất bình hỏi L: "Anh làm như vậy là rất hèn và đã xúc phạm tôi. Anh nói với ông Sáu là vì anh e rằng trước một người có quyền thế như ông, tôi không thể đứng vững? Như vậy là chúng ta nhầm nhau rồi"! Anh chàng đẹp trai học giỏi L. đã cạo trọc đầu để mong nàng tha thứ, nhưng kết quả chỉ thêm một nét hài cho cuộc tình tay ba dang dở Không lâu sau, Lê Đức Thọ phó bí thư Trung ương Cục miền Nam Đảng cộng sản lấy bà Lê Thị Chiểu con một gia đình đại địa chủ ở tỉnh Cần Thơ.

Sau lời giới thiệu trịnh trọng của hiệu trưởng Nguyễn Thượng Tư, ông Lê Đức Thọ da xanh nhợt, răng hơi hô, mặc bộ bà ba màu xám tro, bước lên bục tươi cười: "Hôm nay bác nói với các cháu về chiến tranh Triều Tiên và cuộc kháng chiến của chúng ta chuyển sang giai đoạn tích cực chuẩn bị tổng phản công."

Về cuộc chiến tranh Triều Tiên, chúng tôi đã được biết qua thông tin thời sự trên các báo kháng chiến. Chủ tịch Hồ Chí Minh với bút danh ĐX. có bài "Mỹ là xấu" mở đầu như sau: *"Mỹ nữ là gái đẹp. Mỹ đức là nết tốt. Nhưng Mỹ quốc lại là nước xấu. Xấu không chỉ vì Mỹ gây chiến tranh, vì Mỹ xâm lược Triều Tiên..."* Với bút danh C.B. ông viết bài "Nhất trên thế giới" lên án Mỹ "tội ác xâm phạm Triều Tiên". Các văn nghệ sĩ kháng chiến cũng viết nhiều bài với nội dung đó. Tôi thuộc lòng bài thơ của Minh Giang có tựa đề "Gửi anh bạn

Triều Tiên", mở đầu tác giả đặt câu hỏi:

"Anh bạn Triều Tiên ơi,
Tôi chưa hề gặp mặt,
Có phải quê hương anh,
Có đồng lúa xanh xanh,
Có núi nhiều tuyết trắng.
Tuyết bay trên cả Hán Thành.
Ai gây khói lửa tuyết thành lệ rơi?"

Tác giả buộc người đọc phải hiểu rằng kẻ "gây khói lửa" là phía Đại Hàn Dân quốc, Mỹ và 15 nước thành viên Liên Hiệp Quốc. Đoạn cuối bài thơ:

... Hắn cướp lúa chín,
Hắn bắn trâu cày,
Lửa hờn cháy nám thân cây,
Lều nghiêng nửa mái, đường đầy khăn tang.
Anh bạn Triều Tiên ơi!
Máu anh và máu tôi rơi,
Trên hai đất nước, một trời thù chung!"

Cũng với tinh thần đó, ông Lê Đức Thọ phân tích lý lẽ về sự gắn bó giữa hai đồng minh Việt Nam – Triều Tiên cùng chống chủ nghĩa thực dân, đế quốc. Hơn ba mươi năm sau, đến thời internet, tôi mới được biết Bắc Triều Tiên là bên bất thần mở cuộc tấn công mau chóng xâm chiếm Nam Hàn, chỉ trong mấy ngày họ đến tận Seoul. Trước tình hình đó, Liên Hiệp Quốc quyết định cho Mỹ và 15 nước thành viên đẩy lùi quân Bắc Triều Tiên trở về bên kia vĩ tuyến 38. Trung Cộng đã phải đưa hàng triệu quân do Nguyên soái Bành Đức Hoài chỉ huy làm cuộc "kháng Mỹ viện Triều".

Nhận định tình hình trong nước, Lê Đức Thọ lặp lại lý thuyết Trường kỳ Kháng chiến Nhất định Thắng lợi của Trường Chinh, gồm ba giai đoạn: 1– Phòng ngự, 2– Cầm cự, 3– Tổng phản công. Sau này, tôi mới biết quyển sách của Trường Chinh sao chép từ quyển "Luận trì cửu chiến" (Bàn về đánh lâu dài) của Mao. Ông Lê Đức Thọ cho rằng từ tháng 10– 1949, Trung Cộng giải phóng lục địa đã tạo ra cục diện mới, thời cơ mới cho Việt Nam chuyển sang giai đoạn tổng phản công. Ông kết luận: "Đây là cơ hội để tuổi trẻ lập công với Tổ quốc. Các em hãy xếp sách vở, hăng hái tòng quân, tích cực tham gia công cuộc tổng phản công. Sau ngày chiến thắng nhà trường sẽ mở rộng cửa mời các em trở lại". Ngay chiều hôm đó, chúng tôi, học sinh ba trường trung học kháng chiến đã nộp đơn xin đóng cửa trường, tất cả ghi tên tòng quân.

CUỘC TRANH LUẬN
VỀ TƯ PHÁP TRÊN BÁO SỰ THẬT.

Tôi gởi đơn xin tòng quân, nhưng được phân công về Phòng Bình dân Học vụ, Nha Giáo dục Nam Bộ, do thạc sĩ Hoàng Xuân Nhị làm giám đốc. Phòng này mới thành lập do nhà giáo Nguyễn Hậu Lạc làm trưởng phòng. Đã có một vài người tới trước tôi như Ca Lê con cả của giáo sư Ca Văn Thỉnh, Đặng Minh Trang con giáo sư Đặng Minh Trứ... Chưa có công việc gì làm, chúng tôi thường đến hai nơi: một là, văn phòng của Nha Giáo dục để gửi thư và nhận thư; hai là tới Thư viện đọc sách báo.

Thư viện của Nha Giáo dục có khá nhiều sách. Ở đây tôi

được đọc hai bộ sách lớn của chủ nghĩa cộng sản: "Lịch sử Đảng cộng sản Liên xô" và "Những nguyên lý chủ nghĩa Lê Nin của Stalin". Cũng ở đây tôi đọc quyển "Sửa đổi lề lối làm việc" của X.Y.Z. Giám đốc Hoàng Xuân Nhị giới thiệu "quyển này là một tác phẩm lớn của Hồ Chủ tịch". Quyển sách khiến tôi tha thiết mong muốn được trở thành đảng viên cộng sản bởi câu này: *"Đảng không phải là một tổ chức để làm quan phát tài. Nó phải làm tròn nhiệm vụ giải phóng dân tộc, làm cho Tổ quốc giàu mạnh, đồng bào sung sướng"*. Trong sách này, Cụ Hồ cảnh báo cán bộ đảng viên chớ có làm "quan cách mạng", cậy quyền, cậy thế, hũ hóa, tư túi, chia rẽ, kiêu ngạo... Bài " *Nâng cao đạo đức cách mạng, chống chủ nghĩa cá nhân, đẩy mạnh phê bình tự phê bình"* của Cụ Hồ tôi đọc như nuốt từng lời đã góp phần cho tôi được... "ngu lâu".

Đặc biệt tại thư viện của Nha Giáo dục, tôi được đọc về cuộc tranh luận hồi năm 1948 trên báo Sự Thật của Đảng cộng sản Đông Dương (với danh nghĩa Hội nghiên cứu chủ nghĩa Mác) và báo Độc lập của Đảng Dân Chủ "Về vai trò của Tư pháp trong Nhà nước cách mạng Việt Nam". Một bên là Quang Đạm biên tập viên của báo Sự Thật do Trường Chinh làm Tổng biên tập và bên kia là luật gia Vũ Trọng Khánh nguyên Bộ trưởng Tư pháp đầu tiên của Việt Nam Dân Chủ Cộng Hòa với sự hỗ trợ của luật gia Vũ Đình Hòe đương kim Bộ trưởng Tư pháp. Dù rất ham đọc, tôi không hiểu bao nhiêu. Tuy nhiên vấn đề gai góc đó buộc tôi tiếp tục tìm hiểu mãi. Còn hồi đó khi biết Cụ Hồ có quan điểm giống như Quang Đạm thì tôi ngờ rằng Vũ Trọng Khánh đã bị lý thuyết của bọn thực dân phương Tây đầu độc!

Quang Đạm viết "Tư pháp với Nhà nước" trên số báo 91 ngày 15–4–1948, sau đó bài "Tính chất chuyên môn trong Tư pháp" trên số báo 93 ra ngày 19–5– 1948. Ông cho rằng: Trong xã hội có giai cấp không có gì nằm trên cuộc đấu tranh giai cấp. Tư pháp là một bộ phận của nhà nước được phân công vận hành để cùng với chính quyền phục vụ lợi ích giai cấp. Độc lập Tư pháp, Tam quyền Phân lập chỉ là huyền thoại nhằm che đậy bản chất áp bức của chế độ tư bản. Ở nước ta trước đây, chính quyền thực dân cũng đưa ra huyền thoại đó, nhưng tòa án của nó chưa bao giờ mang lại công lý cho nhân dân ta. Ông kêu gọi Tư pháp không nên "độc lập" mà nên "kết hợp" với chính quyền và phối hợp với tập quyền. Tức là Tư pháp phụ trách về chuyên môn, nhưng chịu sự lãnh đạo chung.(Hồi đó chưa nói là chịu sự lãnh đạo của Đảng). Ông cho rằng Tư pháp độc lập dễ trở thành đối lập.

Vũ Trọng Khánh, nhân danh một số "anh em có trách nhiệm về Tư pháp" trả lời Quang Đạm. Ông cho rằng luật cao hơn đấu tranh giai cấp. Luật không chỉ là công cụ của giai cấp thống trị mà còn là công cụ bảo vệ kẻ yếu chống lại kẻ mạnh và kẻ có quyền lực. Ông đặt câu hỏi cho Quang Đạm: *"Khi điều 712 Dân luật bắt kẻ nào làm thiệt hại đến người khác thì phải bồi thường cho người ấy, và bộ Hình luật làm tội những kẻ đánh nhau hay giết người không vì cớ chính trị thì đó là bảo vệ ai và đàn áp giai cấp nào"?*

Trả lời Quang Đạm về *"Trạng thái độc lập Tư pháp sẽ chuyển thành đối lập"*, ôngVũ trọng Khánh viết: *"Khi một người nào đó ra lệnh cho Tòa án phải xử thế này thế khác mà Tòa án không nghe theo thì chúng tôi cho rằng đấy là giữ quyền độc lập. Nếu ông Quang Đạm cho như thế là đối lập thì tôi muốn hỏi ông, khi các thẩm phán can thiệp vào việc hành chính hay chính trị thì các ủy ban hành chính sẽ cư xử thế nào để cho khỏi thành ra 'đối lập'"?* Ông Quang Đạm khuyên rằng: *"Tư pháp phải kết hợp với nhà nước mà đối lập với các lực lượng phá hoại chính quyền. Không một bộ phận nào được tách mình ra khỏi khối đoàn kết".* Đáp lại những lời kỳ quặc ấy, tôi chỉ hỏi: *"Các thẩm phán đứng trong hàng ngũ kháng chiến từ trước tới nay thì gọi là ở trong hay ở ngoài khối đoàn kết? Khi Tư pháp trừng trị kẻ bắt người trái phép, tha bổng cho những kẻ bị bắt vô chứng cứ thì đó là phá hoại chính quyền hay củng cố chính quyền"?*

Ông Vũ Đình Hòe kế nhiệm ông Vũ Trọng Khánh làm Bộ trưởng Bộ Tư pháp đã viết bài "Tư pháp trong chế độ dân chủ mới" (báo Độc lập tháng 7 năm 1948) cho rằng, nước ta từ thời cổ đại cho tới thời thuộc địa chưa bao giờ có nền Tư pháp độc lập. Chính Cách mạng Tháng Tám, có Hiến pháp 1946, nhân dân ta mới được hưởng hệ thống luật tiến bộ này. Ông nhắc rằng Tam quyền phân lập, Tư pháp độc lập đang là thể chế hiện tồn của nhà nước cách mạng chúng ta".

Trong thư gửi Hội nghị Tư pháp toàn quốc hồi tháng 2 năm 1948, tức là 2 tháng trước khi xảy ra cuộc tranh luận, Chủ tịch Hồ Chí Minh viết: "Tư pháp là một cơ quan trọng yếu của chính quyền, cho nên càng phải đoàn kết, hợp tác chặt chẽ với các cơ quan khác, để tránh mối xích mích lẫn nhau, nó có thể vì quyền lợi nhỏ và riêng mà hại đến quyền lợi to và chung cho cả tư pháp và hành chính". Như vậy là từ năm 1948, Cụ Hồ đã dứt khoát đặt "đoàn kết, hợp tác" lên trên "độc lập tư pháp"! Hai năm sau, trong thư gửi Hội nghị Học tập của cán bộ ngành Tư pháp (từ ngày 2 tháng 5 đến 23 tháng 7 năm 1950) để cải cách tư pháp phục vụ tình hình mới, Cụ Hồ lại viết hoàn toàn giống những điều Quang Đạm đã viết trong cuộc tranh luận hồi năm 1948: " *Luật pháp là vũ khí của một giai cấp thống trị, dùng để trừng trị giai cấp chống lại mình; luật pháp cũ là ý chí của thực dân Pháp, không phải là ý chí chung của nhân dân ta. Luật pháp cũ đặt ra để giữ gìn trật tự xã hội thật, nhưng trật tự xã hội ấy chỉ có lợi cho thực dân phong kiến, không phải có lợi cho toàn thể nhân dân đâu. Luật pháp đặt ra trước hết là để trừng trị áp bức. Phong kiến đặt ra luật pháp để trị nông dân. Tư bản đặt ra luật pháp để trị công nhân và nhân dân lao động. Luật pháp của ta hiện nay là ý chí của giai cấp công nhân lãnh đạo cách mạng. Một điều nữa các chú cần nhớ là giai cấp thống trị sử dụng luật pháp kết hợp với những cái khác. Luật pháp của các giai cấp bóc lột đặt ra để áp bức các giai cấp bị bóc lột. Nếu nó đứng một mình thì bộ mặt áp bức của nó lộ rõ quá. Cho nên giai cấp phong kiến cho nó dựa vào cái khác. Cái ấy là cái gì? – Phong kiến cho luật pháp dựa vào đạo đức của nó. Đạo đức phong kiến chủ yếu là cương thường: Tôn vua, kính thầy, yêu cha...*"

Mặc dù luật gia Vũ Đình Hòe vẫn là Bộ trưởng Tư pháp, nhưng cuộc học tập rất quan trọng nói trên lại do ông Trần Công Tường, Thứ trưởng, bí thư Đảng đoàn Đảng cộng sản trực tiếp lãnh đạo! Đến năm 1960 nhà nước Việt Nam Dân Chủ Cộng Hòa xóa bỏ Bộ Tư pháp và các Trường luật. Từ đây, công dân Việt Nam Dân Chủ Cộng Hòa sống trong thể chế Đảng công khai đứng trên pháp luật. Ông Vũ Đình Hòe khôn ngoan đã lùi dần để sinh tồn, đến cuối đời ông viết quyển sách có tựa đề "Pháp quyền nhân nghĩa Hồ Chí

Minh" đề ra 5 yếu tố: 1– Yếu tố pháp quyền dân tộc và ảnh hưởng Tuyên ngôn Độc lập của Mỹ; 2– Yếu tố pháp quyền quân chủ lập hiến của Vương quốc Anh qua các cuộc cách mạng dân chủ; 3– Yếu tố pháp quyền của Cách mạng Pháp dưới lá cờ Tự do, Bình đẳng, Bác ái; 4– Yếu tố pháp quyền công nông của Cách mạng Tháng Mười Nga vĩ đại, với chuyên chính vô sản, dân chủ xã hội chủ nghĩa; 5– Yếu tố pháp quyền dân tộc dân chủ của cách mạng Trung Hoa trải qua hai lần Quốc Cộng hợp tác.

Bị tha hóa tệ hại, Vũ Đình Hòe nhìn chế độ toàn trị là chế độ pháp quyền nhân nghĩa và tìm cho nó "5 yếu tố" hết sức oái oăm! Ông Vũ Trọng Khánh là người dũng cảm bảo vệ những điều mình tin là đúng, ông đã bị dìm năm này sang năm khác, từ Bộ trưởng Bộ Tư pháp, xuống Chưởng lý tòa Thượng thẩm, Giám đốc tư pháp Liên khu 10, Trưởng ban nghiên cứu pháp lý, Phó chủ tịch Ủy ban Nhân dân TP Hải Phòng, rồi Phó chủ tịch Mặt trận Tổ quốc Hải Phòng, cuối cùng là chuyên viên trong một phòng thuộc cấp Sở, của thành phố Hải Phòng.

Không chấp nhận tư pháp độc lập, quyết liệt chống nhà nước pháp quyền với tam quyền phân lập từ Hồ Chí Minh, Trường Chinh, Quang Đạm cho đến Đại hội 12 của Đảng cộng sản năm 2016 là nhằm bảo vệ Đảng đứng trên nhân dân, đứng trên Hiến pháp và luật pháp.

ÔNG GIÁM ĐỐC VỚI CÂY SÚNG SÁU!

Phòng Bình dân Học vụ vừa thành hình đã phải giải thể vì Trung ương Cục miền Nam chỉ thị rằng nó không thích hợp. Tôi nằm trong số bảy nhân viên được điều về Sở Giao thông Liên lạc Nam Bộ do ông Nguyễn Văn Thức làm giám đốc. Ông Thức là anh hai (miền Bắc gọi là anh cả) của bà Bảy Vân (Nguyễn Thụy Vân) vợ hai của bí thư Trung ương Cục Lê Duẩn. Khi tôi làm Tổng biên tập báo Lao Động, bà Bảy Vân làm phó Tổng biên tập báo Sài Gòn Giải Phóng. Quen nhau trong các cuộc họp, tôi nói mình từng là "lính của anh Hai Thức". Bà Bảy Vân ngạc nhiên "Ồ, hồi đó, chắc anh là "nhóc con" à"?

Những cán bộ cùng lứa với ông giám đốc gọi ông là "Cò Thức", vì sau tháng 8 năm 1945, ông công tác tại Quốc gia Tự vệ cuộc, một tổ chức công an của Ủy ban Hành chánh lâm thời Nam Bộ do Trần Văn Giàu làm Chủ tịch.

Khi tôi đến, Sở Giao thông Liên lạc Nam Bộ bí danh là Trạm 23 đang đóng ở cạnh bờ đập chặn con rạch thuộc xã Tân Đức, Cà Mau. Sở này có hai bộ phận chính: văn phòng và đội chèo xuồng. Đội chèo xuồng phần lớn là công nhân ở các đồn điền cao su bỏ việc theo cách mạng lúc sở này còn đóng ở miền Đông Nam Bộ. Một số khác là lao động nghèo. Anh em này có người xăm mình, hay văng tục, một vài người đang học vỡ lòng để thoát nạn mù chữ. Cả cơ quan làm việc, ăn, ngủ trong một ngôi nhà lá rộng lớn, Trực tiếp điều hành cơ quan hằng ngày là ông Quỳ chánh văn phòng, kiêm bí thư chi bộ. Ông giám đốc Nguyễn văn Thức và ông phó giám đốc Nguyễn Đức Trọng (thường gọi là bác Ba Quýt) ở hai nhà riêng gần đó, thỉnh thoảng mới tới cơ quan. Hằng ngày ông chánh văn phòng phải đến nhà giám đốc báo cáo và nhận chỉ thị.

Tôi làm nhân viên của phòng tổng phát hành do anh Nguyễn Văn Dũng phụ trách. Công việc là phát hành công văn tài liệu gửi về các cơ quan Đảng, Chính, Dân, Quân ở cấp Nam Bộ. Các cơ quan này đều mang những bí danh mà tôi phải nhớ và giữ bí mật. Ví dụ, Trung ương Cục miền Nam có những bí danh như: Bộ đội Độc lập số 61, Ban sinh sản số 36, Ban tự túc số 5. Cơ quan công an có bí danh Cụ Mai (tức là Mai Chí Thọ phó giám đốc, bí thư Đảng ủy). Đạo Cao Đài mười hai phái hiệp nhứt có bí danh là Cụ Cao, là ông Cao Triều Phát, cố vấn đặc biệt của Ủy ban kháng chiến/hành chánh Nam Bộ. Hồi đó, giáo chủ đạo Hòa Hảo ông Huỳnh Phú Sổ cũng là cố vấn đặc biệt của Ủy ban kháng chiến/ Hành chánh Nam Bộ. Tôi được nghe kể: Trên đường trốn về thành, ông giáo chủ bị bộ đội đuổi theo bắt được. Họ giết ông và chặt ra nhiều mảnh chôn ở nhiều nơi, để không thể sống lại được.

Hằng ngày, Sở Giao thông Liên lạc Nam Bộ nhận được công văn, tài liệu, sách báo khắp cả nước gửi tới, đặc biệt là các cơ quan Trung ương ở Việt Bắc. Đồng thời từ đây cũng gửi công văn tài liệu và thư từ đi khắp cả nước. Tôi đã được đọc "Truyện và ký sự" của Trần Đăng, "Ký sự Cao Lạng" của Nguyễn Huy Tưởng, thơ Tố Hữu... từ những gói bưu kiện bị bục vỡ, phải đóng gói lại. Từ Sở Giao thông Liên Lạc Nam Bộ có thể nhìn bao quát toàn hệ thống tổ chức kháng chiến Nam Bộ và cả nước dưới sự lãnh đạo toàn trị, tuyệt đối của Đảng cộng sản.

Vào đây từ đầu tháng, đến cuối tháng, trong cuộc họp cơ quan tôi mới có dịp nhìn thấy ông giám đốc. Ông có bộ mặt vênh vênh, đôi mắt gườm gườm, bên hông xề xệ cây súng sáu. Sau đó ít lâu, có cơ quan phản ánh bác Hùng, một liên lạc viên ở bộ phận chèo xuồng, đưa thư hỏa tốc chậm trễ. Ông giám đốc gọi bác Hùng lên hỏi, rồi chửi đ. m. và bạt tai, đá đít ông này trước mắt mọi người. Bác Hùng là công nhân cao su Phú Riềng, vào sở này từ lúc ở chiến khu D, miền Đông Nam Bộ. Bác Hùng cao lớn, bên vai có xăm hình con hổ, tỏ ra là trang hảo hán một thời. Dù vậy bác không dám chống trả ông Thức, không rõ vì nể người đại diện của Cách mạng, hay chỉ vì nể cây súng sáu xề xệ bên hông! Cơ quan có chi bộ Đảng là "tổ chức lãnh đạo tập thể", có tổ chức công đoàn mang chức năng bảo vệ quyền lợi công nhân viên, có chi đoàn thanh niên cứu quốc giữ vai trò "đội hậu bị của Đảng". Nhưng không có người nào, tổ chức nào kể cả chi bộ dám phản ứng những hành vi bạo hành của ông giám đốc. Các anh chị lớn, từng nhóm xì xầm, bọn nhỏ chúng tôi cà rà hóng chuyện. Họ nói nhiều về các nữ nhân viên có chút nhan sắc dù đã có chồng cùng công tác tại đây cũng phải "chiều" ông giám đốc. Các ông chồng phải giả đui, giả điếc.

Giữa lúc đó, cha tôi từ Bến Tre tản cư vào tìm thăm. Ông giám đốc có mặt đã vồn vã chào hỏi và trò chuyện với cha tôi. Sau đó ông gọi tôi đến bảo: "Công hỏi xem anh Tư có muốn công tác ở đây hay không. Nếu anh Tư muốn ở đây thì chú sẽ nhận để hai cha con được sống chung với nhau". Tôi ngạc nhiên vì ông mau chóng có cảm tình đối với cha tôi và không khỏi xúc động vì sự quan tâm của ông đối với cuộc sống của cha con tôi. Đang khi chưa biết làm gì để sống nơi đất lạ, nghe tôi kể lại gợi ý của ông giám đốc, cha tôi rất mừng. Tôi buộc phải nói sự thật với cha tôi, "Con rất muốn được sống bên cha, chỉ có điều lo là ông giám đốc này tính tình rất dữ dằn. Con đã chứng kiến ông ta đấm đá, chửi đ.m. các chú bác lớn tuổi. Nếu một lúc nào đó ông ta giở nắm đấm với cha thì cha con mình phải đối phó sao đây"? Cha tôi ngạc nhiên và trầm ngâm: " Vậy à? Vậy thì để cha cám ơn ổng và nói là cha đã trót nhận công việc ở một cơ quan thuộc Cà Mau". Sau đó cha tôi vào rừng U minh bứt dây choại đem bán cho các cơ sở sản xuất dụng cụ bắt cá. Ở văn phòng Nha phụ trách văn thư là Chị Võ Thụy Ánh, con gái lớn của giáo sư Võ Văn Nhung, chăm sóc tôi như đứa em và giới thiệu tôi với gia đình. Bác Võ Văn Nhung là chủ nhiệm tạp chí Tân Trung Hoa đã đưa sách của Mao Trạch Đông cho cha tôi dịch thử, rồi nhận cha tôi vào tổ dịch sách của tạp chí này.

Mấy tháng sau, ông Quỳ chánh văn phòng kiêm bí thư chi bộ của Sở Giao thông Liên lạc được ông Mai Chí Thọ, cùng quê Bắc bộ với nhau, nhận về Sở Công an. Vài tháng sau đó, ông Quỳ làm lễ cưới chị Lê Phước Thanh nhân viên văn phòng và xin cho vợ chuyển về Sở Công an. Khoảng một tháng sau khi Thanh chuyển công tác, ông Phạm Chung, chánh văn phòng Ủy ban Kháng chiến– Hành chánh Nam Bộ, bí thư Liên chi ủy chỉ đạo cuộc kiểm tra, kiểm điểm ông Nguyễn Văn Thức. Nhưng không ai được nghe, được biết kiểm thảo về chuyện gì, kết luận thế nào và có hình thức kỷ luật gì đối với ông Thức. Cấp trên lẳng lặng chuyển ông về Trung ương cục và đưa thiếu tá Nguyễn Văn Chánh đội trưởng Đội Thông tin Liên lạc (trực thuộc phòng tham mưu, Bộ tư lệnh Phân Liên khu miền Tây Nam Bộ) đến ngồi vào ghế giám đốc. Vài tháng sau, ông Nguyễn Văn Chánh chuyển công tác, ông Đặng Ngọc Tấn lên thay.

Các chú bác ở Sở Giao thông Liên lạc cho rằng, nếu anh Quỳ và chị Thanh không chuyển công tác, sẽ không có điều kiện để yêu cầu cấp trên kiểm tra, kiểm thảo ông Thức, như vậy thì chắc chắn ông vẫn yên vị, rất có thể ông lên cao hơn, trở thành ủy viên Trung ương Bộ chính trị của Đảng!

HAI QUAN ĐIỂM XỬ LÝ CÁI BỤNG BẦU.

Phần trên tôi vừa kể về ông Đặng Ngọc Tấn đến thay ông Nguyễn Văn Chánh làm Đội trưởng Đội Thông tin Liên lạc. Năm đó ông Tấn 26 tuổi, hơn tôi năm tuổi, rất đẹp trai, tính tình hòa nhã. Ông sắp xếp lại tổ chức thông tin liên lạc theo hệ thống của quân đội để phục vụ tốt cho cả các ngành quân, dân, chính, đảng. Ông phân công tôi làm trưởng Trạm thông tin Liên lạc 23 (Trạm 23 vốn là bí danh của Sở Giao thông Liên lạc Nam Bộ, nay là tên thật của một trạm nhỏ). Tôi gọi ông Tấn là anh và trò chuyện với nhau thoải mái hơn các ông giám đốc trước đây. Một hôm, có bà cán bộ ngoài 40 tuổi từ Cần Thơ đi qua Trạm 23 để đến Đội Thông tin Liên lạc, xưng là vợ của Đội trưởng Đặng Ngọc Tấn. Tôi vô cùng kinh ngạc, lúng túng, không dám gọi là chị! Hôm đó, cha tôi đi công tác ghé Trạm 23 thăm tôi, có tiếp chuyện với bà. Cha tôi nhận xét: "Bà này chắc lớn tuổi hơn má mày". Tôi không thể nói trống không với bà, đành phải gọi là "thím", mà đã gọi "thím Tư" thì phải "đề bạt" anh Tư lên chú Tư! Chuyện kỳ lạ lôi cuốn sự tò mò. Hóa ra các anh lớn trong ngành, thậm chí nhiều người ở các cơ quan lân cận đều biết rõ ngọn nguồn câu chuyện và thường kể cho nhau nghe không phải lúc "trà dư tửu hậu" khi bị giặc đuổi vô rừng sâu không có việc gì làm.

Chị Tư Hạnh nguyên là Đội trưởng Tình báo của Quân khu 9. Chị đã lập gia đình trước Cách mạng Tháng Tám, có một con gái nhỏ hơn tôi ba tuổi, chồng sớm qua đời. Đặng Ngọc Tấn, sinh viên ở nội thành Cần Thơ là đội viên tình báo. Hằng tháng, Tấn bí mật vào bưng biền báo cáo tình hình cho thủ trưởng Hạnh, rồi ngủ lại hôm sau mới trở về Cần Thơ. Bưng biền "muỗi kêu như sáo thổi, đỉa lội như bánh canh". Đêm các đội viên ngủ trong nóp (một cái túi to đan bằng sợi bàng), chỉ có thủ trưởng Hạnh ngủ trong chiếc mùng nhỏ. Biết sinh viên Tấn không quen nằm trong chiếc nóp ngột ngạt, thủ trưởng Hạnh với giọng của người chị cả: "Tối nay thằng Tấn vô mùng nằm với chị". Cả cơ quan ai cũng thấy đó là tình cảm trong sáng của người chỉ huy, người chị đối với chú đội viên, đứa em chưa quen chịu gian khổ của chiến khu. Chuyện như vậy kéo dài và trở thành bình thường trong sinh hoạt của cơ quan tình báo Quân khu 9, cho đến một "ngày định mệnh": Bụng của thủ trưởng Hạnh cứ to dần, to dần. Chị gọi đội viên Đặng Ngọc Tấn vào công tác hẳn tại cơ quan ở chiến khu. Hai người vẫn giữ quan hệ thủ trưởng – đội viên, chị – em. Tư lệnh Quân khu 9 là thiếu tướng Huỳnh Phan Hộ biết chuyện. Ông gọi chị Hạnh đến, cho ý kiến về cách xử lý. Ông tỏ ý thông cảm đối với người phụ nữ góa bụa còn trẻ, nhưng cho rằng không nên buộc chàng sinh viên nhỏ hơn gần 20 tuổi phải gánh trách nhiệm làm chồng. Ông nói, tổ chức không khiển trách, đồng chí sinh đẻ và nuôi con như một bà mẹ đơn thân. Nói thẳng ra thì chị có trách nhiệm nặng hơn. Cậu Tấn còn quá trẻ, đừng buộc cậu phải mang gánh nặng cả đời vì chuyện lầm lỡ này, tội nghiệp lắm! Chị có đồng ý với tôi không"? Đội trưởng Hạnh đành phải miễn cưỡng tỏ ra đồng ý với lời khuyên của ông thiếu tướng tư lệnh. Nhưng sau đó mấy hôm, thiếu tướng Huỳnh Phan Hộ tử trận lúc chỉ huy đánh trận Tầm Vu nổi tiếng (bài ca Tầm Vu có những câu: "Hùng thay, Tầm Vu! Rạng uy danh Huỳnh tướng quân...") Tham mưu trưởng Võ Quang Anh tạm thay Tư lệnh điều hành công việc. Về chuyện cái bầu của Trưởng ban Tình báo, ông có ý kiến khác hẳn Thiếu tướng Huỳnh Phan Hộ. Ông gọi Đặng Ngọc Tấn đến khuyên bảo: "Đồng chí là một đảng viên chứ đâu phải trẻ con. Chẳng lẽ đồng chí ngoảnh mặt để người phụ nữ mang thai với mình phải mang tiếng sinh con hoang? Đồng chí thấy mình không có trách nhiệm gì cả sao"? Đảng viên Đặng Ngọc Tấn tỏ ý xin cùng chịu trách nhiệm với đồng chí Hạnh về chuyện đã gây ra cái bụng bầu và xin được khẩn trương tiến hành lễ cưới.

Tham mưu trưởng Võ Quang Anh trở thành người thân của gia đình đôi vợ chồng đặc biệt này, nói cho đúng là ân nhân của riêng Tư Hạnh. Những người thời ấy kể cho nhau nghe câu chuyện với nhiều tình tiết ly kỳ hấp dẫn. Ngay sau ngày cưới, Tư Hạnh bắt đầu nghĩ cách báo ân vị tham mưu trưởng luống tuổi vì tận tụy việc nước nên vẫn còn độc thân. Có người cho rằng, ông tham mưu trưởng cố giúp Trưởng ban Tình báo Hạnh là vì ông đã bị hớp hồn bởi cô Thu Hồng thiếu sinh quân 17 tuổi, em gái của Đặng Ngọc Tấn. Ông và Tư Hạnh đã âm thầm ký kết bản hợp đồng không lời, sau ngày cưới Hạnh phải gấp rút thực hiện. Cái khó là, thiếu sinh quân Thu Hồng tuy mới 17 tuổi, nhưng đã có người yêu là thiếu úy X đang công tác ở Khu 7, miền Đông Nam Bộ. Ông tham mưu trưởng và bà thủ trưởng tình báo đều là những kẻ giàu cơ mưu, họ thuộc lòng câu châm ngôn mới: "Thứ nhất cự ly, thứ nhì tốc độ, thứ ba hành động, thứ tư chớp thời cơ". Cô thiếu sinh quân 17 tuổi làm sao đấu nổi hai vị lõi đời. Sau khi có "tin đồn" thiếu úy X bị mất tích, cô Thu Hồng chới với gần như đổ sụp. Ông tham mưu trưởng hết lòng an ủi và không bao lâu đã bàn với chị Tư Hạnh chuyện tổ chức lễ cưới sao cho giản dị mà trọng thể!

Sau khi cưới cô vợ trẻ, ông tham mưu trưởng được quân đội cất cho ngôi nhà xinh xắn bên bờ kinh xáng, trước nhà có một sàn cầu (như kiểu cầu ao ở quê). Một hôm, cô vợ trẻ đang vo gạo trên sàn cầu thì một chiếc xuồng chèo ngang và từ đó có tiếng quen thuộc gọi vọng lên: "Xin kính chào bà tham mưu trưởng"! Cô Thu Hồng ngẩng nhìn, trời ơi, chàng thiếu úy! Cô ném nồi gạo xuống kênh, rồi chạy ùa vô nhà nằm trùm mền khóc. Đến chiều tối, tham mưu trưởng về nhà, bếp lạnh, bàn ăn trống không, tiếng vợ rấm rứt trong buồng. Nghe cô vợ trẻ kể sự tình, ông tham mưu trưởng tỏ ra khẳng khái và cao thượng (hay cao tay?) có ngay cách giải quyết: "Hai người nên gặp nhau, làm rõ sự việc, do tin đồn không chính xác đã khiến cho em tuyệt vọng, chứ đâu phải em phụ tình. Nếu giờ đây anh ấy thông cảm cho em, chấp nhận tái hợp thì anh đành lòng nhường bước để hai người đến với nhau".

Dưới đây xin tóm lược đoạn kết câu chuyện theo truyền khẩu của cán bộ nhân viên vùng kháng chiến miền Tây thời đó.

Vậy là nàng hẹn gặp chàng khoảng cuối chiều ở bìa rừng tràm và được chàng đồng ý. Trước khi đi, nàng giắt lưng cây súng lục của tham mưu trưởng. Nàng kể cho chàng nghe nỗi mong ngóng như thế nào khi gần nửa năm trời không được tin gì về chàng, rồi tin chàng mất tích khiến nàng cạn kiệt nước mắt, không ăn không ngủ. Ông tham mưu trưởng đến đúng lúc nàng như kẻ sắp chết đuối, tưởng rằng bíu lấy ông để được sống, nhưng không phải, từ đó đến nay nàng vẫn là cái xác không hồn! Hôm gặp lại chàng, nàng đau đớn tưởng sắp chết, nhưng không phải, đó chính là nỗi đau của sự hồi sinh. "Bây giờ em chỉ có thể sống cùng với anh hoặc là chết, không thể sống tiếp cuộc sống lâu nay"! Chàng tỏ ra thông cảm, nhưng khuyên nàng hãy sống với người đã yêu nàng, đưa nàng thoát khỏi cơn tuyệt vọng, chàng cũng cảm thấy biết ơn người đã làm được cái việc mà mình không làm được cho nàng. Cuộc đối thoại không giúp họ đi tới sự hòa hợp mà mỗi người một hướng mỗi lúc một xa. Cuối cùng nàng quả quyết: "Như vậy thì cả hai phải cùng chết". Nàng rút súng chĩa vào chàng, nhưng cô thiếu sinh quân làm sao thắng nổi anh thiếu úy dạn dày trận mạc.

Nghe tiếng súng vang phía bìa rừng, du kích mấy xã quanh vùng ào ào kéo ra và họ nhìn thấy nàng ngất xỉu trong lòng chàng. Anh thiếu úy lịch sự nhờ các anh du kích đưa giúp nàng về nhà tham mưu trưởng.

VÀO ĐỘI NGŨ BÁO NHÂN DÂN MIỀN NAM.

Trong "Hồi ký Nhớ một thời làm báo Nhân Dân", ông Trần Bạch Đằng viết: "Một trưởng tạm giao liên, anh Tống

Văn Công gửi bài đến, tôi thấy đạt, đã kết nạp anh vào đội ngũ báo Nhân Dân Miền Nam". Chuyện ấy là thế này:

Sau khi cơ quan Sở Giao thông Liên lạc nhập vào bộ máy quân sự, tôi được giao làm trưởng trạm giao thông liên lạc ở đầu mối giữa các cơ quan cấp Nam Bộ và Đội Thông tin Liên lạc của bên quân sự. Trạm nhỏ này mang tên Trạm 23, bí danh của Sở Giao thông Liên lạc Nam Bộ trước kia. Một hôm có ông khách tới Trạm để chờ liên lạc từ cơ quan ông tới đón. Tôi xem giấy giới thiệu biết ông là Trần Bạch Đằng chủ bút báo Nhân Dân Miền Nam. Mừng quá, tôi pha trà mời ông và ngỏ ý muốn làm cộng tác viên. Tôi hỏi ông, báo Nhân Dân Miền Nam đang cần loại bài gì. Ông nói: "Chúng ta đang thực hiện toàn dân kháng chiến, toàn diện kháng chiến. Đó là đề tài của báo Nhân Dân Miền Nam".

Hôm sau, máy bay Pháp rải rất nhiều truyền đơn, xuyên tạc chủ trương kháng chiến, kêu gọi rời bỏ chiến khu về thành. Tờ truyền đơn có bốn câu thơ nói lái:

"Chú phỉnh" tôi rồi "chính phủ" ơi.
"Chiến khu" đong lúa "chú khiêng" rồi.
"Thi đua" chi lắm "thua đi" mãi.
"Kháng chiến" lâu dài "khiến chán" thôi!

Tờ truyền đơn thơ lục bát ấy đã gợi ý cho tôi cũng dùng hình thức thơ lục bát viết một bài phản bác:

"Máy bay giặc rải truyền đơn,
Xúi dân đưa vợ đưa con về thành.
Khoe rằng chốn đó an ninh,
Vui vầy như hội, công bình như cân.

Đất dư đem cấp nông dân,
Cho phân, giúp vốn làm ăn trọn đời..."

Ông Trần Bạch Đằng đăng ngay bài thơ của tôi và gửi thư khuyến khích rằng báo đang rất cần những bài như thế. Từ đó, gần như mỗi kỳ Nhân Dân Miền Nam đều có một bài thơ của tôi. Hồi này cha tôi là dịch giả Tăng Ích (Tăng và Ích đều có nghĩa là Thêm, tên cúng cơm của cha tôi) của Tạp chí Tân Trung Hoa, do bác Võ Văn Nhung (bút danh Ba Khê) bạn của cụ Vương Hồng Sển làm Tổng biên tập. Tạp chí này đăng nhiều tác phẩm của nước Trung Cộng như: "Lý luận về thổ cải" (tức cải cách ruộng đất); "Thơ và Từ" của MaoTrạch Đông, thơ Quách Mạc Nhược, tiểu thuyết "Bản thoại Lý Hữu Tài" của Triệu Thụ Lý... Cha tôi đến thăm và góp ý rằng những bài viết của tôi theo ý ông không phải là thơ mà là những bài nghị luận viết theo văn vần. Ông đọc Thế Lữ, Hàn Mạc Tử... để so sánh. Tôi đưa Hoài Thanh – Hoài Chân ra chống chế: "Tình chúng ta đã đổi mới, thơ chúng ta cũng phải đổi mới vậy" Thi nhân Việt Nam). Ông cười, rồi nói sang chuyện báo chí: *"Lẽ ra những tờ báo kháng chiến phải hay hơn báo ở Sài Gòn, bởi vì trong đó ký giả đâu có được tự do, họ viết trong sự kiểm soát của Pháp. Vậy mà họ dấy lên được phong trào Báo chí Thống nhứt, bài viết rất sắc bén. Báo của mình bài nào cũng giống như truyền đơn kêu gọi!".*

Yêu thích viết báo, tôi tìm đọc thư của Chủ tịch Hồ Chí Minh gửi lớp học viết báo Huỳnh Thúc Kháng ngày 2– 5– 1949: "Nhiệm vụ của tờ báo là tuyên truyền cổ động, huấn luyện, giáo dục và tổ chức dân chúng, để đưa dân chúng đến mục đích chung". Vậy là tôi hiểu báo kháng chiến và báo vùng địch tạm chiếm hoàn toàn khác nhau về nhiệm vụ và mục đích. Vậy thì không thể so sánh hai cái khác nhau được. Tôi đã nói như vậy với cha tôi. Sau khi tập kết ra Bắc rồi vào báo Lao Động tôi đã tận tụy thực hiện quan điểm báo chí của chủ tịch Hồ Chí Minh. Nhiều năm sau tôi mới biết lời dạy của Cụ Hồ chỉ là "mạ" lại câu nói của Lê nin: *Tờ báo không chỉ là người tuyên truyền tập thể và cổ động tập thể mà còn là người tổ chức tập thể*" (Lê nin toàn tập, NXB Tiến Bộ). Rất lâu sau, tôi mới có dịp đọc "Việt Nam yêu cầu ca" của Nguyễn Ái Quốc (diễn ca thể thơ lục bát "Tám yêu cầu của nhân dân Việt Nam" gửi Hội nghị Hòa đàm Véc xây năm 1919), trong đó yêu cầu thứ 5 là: "Năm, xin nghĩ ngợi nói bàn tự do". Cũng khoảng thời gian đó, trong "Đây công lý của thực dân Pháp ở Đông Dương" của tác giả Nguyễn Ái Quốc đã định nghĩa về báo chí hoàn toàn trái ngược với nền báo chí của chế độ do ông lãnh đạo sau này: "Tôi gọi báo, là một tờ báo về chính trị, về kinh tế hay văn học như chúng ta thấy ở châu Âu và một số nước châu Á khác, chứ không phải một tờ báo do chính quyền thành lập rồi giao cho bọn tay chân điều khiển". Lúc ấy, vì không biết tự do ngôn luận là "nghĩ ngợi, nói bàn tự do", cho nên suốt cả đời tôi luôn hăm hở viết cho những *"tờ báo do chính quyền thành lập rồi giao cho bọn tay chân điều khiển"*! Và qua nhiều năm, tôi đã hết sức cố gắng làm tốt nhiệm vụ của "bọn tay chân" ấy!

BỎ TỪ NHẠC TÀI TỬ!

Do có nhiều bài đăng trên báo Nhân Dân Miền Nam, tôi được coi là một "cây bút" và được mời tham dự sinh hoạt

Chi hội văn nghệ Nam Bộ, do đó có điều kiện tìm hiểu các hoạt động ở lĩnh vực này.

Sau Tháng Tám 1945, ca nhạc tài tử bị cấm trong toàn Nam Bộ với lý do " ủy mị có tác dụng xấu, làm sa sút, lung lạc tinh thần kháng chiến". Hồi Pháp thuộc, tôi đã được học và rất thích tân nhạc, do đó tôi không quan tâm đến ca nhạc tài tử, dù nó bị giết chết tôi cũng không tiếc nuối. Năm 1950, khi đến các vùng nông thôn ở Cà Mau, Bạc Liêu, tôi mới biết làng nào cũng có người bị tù vì lén lút chơi ca nhạc tài tử. Cuối cùng các ông thày đờn đành phải treo nhạc cụ lên giàn bếp. Hình thức sinh hoạt văn nghệ giải trí chủ yếu của nông dân bị cấm đã làm cho nông thôn Nam Bộ buồn hiu. Để lấp khoảng trống đó các nghệ sĩ tài tử đã sáng tạo hình thức "nói thơ Bạc Liêu" theo thể lục bát, nghe cũng "mùi mẫn", nhưng né được sự quy chụp về quan điểm lập trường! Đề tài "nói thơ" bám vào nội dung phục vụ kháng chiến, như ca ngợi những cô vợ bộ đội thương nhớ chồng càng chăm lo tăng gia sản xuất. Thơ tự do, "thơ mới" cũng bị phê bình là thiếu "tính dân tộc". Ở Nam Bộ đi theo kháng chiến chỉ có hai văn nghệ sĩ có tên tuổi từ trước năm 1945 là nhà thơ Nguyễn Bính và nhạc sĩ Lê Trực (tác giả Tiếng Còi Trong Sương Đêm. Sau khi tham gia kháng chiến, ông lấy nghệ danh là Hoàng Việt). Hai người này chỉ là nghệ sĩ sáng tác chứ không có địa vị lãnh đạo. Nguyễn Bính là bậc thầy thể thơ lục bát và thơ bảy chữ, vào kháng chiến, ông làm nhiều bản trường ca theo thể thơ tự do rất hay, như "Đồng Tháp Mười" (ca ngợi truyền thống yêu nước của nhân dân vùng đất này), "Máu chảy trên đường phố" (Ca ngợi cuộc xuống đường của sinh viên học sinh Sài Gòn– Chợ Lớn ngày 19–1–

1950), nhưng cả hai tác phẩm này không được giới lãnh đạo văn nghệ hoan nghênh. Số đông văn nghệ sĩ kháng chiến và người có cương vị lãnh đạo đều xuất thân từ cán bộ, bộ đội, vào kháng chiến mới tập sự làm văn nghệ. Bộ môn viết nhạc có Nguyễn Ngọc Bạch (cha của tiến sĩ khảo cổ Nguyễn Thị Hậu), Lưu Cầu, Quách Vũ, Trương Bỉnh Tòng, Trần Kiết Tường. Sau khi tập kết ra Bắc, Hoàng Hiệp mới xuất hiện với "Câu hò bên bờ Hiền Lương". Ca sĩ thời này có Quốc Hương, Khánh Vân, Xuân Mai. Các nhà thơ có Việt Ánh, Nguyễn Hải Trừng, Hoàng Phố, Hoàng Tấn, Phương Viễn (tức Viễn Phương), Hà Mậu Nhai. Một người làm thơ hay nhứt Nam Bộ thời đó là Hoàng Tố Nguyên không được nhắc tới, có lẽ vì ông làm thơ tự do và thiếu sự rổn rảng của tiếng gươm khua! Đội ngũ viết văn có Đoàn Giỏi, Hoàng Văn Bổn, Phạm Hữu Tùng, Phạm Anh Tài (sau 1954 lấy bút danh Sơn Nam). Ra Bắc, Nguyễn Quang Sáng mới xuất hiện. Viết kịch có Ngọc Cung, Trần Bạch Đằng, Lưu Chi Lăng.

Để đội ngũ văn nghệ sĩ tập sự này trở thành công cụ đắc lực của cách mạng, Ban Tuyên huấn Trung ương cục đã mở lớp lý luận văn nghệ. Địa điểm lớp học tại lẫm lúa cũ của ông Cả Đài ở Đầm Cùng gần cuối mũi Cà Mau. Giảng viên là các ông Hà Huy Giáp ủy viên Trung ương Đảng, Trưởng ban Tuyên huấn Trung ương Cục, Nguyễn Kim Cương phó trưởng ban Tuyên huấn Trung ương Cục; Lưu Quý Kỳ chi hội trưởng Văn nghệ Nam Bộ. Các bài giảng nhằm làm rõ tư tưởng Cụ Hồ trong lá thư gởi các họa sĩ năm 1951:

"Văn hóa nghệ thuật cũng là một mặt trận.
Anh chị em là chiến sĩ trên mặt trận ấy.

"... Cũng như các chiến sĩ khác, chiến sĩ nghệ thuật có nhiệm vụ nhất định, tức là phụng sự kháng chiến, phụng sự Tổ quốc, phụng sự nhân dân, trước hết là công, nông, binh."

Cụ Hồ rất giỏi trong việc chọn nội dung và cách diễn đạt dễ được chấp nhận trong kho lý luận về chủ nghĩa hiện thực xã hội chủ nghĩa mà Stalin đã nêu ra cho văn nghệ sĩ Liên Xô thực hiện từ năm 1934: – Tính Đảng là nguyên tắc chỉ đạo – Nhân vật tích cực là những "con người mới", những chiến sĩ đấu tranh, sáng tạo thế giới mới xã hội chủ nghĩa – Sự kết hợp phương pháp hiện thực với phương pháp lãng mạn cách mạng, từ cảm hứng anh hùng trong cuộc đấu tranh vì lý tưởng xã hội chủ nghĩa.

Vào thời điểm ấy, ở Việt Bắc các văn nghệ sĩ thời "tiền chiến" đang phản tỉnh xin từ bỏ những đứa "con hoang" của mình. Năm 1942 Hoài Thanh viết về Thơ mới: *"Tình chúng ta đã đổi mới, thơ chúng ta cũng phải đổi mới vậy. Cái khát vọng cởi trói cho thi ca chỉ là cái khát vọng nói rõ những điều kín nhiệm u uất, cái khát vọng được thành thực"*. Sau khi được trang bị quan điểm mác xít, Hoài Thanh tự phê bình: *"Nhìn chung Thơ mới chìm đắm trong buồn rầu, điên loạn, bế tắc. Đó là chưa nói đến phần hiển nhiên là sa đọa"*. Phải mất hơn nửa thế kỷ, những văn nghệ sĩ ưu tú nhất của Đảng như Nguyễn Khải mới suy ngẫm lại: *"Viết đúng luật lệ chỉ có hai chủ đề: Căm thù và hy sinh. Cũng chỉ có ba loại người được tôn vinh: công, nông, binh... Tôi là nhà văn của một thời, thời hết thì văn phải chết, tuyển tập, toàn tập, thành giấy lộn cho con cháu bán cân"*. (Tùy bút "Đi tìm cái tôi đã mất". Ông dặn con mình, chỉ công bố sau khi bố qua đời, năm 2006). Đó là những chuyện mãi sau này, còn ở thời điểm 1950– 1954, tôi cũng nghe theo Cụ Hồ, và vô cùng hăng hái phấn đấu, mong được trở thành "chiến sĩ trên mặt trận ấy"!

Ở lớp học này, trong buổi thảo luận bài nói của Cụ Hồ, bất chợt anh Phạm Hữu Tùng phát biểu lạc đề:*"Tại sao lại cấm ca nhạc tài tử? Bao nhiêu nhạc cụ bị treo, thôn xóm buồn hiu, dân chúng bất bình"*? Lớp học đang tẻ lạnh bỗng sôi lên, chia ra hai phe, tán thành cấm và phản đối cấm nhạc tài tử, mất hai ngày vẫn bất phân thắng bại. Phe phản đối thay chiến thuật, không tranh cãi mà thức suốt đêm sáng tác lời mới cho nhạc tài tử như đóng thuế nuôi quân, đánh du kích. Soạn giả Ngọc Cung viết vở cải lương "Nợ nước tình nhà". Sau đó tổ chức biểu diễn mời cả lãnh đạo và giảng viên xem. Qua đêm diễn "bình cũ rượu mới", số người yêu cầu xóa bỏ chủ trương cấm nhạc tài tử tăng áp đảo. Cuối năm 1951, luật sư Phạm Văn Bạch, Chủ tịch Ủy ban Kháng chiến – Hành chánh Nam Bộ ký văn bản *"cho phép đồng bào mình được chơi vọng cổ, hát cải lương"*!

BÀI HÁT TIỂU ĐOÀN 307 - BỊ PHÊ BÌNH LAI TÂY!

Từ năm 1950. Chi hội Văn nghệ Nam Bộ bắt đầu xét tặng giải thưởng văn nghệ Cửu Long. Ban Giám khảo gồm: Hà Huy Giáp, Nguyễn Kim Cương, Ca Văn Thỉnh, Lưu Quý Kỳ. Từng bộ môn bình xét xong trình lên ban giám khảo quyết định.

Giải thưởng Cửu Long đợt đầu tiên 1950–1951 được xét tặng:

Văn: Giải nhất, truyện ngắn "Con đường sống" và tập truyện "Anh Tư dân quân" của Minh Lộc, khu 8 (Trung Nam Bộ). Không có giải nhì. Giải ba: Tập truyện ngắn "Lòng dân" của Phạm Hữu Tùng. Giải khuyến khích: Tập truyện của Phạm Anh Tài (Sau 1954 là Sơn Nam).

Thơ: Không có giải nhứt. Giải nhì: "Bức thơ tình" của Ba Dân (bộ đội khu 9). Giải ba: "Chiến dịch mùa xuân" của Nguyễn Bính, "Tập thơ" của Việt Ánh, "Tập thơ" cuả Truy Phong (bộ đội khu 8), tập "Hương đồng nội" của Nguyễn Ngọc Tấn (sau này đổi bút danh là Nguyễn Thi); Giải khuyến khích: "Hò lờ thi đua" của Nguyễn Quốc Nhân, "Thơ và ca dao" của Bảo Định Giang, "Thơ" của Phương Viễn (sau năm 1954 là Viễn Phương).

Kịch: Không có giải nhứt. Giải nhì: "Vì Dân" của Lê Minh (bộ đội khu 8). Giải ba: "Chiều ba mươi Tết" của Hoàng Tuyển (bộ đội khu 8), "Quyết rửa thù" của Phạm Công Minh. Giải khuyến khích: "Giờ tôi mới hiểu" của Duy Phương (Gia Định).

Giải cho tác giả: nhà thơ Việt Ánh lâm bệnh hiểm nghèo vẫn sáng tác; họa sĩ Huỳnh văn Gấm có công "hướng dẫn nền hội họa đại chúng"; Xích Liên (tức nhà sư Thiện Chiếu) tuổi già vẫn mãi mê dịch sách Liên Xô, Trung Quốc cho bộ đội đọc; họa sĩ Nguyễn Cao Thương có công đào tạo hơn 300 "cán bộ hội họa" vẽ tranh cổ động; nhạc sĩ Nguyễn Ngọc Bạch trưởng đoàn kịch lưu động.

Giải thưởng văn xuôi tiểu thuyết "Vỡ đất" của Hoàng văn Bổn (khu 7).

Thơ: Giải nhứt, truyện thơ thể lục bát "Anh Ba Thắng" của Việt Ánh. (Giải thưởng Văn nghệ 1954– 1955 của Hội Văn nghệ Việt Nam trao giải khuyến khích cho tập thơ này).

Việc bình chọn trao giải ở bộ môn âm nhạc không suôn sẻ. Tiểu ban sơ khảo gồm các nhạc sĩ (trưởng thành sau tháng 8 – 1945) chia thành hai phe tranh cãi rất quyết liệt về bài "Tiểu đoàn 307" nhạc của Nguyễn Hữu Trí, lời Nguyễn Bính. Một bên cho đây là bản hùng ca tuyệt tác. Một bên phê phán "một bài lai Tây tiêu biểu" vì *"không đạt ba tính chất dân tộc, khoa học, đại chúng theo đường lối văn nghệ của Đảng ta"*!

Bài hát này ra đời là do ông Trần Văn Trà, Tư lệnh khu 8 phát động đợt sáng tác bài hát ca ngợi Tiểu đoàn 307 mới thành lập giữa năm 1948 đã liên tục chiến thắng nhiều trận vang dội. Nguyễn Hữu Trí đại đội phó của tiểu đoàn này và là phó ban quân nhạc Khu 8, phổ nhạc bài thơ "Tiểu đoàn 307" của Nguyễn Bính đăng trên báo Tổ Quốc của Khu 8. (Trước đó Nguyễn Hữu Trí đã có bài "Phá đường" khá nổi tiếng). Lúc này tiểu đoàn 307 đang đóng quân ở bờ sông Nhị Mỹ, Cao Lãnh. Anh em chiến sĩ hát vang bài "cây nhà lá vườn", không ngờ chỉ vài hôm sau bài hát đã lan nhanh khắp các vùng kháng chiến Nam Bộ. Ngày 1 tháng 10–1950, Đài tiếng nói Nam Bộ kháng chiến phát sóng bài này do Tổ quân nhạc Khu 8 biểu diễn dưới sự chỉ huy của phó ban quân nhạc Nguyễn Hữu Trí. Vậy mà bài hát bị quy là "sai lầm nghiêm trọng về quan điểm sáng tác"! Không biết có phải vì sự kiện không vui này mà Nguyễn Hữu Trí bỏ quân đội lui về ở ẩn nơi quê vợ (Vĩnh Mỹ A, Hậu Giang), không bao giờ nhắc tới chuyện mình từng đi kháng chiến và là tác giả các bài "Tiểu đoàn 307", "Phá Đường"... Viết nhật ký, ông cũng viết bằng tiếng Pháp. Mãi sau khi ông qua đời 18 năm, các đồng đội thời kháng Pháp mới tìm thấy mộ ông để thắp nén nhang! Cũng thời gian ấy Nguyễn Bính bỏ ngũ ra mở quán bán sách báo bên bờ kênh Huyện Sĩ.

Các nhạc sĩ làm việc sơ khảo đã ghi biên bản đầy đủ ý kiến tranh luận về bài "Tiểu đoàn 307" của hai phe: *Bản hùng ca tuyệt tác* và *"bản nhạc lai Tây tiêu biểu"* trình lên Ban giám khảo. Ban giám khảo không có ý kiến phân xử cụ thể, nhưng không chấp nhận trao giải cho bài "Tiểu đoàn 307" mà quyết định trao giải nhất cho bài ca "Tự Túc" của Dương Ninh Minh phổ thơ Lưu Trùng Dương. Bài "Tự Túc" gồm 5 khổ thơ, mỗi khổ 4 câu thơ và hai câu điệp khúc. Xin chỉ chép lại khổ thơ 4 câu cuối cùng:

"... Núi sông đang ngóng chờ, kìa ai chớ ngồi yên;
Quyết thi đua cấy cày, sản xuất cho nhiều lên;
Toàn dân ta góp tình, góp công xây dựng đời;
Ngày mai trên nước Nam một bầu trời sáng tươi".

Hai câu điệp khúc:

"... Anh em ơi, chúng ta góp muôn bàn tay.
Gắng sức làm, sướng vui rồi đây có ngày".

TÔI ĐƯỢC GIẢI, ÔNG XỨ ỦY BỊ "MẤT LẬP TRƯỜNG"!

Đầu năm 1951, ông nội tôi từ Bến Tre vào thăm và cho tôi khoản tiền bán con heo một tạ. Tôi đem số tiền này mua cây đàn violon, rồi say mê học đàn, học nhạc lý. Từ năm 1952,

Ủy ban Kháng chiến – Hành chánh Nam Bộ có quyết định thuế nông nghiệp. Nông dân đóng thuế bằng lúa tỉ lệ theo số ruộng canh tác. Tôi sáng tác một bài hát vận động cho phong trào này: "Đóng thuế nuôi quân". Tôi được mời tham dự buổi trao Giải văn nghệ Cửu Long. Tôi đi dự, không hề nghĩ mình được giải nhì!

Văn xuôi dự giải lần này có một cây bút cực kỳ quan trọng, mọi người nói nhỏ với nhau đó là một "ông gộc": Nhà văn Ngũ Yến (tách đôi chữ Nguyễn là tên và là họ của ông Nguyễn Văn Nguyễn) với tác phẩm "Kén Rể" đã đăng trên tạp chí Lá Lúa của Chi hội Văn nghệ Nam Bộ. Trong chiến khu ai cũng biết ông Nguyễn Văn Nguyễn là người đảm trách hằng loạt chức vụ quan trọng: Ủy viên Trung ương Cục miền Nam, Ủy viên Ban Tuyên huấn, Ủy viên Ủy ban Kháng chiến – Hành chánh Nam Bộ, Giám đốc Sở Thông tin Nam Bộ, Giám đốc Đài phát thanh tiếng nói Nam Bộ kháng chiến, Chủ bút báo Cứu Quốc Nam Bộ (có thể kể một loạt "nguyên chức vụ" như, nguyên Bí thư tỉnh ủy Bến Tre; nguyên bí thư Liên tỉnh ủy Mỹ Tho, Bến Tre, Gò Công; nguyên chủ bút báo Búa Liềm; nguyên ủy viên Ban biên tập báo La Lutte...) Truyện ngắn "Kén Rể" của Ngũ Yến được đông đảo cán bộ, bộ đội chuyền tay nhau đọc. "Kén Rể" được viết theo lối kể chuyện đời xưa, về một anh nông dân nghèo, cần cù chịu khó rất thông minh cải tạo đất, chọn giống má, cân nhắc mùa vụ, chăm bón đúng cách... Nhờ đó đã mau chóng thoát nghèo, giúp đỡ người kém may mắn, được xóm làng trọng vọng và cuối cùng anh ta giàu có và được sánh duyên với một cô gái tài sắc vẹn toàn con gái một vị quan thanh liêm hồi hưu. Ai cũng đinh ninh "Kén Rể" sẽ được xướng danh vào giải nhứt văn xuôi. Chánh giám khảo Hà Huy Giáp (trưởng ban tuyên huấn Trung ương Cục) biết rõ điều ấy, nhưng ông cho rằng việc bảo vệ đường lối văn nghệ của Đảng, phục vụ cho cuộc đấu tranh giai cấp còn quan trọng hơn là giữ uy tín của một cá nhân, cho dù đó là một nhà lãnh đạo có tên tuổi. Trước khi mở đầu bài nhận xét tác phẩm, ông có lời xin lỗi đối với người đồng chí đáng kính.

Ông cho rằng câu chuyện "Kén Rể" được thể hiện với nghệ thuật bậc thầy, tuy nhiên tư tưởng của tác phẩm là sự thất bại của giai cấp nông dân khi chưa được sự lãnh đạo của Đảng vô sản; do đó từ thân phận tôi đòi, anh ta cố gắng ngoi lên, để cuối cùng gia nhập vào giai cấp bóc lột mà cứ tưởng rằng đó là sự thành đạt tột cùng!

Không phải riêng tôi mà cả hội trường đều tỏ ra vô cùng bái phục sự "phân tích sâu sắc" của ông Trưởng ban Tuyên huấn Trung ương Cục, chánh giám khảo. Hóa ra lập trường giai cấp là một lãnh vực phải luôn luôn cảnh giác đề phòng, chỉ sơ sểnh là bị trượt chân dù một người đã tự nguyện "đầu hàng giai cấp vô sản", đã vào tù đế quốc như đồng chí Nguyễn Văn Nguyễn, Ủy viên Thường vụ Trung ương Cục!

Giải nhất về văn được trao cho: "Bên rừng Cù lao Dung" của Phạm Anh Tài (tức Sơn Nam).

Giải nhì về văn được trao cho: "Tây đầu đỏ" cũng của Phạm Anh Tài và "Cái lu" của Trần Kim Trắc.

Về thơ không có giải nhất, giải nhì được trao cho tập truyện thơ lục bát "Chú Hai Neo" của Nguyễn Hải Trừng.

(Giải thưởng văn nghệ 1954– 1955 của Hội Văn nghệ Việt Nam đã trao giải khuyến khích cho tác phẩm này).

Tôi vô cùng ngạc nhiên khi đại diện Ban giám khảo xướng tên bài nhạc "Đóng thuế nuôi quân" của Tống Văn Công đoạt giải nhì. Ban ca nhạc trình bày bản nhạc và cũng được cả hội trường vỗ tay hồi lâu. Giờ đây, nhớ lại bài hát tôi cảm thấy ngượng vì nhạc thì đơn điệu, lời thì thô thiển.

... *"Quạt cho sạch,*
Rồi ta phơi lúa khô.
Phơi lúa khô,
Dành nuôi quân của mình.
Quân ta đem máu hồng diệt thù giữ nước non.
Ta căm ghét Tây càng yêu thương lính mình.
Quân có ấm no vì dân xông lên diệt thù!"

Sau khi công bố giải nhì mọi người hồi hộp chờ nghe giải nhất. Bài hát có tên là "Thành đô khổ lắm ai ơi". Bao nhiêu năm đã qua tôi vẫn còn nhớ lời của bài hát nhưng không sao nhớ được tên tác giả! Trước khi viết đoạn này tôi hỏi người bạn có mặt hôm đó là anh Lê Văn Chánh (Hải Phong) hiện là Phó chủ tịch Hội Đông y Việt Nam, anh cũng nhớ tên và thuộc lời bài hát, nhưng không nhớ tên tác giả. Hồi công bố giải thưởng, khi nghe trình bày bản nhạc đoạt giải nhứt "Thành đô khổ lắm ai ơi", ông Chủ tịch Chi hội Văn nghệ Nam Bộ Lưu Quý Kỳ gục gặc đầu, nhấp nháy mắt, giần giật môi theo từng câu hát:

"... Thành đô khổ lắm, ai ơi!
Vui chẳng dám cười, buồn chẳng dám than.
Tây muốn bắt, Tây tràn tới bắt.

Lính muốn giam,lính dắt đem giam.
Người ta mà như loại thú cầm!
Mắt đui, tai điếc, miệng câm, chân quê!.."

NHÀ THƠ NGUYỄN BÍNH
RỜI QUÂN NGŨ, BÁN SÁCH BÁO.

Khoảng hai tháng sau khi công bố Giải thưởng văn nghệ Cửu Long, các báo kháng chiến đưa tin đã phát hành một số tác phẩm được giải, trong đó có bài "Đóng thuế nuôi quân". Tôi vội vàng chèo xuồng theo kinh Chắc Băng tới Quán sách báo của Nguyễn Bính ở chợ Huyện Sử. Nhìn qua đã thấy các bản nhạc in lito kẹp trên dây treo cùng với một số tờ báo quen thuộc như Nhân dân Miền Nam, Tiếng súng Kháng địch, Cứu Quốc... Tôi gỡ bản nhạc "Đóng thuế nuôi quân" và lên tiếng xin mua. Ông chủ quán Nguyễn Bính ngừng xem báo ngẩng nhìn khách hàng, nhận tiền, rồi hỏi: Anh chơi nhạc à? – Dạ, mới học! Ông nói: "Hai tác giả được giải này tên nghe lạ hoắc! Anh mua vì quen biết tác giả, hay chỉ vì là bài được giải"? Tôi lúng túng rồi thưa thật: "Bài này của tôi sáng tác đoạt giải nhì." Nhà thơ ngạc nhiên, vồn vã: "Nếu không vội đi thì ngồi lại uống chén trà chơi"? Từ lâu tôi đã hâm mộ nhà thơ lãng mạn thời tiền chiến, nay trở thành nhà thơ kháng chiến lừng danh với những bản trường ca "Ông lão mài gươm", "Đồng Tháp Mười", "Máu chảy trên đường phố", đặc biệt là bản tráng ca "Tiểu đoàn 307" được Nguyễn Hữu Trí phổ nhạc. Được ngồi uống trà với một thiên tài còn vinh hạnh nào hơn! Tôi ngồi xuống chiếc ghế đối diện với ông qua bàn trà và thổ lộ niềm cảm phục của mình đối với các tác phẩm kể trên của ông. Nguyễn Bính có vẻ vui vui, ông thay ấm trà mới, hỏi tôi có quen với Bùi Quang Triết phóng viên Tiếng súng Kháng địch không. Hồi này tôi chưa quen Bùi Quang Triết, bút danh Xuân Vũ, nhưng có đọc thơ của anh như "Ngày mai em lớn cầm súng bắn Tây" và "Niềm thương mến", cả hai bài đều được Phan Vân phổ nhạc. Tôi nói hai bài này đều hay, được phổ biến rộng, nhưng không rõ vì sao không lọt "mắt xanh" của ban chấm giải Văn nghệ Cửu Long. Hình như câu nói của tôi khơi đúng ý của Nguyễn Bính, ông nói: "Không phải không lọt được 'mắt xanh' mà vì ban giám khảo không ai có 'mắt xanh'"! Hồi ấy tuy rất phục tài Nguyễn Bính, nhưng tôi vẫn tin ban giám khảo gồm những cán bộ cao cấp của Đảng nắm vững ý kiến Cụ Hồ: *"Văn hóa nghệ thuật cũng là một mặt trận"* và *"phụng sự nhân dân, trước hết là công nông binh"*.

Nguyễn Bính cho biết, những bài trường ca của ông mà tôi yêu thích đều không được những nhà lãnh đạo chính trị, văn nghệ hoan nghênh. Họ hỏi Nguyễn Bính, vốn là một nhà thơ nổi tiếng từ thể thơ lục bát của dân tộc, tại sao nay ông lại làm thơ tự do, thể thơ lai căng? Trường ca Đồng Tháp Mười có những câu:

"... Bông súng ngoài đồng,
Bầm gan, tím mặt.
Nước phèn chua chát,
Lắng nỗi đau thương.
Đốc binh Kiều, Thiên Hộ Dương...
"... Lửa uất hận bùng sôi cùng máu đổ,
Mầm đấu tranh vút mọc với sao vàng"!...

Họ hỏi, Đồng Tháp Mười toàn là nông dân sao ông không làm thơ lục bát cho họ dễ đọc? Bài "Tiểu đoàn 307", cả thơ và nhạc đều bị quy là "lai Tây"! Mệt mỏi vì những ý kiến kiểu đó, lại nghe sắp có cuộc "chỉnh phong", Nguyễn Bính xin rời quân ngũ ra dựng lều bán sách báo. Mặc dù ông chuyển vào ở rất sâu trong vùng kháng chiến Cà Mau, nhưng các nhà lãnh đạo của Đảng vẫn lo ông bỏ về thành. Đó là tấn bi kịch giữa ông với Đảng cộng sản, hai bên hoàn toàn không thể hiểu nhau. Ông rất yêu nước, yêu cách mạng, kính trọng Cụ Hồ. Trong trường ca "Máu chảy trên đường phố" của ông có những câu:

"... Sao vàng mọc, núi sông trào ánh sáng,
Khắp đô thành nhảy múa một màu son.
... Các anh ta vượt Trường Sơn ra Việt Bắc,
Bác ngoài kia khuya sớm vọng về Nam..."

Năm 1953, tại quán sách này ông làm bài thơ "Thư gửi cho Cha":

"... Đố ai quét sạch lá rừng,
Đố ai xui giục con đừng theo Cha.
... Thưa Cha giấy vắn tình dài,
Viết bao nhiêu vẫn chưa hài lòng con.
Còn trời còn nước còn non,
Nước non còn đó, con còn theo Cha."

Ông chỉ đòi được tự do sáng tác, viết khi cảm xúc, chọn hình thức thể hiện mà mình thấy thích hợp với nội dung. Đảng cộng sản luôn luôn dè chừng ông *"là nghệ sĩ lãng mạn, lập trường bấp bênh"*. Sau Hiệp nghị Geneve, có một danh sách "cần phải vận động đi tập kết", trong đó có Nguyễn

Bính. Ra Bắc, Đảng giúp tiền cho Nguyễn Bính làm báo Trăm Hoa để chống báo Nhân văn, nhưng Nguyễn Bính không chịu chống, nên Trăm Hoa phải chết! (Theo Tô Hoài trong hồi ký "Cát bụi chân ai").

Bà Hồng Châu (Nguyễn Lục Hà), một đảng viên từ thời kỳ trước Cách mạng Tháng 8 đã kể khá tỉ mỉ trong hồi ký của bà về chuyện ông Lê Duẩn khuyên bà phải lấy cho được Nguyễn Bính làm chồng:

"Giọng anh Ba gần như tâm sự: Chị biết, lúc này có chủ trương chỉnh phong của Đảng, đưa cán bộ tăng cường cho cơ sở. Nguyễn Bính là người xứ lạ lại không có thân thuộc họ hàng ở miền Nam, trừ khi anh ấy bắt rễ ở đây. Bọn ngụy quyền đang tìm mọi cách lôi kéo, kêu gọi văn nghệ sĩ về thành. Trong danh sách đó, Nguyễn Bính là tên tuổi nổi cộm nhất. Đã có một số văn nghệ sĩ không chịu nổi gian khổ đã dinh tê về thành. Mặc dù một cá nhân không làm nên lịch sử, nhưng kháng chiến cần sự góp mặt của Nguyễn Bính. Chị suy nghĩ kỹ đi...

... Anh Ba Duẩn nói tiếp:

"Chúng tôi nhận thấy chị đủ sức giữ con người ấy lại cho công cuộc kháng chiến đến kỳ cùng". Anh cười nửa đùa nửa thật: "Nếu đây là mệnh lệnh của Đảng thì chị có chấp hành không"?

Là "khách đa tình" Nguyễn Bính dễ sa vào cuộc tình do Lê Duẩn sắp đặt vì mục đích chính trị. Nhưng cũng do bản tính nghệ sĩ, ông mau chóng cảm nhận tình trạng "đồng sàng dị mộng". Thật trớ trêu khi ông nhận giấy ly hôn bà

Hồng Châu đúng một tháng trước ngày bà sinh Nguyễn Bính Hồng Cầu. Sau đó, ông lấy cô nông dân Mai Thị Mới từ Bến Tre tản cư vào ấp Hương Mai xã Khánh Lâm. Khi ông ngồi uống trà với tôi thì Mai Thị Mới đang làm việc ngoài ruộng. Ông cho biết nguồn sống chính của vợ chồng ông là thu hoạch từ hơn một mẫu ruộng do người vợ Mai Thị Mới của ông quán xuyến. Hai năm sau, đứa con gái ra đời *"Hương Mai tên xóm quê nhà; Vợ chồng liền đặt con là Hương Mai"*. (Thơ "Gửi vợ miền Nam") Ngày đó, Nguyễn Bính thẳng thắn bảo tôi: *"Nếu lãnh đạo văn nghệ theo kiểu thực dụng thì chỉ đẻ ra những tác phẩm minh họa, nó sẽ chết ngay khi vừa ra đời"*! Tôi đang vui với giải thưởng âm nhạc nên không để tâm đến nhận xét của ông. Năm 1954, sau khi tập kết ra Bắc, Bộ tư lệnh Phân Liên khu miền Tây cho thành lập ban nhạc để chuẩn bị chào mừng ngày thành lập Sư đoàn 38. Các nhạc công đều đem theo tập vở chép nhạc của mình từ thời kháng chiến chống Pháp. Giở tập nhạc của anh Trần Đức Thắng (sau 30–4–1975 là Phó văn phòng Sở Ngoại vụ Thành phố Hồ Chí Minh) thấy có bài "Đóng thuế nuôi quân", tôi kêu lên: "A! Thắng có chép bài hát của mình"! Thắng ngạc nhiên hỏi "Đâu, đâu"? và sau khi xem lại, anh bĩu môi chửi thề: " Nếu biết là bài của mày thì tao đ. chép"! Câu văng tục của Thắng khiến tôi nhớ nhận xét của Nguyễn Bính!

TÔN ĐỨC THẮNG, PHẠM VĂN ĐỒNG VÀ VỤ ÁN ĐƯỜNG BARBIER.

Năm 1949 anh Lê Văn Chánh (hiện nay là Phó Chủ tịch Hội Đông y Việt Nam) bạn đồng hương của tôi được kết nạp vào Đảng, sau đó được học một khóa chính trị, chương trình học gồm có: Chủ nghĩa xã hội khoa học; Cách mạng dân chủ mới; Lịch sử Đảng. Trong giáo trình lịch sử Đảng, có một bài về tổ chức tiền thân của Đảng là Việt Nam Thanh niên Cách mạng Đồng chí hội. Chủ tịch Kỳ ủy của tổ chức này (cấp lãnh đạo Nam Kỳ) là Tôn Đức Thắng. Năm 1928 ông Tôn Đức Thắng chủ trì "tòa án cách mạng" xử tử hội viên Lê Văn Phát (người xã Mỹ Chánh, Ba Tri, Bến Tre) về tội yêu đương. Các hội viên thực hiện bản án bằng cách bóp cổ Lê Văn Phát đến chết, rồi đổ xăng đốt để không thể nhận diện. Anh Chánh và tôi vô cùng kinh ngạc, rồi tự an ủi "đó là một thời ấu trĩ đã qua". Hàng chục năm sau, nhà thơ Hoàng Hưng trong dịp đi Pháp về kể, anh được đọc quyển hồi ký "Passion, Betrayal and Revolution in Colonial Saigon" của bà Nguyễn Trung Nguyệt, một trong bốn người thực hiện bản án nói trên kể lại chuyện xưa. (Ba người kia là Trần Trương, Ngô Thiêm, Nguyễn Văn Thinh bị tòa án Pháp xử tử, bà Nguyệt là phụ nữ nên được hạ mức án xuống tù chung thân, đày ra Côn Đảo). Mãi gần đây tôi mới biết hồi ấy Tuần báo Phụ Nữ Tân văn (trụ sở ở số 42 đường Catinat, trước năm 1975 là đường Tự Do, nay là Đồng Khởi) số 14, xuất bản ngày Một tháng 8 năm 1929 đã có bài tường thuật như sau:

"Trong đêm mùng 8 rạng ngày 9 tháng 12 năm 1928 xảy ra vụ giết người quá tàn bạo và dã man tại căn nhà số 5, đường Barbier mà hung thủ là những người trong Phân bộ Thanh niên Cách mạng Đồng chí hội ở Nam Kỳ. Nạn nhơn là Lê Văn Phát, bí danh là Mỹ, Lang, bị đồng chí kết án tử hình vì tội phản bội theo điều lệ của đảng: Lê văn Phát ve vãn người chị em của chúng ta là

Thị Nhứt". Và tội phản bội theo điều lệ đảng được các đồng chí của Phát giải thích: *"Phát không gạt bỏ tình riêng để toàn tâm toàn ý phục vụ cách mạng"*. Ba đồng chí trẻ tuổi hơn hết trong tổ chức của Phát (23, 24, và 26 tuổi) thi hành bản án đã được tòa án cách mạng phán quyết. Tôn Đức Thắng, 40 tuổi chủ trì tòa án vì ông là Chủ tịch Kỳ bộ Thanh niên Cách mạng Đồng chí hội. Tòa án Pháp xử Tôn Đức Thắng 20 năm khổ sai. Phạm Văn Đồng 10 năm cấm cố vì "đồng ý bản án tử hình" nói trên. Bốn tên ra tay giết người, bị xử tử hình là Trần Trương, Ngô Thiêm, Nguyễn văn Thinh, cô Nguyễn Trung Nguyệt bị đày ra Côn Đảo."

Sau này các giáo trình Lịch sử Đảng viết lại vụ án đường Barbier: *Bác Tôn bị thực dân Pháp gán vào tội chủ mưu giết người trong vụ ám sát một người hợp tác với chính quyền thuộc địa Nam Kỳ tên là Phát. Họ cho rằng, các đồng chí của ông thực hiện vụ giết người ở đường Barbier. Nhờ một đồng chí trẻ đứng ra nhận mình là chủ mưu và nhờ sự vận động của một số nhân sĩ trí thức như bà Trần Thị Cừu, đốc học Nguyễn Văn Bá, luật sư Trịnh Đình Thảo, nên ông chỉ bị chính quyền thuộc địa tuyên án 20 năm chung thân khổ sai, đày ra Côn Đảo.*

Lịch sử Đảng cho rằng trước đó cụ Tôn bị bắt lính năm 1914 và bị đưa sang Pháp, sung vào hải quân phục vụ cuộc Chiến tranh Thế giới Thứ nhất. Khi Cách mạng Tháng 10 Nga nổ ra, Pháp đưa hạm đội đi đàn áp. Cụ Tôn đã làm binh biến kéo cờ đỏ trên thiết giáp hạm ở Hắc Hải. Sau đó Cụ về nước thành lập Công hội đỏ ở Xưởng Ba Son năm 1920. Năm 1925, Cụ Tôn lãnh đạo cuộc đình công ở Xưởng Ba Son giam chân chiến hạm Pháp khiến chúng không kịp đi tham gia đàn áp cách mạng Trung Quốc. Về các sự kiện nói trên, giáo sư sử học Christoph Giebel của Đại học Washington tác giả quyển sách "Tiền bối tưởng tượng của những nhà cộng sản Việt Nam: Tôn Đức Thắng và chính trị của lịch sử và ký ức" (Imagined Ancestries of Vietnamese Communism: Ton Duc Thang and the Politics of History and Memory) đã cho rằng:

"Không có bằng chứng cho thấy ngay từ thời rất trẻ, thậm chí trước cả thời thế chiến thứ nhất, ông Tôn đã hoạt động rất tích cực trong các tổ chức cách mạng tại Sài Gòn. Ông Tôn không bị bắt lính mà được tuyển mộ. Và ông Tôn Đức Thắng không có mặt trên bất kỳ con tàu nào của Pháp liên quan vụ binh biến ở Hắc Hải. Bộ máy tuyên truyền đã dùng hình ảnh ông Tôn cắm cờ trên con tàu ở Hắc Hải để kết nối cách mạng Việt Nam với Cách mạng tháng Mười Nga." Theo Giebel, *"cuộc đình công ở Ba Son không phải là đình công chính trị với mục đích chống đế quốc, và cũng không giam chân được chiến hạm Pháp trên đường sang Trung Quốc."*

HAI ÔNG NHÂN SĨ TRÍ THỨC XIN VÀO ĐẢNG.

Trạm liên lạc 23 khi tôi là trạm trưởng đóng ở Cái Nước gần Sở Y tế do bác sĩ Nguyễn Văn Hưởng làm giám đốc. Hồi này ông nổi tiếng với chủ trương kết hợp đông tây y để điều trị bệnh (đông y chủ yếu là thuốc Nam), vận động xóa bỏ cầu tiêu ven sông rạch, làm hố xí có hầm chứa phân bên cạnh, đặc biệt là hướng dẫn tập dưỡng sinh. Cán bộ nhân viên Sở Y tế Nam Bộ quý trọng ông giám đốc ở cách cư xử: Khi đi công tác xa, ông thay phiên chèo xuồng để anh cần vụ cũng được nghỉ ngơi. Mỗi ngày ông dành hai tiếng đồng hồ chài cá. Anh cần vụ bơi xuồng, ông Hưởng quăng chài, có hôm được cả gánh cá, ăn không hết phải cho hàng xóm. Tôi thường xuyên xin cá của ông, dần dà quen thân, gọi ông theo cách gọi của cán bộ nhân viên của Sở: Bác Ba! Trong số người gọi ông là bác Ba có chị y sĩ Hạnh, đến năm 1954, sau khi bác Ba gái qua đời, chị Hạnh được ông "đề bạt" lên "em Hạnh" rồi trở thành vợ. Dù chị đã được "thay bậc đổi ngôi" tôi vẫn gọi hai người như cũ: Bác Ba, chị Hạnh. Sau khi tập kết ra Bắc, ông lên bộ trưởng và ngày trở lại miền Nam ông đã nghỉ hưu, thỉnh thoảng tôi vẫn đến thăm ông.

Xứ ủy và Trung ương Cục miền Nam nhiều lần gợi ý ông vào Đảng cộng sản, nhưng ông vẫn từ chối "xin được tham gia kháng chiến như một người yêu nước ở ngoài mọi đảng phái." Cuối năm 1953, được biết ông đã xin vào Đảng, tôi tò mò đến thăm và hỏi chuyện này. Ông kể, tháng 3 năm 1953 Stalin qua đời. Trung ương Cục miền Nam long trọng tổ chức lễ truy điệu mời các chánh phó giám đốc các Sở, Ban, Ngành cấp Nam Bộ đến dự. Ông Lê Duẩn đọc điếu văn. Ông Lê Đức Thọ khóc nức nở. Các vị lãnh đạo của Đảng có mặt đều nói lên lòng biết ơn và thương tiếc vị lãnh tụ của phong trào cộng sản quốc tế. Bác sĩ Nguyễn Văn Hưởng cảm nhận một "tình cảm đại đồng" cao đẹp mà ông chưa từng biết: Những người dị chủng, chưa từng gặp mặt, vậy mà họ lại yêu thương, than khóc, đau đớn như mất người ruột thịt! Đẹp quá! Ngay sau khi rời lễ truy điệu Stalin, ông làm đơn xin vào Đảng.

Tôi hiểu tâm trạng đó của ông. Bởi vì sau khi nghe tin Stalin qua đời, một anh lính ở ngoài Đảng như tôi cũng ngậm ngùi. Thời ấy các cơ quan tuyên truyền của Đảng cộng sản cho rằng Liên Xô là thành trì hòa bình, dân chủ của nhân loại. Đại nguyên soái Stalin là khắc tinh của bọn đế quốc sài lang. Các lãnh tụ Đảng cộng sản Việt Nam là những chiến sĩ tiên phong tiếp bước theo con đường của Stalin khai mở độc lập tự do cho Việt Nam. Phải đến thời internet, tôi mới biết Stalin là tên độc tài, đồ tể. Tôi nghĩ việc "phong thánh" cho cộng sản Việt Nam chính là De Gaule với chủ trương tái chiếm thuộc địa Việt Nam. Bảo Đại trong hồi ký Con Rồng Việt Nam cũng tỏ ra rất hận đối với ông ta. Và lớp chúng tôi tình nguyện đi kháng chiến giành độc lập, lúc nào cũng mong ước trở thành đảng viên cộng sản chỉ vì tin rằng Đảng này yêu nước. Năm 1950 chi bộ Sở Giao thông Liên lạc Nam Bộ đã gợi ý tôi làm đơn xin vào Đảng, nhưng khi đọc lý lịch thì năm sinh ghi là 1935 không đủ tuổi nên gác lại (thực ra tôi sinh năm 1932). Xin kể thêm chuyện một trí thức khác của Nam Bộ kháng chiến, ông luật sư Nguyễn Thành Vĩnh xin vào Đảng. Sau 30-4-1975, tôi được bầu làm Phó ban Pháp chế của Hội đồng Nhân dân thành phố Hồ Chí Minh (Trưởng ban là ông Huỳnh Ngọc Chi giám đốc Sở Tư pháp). Cụ Nguyễn Thành Vĩnh là chánh án tòa án Thành phố, do đó sinh hoạt trong Ban pháp chế và thường trò chuyện với tôi. Một lần tôi hỏi ông về con đường đã đưa một đại địa chủ, một luật sư giàu có như ông trở thành đảng viên cộng sản. Ông cho rằng trước hết là lòng yêu nước khiến ông có đủ gan rời bỏ cuộc sống giàu sang yên ấm đi vô bưng tham gia kháng chiến. Đã là cán bộ kháng chiến nhưng ông vẫn ngại ngần khi tiếp xúc với đảng viên cộng sản vì nghĩ họ là những người rất sắt máu. Lúc cơ quan ông đóng ở Đồng

Tháp Mười, quân Pháp mở một trận càn lớn. Lần đầu tiên bị săn đuổi, ông hoảng sợ chạy rất sâu vào cánh đồng lau sậy ngút ngàn. Sau khi giặc rút rất lâu, ông vẫn không hay biết, anh em cơ quan lùng sục réo gọi, ông mới dám tìm lối trở về.

Khi về tới đình làng, ông biết giặc Pháp bắn chết gần mười người. Anh em dân quân mang người chết xếp trên một dãy chiếu trải trước sân đình. Một người đang bưng mặt khóc nức nở là ông Lê Duẩn, bí thư Trung ương Cục. Ông rất ngạc nhiên, hóa ra ông cộng sản "gộc" này cũng biết khóc, vậy là đáng yêu quá! Ngay đêm ấy, ông viết đơn xin vào Đảng và sáng hôm sau đến đưa trực tiếp cho ông Lê Duẩn.

GIƠ HAI NGÓN TAY HẸN HAI NĂM GẶP LẠI!

Sau khi Hiệp nghị Geneve được ký kết, tất cả các cơ quan Quân, Dân, Chính, Đảng đều tổ chức học tập về *"thắng lợi vĩ đại của cuộc kháng chiến chống Pháp, đánh đổ chủ nghĩa thực dân cũ cho toàn nhân loại"*. Tôi được học tập ở Đại đội Thông tin Liên lạc của Bộ tư lệnh Phân Liên khu miền Tây Nam Bộ. Sau đó chuẩn bị tập kết ra Bắc để rèn luyện quân đội lên chính quy, hiện đại, làm hậu thuẫn cho cuộc đấu tranh đòi hiệp thương tổng tuyển cử, thống nhất đất nước năm 1957 theo Hiệp định. Cuộc học tập của cơ quan cha tôi (Tạp chí Tân Trung Hoa, thuộc Hội Việt– Hoa hữu Nam Bộ) có nhiều trí thức từ Sài Gòn ra dự. Điều rắc rối cho cha tôi là ông cứ khăng khăng cho rằng không thể thực hiện được việc tổng tuyển cử thống nhứt nước nhà vào năm 1957. Ông lập luận các hiệp định ký được kết giữa hai phe đối nghịch không phải là để cùng nhau thực hiện. Pháp rút, Mỹ sẽ thay để giữ Nam Việt ở phe tư bản. Bắc Việt theo phe xã hội chủ nghĩa, chỗ dựa để giành thống nhứt. Tương quan lực lượng giữa hai phe cho thấy không thể thống nhứt nước nhà trong vòng hai năm. Phát biểu của cha tôi làm cho ban tổ chức cuộc học tập rất tức giận. Họ gặp riêng khuyên cha tôi phải đặt niềm tin vào sức mạnh của nhân dân đoàn kết đấu tranh chính trị dưới sự lãnh đạo sáng suốt của Đảng. Nhưng cha tôi vẫn giữ ý kiến của mình.

Cha tôi đến thăm tôi, căn dặn sau khi tập kết ra Bắc phải tìm mọi cách để học qua đại học. Cha tôi phải ở lại để phụng dưỡng ông nội bà nội tôi, bởi vì đã biết chắc không thể có thống nhất sau hai năm. Những người lãnh đạo đợt học tập hiệp định chỉ cố tạo cho được một không khí lạc quan, vui vẻ, tin tưởng để thực hiện trôi chảy cuộc tập kết. Cán bộ, bộ đội giơ hai ngón tay hứa hẹn với cha mẹ vợ con và đồng bào miền Nam là hai năm sẽ gặp lại, những người ở lại cũng phải tin chắc như vậy. Tôi rất băn khoăn khi nghe cha tôi nói hoàn toàn trái ngược với ông tướng Dương Quốc Chính, Tư lệnh quân đội Nam Bộ khi ông này lên lớp truyền đạt ý kiến của Trung ương Đảng là "tập kết hai năm".

Sau này tôi mới biết, công tác tư tưởng cho cán bộ và nhân dân như thế, nhưng Trung ương Đảng đã chuẩn bị cho cuộc đấu tranh lâu dài. Ở các địa phương miền Nam đều thực hiện việc bí mật chôn giấu súng đạn, máy móc của các binh công xưởng. Chiều 30 Tết, ông Lê Duẩn bí thư Trung ương Cục miền Nam cùng lên chuyến tàu áp chót (tàu Ba

Lan Kerensky) với chúng tôi ở vàm sông Ông Đốc, nhưng đến nửa đêm đã bí mật xuống xuồng trở vào bờ. Sau đó, ông thảo Đề cương Cách mạng miền Nam, đưa ra chiến lược giải phóng miền Nam bằng bạo lực cách mạng với "ba mũi giáp công": chính trị, quân sự, ngoại giao và trên cả "ba vùng chiến lược" là thành thị, nông thôn, rừng núi.

Ra Bắc, cán bộ chiến sĩ của hai Phân Liên khu của Nam Bộ (Phân Liên khu Miền Đông và Phân Liên khu miền Tây) phải qua khám sức khỏe, loại khỏi biên chế những người không đạt yêu cầu xây dựng quân đội chính quy hiện đại. Những người đủ sức khỏe được biên chế vào hai sư đoàn 30 và 38. Số người bị loại khỏi quân đội vì kém sức khỏe sẽ được tập trung vào Sư đoàn 9 xuống Sầm Sơn an dưỡng, bồi bổ sức khỏe, sau đó sẽ được phân công đi làm tùy theo khả năng và sức khỏe. Ban kiểm tra sức khỏe xếp tôi vào loại B2, tức là loại bét. Sau khi đi an dưỡng khoảng một tháng, tôi được tiểu đoàn trưởng gọi lên thông báo: "Xin chúc mừng đồng chí. Cả tiểu đoàn chúng ta chỉ có một mình đồng chí được chọn về Thủ đô, học Trường Giao thông Công chính." Tôi hỏi: "Thưa đồng chí, học Trường này ra làm việc gì"? Tiểu đoàn trưởng vui vẻ: "À, làm đường sá, cầu cống. Nghề này rất thiết yếu cho công cuộc xây dựng cơ sở vật chất của chủ nghĩa xã hội ở miền Bắc. Trong quân đội thì Tổng cục Hậu cần đang phát triển binh chủng này để đảm bảo mạch máu giao thông, rồi còn mở đường Trường Sơn vào miền Nam". Tôi ngắt lời ông: "Thưa đồng chí. Rất tiếc, tôi hoàn toàn không có chút yêu thích nào đối với công việc này"! Vô cùng ngạc nhiên, rồi với giọng khó chịu ông nói: "Đây là nhiệm vụ cách mạng, sao lại có thể nói thích với không thích. Hơn nữa đây còn là đặc ân, là chiếu cố bộ đội miền Nam. Đồng chí chưa có diplom (bằng tú tài). Nếu là người miền Bắc thì người ta đòi phải có tú tài. Tại sao đồng chí không đặt mình trong 8 vạn quân sắp giải ngũ còn đang chưa biết có việc gì để làm mà lại tính toán rất cá nhân chủ nghĩa"? Tôi nhũn nhặn: "Thưa đồng chí, tôi đã chấp hành mọi việc được giao cho người lính suốt năm năm trong quân ngũ, không hề đặt ra chuyện thích hay không thích. Nhưng nay là được "đặc ân", được "chiếu cố", được hưởng tiền của nhân dân nuôi cho ăn học, để gắn bó suốt đời với nghề nghiệp. Do đó tôi cần phải trung thực nói rõ nguyện vọng cá nhân mình để tổ chức có quyết định đúng". Ông thấy khó bẻ "lý sự" của tên lính trẻ nên gút lại: "Hôm nay thứ Sáu, tôi cho đồng chí hai ngày để suy nghĩ, nếu chịu đi học thì được về Thủ đô, được ăn trắng mặc trơn, mai kia là cán bộ kỹ thuật của quân đội chính quy, hiện đại; nếu không chịu đi học thì trước mắt đồng chí có hai con đường: Một là lên nông trường cày ruộng, chăn bò. Hai là ra công trường, gánh đất làm đường, hoặc gánh gạch xây nhà. Sáng thứ Hai tuần sau, mời đồng chí đến đây trả lời lần cuối cùng". Đúng hẹn, tôi đến văn phòng tiểu đoàn trưởng báo là mình đã suy nghĩ nghiêm túc, xin từ chối "đặc ân" được đi học và sẵn sàng nhận công việc ở nông trường hoặc công trường. Ba chục năm sau, khi làm tổng biên tập báo Lao Động, cơ quan ngôn luận của Tổng Liên đoàn Lao động Việt Nam, tôi được biết ông Nguyễn Văn Tư, Ủy viên Trung ương Đảng, Chủ tịch Tổng Liên đoàn Lao động và ông Bùi Danh Lưu Bộ trưởng Giao thông Vận tải đã đi học Trường Giao thông Công chính khóa đầu tiên mà tôi đã cố sức từ chối!

Tôi được đưa đi công trường, vào biên chế Tiểu đoàn công binh số 209 (thuộc Cục doanh trại, Tổng cục Hậu cần). Tiểu đoàn 209 hành quân (cuốc bộ) từ bãi biển Sầm Sơn, tỉnh Thanh Hóa đến Cầu Diễn (cạnh nghĩa trang Mai Dịch hiện nay), để xây dựng khu nhà để xe ô tô của quân đội. Chúng tôi phát tranh, lau, dựng lán trại. Tiểu đoàn trưởng là ông thiếu tá Lê Văn Tây phổ biến nhiệm vụ: Tất cả sẵn sàng đi gánh đất, gánh gạch, học trộn vữa, học làm thợ nề, thợ mộc. Tất cả phải sẵn sàng học làm mọi việc để xây dựng khu nhà. Thế là lời hứa "hai năm ra Bắc xây dựng quân đội làm hậu thuẫn cho đồng bào đấu tranh thống nhất" được các binh sĩ nhắc lại. Ngót 50 người, có một số là đảng viên đứng ra chất vấn: Khi học Hiệp nghị Geneve, cấp trên đã chỉ đạo chúng tôi hứa hẹn với đồng bào chỉ tạm chia tay hai năm. Người ở lại thì đấu tranh chính trị, người ra đi thì xây dựng quân đội chính quy, hiện đại. Chúng tôi không bao giờ nghĩ rằng ra đây để gánh đất, làm phụ hồ. Chúng tôi sẵn sàng cuốc bộ về miền Nam làm mọi việc cùng đồng bào. Hơn một chục anh có thái độ quyết liệt nhất đã mang ba lô kéo nhau đứng trước thềm cơ quan Bộ Tổng tư lệnh, hô to: "Chúng tôi xin được trở về miền Nam"! Cơ quan Tổng tư lệnh chỉ thị cho các đơn vị có người "vô kỷ luật" phải lên nhận người của mình đưa về đơn vị, tổ chức học tập cho thông suốt. Chấp hành lệnh ấy, ban chỉ huy tiểu đoàn 209 quyết định chọn 40 người thực sự thông suốt nhiệm vụ mới ở công trường để đi thuyết phục 10 đồng đội nói trên. Tôi thuộc vào số người hoàn toàn thông suốt và yên tâm công tác. Cùng trong đại đội 3 với tôi có các anh Đinh Khắc Cần, (sau 1975 là Phó chủ tịch Liên hiệp Công đoàn TP Hồ Chí Minh; Cần là anh ruột

Trung úy lái máy bay Nguyễn Thành Trung ném bom dinh Độc lập), anh Võ Thành Nghĩa, (sau 1975 là Phó chủ tịch Ủy ban Nhân dân tỉnh Đồng Tháp); anh Lê Bình Đẳng (sau 1975 là kế toán trưởng Tập đoàn Dầu khí Việt Nam)... Chúng tôi là những người "yên tâm gánh đất" nên được Ban chỉ huy chọn vào số 40 anh em đi rước 10 đồng đội trở về.

Khi đến cơ quan Tổng tư lệnh, chúng tôi mới được biết không phải chỉ có 10 anh lính "vô tổ chức" của tiểu đoàn 209 lên "nằm vạ" ở đây mà đã có hàng trăm quân nhân thuộc các đơn vị quân đội miền Nam kéo lên nằm la liệt ở đây nhiều tháng rồi. Cũng ở đây tôi được biết, có nhiều đơn vị của các sư đoàn miền Nam đang tại ngũ đã mang súng vượt sông Bến Hải "trở về với đồng bào". Sư đoàn trưởng Đồng Văn Cống đã cử nhiều đại đội đuổi theo buộc họ quay lại và những cuộc đấu súng đã xảy ra! Có những toán quân vượt tuyến trót lọt về bưng biền miền Nam được bà con nông dân đùm bọc. Nghe nói năm 1960 ông Đồng Văn Cống vào Nam đã phải vất vả để hòa giải với họ. Sau này tôi được biết thêm, không chỉ ở quân đội mà nhiều người miền Nam ở các ngành cũng bỏ cơ quan ra lập các tập đoàn sản xuất. Nhạc sĩ Phan Vân (tác giả bài Niềm Thương Mến phổ thơ Xuân Vũ) là một trong số anh em này.

Sau khi đến nơi, chúng tôi chia nhau gặp từng anh, mời họ tập họp lại để tiểu đoàn trưởng gặp gỡ. Tiểu đoàn trưởng Lê văn Tây nói rất ngắn gọn: "Thưa các đồng chí, tôi được lệnh phải đưa các đồng chí trở về. Do đó, một là các đồng chí chấp nhận lên xe, anh em mình cùng về, rồi sáng mai ngồi lại với nhau bàn chuyện. Hai là, chúng tôi buộc lòng cứ bốn người cõng một người để đưa các đồng chí về theo lệnh trên! Anh em tính sao"? Không trả lời, nhưng tất cả lẳng lặng lên xe. Về đến đơn vị, tiểu đoàn trưởng ra lệnh đưa bốn người vào một phòng, xong ông nói: "Xin lỗi các đồng chí, tôi sẽ cho khóa cửa phòng. Nếu không khóa phòng, các đồng chí lại bỏ đi thì lại mất công đi tìm! Sáng mai chúng ta sẽ ngồi lại nói chuyện với nhau".

Sáu giờ sáng hôm sau, anh Võ Thành Nghĩa thư ký đại đội 3 mở cửa căn phòng đầu tiên thì thấy ba người đang ngồi bó gối nhìn đảng viên thượng sĩ Lê Văn Thuyên treo cổ bằng dây mùng, hai chân co lên khỏi giường năm phân, để được chết! Cả tiểu đoàn nhao lên, phê phán ban chỉ huy khóa cửa nhốt anh em như súc vật, vì không chịu nhục cho nên đồng chí Thuyên phải tự treo cổ, phản ứng bằng cái chết. Đảng ủy tiểu đoàn lên tiếng bênh vực quyết định của tiểu đoàn trưởng, lên án hành động vô kỷ luật của những anh em kéo nhau lên Bộ Tổng tư lệnh và phản ứng tiêu cực bằng cách tự tử của Lê Văn Thuyên. Ngay sau hôm chôn cất Lê văn Thuyên (nghĩa trang ở bên phải khoảng giữa con đường Cầu Giấy sang Chợ Bưởi), chi bộ Đại đội 3 họp, quyết định khai trừ Lê Văn Thuyên ra khỏi Đảng vì khuyết điểm "Tự tử, không xứng đáng là một đảng viên cộng sản"!

BÁC HAI LẠI NÓI VỀ ĐẢNG CỘNG SẢN VÀ ĐẢNG DÂN CHỦ.

Ngày Chủ nhật, tôi thường từ Cầu Diễn đi bộ ra Cầu Giấy rồi lên tàu điện ra Hà Nội tìm mua sách báo. Do không có nhiều tiền, tôi vào hiệu sách báo xem vài tờ báo rồi mua một quyển sách, sau đó tới cửa hàng sách báo khác, cũng lặp lại như thế. Tôi đã đọc theo cách đó tất cả các số báo Trăm Hoa và Nhân Văn Giai phẩm mà không phải bỏ tiền mua. Một hôm, vừa rời hàng sách bước ra đường thì tôi gặp bác hai Trần Trung Trực, nguyên Phó ty giáo dục Bến tre thời chống Pháp. Thấy tôi mặc quân phục bác rất vui: "Tao không ngờ ốm yếu như mày mà vẫn còn ở bộ đội. Mấy thằng con tao chuyển ngành hết rồi!". Bác đâu ngờ tôi chỉ là chú lính gánh gạch, trộn vữa, học xây nhà! Bác đưa tôi đến Sở Giáo dục Hà Nội cơ quan của bác hiện nay, để bác cháu tâm tình. Bác nói bác đang là bí thư chi bộ, tôi hỏi: "Là bí thư chi bộ Đảng Dân Chủ hở bác Hai"? Bác xua tay: "Bậy mày! Bí thư chi bộ Đảng Lao động chứ, tức là Cộng sản chứ". Tôi nhắc lại chuyện bác giải thích với tôi về Đảng Dân Chủ hay hơn Đảng Cộng Sản ở chỗ ôn hòa, đi chậm mà chắc. Bác cười lớn: "Hồi đó tao có biết gì đâu. Sau này thằng Hiếu con tao làm con rể bác Năm Hưởn trưởng ty, ủy viên Ban thường vụ Tỉnh ủy Bến Tre! Là thông gia với nhau, bác Năm không ngại nói thẳng cho tao biết: Đảng Dân Chủ là do Bác Hồ thành lập để thu nạp những anh trí thức lơ tơ mơ, tạch tạch xè (những từ nói lóng để chỉ thành phần tiểu tư sản mà Đảng cộng sản cho là có quan điểm, lập trường bấp bênh cần phải kèm cặp, giáo dục không ngừng) mới tham gia cách mạng, còn e ngại cộng sản. Người trí thức vô đảng Dân Chủ thì coi như đã chịu đi theo con đường của Đảng cộng sản rồi. Bác Năm đứng ra giới thiệu tao vào Đảng cộng sản". Tôi hỏi thăm hai người con "mác xít" của bác. Bác cho là mình rất bất hạnh khi có đứa con thứ hai là Trần Trung Tín hư đốn. Tín rời bộ đội làm diễn viên điện ảnh, nhưng thích làm thơ. Bất ngờ có người cùng cơ quan phát hiện anh có những câu thơ: *"Trái tim tôi không phải quả táo Tàu. Không thể dùng dao cắt chia ba phần to nhỏ"* và *"Chân lý không thể bị hành hình. Cái đẹp không thể vùi chôn"*. Tín bị đưa ra chi bộ kiểm điểm. Người ta cho rằng anh công kích Tố Hữu, cũng tức là chống lại quan điểm văn nghệ của Đảng. Trần Trung Tín khẳng định mình hoàn toàn đúng. Trước sự o ép liên tục của chi bộ, Tín xé thẻ Đảng vứt vào sọt rác, rồi định tìm đến cái chết. Trong giây phút tuyệt vọng, may thay anh bắt gặp niềm yêu say hội họa. Hội họa đã cứu sống anh. Anh ngồi vẽ suốt ngày bằng mực Cửu Long trên giấy báo Nhân Dân. Lúc ấy bác hai Trực và cả tôi nữa chỉ biết tin vào Đảng. Ông không thể ngờ con trai mình được họa sĩ Bùi Xuân Phái coi là "một thiên tài bẩm sinh". (Bùi Xuân Phái cũng là người không được Đảng coi trọng). Sau khi bác Hai Trực qua đời, tranh của Trần Trung Tín được triển lãm ở nhiều quốc gia có nền mỹ thuật cao như Pháp, Mỹ, Anh, Nhật, Thái, Singapore... Tờ báo có uy tín The Independent đánh giá: "Trần Trung Tín là họa sĩ vĩ đại nhất của Việt Nam" và báo Time nhận xét tranh của Trần Trung Tín "bi thiết với màu sắc rực rỡ".

Sau lần gặp bác Hai Trực, trong một dịp họp đồng hương tôi được gặp anh Lê Nguyên, ủy viên Ban chấp hành Đảng Dân chủ tỉnh Bến Tre thời chống Pháp. Năm 1945 anh thi tú tài xong thì Cách mạng Tháng Tám, rồi kháng chiến bùng nổ. Anh rời Sài Gòn về Bến Tre, lập tức được mời vào Đảng Dân Chủ, ít lâu trở thành cán bộ lãnh đạo cấp tỉnh của Đảng này. Tập kết ra Bắc anh bắt đầu làm báo. Tôi hỏi, có phải anh làm báo Độc Lập do ông Nguyễn Việt Nam nguyên Ủy viên Ban thường vụ Kỳ ủy Đảng Dân Chủ ở Nam Bộ đang là tổng biên tập. Anh cười, rỉ tai tôi: "*Cậu không biết Đảng Dân chủ chỉ là cái đảng dỏm à? Cụ Hồ bày ra Đảng Dân Chủ với Đảng Xã Hội để dụ khị mấy thằng trí thức đang lớ ngớ, gom vào hai cái đảng này để tiện việc quản lý, giáo dục đó thôi! Sau khi biết rõ như vậy, mình đã làm đơn xin ra Đảng Dân Chủ, rồi cố gắng "phấn đấu" và đã được kết nạp vô Đảng Lao Động hơn ba năm rồi*".

Chuyện của bác Hai Trực và anh Lê Nguyên làm tôi bùi ngùi nhớ cô giáo Thiệp đảng viên Dân Chủ ở trường trung học Huỳnh Phan Hộ tôi học thời chống Pháp. Thời ấy, các đảng viên Dân Chủ như bác Hai Trực rất tự hào về sự khác nhau – không muốn nói là ưu việt – của đảng mình so với Đảng Cộng Sản. Do đó những đảng viên cộng sản trẻ, đặc biệt là những đoàn viên thanh niên "cảm tình" Đảng cộng sản luôn muốn tỏ "lập trường cách mạng vô sản" đã coi Đảng Dân Chủ như là một bọn thù địch! Những buổi cô giáo Thiệp giảng bài, bọn học sinh chúng tôi bỏ học gần một phần ba, còn hai phần ba có mặt thì trò chuyện râm ran. Năm 1965, tôi được tin cô giáo Thiệp bị bắt đã từ chối ly khai cộng sản, chấp nhận vào chuồng cọp ở Côn Đảo. Trong khi đó thày Triết bí thư chi bộ Đảng cộng sản của trường Nguyễn Công Mỹ lên đài Sài Gòn tuyên bố ly khai cộng sản!

Năm 1981, tôi được bầu vào Hội đồng Nhân dân TP Hồ Chí Minh khóa 2. Trước khi biểu quyết những nghị quyết có thể phiếu bị phân tán, các đảng viên cộng sản được Đảng đoàn ở Hội đồng Nhân dân mời họp riêng để "quán triệt sự chỉ đạo của Thành ủy". Ông Nguyễn Việt Nam chủ tịch Hội đồng Nhân dân là bí thư Đảng đoàn Đảng cộng sản, người mà thời chống Pháp đã được công khai là Ủy viên Thường vụ Đảng Dân chủ ở Nam Bộ, sau khi tập kết ra Bắc làm Tổng biên tập báo Độc lập của Đảng Dân Chủ Việt Nam. Dù đã biết nhiều sự thật, nhưng tôi không khỏi ngạc nhiên khi ông Nguyễn Việt Nam công khai nhân danh bí thư Đảng đoàn của Đảng Cộng Sản trong Hội đồng Nhân dân, chỉ đạo các đại biểu là đảng viên việc bỏ phiếu theo nghị quyết của Đảng!

Đảng Dân Chủ "hữu danh vô thực" ngay khi thành lập. Đảng Xã Hội cũng thế. Phải trong tình trạng bối rối, sợ hãi đến mất khôn (Liên xô, Đông Âu xụp đổ), ông Nguyễn Văn Linh mới quyết định buộc họ phải "hoàn thành nhiệm vụ".

LÀM THƠ CẢI CÁCH RUỘNG ĐẤT.

Năm 1956, sau khi sắp xếp lại tổ chức xong các đơn vị bộ đội miền Nam bắt đầu học chỉnh huấn về cải cách ruộng đất. Các chính trị viên giảng về lý luận của cuộc cách mạng "phản phong", xóa bỏ hình thức bóc lột của địa chủ, phú nông ở nông thôn. Sau đó, "cốt cán chuỗi rễ" là những bần cố nông có thành tích đấu tố xuất sắc trong cải cách ruộng đất ở địa phương đến kể chuyện thực tế. Hồi này chưa phát hiện những sai lầm ghê gớm trong cải cách ruộng đất, chưa có từ "tố điêu" nói về những bịa đặt của bần cố nông cố gắng làm vừa lòng cán bộ đội cải cách. Tôi chỉ có thắc mắc: "Vì sao mà địa chủ ở miền Bắc ác hơn hẳn địa chủ ở miền Nam"? Các chính trị viên giải thích: "Vì địa chủ miền Bắc nghèo hơn nên cố vơ vét"! Từ các buổi nghe kể chuyện thực tế, tôi viết bài thơ "Chị Cả" đăng lên báo tường của đại đội và gửi một bản lên báo Quân đội Nhân dân. Không ngờ bài thơ này được vào chung khảo cuộc thi của Ủy ban Cải cách Ruộng đất và được in trong tập mang tên "Đường làng" tên bài thơ của Phác Văn. Tập thơ gồm những tác giả: Thanh Tịnh, Nguyễn Bao, Nguyễn Viết Lãm, Phác Văn, Hải Như, Hữu Thọ, Nguyễn Bùi Vợi, Quang Huy, Vượng. Dưới tên tôi, được chua thêm hai chữ "Bộ đội".

Sau này tôi mới biết, địa chủ miền Bắc cũng giống như địa chủ miền Nam, họ là những người có trí, có học, tổ chức công việc giỏi giang nên trở nên giàu có. Hầu hết họ đã đóng góp lớn cho "tuần lễ vàng", đã tham gia kháng chiến. Người địa chủ lớn tiêu biểu là bà Nguyễn Thị Năm đã bị đấu tố, giết hại thê thảm. Ngoài ra còn rất nhiều địa chủ miền Bắc lâm cảnh như thế. Bố anh Hữu Tính (Trưởng văn phòng Miền Nam báo Lao Động) tham gia cách mạng từ năm 1945, làm Chủ nhiệm Ủy ban Mặt trận Việt Minh huyện, có con gái là bí thư Đảng ủy các cơ quan Trung ương, con rể là thư ký Phó chủ tịch Tôn Đức Thắng, đã bị đấu tố là một tên địa chủ chui vào hàng ngũ cách mạng, phải xử bắn! Anh Ngọc Liên, Trưởng ban Bảo hộ Lao động của Tổng Liên đoàn Lao động thời ấy cũng bị đấu tố là địa chủ phản động, bị bắt giam, bỏ đói suýt chết.

Vào làm phóng viên báo Lao Động ngày 1-1-1960, sau "sửa sai cải cách ruộng đất" đã 3 năm, tôi mới được biết bài thơ của mình được vào chung khảo một cuộc thi và in chung với nhiều tác giả đã nổi tiếng. Nhưng lúc ấy tôi không thấy vui mà cảm thấy xấu hổ vì đã được đọc bài thơ "Em bé lên sáu tuổi" của Hoàng Cầm cũng được viết khoảng thời gian đó, có những câu:

Chị bần nông cốt cán,
Ứa nước mắt quay đi:
Nó là con địa chủ,
Bé bỏng đã biết gì.
Hôm em cho bát cháo,
Chịu ba ngày hỏi truy
Chị đội bỗng lùi lại,
Nhìn đứa bé mồ côi,
Cố tìm vết thù địch,
Chỉ thấy một con người!

Cùng trải qua một tình huống tương tự mà tôi cố viết theo ý đồ tuyên truyền, không có cảm xúc nhân văn như ông! Tiểu đội tôi đóng quân trong ngôi nhà của địa chủ nay cấp cho gia đình cố nông. Gia đình địa chủ bị dồn vô dãy nhà sau trước kia dành cho người làm, người ở. Một hôm chúng tôi đang ăn cơm thì bé gái con địa chủ đứng ngoài cửa sổ nhìn vào với vẻ thèm thuồng. Cảm thấy tội nghiệp, tôi xúc cho nó bát cơm đưa qua cửa sổ. Vì chuyện này tôi bị phê phán "mất lập trường giai cấp". Sau khi học chỉnh huấn cải cách ruộng đất, chi bộ xóa tên tôi khỏi danh sách "quần chúng cảm tình Đảng chuẩn bị kết nạp". Cũng trong thời gian này Huỳnh Dư Khải ghé thăm tôi, báo tin buồn. Ra Bắc, Khải đã là thiếu úy, chi ủy viên của chi bộ đại đội trong tiểu đoàn 308 nổi tiếng (chỉ đứng sau tiểu đoàn 307). Cấp trên cho biết với lý lịch vào bộ đội từ lúc 15 tuổi, "chiến công đầy mình", nếu lãnh đạo cuộc chỉnh huấn đại đội đạt kết quả tốt, Khải sẽ được đề bạt vượt cấp. Khải đã trung thực khai cha mình là địa chủ, Hương cả Huỳnh Dư Khiêm đứng đầu Ban Hội tề. Khải sống với bác ruột là ông Hội đồng Huỳnh Dư

Thuần để gần trường học. Sau chỉnh huấn, cấp trên bảo Khải "từ trong trứng của giai cấp bóc lột, cần phải thử thách cải tạo nhiều hơn nữa". Anh được đưa vào danh sách giảm quân giống như tôi, nhưng anh không thể chịu cam phận như tôi, bởi đã từng là một người hùng. Khải kể: "Tao đã xé giấy giới thiệu đảng viên vứt vô mặt thằng bí thư. Tao sẽ mua chiếc xe ba gác để chở hàng thuê và làm giường ngủ. Khi nào mày về Hà Nội thì kiếm tao ở chợ Hàng Da."

Sau tháng 4–1975, Huỳnh Dư Khải về quê. Cả làng An Bình Tây vô cùng ngạc nhiên khi thấy anh chiến sĩ vệ quốc đoàn từ năm 1947 nay chỉ là một anh bạch đinh, đi làm thuê kiếm sống.

TRUYỆN NGẮN "DŨNG" ĐƯA TÔI VÀO NGHỀ BÁO.

Tôi đến xin việc ở vài tờ báo. Người ta tiếp tôi rất lạnh nhạt, bảo trước hết hãy viết bài gửi cho báo cho đến bao giờ ban biên tập thấy có khả năng sẽ gửi giấy gọi. Đầu năm 1958 báo Thống Nhứt tổ chức Cuộc thi viết về đề tài miền Nam. Tôi viết truyện ngắn "Dũng" gửi dự thi có ý để tìm việc làm ở ngành viết lách. Đây là truyện viết theo "luận đề" minh họa lý thuyết của Đảng cộng sản "có áp bức thì có đấu tranh". Nhân vật chính trong truyện Dũng là một bé gái tên Nhu tính nhút nhát, không dám nhìn thấy máu, dù là máu của con gà, con ếch, nhưng trước sự đe dọa tính mạng của cha mình, em vụt trở nên dũng cảm. Năm 1959 công bố giải ở Câu lạc bộ Thống Nhứt. Cụ Tôn Đức Thắng đến dự và trao giải.

Về thơ, giải nhất trao cho tập "Mồ anh hoa nở" tác phẩm đầu tay của Thanh Hải một tác giả đang ở miền Nam. Văn xuôi, không có giải nhất, có hai giải nhì là truyện "Ông Năm Hạng" của Nguyễn Quang Sáng, "Câu chuyện chiều thứ Bảy" của Trần Thanh Giao, giải ba là "Dũng" của tôi; giải khuyến khích là truyện ngắn của Xuân Vũ. Truyện ngắn "Dũng" được giải ba vì nó minh họa Nghị quyết 9 của Đảng cộng sản quyết định giải phóng miền Nam bằng bạo lực vũ trang. Sau khi được giải ba cuộc thi truyện ngắn viết về miền Nam, tôi được ba cơ quan báo nhận làm phóng viên (báo Thống nhất, Đài phát thanh và báo Lao động). Anh Trương Quang Lộc trưởng phòng văn nghệ báo Thống Nhất rủ tôi cùng về báo Lao Động với lý do: Đây là nơi được tìm hiểu thực tế công cuộc công nghiệp hóa miền Bắc.

Tôi nhận công tác gần nửa tháng, mới nhìn thấy ông tổng biên tập. Ông tới dự bữa cơm "liên hoan" chào mừng anh em mới được tuyển dụng, để đưa tuần báo Lao Động tăng lên 3 kỳ/tuần. Ông có khuôn mặt lạnh không thích hợp với một nghề cần quảng giao. Ông nói như miễn cưỡng phải mở miệng và hay dùng hai từ "các cái" thay vì là "những việc". Ông từng là lính thợ sang Pháp sau khi ra trường kỹ nghệ. Trong cuộc kháng chiến chống Pháp ông là quản đốc của một binh công xưởng. Vợ ông là em ruột của ông Lê Thanh Nghị ủy viên Bộ chính trị, Phó chủ tịch Hội đồng Bộ trưởng, nổi tiếng là người đại diện Chính phủ Việt Nam Dân Chủ Cộng Hòa đi xin viện trợ của các nước trong phe xã hội chủ nghĩa.

Năm 1949, binh công xưởng bắt đầu thực hiện chủ

trương làm bích báo (báo tường), ông quản đốc Lê Vân nêu gương viết một bài thơ Tình máy tiện, có đoạn:

"... Sao máy ngập ngừng?
Thân máy nóng bừng, đầu máy hâm hiu.
Máy mệt lắm rồi!
Ngừng quay nghỉ chút máy ơi
Ta làm mồi thuốc, máy xơi giọt dầu..."

Bài thơ được đăng trên báo Lao Động số 114 năm 1949 và được khen là với một đề tài khô khan mà tác giả đã có thể "tức cảnh sinh tình" thành thơ. Tổng Liên đoàn Lao động Việt Nam (TLĐLĐVN) lập tức điều động ông về làm Phó tổng biên tập báo Lao động. Năm 1956, ông được đề bạt Tổng biên tập thay ông Đỗ Trọng Giang (cũng là một nhà thơ công nhân, lên làm Trưởng ban Tuyên Giáo TLĐLĐVN).

Khi tôi về đây, ông kiêm nhiệm rất nhiều chức vụ: Ủy viên Đoàn Chủ tịch TLĐLĐVN; Tổng biên tập báo Lao Động; giám đốc Nhà xuất bản Lao Động. Ông không viết bài, cũng không duyệt bài. Ông chỉ đạo ban biên tập theo các quyết định của TLĐLĐVN, hằng tuần ông đến họp cơ quan, phát biểu nhận xét tờ báo trong tuần qua, chỉ đạo trọng tâm tuyên truyền trong tuần tới. Mọi việc cụ thể ở báo Lao Động đều do Phó tổng biên tập Ngô Tùng quán xuyến. Năm 1964, ông Ngô Tùng qua đời, ông Hoàng Trọng Đỉnh lên thay, mọi việc vẫn tiếp tục nền nếp cũ.

Ở Nhà xuất bản Lao Động mọi việc do ông Băng Cơ quán xuyến, hằng tuần ông đến "cho ý kiến" giống như ở báo Lao Động.

Ông rất có uy với cấp dưới. Các Phó tổng biên tập trước khi vào phòng của ông để xin ý kiến, đều tự chấn chỉnh trang phục, bỏ áo vào quần cẩn thận.

Năm 1963, ông nghĩ ra cách chấn chỉnh cách quản lý công tác của phóng viên: Xếp bàn làm việc để phóng viên ngồi hướng mặt vào tường; bàn của mỗi phóng viên có vách ngăn riêng để không ai có thể tán chuyện làm ảnh hưởng người bên cạnh; quy định phóng viên phải đến ngồi vào bàn của mình đúng giờ, nếu vắng mặt, phải xin phép.

Qua một tháng thực hiện, hoạt động của tờ báo chẳng những không tốt hơn mà lại sa sút, bài vở kém hẳn. Cuộc họp chi bộ sau đó một tháng chính là dịp mổ xẻ chủ trương làm việc này. Các đảng viên là ủy viên ban biên tập, hoặc trưởng ban là những người có trách nhiệm lên tiếng phân tích phân tích vụ việc, nhưng sự có mặt của ông Tổng biên tập khiến họ cứ e dè nhìn nhau. Anh Hoàng Nghinh trưởng Ban Quốc tế, đứng lên phát pháo, dù anh không có chân trong ban biên tập và Ban thời sự Quốc tế của anh không bị ảnh hưởng gì đối với việc "cải tiến" này. Anh nói, mấy tuần qua anh em làm việc thì ít mà xì xầm mọi lúc mọi nơi, nhưng không dám nói trên báo tường và trong cuộc họp cơ quan. Họ cho rằng đây là lối quản lý nhân viên hành chính, không thích hợp với hoạt động của phóng viên. Anh em cho rằng, Tổng biên tập đã không hiểu công việc phóng viên mà lại còn không tin anh em, không bàn bạc với Ban biên tập và chi bộ, áp đặt ý mình theo cung cách của một ông chủ. Nguy hiểm là đã có sự phản ứng ngầm, làm sút giảm cả lượng và chất của tin bài trên báo. Anh quay sang các ủy viên ban biên tập và trưởng ban: "Tôi biết nhiều đồng chí ngồi đây không đồng tình với cách làm này. Đề nghị các đồng chí thẳng thắn vì sự sống của tờ báo và lợi ích của bạn đọc". Các ủy viên ban biên tập và trưởng ban lần lượt bày tỏ ý kiến, chủ yếu nói về hiện tượng tiêu cực của phóng viên, chứ không dám cho rằng chủ trương của Tổng biên tập là sai, cũng không ai yêu cầu trở lại nền nếp cũ.

Ông Tổng biên tập chống đỡ yếu ớt, ông cho rằng cái mới ra đời bao giờ cũng gặp khó khăn. Ông không bảo vệ cách quản lý đang bị phản ứng, nhưng cũng không tuyên bố phải dẹp bỏ. Ông nói dài lê thê về những hiện tượng la cà của phóng viên, việc không phát hiện kịp thời những nhân tố mới trong phong trào thi đua tập thể. Khi ông dứt lời mà không đưa ra quyết định rõ ràng, mọi người vẫn im lặng. Không khí nặng nề bị phá vỡ bởi cái đập bàn của Hoàng Nghinh trước khi đứng phắt dậy, đanh thép hỏi: "Đồng chí không tự phê bình là mình sai à? Đồng chí không chịu vứt bỏ cái chủ trương không thích hợp, đã gây tiêu cực làm giảm hoạt động của phóng viên sao"? Khuôn mặt tái xanh của ông Tổng biên tập bỗng đỏ rực lên. Ông đáp một cách chậm rãi: "Tôi đang lắng nghe ý kiến chân thành xây dựng. Ban biên tập đang lắng nghe chi bộ, tập thể ban biên tập chúng tôi sẽ có quyết định trong cuộc họp sắp tới"! Vậy là khi bị quy trách nhiệm, ông đưa tập thể Ban biên tập ra để thoát hiểm.

Tuần sau đó, Chủ tịch Hoàng Quốc Việt "hạ phóng" xuống tòa báo để chấn chỉnh trật tự. Ông lên án tình trạng mất đoàn kết âm ỉ trong chi bộ là điều không thể chấp nhận được trong cơ quan ngôn luận của giai cấp công nhân có sứ mệnh lãnh đạo cách mạng Xã hội Chủ nghĩa. Ông cho rằng sức mạnh của một tập thể chỉ có thể phát huy khi kiên định nguyên tắc tập trung dân chủ: Cấp dưới phải tuyệt đối phục tùng cấp trên.

Ông Tổng biên tập chủ trì cuộc tiếp đón, trân trọng chào mừng "vị lãnh tụ giai cấp", nhưng ông gợi ý ông ủy viên ban biên tập kiêm bí thư chi bộ phát biểu ý kiến. Tôi hết sức kinh ngạc, không hiểu vì sao một người tôi rất quý trọng, đã dành cho ông lá phiếu bầu vào địa vị bí thư chi bộ đã đứng lên khóc nức nở, nói không nên lời! Tôi lờ mờ hiểu lý do không ngăn nổi dòng nước mắt là vì cảm thấy tập thể ở đây đã phạm lỗi quá lớn, làm phiền lòng vị lãnh tụ tổ chức cách mạng của giai cấp tiên phong đang bận trăm công nghìn việc mà phải đến vì sự việc cỏn con này. (Trước khi viết lại chuyện này, tôi đã gọi điện hỏi nguyên bí thư chi bộ đã khóc năm ấy. Lạ thay, anh bảo mình hoàn toàn không nhớ gì cả! Anh hỏi lại tôi: "Thế à? Lúc đó mình có khóc à? Tại sao mình lại khóc nhỉ?"). Sau cuộc họp, một vài anh có tuổi và có thâm niên ở đây nhận định: Cụ Hoàng Quốc Việt xuống để yểm trợ tổng biên tập, nhân đó dằn mặt anh Hoàng Nghinh, một đảng viên có lý lịch rất xấu và nhiễm thói dân chủ tư sản phương Tây chưa chịu gột rửa.

NGƯỜI CÓ LÝ LỊCH RẤT XẤU
VÀ BỊ NHIỄM DÂN CHỦ TƯ SẢN.

Từ vụ việc kể trên, tôi tò mò tìm hiểu về anh Hoàng Nghinh.

Anh hơn tuổi tôi đúng một giáp, lúc ấy vừa tròn 40, nhưng đầu tóc bạc phơ như ông lão 80. Những người quen biết anh nói, ông ấy lo nghĩ còn hơn cả Ngũ Tử Tư (nhân vật trong tiểu thuyết Đông Châu Liệt Quốc sau một đêm suy nghĩ không ngủ được, toàn bộ râu tóc biến thành trắng xóa)

Sau khi tốt nghiệp trường kỹ nghệ, anh bị sung vào lính thợ đưa sang Pháp trong chiến tranh Thế Giới Thứ Nhì. Có học vấn, tính tình thẳng thắn, trung thực, quan tâm chăm sóc anh em, nên không bao lâu anh được tập thể lính thợ tín nhiệm bầu làm Tổng thư ký nghiệp đoàn lính thợ Việt Nam ở Pháp. Khi Hồ Chủ Tịch và phái đoàn Phạm văn Đồng sang Hội nghị Fontainebleau, anh Hoàng Nghinh không đồng tình, cho rằng thương lượng và nhân nhượng quá nhiều đối với bọn thực dân Pháp là sai lầm. Anh tổ chức một cuộc biểu tình của hàng ngàn lính thợ Việt Nam với những khẩu hiệu: "Không thể nhân nhượng bọn thực dân", "Độc lập chỉ có thể giành lại bằng máu". Lẽ ra, những người cộng sản Việt Nam nên coi đó là biểu hiện lòng yêu nước đáng mừng của anh em lính thợ và hành động đó gây sức ép đối với bọn thực dân, chứ không nên oán giận cho là họ chống mình.

Sau ngày 19–12–1946, toàn quốc kháng chiến bùng nổ. Đọc lời kêu gọi kháng chiến của chủ tịch Hồ Chí Minh, anh Hoàng Nghinh lập tức tìm cách rời nước Pháp, về chiến khu Bình – Trị – Thiên tham gia kháng chiến và được kết nạp vào Đảng. Một năm sau, anh được Ban tổ chức Trung ương Đảng điều ra Việt Bắc, làm Trưởng ban Quốc tế của Tổng Liên đoàn Lao động Việt Nam do ông Hoàng Quốc Việt làm chủ tịch. Sau khi Trung Cộng giải phóng lục địa và Việt

Cộng giải phóng biên giới phía Bắc thì nhiều đại biểu cộng sản Pháp tới Việt Bắc bằng đường bộ. Một đảng viên cộng sản Pháp báo cho Hoàng Quốc Việt biết Hoàng Nghinh là người cầm đầu cuộc biểu tình của lính thợ Việt Nam chống Hồ Chủ Tịch đàm phán với Pháp ở Hội nghị Fontainebleau. Hoàng Quốc Việt gọi Hoàng Nghinh tới vỗ bàn xài xể anh về hành động gây rối phá hoại hoạt động ngoại giao của lãnh tụ. Mặc cho Hoàng Nghinh thanh minh về sự ấu trĩ của mình, anh vẫn bị kết tội là một phần tử có lý lịch rất xấu, phải giáng xuống làm Trưởng ban Quốc tế của báo Lao Động. Tức là từ cương vị ngang và có phần hơi nhỉnh hơn ông tổng biên tập báo Lao Động, thì từ đây anh trở thành cấp dưới của ông ta. Dù mang lý lịch có "tì vết chính trị", là điều tệ hại nhất trong xã hội do Đảng cộng sản lãnh đạo, nhưng không vì thế mà anh rụt rè không dám lên tiếng trước những điều sai trái. Trong cuộc họp chi bộ đấu tranh với Tổng biên tập về cách quản lý phóng viên theo lối hành chính, thái độ thẳng thắn của anh hoàn toàn thuyết phục tôi.

Đến thập niên 60, quan hệ Trung – Xô căng thẳng, Trung ương Đảng ra Nghị quyết 9 chống chủ nghĩa xét lại hiện đại, thực chất là đứng về phía Trung Quốc, chống Liên Xô. Ông Hoàng Quốc Việt chỉ thị: Tình hình thế giới rất phức tạp, phải thanh lọc kỹ cán bộ làm công tác đối ngoại. Một lần nữa anh Hoàng Nghinh bị Ban tổ chức Tổng Liên đoàn Lao động theo lệnh Chủ tịch Hoàng Quốc Việt xem xét lại tội tổ chức lính thợ Việt Nam biểu tình chống lãnh tụ Hồ Chí Minh ở Paris là " không đủ tiêu chuẩn làm công tác đối ngoại trong tình hình mới." Anh bị giáng chức trưởng ban quốc tế báo Lao Động, xuống làm phóng viên cùng lứa với tôi. Tổng

Liên đoàn Lao động bổ nhiệm anh Võ Thế Dân, thương binh thời chống Pháp, người được anh Nghinh kèm cặp nghề báo lên làm trưởng ban quốc tế.

Ngày đầu tiên anh Hoàng Nghinh nhận quyết định làm phóng viên, tôi có gặp anh chia sẻ chuyện không vui. Anh bảo, không nên coi đây là chuyện không vui, mà là một thử thách mới không dễ có của đời người. Anh còn nói vui: "Mình làm báo hằng chục năm mà chưa biết làm phóng viên. Chú Công phải kèm cặp cho mình nha". Tôi không được vinh dự kèm cặp anh, vì sau đó anh được giao nhiệm vụ đi làm phóng viên thường trú vùng tuyến lửa Quảng Bình, Vĩnh Linh, được gọi là "túi bom" của miền Bắc. Anh em trẻ chúng tôi đều cho rằng đưa một người có tuổi vào một nơi "mưa bom bão đạn" là vô nhân đạo. Nhưng anh Hoàng Nghinh muốn bằng hành động của mình, trả lời những người "thù dai" rằng anh vẫn có đủ phẩm chất của một chiến sĩ vì độc lập tự do của dân tộc, sẵn sàng chấp nhận mọi hy sinh. Ngày ngày, trên chiếc xe đạp tung hoành trên các vùng "đất lửa", đêm xuống rút vào hầm trú ẩn đốt đèn dầu ngồi viết tin, anh không chịu kém các phóng viên trẻ. "Người lính già đầu bạc" là biệt danh bọn trẻ chúng tôi ca ngợi anh.

Thời ấy ở miền Bắc, cán bộ đảng viên rất sợ hai chữ "liên quan". Chị Thanh, vợ anh phải chịu sự săm soi, mỗi khi đến dịp xét lên lương, đề bạt. Có lẽ nhờ hành động dũng cảm của anh xông xáo nơi đất lửa Quảng Bình, Vĩnh Linh, chị được đề bạt lên chức Cục phó ở Bộ Giao thông Vận tải mà không bị những tiếng xì xầm cản trở. Chị lên cục phó, theo tiêu chuẩn được cấp gian nhà rộng hơn. Ngày dọn về nhà mới, mọi người châm chọc anh là "thực lộc chi thê", là "ăn theo vợ". Anh cười: "Nói như vậy là còn trọng nam khinh nữ đấy". Đôi khi vì thương anh, tôi phàn nàn: "Nhiều tài liệu của Đảng đề cao khả năng tự tu dưỡng, rèn luyện quan điểm giai cấp nhưng trong thực tế thì đâu đâu cũng thấy chủ nghĩa lý lịch, định kiến với quá khứ xa lắc". Anh bỗng trở thành nhà biện hộ: "Dù lý thuyết tuyệt vời đến đâu cũng do con người thực hiện, Công ạ! Cán bộ, đảng viên chúng ta đều từ nông dân, làm sao khỏi bệnh ấu trĩ, hẹp hòi. Phải chờ đợi thôi"!

Nhớ lời bào chữa đó, tôi càng băn khoăn: Sao bệnh ấu trĩ, hẹp hòi sống dai thế! Liệu có đúng căn nguyên là do ấu trĩ?

Năm 1988, tôi ra Hà Nội làm Tổng biên tập báo Lao Động. Anh Hoàng Nghinh đã về hưu hơn 10 năm. Anh vừa vui mừng, vừa lo lắng cho tôi: "Công là cây bút viết tốt, nhưng làm lãnh đạo thì anh lo, nghề này, tập thể này, phải có thủ đoạn chính trị, cái khoản này anh thấy chú mày ngờ nghệch lắm". Tôi nói: "Thủ đoạn của em là không để ai đoán mò ý mình, cứ nói thẳng ra với nhau." Anh vui hẳn lên: "Ừ, ngày xưa anh cứ phải đoán mò ý của ông tổng biên tập và cấp trên! Không gì tốt hơn là công khai hết, em ạ". Anh bị bệnh tiểu đường rất nặng, có người mách ăn trái cóc miền Nam có tác dụng tốt. Tôi nhắn vợ tôi, mỗi tuần gửi ra cho anh 10 trái cóc, nhưng chỉ được sáu tháng sau anh qua đời!

SUỐT ĐỜI KHÔNG THỂ SỬA SAI!

Tôi vào báo Lao Động thì anh Nguyễn Anh Tài đang làm

phóng viên thường trú ở Khu 4 (Thanh Hóa Nghệ An, Hà Tĩnh). Anh vừa tốt nghiệp trường kỹ nghệ thì Cách mạng Tháng Tám, rồi kháng chiến chống Pháp.Anh vào làm ở binh công xưởng. Một lần anh trộn thuốc bị nổ, gãy xương cánh tay và mù một mắt. Anh vào nghề viết lách bằng bài thơ "Con đường Lâm Úy", ca ngợi một anh hùng hy sinh thời chống Pháp, tên được đặt cho một con đường ở thị xã Quảng Bình. Anh lấy vợ là một ca sĩ trong đội đồng ca Đoàn văn công Tổng cục Chính trị Quân đội. Anh hay kể với giọng tự hào về cô vợ xuất thân bần nông của mình: "Cô ấy kể từ năm lên 8, đã khéo léo tự leo lên lưng con trâu cổ." Những lúc như vậy, anh tỏ ra là một đảng viên thấm nhuần lập trường giai cấp của một đảng viên cộng sản. Khi thân nhau, không ít lần tôi được anh thổ lộ nỗi khổ về sự thô bạo "dùi đục chấm mắm cáy" của cô vợ bần nông. Sau đó, anh kể về mối tình đầu đẹp đẽ nhưng trái ngang của mình với một chị tên Hương. Từ năm 1969 tôi chuyển nhà từ nơi cùng khu phố với anh ở quận Hoàn Kiếm về quận Đông Đa. Vậy mà khi có chuyện không vui với vợ, ngay dưới nắng hè cháy da anh vẫn đạp xe tới nhà tôi để tâm sự. Tôi phải nghe đi nghe lại không biết là lần thứ mấy câu chuyện cũ mà vì thương bạn, tôi cứ tỏ ra chăm chú lắng tai như mới được nghe lần đầu!

Ngày anh làm kỹ thuật viên ở binh công xưởng, chị là cán bộ Phụ nữ Cứu quốc. Những chiều chủ nhật hẹn hò, cùng dắt tay vào bìa rừng, anh trao bài thơ mới làm, chị ngâm nga diễn cảm, khi đanh thép lúc mượt mà. Chị có khả năng "thôi xao" một từ chưa thật chỉnh. Giữa khi "hương càng đượm lửa càng nồng" thì từ quê chị báo tin dữ: Gia đình chị bị quy thành phần địa chủ. Nông dân đấu tố đã từng bị bố mẹ chị bóc lột áp bức rất dã man. Họ đòi phải trừng trị bố chị bằng hình thức treo cổ. Chị đến tìm anh, những mong được chia sẻ nỗi đau quá lớn. Chi bộ binh công xưởng biết chuyện đã quyết định giáo dục anh "giác ngộ giai cấp, chấm dứt ngay mối quan hệ với con gái của địa chủ, kẻ thù của cách mạng đang phải kiên quyết tiêu diệt." Anh đề nghị với chị, tạm ngưng mối quan hệ vì đó là mệnh lệnh của Đảng. Chị khóc khi nhớ lại những lời ngọt ngào tình yêu mà mới hôm qua chị vẫn tin chắc rằng không có một thế lực nào có thể chia cắt được. Chỉ một tháng sau, Cụ Hồ đọc báo cáo sửa sai. Bố mẹ chị báo tin đã được "hạ thành phần." Anh vô cùng mừng rỡ, vội vàng tìm đến chị. Nhưng trước sự vui mừng của anh, chị lạnh lùng, đanh thép: "Chẳng lẽ, anh không hiểu rằng tình yêu đã chết khi phải đối mặt với sự toan tính hèn hạ"? Anh thanh minh, anh cầu xin và anh chờ đợi. Nhưng con người dịu dàng ấy, con người mẫn cảm với từng ý thơ ấy, đã coi anh như người xa lạ! Cho đến khi chị Hương lập gia đình, anh mới chấm dứt niềm hi vọng. Khi mái đầu đã muối nhiều hơn tiêu, con gái Thùy Dương của anh du học ở Tiệp Khắc, anh vẫn bùi ngùi nhắc lại mối tình đầu: "Đảng tuyên bố sửa sai cải cách ruộng đất đã hơn hai mươi năm. Không biết vết thương trong hồn dân tộc đã lành lặn chưa. Nhưng mà cái sai của mình thì tới hết đời rồi vẫn không sửa được"!

HỌC LÀM BÁO CÁCH MẠNG.

Tôi được phân công làm phóng viên của Ban tuyên truyền về đời sống công nhân, gọi tắt là Ban đời sống, do anh Trần

Bá Đa phó tổng biên tập làm trưởng ban. Năm 1945, anh Trần Bá Đa đậu tú tài toàn phần, bỏ học tham gia cách mạng. Sau ngày toàn quốc kháng chiến, anh theo cơ quan rút ra vùng giải phóng, lấy vợ, sinh một con. Sau đó, Đảng lại phân công anh trở vào Hà Nội hoạt động. Anh trú ngụ ở một gia đình là "cơ sở cách mạng". Gia đình này có cô con gái lớn. Anh chị thầm lén với nhau, chị có bầu, gia đình tổ chức cho họ cưới nhau. Sau ngày giải phóng Hà Nội, hai bà vợ tranh chấp một ông chồng, phải đưa ra tòa. Anh nói mình không thể ly hôn người nào cả, mình noi gương đồng chí Lê Duẩn. Vậy là phải xin tòa phân xử. Tòa ra quyết định: Từ trưa thứ Hai đến sáng thứ Bảy anh ở với bà vợ cả; Từ chiều thứ Bảy đến sáng thứ Hai anh ở với bà vợ hai; tiền lương của anh chia đôi, mỗi bà một nửa. Sau khi thân nhau, anh thổ lộ: "Nghe qua bản án tòa xử, không ai hình dung được những " khổ sở" của mình khi thực hiện. Làm sao cơ thể con người khỏi bị "phong vũ bất kỳ", suốt cả tuần ở với bà cả, đến chiều thứ Bảy mới về với bà hai thì bị cảm sốt, nhức đầu. Chẳng lẽ người ta chờ đợi suốt cả tuần mà mình không cố gắng 'hoàn thành nhiệm vụ" trước khi lại ra đi!'" Do một suất lương chia cho hai bà vợ nên lúc nào anh cũng túng thiếu. Cả cơ quan đều quen với tình cảnh ông phó tổng biên tập chìa tay với các đồng nghiệp nghiện thuốc lá: "Mày cho tao xin một điếu"! Tôi không hút thuốc nên không có cơ hội giúp anh.

Ngày đầu bàn việc với tôi, anh Đa bảo: "Mình đọc truyện ngắn anh viết rồi, nhưng về đây là để viết báo, viết những chuyện có thật trong đời sống công nhân. Tờ báo này là cơ quan ngôn luận của tổ chức công đoàn. Do đó, anh phải viết theo quan điểm của công đoàn. Công đoàn chịu sự lãnh đạo tuyệt đối của Đảng, do đó phải viết dưới ánh sáng các nghị quyết của Đảng. Tháng này cậu cứ ngồi đọc báo Lao Động, học từ bài viết của các đồng nghiệp đi trước, rồi đọc các tờ báo Nhân Dân, Quân đội Nhân dân, Tiền Phong, Phụ Nữ để học hỏi cách viết nhằm mục đích phục vụ đối tượng của mỗi tờ báo." Sau đó, anh đưa cho tôi tập sách có những bài viết của Lê–nin, Hồ Chí Minh nói về nhiệm vụ của báo chí cách mạng. Thật ra từ năm 1952, khi cộng tác với báo Nhân Dân Miền Nam của ông Trần Bạch Đằng tôi đã thấm nhuần tư tưởng "viết những gì kháng chiến cần, cách mạng cần." Trên miền Bắc giải phóng, lĩnh vực nào cũng đặt "dưới ánh sáng các Nghị quyết của Đảng", lúc nào cũng có các vị tuyên huấn ở các cấp soi thứ ánh sáng đó vào từng câu từng chữ, làm bật ra nhiều chuyện cứ như đùa. Đời làm báo cách mạng của tôi cũng trải không ít bầm dập, nhưng xin kể vài chuyện nghe được của đồng nghiệp cùng thời đó.

Trong cuốn "Hồi ký của các nhà báo cao tuổi" tại thành phố Hồ Chí Minh xuất bản, nhà báo Nhật Tỉnh kể: Năm 1955 anh về làm phóng viên Ban thời sự Đài Tiếng nói Việt Nam, do ông Nguyễn Văn Nhất làm trưởng ban và được giao đi viết một bài nói về "Nông thôn sau cải cách ruộng đất". Cố nhiên, anh Nhật Tỉnh đã phải học Nghị quyết 9 năm 1954 của Bộ chính trị: "một mặt hết sức thỏa mãn yêu cầu về kinh tế và chính trị của nông dân để phát động nông dân và tranh thủ sự ủng hộ của nông dân. Mặt khác lại cần hết sức mở rộng mặt trận chống phong kiến và mặt trận dân tộc thống nhất, đoàn kết mọi lực lượng có thể đoàn kết, trung lập mọi lực lượng có thể trung lập được, để tranh thủ đa số, cô lập thiểu số, củng cố hòa bình, thực hiện thống nhất". Anh Nhật Tỉnh viết: *"Tôi miêu tả cảnh quan tươi đẹp của làng quê vừa được giải phóng, niềm phấn khởi của người cày có ruộng, hăng hái làm thủy lợi 'nghiêng đồng đổ nước ra sông'. Tiếp đó, tôi nêu một chi tiết, ở cuối cánh đồng, trên một thẻo đất khô cằn, có một người đang cuốc đất. Nhìn cái lưng lòng khòng, bắp chân trăng trắng của anh ta, ai cũng biết anh ta không phải là nông dân thực thụ. Hỏi ra mới biết, anh ta là sinh viên trường thuốc, con địa chủ K., nay không có điều kiện học nữa, đã trở về làm ruộng. Tôi nhớ câu nói của anh Mai Hồ một đàn anh khi tôi vào nghề báo 'mỗi người một đường đi, mỗi người một số phận', tôi viết tiếp, từ một sinh viên trường thuốc, nay tập làm nông dân, có lẽ anh đang tìm một đường đi".*

Ông Nguyễn văn Nhất gọi tôi lên phòng làm việc nghiêm mặt hỏi:

– Tại sao cậu đưa chi tiết con địa chủ vào bài?

– *Tôi nghĩ viết về nông thôn sau cải cách ruộng đất không chỉ viết về nông dân mà cần nêu cả đối tượng đấu tranh của nông dân nữa thì bức tranh mới chân thực, mới toàn cảnh.*

– Toàn cảnh cái gì? Từ một sinh viên trường thuốc nay phải bỏ học đi cuốc đất. Cậu viết nhằm ẩn ý gì đây?

– *Thưa thủ trưởng, tôi nào có ẩn ý gì đâu! Đó chỉ là sự thật!*

– Sự thật à? Đâu phải sự thật nào cũng đưa lên. Cậu hiểu chưa?

Im lặng. Nặng nề. Rồi ông hạ giọng:

– Nếu cậu bỏ chi tiết này thì tôi cho phát. Bằng không thì...

– Tùy thủ trưởng. Tôi đâu phải là người quyết định.

... Tôi thuật lại cuộc đối thoại giữa ông Nhất và tôi. Anh Mai Hồ nghe, mặt buồn thiu, trầm ngâm một lát rồi lí nhí:

Đời chú mày rồi lận đận!

Cũng trong "Hồi ký các nhà báo cao tuổi", tập 5, trang 10, nhà báo Sĩ Ẩn nguyên phóng viên báo Tiền Phong kể việc được giao viết bài về kỳ họp thứ 6 Quốc hội khóa 3 bàn về tình hình cách mạng miền Nam và công cuộc đấu tranh thống nhất đất nước. Phiên họp này thực hiện Nghị quyết 15 của Đảng: "Đảng ta đang đứng trước những nhiệm vụ cách mạng rất nặng nề nhưng rất vẻ vang: Tiến hành cách mạng xã hội chủ nghĩa ở miền Bắc, đồng thời đẩy mạnh cách mạng dân tộc dân chủ nhân dân ở miền Nam, thực hiện thống nhất nước nhà trên cơ sở độc lập và dân chủ, tạo điều kiện cho cả nước tiến lên chủ nghĩa xã hội".

Nhà báo Sĩ Ẩn kể, sau ngày họp đầu tiên Chủ tịch Quốc hội Trường Chinh trực tiếp họp báo, căn dặn: "Riêng bản báo cáo của Ban Thống nhất Trung ương tôi muốn chữa vài chữ, đề nghị các báo chưa đăng vội". Khi nghe Sĩ Ẩn báo cáo như vậy ông Lê Xuân Đồng Tổng biên tập báo Tiền Phong băn khoăn: "Báo ta hai ngày ra một số, nếu chờ thì lỡ mất". Ông Thanh Dương phó tổng biên tập đề nghị: "Chúng ta cứ lên khuôn, giao cho Sĩ Ẩn bám sát hễ đồng chí Trường Chinh sửa chữ nào thì ta lập tức sửa chữ đó". Ai cũng thấy đó là ý kiến hay. Nhưng ngay sau đó Sĩ Ẩn được tin của cô bạn gái đồng nghiệp: "Đúng 23 giờ đón em từ Yên Bái về đến ga Hàng Cỏ." Sĩ Ẩn kể: *"Lửa lòng bốc cháy, tôi quên hết mọi chuyện. Tôi phóng xe ra ga lúc chưa tới 21 giờ. Hết ngồi lại* đứng, đi tới, đi lui cho đến lúc tàu về. Ôi vui quá. Tôi chở cô bạn về chợ Hàng Da, ngồi dưới chân cột đèn ăn bánh khúc nóng. Lại ra ga Hàng Cỏ để có ghế ngồi như khách chờ tàu. Trời sáng lúc nào không hay. Tôi chở cô bạn về trụ sở Hội Nhà báo, rồi trở về cơ quan. Chưa tới giờ làm việc, chúng tôi tụ tập tại phòng khách, chơi tú lơ khơ. Bỗng cửa mở, Vụ trưởng Vụ báo chí Trần Minh Tước xuất hiện và dằn giọng: "A, Sĩ Ẩn, gan thật. Còn ngồi đây chơi bài! Tìm tổng biên tập, rồi cả cậu nữa đi ngay theo tôi, anh Trường Chinh đang chờ".

... Ngồi cạnh ông Trường Chinh là Tố Hữu, Nguyễn văn Vịnh, chủ nhiệm Ủy ban Thống nhất và hai ba vị nữa. Ông Trường Chinh nghiêm giọng:

– Chiều hôm qua đồng chí nào dự họp báo?

Tôi đứng dậy, cố bình tĩnh nhưng giọng nói vẫn rung rung:

– Dạ, tôi ạ!

– Đồng chí có nghe tôi dặn điều gì không?

Tôi cố lấy bình tĩnh và tỏ ra biết lỗi:

– Dạ có ạ!

– Có, nhưng sao lại làm trái?

Tổng biên tập Lê Xuân Đồng đỡ lời tôi:

– Báo cáo đồng chí Chủ tịch Quốc hội...

Ông Trường Chinh ngắt lời:

– Tôi chưa hỏi đồng chí.

Mọi người im lặng. Căn phòng như thiếu không khí. Tôi cố hít thật sâu, trống ngực đập thình thình. Đồng chí Trường Chinh đẩy *tờ báo Tiền Phong về phía tôi với cụm từ ngắn gọn:*

– Đồng chí xem đi.

Tôi đỡ lấy tờ báo, len lén nhìn vào đôi mắt sáng mà rất nghiêm của đồng chí, tôi chăm chú nhìn vào dòng chữ được gạch dưới bằng bút chì đỏ: "Với tinh thần yêu nước và lòng dũng cảm, quân và dân miền Nam đã đánh cho Mỹ ngụy thất điên bát đảo". Đồng chí Tố Hữu đẩy bản báo cáo về phía tôi, bốn chữ "thất điên bát đảo" đã được đồng chí Trường Chinh gạch bỏ, thay bằng hai chữ "tế dạt" chữ đỏ. Đồng chí Tố Hữu nói rõ: "Tuy chỉ hai chữ nhưng đây là ý đồ chiến lược của Đảng ta đối với cách mạng miền Nam lúc này, cần phải quán triệt". Tôi chỉ bị cảnh cáo và xóa tên khỏi danh sách "cảm tình Đảng". Tôi mừng quá". Bị cảnh cáo và xóa tên trong danh sách cảm tình Đảng mà "mừng quá", bởi vì Sĩ Ẩn từng biết nhiều người cầm bút sơ sểnh đã phải đi trại cải tạo hoặc vào nhà đá!

Ngày nay đọc hồi ký của các nhà báo cùng thời với mình, tôi không khỏi ngạc nhiên tự nghĩ, tại sao hồi đó chúng tôi có thể vui vẻ, thậm chí còn tự hào vì "được" lãnh tụ mắng.

CHỦ TỊCH ĐẢNG TRUNG CHÍNH VIỆT NAM.

Trong số anh em cùng vào báo Lao Động tháng Một năm 1960 với tôi, có anh Phạm Duy Từ học sinh trung học ở Khánh Hòa tập kết ra Bắc theo diện con em cán bộ (có anh là trung đoàn trưởng bộ đội Liên khu 5). Duy Từ được học Đại học ở Bắc Kinh, rồi tu nghiệp ở Liên Xô, về nước làm phiên dịch cho chuyên gia Trung Quốc ở công trường xây dựng Nhà máy phân đạm Bắc Giang. Anh viết bài về công trường này gửi cho báo Lao Động, được lãnh đạo của báo công nhận là cộng tác viên đắc lực suốt nhiều năm. Anh không chỉ viết bài rất hay mà còn vẽ biếm họa được bạn đọc yêu thích và thường góp ý đổi mới cách trình bày trang báo. Ở thời quan hệ Việt – Trung như môi với răng, thì một người thạo ngôn ngữ của Mao Chủ tịch và cả Lenin là vô cùng sáng giá. Được một người như vậy về tòa báo, ban biên tập rất mừng, bố trí anh vào Ban thư ký tòa soạn làm việc bên cạnh ông Ngô Tùng phó Tổng biên tập kiêm trưởng ban thư ký tòa soạn. Nơi ở của anh Từ cũng được sắp xếp ưu tiên. Chúng tôi bốn người ở cùng trong một phòng tập thể 20 mét vuông. Duy Từ được ở riêng một phòng 10 mét vuông. Người ta giải thích sự ưu tiên đó là do đã không câu nệ về bậc lương mà chiếu cố một người ham học hỏi đã có số sách chiếm gần một nửa gian phòng.

Duy Từ làm việc khoảng một tuần thì xảy ra sự cố "chính trị" làm náo động cả tòa báo. Anh đưa lên cái "tít" (titre) của một bản tin "vơ đét" (vedette) ở giữa trang nhất: Hồ Chí Minh nói "Đảng viên, cán bộ là công bộc của dân." Hồi này báo chí miền Bắc chưa bao giờ đưa tên các vị trong Bộ chính trị mà không kèm chức vụ, huống hồ lại là Hồ Chí Minh, làm sao dám gọi gọn lỏn, vô cùng thất lễ đối với vị "cha già dân tộc"! Người liên lạc đã mang bài, maquette các trang báo đi nhà in thì bất chợt ông Ngô Tùng nhớ chuyện gì đó đã gọi lại, xem. Sau này không biết bao nhiêu lần ông xuýt xoa "May quá! Mình linh cảm có chuyện gì"! Sự việc đã bị quy kết thành quan điểm lập trường, hơn nữa còn nghi vấn "chỉ là ấu trĩ hay có ý đồ gì"? Ban biên tập quyết định đưa Duy Từ đi giáo dục cải tạo qua lao động tập thể ở một công trường xã hội chủ nghĩa. Hai hôm sau đại diện cơ quan đưa anh đến Công trường thủy lợi Bắc Hưng Hải (tên ba tỉnh Bắc Ninh, Hưng Yên, Hải Dương) lớn nhất miền Bắc. Hằng tuần tòa soạn báo và công trường thông báo trao đổi thông tin về người lao động cải tạo Phạm Duy Từ. Qua mấy tháng lao động ở công trường, Duy Từ có sáng kiến cải tiến cách chuyển đất từ nơi đào đến bờ đê nhanh hơn. Tin tốt lành đó được ban biên tập phổ biến trước cơ quan trong cuộc họp hằng tuần. Mọi người đều mừng cho anh và hi vọng cứ theo đà này chẳng bao lâu nữa Duy Từ sẽ được trở về, còn nếu tiếp tục ở đó thì anh sẽ trở thành anh hùng lao động! Nhưng khoảng hai tháng sau lại xảy ra một chuyện "động trời": Phạm Duy Từ bị bắt vì âm mưu tổ chức một đảng phản động! Cơ quan công an cho biết Phạm Duy Từ viết bản Tuyên ngôn thành lập Đảng Trung Chính Việt Nam. Tuyên ngôn cho rằng cuối thập kỷ 50 thế giới đã có bước chuyển mới, nền công nghiệp gồm những nhà máy được giai cấp công nhân áo xanh lao động sản xuất đã được thay thế bởi những dây chuyền máy tự động, điều khiển bằng máy tính, những nhân viên áo trắng thay cho công nhân áo xanh. Cuộc đấu tranh suốt ba thế kỷ của các quốc gia công nghiệp hóa là phân phối của cải. Ngày nay với nền kinh tế tri thức, các nước giàu đấu tranh trong cuộc phân phối tri thức và chiếm lĩnh tri thức. Tri thức quyết định quyền lực trên quy mô toàn thế giới. Sau chiến tranh thế giới lần thứ 2, thế giới chia hai phe: tư bản chủ nghĩa và xã hội chủ nghĩa. Ngày nay với kinh tế tri thức, thế giới chia ra: những nước nhanh và những nước chậm. Nhanh là do nắm được tri thức và thông tin để rút ngắn thời gian. Nước Việt Nam chúng ta do Đảng

Lao Động Việt Nam, đảng của giai cấp công nhân lãnh đạo ngày nay không còn phù hợp với thời đại. Để đất nước tiến lên ngang tầm thời đại phải có một Đảng mới do trí thức lãnh đạo.

Ngày Chủ nhật, Duy Từ từ công trường Bắc Hưng Hải mang bản thảo Tuyên ngôn của Đảng Trung Chính Việt Nam về Hà Nội đến một cửa hàng đánh máy thuê ở Phố Hàng Hành, đóng tiền cọc, thuê đánh máy ra 20 bản, lấy hóa đơn có ghi ngày hẹn làm xong là Chủ nhật tuần sau. Đúng hẹn, Duy Từ đến trả tiền, nhận 20 bản Tuyên ngôn, khi anh vừa bước ra Hàng Hành thì gặp ngay xe cảnh sát, họ tra tay anh vào còng số tám đưa về trại giam.

Chị Phan Dung trưởng ban Tổ chức của báo Lao Động đã thay mặt Ban Biên tập đến làm việc với lãnh đạo Sở công an Hà Nội trình bày nhận định về hành động của Phạm Duy Từ: Do được đi học, đi công tác nước ngoài và biết nhiều ngoại ngữ, hay nghe đài địch, đọc sách phương tây, nên nhiễm quan điểm tự do tư sản. Việc anh ta viết Tuyên ngôn thành lập đảng, rồi đem tới thuê đánh máy ở một cửa hàng không hề quen biết, chứng tỏ anh ta rất hồn nhiên không hề nghĩ làm như thế là phạm tội. Chị Phan Dung đề nghị chỉ nên cảnh cáo răn đe rồi thả, cho anh về công trường, tiếp tục lao động để cải tạo tư tưởng. Chị Phan Dung có người em là phó giám đốc Công an Hà Nội cho nên việc trao đổi ý kiến vừa là đại diện cơ quan, nhưng cũng vừa là giữa những người trong gia đình. Phía công an đồng ý với nhận định của chị, hứa sẽ làm các thủ tục cần thiết để trả tự do cho Duy Từ trong thời gian sớm nhất. Tuy nhiên ngay mấy hôm sau,

Công an Hà Nội mời chị Phan Dung tới để cho biết đã có kết luận mới. Chuyện là thế này: Duy Từ chất vấn trại giam hết sức gay gắt: "Tôi là tù chính trị của nước Việt Nam Dân Chủ Cộng Hòa. Đúng không? Vậy mà các anh giam tôi trong một xà lim chật hẹp, bẩn thỉu, bắt nằm trên sàn xi măng. Theo tôi được biết, chế độ Sa Hoàng đã cho người tù chính trị Lênin ở trong một gian phòng có bàn làm việc, có sách nghiên cứu. Chẳng lẽ chế độ Dân chủ Cộng hòa của các ông lại quá tệ so với chế độ Sa Hoàng?"

Duy Từ bị đưa đi cải tạo bằng hình thức giam giữ vô thời hạn ở trại Hà Giang nơi có những tù nhân được gọi là "nguy hiểm đối với chế độ" như Nguyễn Hữu Đang, Thụy An... Trại tù Hà Giang khắc nghiệt gấp nhiều lần so với các trại cải tạo trong Truyện kể năm 2000 của nhà văn Bùi Ngọc Tấn.

Đến thập niên 80 thế kỷ 20, nhờ chủ trương mở cửa, tôi mới được đọc Alvin Toffler, nhà dự báo tương lai người Mỹ do không biết gì, chỉ làm theo Đảng lãnh đạo, tôi trở thành tổng biên tập, Duy Từ biết sớm quá, phải đi tù!

Sau 30–4–1975 Duy Từ mới được ra tù. Anh đến thăm tôi ở Sài Gòn khi tôi làm tổng biên tập báo Lao Động Mới của Liên hiệp công đoàn giải phóng miền Nam. Anh kể những khổ ải trong tù, chuyện nhà văn Thụy An kêu oan không thấu vì bị kết án làm gián điệp cho Pháp, quá căm phẫn bà cầm kim tự đâm mù mắt mình. Dù bị tù 15 năm, anh vẫn còn giữ tính trào lộng y như ngày xưa. Dạo đó các báo đang tuyên truyền về kế hoạch hóa gia đình, hạn chế sinh đẻ. Duy Từ bảo tôi: "Đảng của tụi mày chủ trương cái vụ này e lợi bất cập hại! Bởi vì chỉ bọn trí thức nghiêm chỉnh thực hiện hạn chế sinh đẻ, còn dân ngu khu đen thì "trời sanh voi sanh cỏ"! Cuối cùng chủ trương này sẽ tiêu diệt những cái gien thông minh của dân tộc và phát triển loại gien ngu ngốc! Vài chục năm nữa dân tộc này dưới sự lãnh đạo sáng suốt của Đảng chúng mày, sẽ trở thành một dân tộc đần độn nhất thế giới"! Tôi hỏi anh sắp tới định làm gì để sống. Anh cười đáp: "Nếu tao bảo muốn được mày nhận vô làm báo thì tao quá ác. Bởi vì như vậy là đẩy mày vào chân tường, buộc phải thú nhận là một thằng hèn không dám nhận bạn vô làm việc. Đúng không? Cho nên tao sẽ mở lớp dạy vẽ và mở tiệm cà phê." Sau đó ít lâu, anh báo tin đã tìm được nơi cư trú ở đường Trần Bình Trọng quận 5, mở cửa hàng cà phê và một lớp dạy vẽ. Anh còn viết phê bình hội họa và giới thiệu các họa sĩ mà anh yêu thích.

CON ĐƯỜNG DẪN TỚI GHẾ TỔNG BIÊN TẬP.

Những năm làm phóng viên báo Lao Động tôi viết nhiều phóng sự tốn rất nhiều thời gian và nguy hiểm tính mạng như loạt bài "Lũy thép trên sông" viết về Cầu Hàm Rồng. Khi tôi đứng trên cầu hỏi chuyện mấy anh thợ hàn thành cầu thì máy bay Mỹ xoẹt qua ném một loạt bom. May cho tôi, bom không trúng cầu mà nổ dưới lòng sông. Vậy mà loạt bài này chỉ được nhận xét là tốt, nhưng không được giải thưởng. Bài báo được ban chấm giải báo chí quốc gia lần đầu tiên của miền Bắc trao giải nhì, tôi bỏ ra rất ít công sức.

Trong một lần được giao viết về anh Nguyễn Văn Mộc chiến sĩ thi đua ở Xưởng săm lốp ô tô Hà Nội, tôi đã đến thăm gia đình anh, rất cảm cảnh khi biết vợ anh bị mù.

Trong bài viết lần đó, chuyện người vợ mù chỉ là để làm nổi bật thêm cái khó khăn mà người chiến sĩ thi đua Nguyễn Văn Mộc phải vượt qua. Ngày 29-4-1961 tòa soạn lên trang báo kỷ niệm ngày Quốc Tế Lao Động. Ở các nước trong phe xã hội chủ nghĩa đều coi ngày 1 tháng 5 là một trong những ngày lễ quan trọng, bởi là dịp biểu dương và khẳng định vai trò của giai cấp công nhân lãnh đạo cách mạng. Báo Lao Động phải nỗ lực sao cho xứng tầm là tiếng nói của giai cấp công nhân. Phó tổng biên tập Ngô Tùng phát hiện: Thiếu một bài viết ca ngợi sự đổi đời của giai cấp công nhân sau khi giải phóng miền Bắc. Trưởng ban tuyên truyền đời sống công nhân Trần Bá Đa bị 'gõ' vì thiếu sót này. Ông hốt hoảng gọi tôi: "Cậu cấp tốc giải nguy được không"? Tôi ngồi vào bàn, hoàn thành bài "Tôi thấy rất rõ" chỉ trong vòng một giờ.

TÔI THẤY RẤT RÕ.

Tôi không mời bạn đến thăm công những khu nhà 3 tầng lộng lẫy của anh em nhân Hồng Quảng trước cảnh Hạ Long kỳ ảo. Tôi cũng không mời các bạn đến thăm những dãy nhà ăn phúc lợi thênh thang của Nhà máy dệt Nam Định mỗi ngày một đổi mới.

Các bạn đã đi nhiều trên khắp nẻo đường kiến thiết;các bạn đã thấy biết bao cảnh đẹp đẽ trên mình Tổ quốc đổi thịt thay da. Những chuyện phong phú ấy chúng ta có thể cho nhau nghe đêm này sang đêm khác cũng không sao hết được.

Có một người không được may mắn như chúng ta, chị bị mù lòa và 6 năm trời nay vẫn quanh quẩn trong gian nhà trên gác 2, số 110 phố Khâm Thiên. Đó là vợ chồng chị Mộc,công nhân Xưởng xăm lốp ô tô Hà Nội. Chị làm sao thấy được những điều chúng ta đã thấy. Thế mà chị một mực không bằng lòng nếu có ai bảo rằng chị không còn thấy được gì. Nếu ai là người thân thiết với chị và hỏi chị " Có thấy cuộc đời thay đổi gì không" thì chị mừng rỡ,mồm lắp đi lắp lại câu: "Thấy chứ! Tôi thấy tất cả". Thế là chị bắt đầu kể lể say sưa. Chị kể mãi không bao giờ hết những điều chị đã "thấy" trong 6 năm nay trong căn nhà nhỏ.Giọng chị tha thiết sôi nổi và vào đầu bao giờ cũng có đoạn lướt qua cả chuỗi ngày xưa.

... "1945, đã qua thời kỳ ăn cháo loãng làm không công để học việc, thế mà chúng tôi yêu nhau cũng phải dành dụm 4 năm liền mới có tiền làm lễ cưới! Cưới nhau rồi phải tìm nơi ở trọ năm bảy gia đình dồn chung một xó. Nhà tôi làm nhà máy đá xi măng. Máy tự nhiên hỏng Thằng cai buộc tội nhà tôi phá máy, đánh đập tàn nhẫn,rồi sa thải. Từ đó hai vợ chồng đi lang thang kiếm ăn, khi làm bồi bàn, bồi bếp, khổ nhục gian nan kể sao cho xiết. Mãi đến năm 1951 vợ chồng tôi mới đùm đậu xin trọ ở cái xó hẹp tầng dưới nhà này. Bấy giờ nhà tôi xin làm thợ cơ khí ở Hàng Bún, còn tôi thì mua gánh bán bưng. Gian nhà tôi ở hiện nay và cả tầng dưới, lúc ấy là nơi chứa cô đầu, đêm ngày khách chơi tấp nập. Tôi đã từng chứng kiến biết bao cảnh sa ngã đau lòng... "

Sắp kể sang phần mới chị hay dừng lại giây lâu, có lẽ để lắng đi nỗi buồn xưa cũ và chuẩn bị khơi dậy niềm vui mới,như nhạc sĩ sắp chuyển giai điệu vậy.

"... Hòa bình lập lại. Chị em cô đầu được tập trung đi học tập,rồi được giao cho việc làm. Vợ chồng tôi được chuyển lên ở gian nhà rộng rãi này. Từ đó,tôi không còn rức óc vì những tiếng đàn não nuột ê chề và tiếng khóc đứt ruột giữa canh khuya nữa. Một đêm, tôi nghe nhà tôi học đánh vần. Vài hôm sau nhà tôi sắm *sách vở cho các con chúng tôi đi học bình dân.*

Nghe tiếng ngòi bút soàn soạt tôi hình dung thấy bàn tay nửa đời cầm búa chai cứng của nhà tôi đang vụng về đưa quản bút trên trang giấy trắng. Tự nhiên nước mắt tôi ứa ra. Tôi khóc vì sung sướng quá.

Dạo đó, gia đình đang túng thì nhà tôi mang về hai bộ quần áo và hai tạ gạo. Anh nói quần áo của anh em trong tổ công đoàn cho, gạo của Chính phủ cứu tế. Tôi lấy làm lạ. Anh em cùng làm trong tổ bây giờ thật là thấu hiểu hoàn cảnh gia đình của nhau và tận tình lo lắng giúp đỡ. Còn việc làm thì đã có lương rồi mà mình cũng chưa đến nỗi đói, thế mà Chính phủ đã cứu tế. Mùa đông năm 1957, tôi lại được công đoàn giúp cho 20 đồng để chống rét cho các cháu. Lần đầu tiên tôi sờ lên mình chồng mình con, thấy có áo bông. Nắn cổ tay con tròn lẵn, tôi biết khuôn mặt chúng nó hồng hào.

Nhà tôi được bình chiến sĩ thi đua và được bằng khen. Điều đó cũng làm cho tôi thấy lạ. So với nỗi tủi nhục ngày xưa thì việc làm của nhà tôi bây giờ có cực nhọc là bao! Thế mà lại bình bầu khen thưởng!

Nhưng nhà tôi giải thích rằng:" Sở dĩ được như thế là vì công nhân mình bây giờ là chủ đất nước ".

Thỉnh thoảng chị em cô đầu ngày trước, giờ đi làm ở nông trường, công trường về thăm chúng tôi. Các cô ấy vui quá! Họ kể cho tôi nghe bao nhiêu là chuyện: Nào là đường sắt đã nối liền Thái Nguyên – Hà Nội; nào là các nông trường đều có nhà giữ trẻ... Các cô ấy tỏ ý tiếc cho tôi không được đi được thấy. Nhưng các cô ấy có biết đâu rằng, từ trong gian nhà nhỏ này, tôi cũng đã nhìn thấy được biết bao nhiêu điều đổi mới của cuộc đời. Đêm xưa nghe tiếng nấc, tôi biết các cô đang chau mày đau khổ. Sáng nay nghe các cô cười ríu rít, tôi biết đời đã vui lắm.

Tôi thấy gian nhà của tôi ngày một chật, vì ở đầu giường có thêm cái tủ, phía ngoài dựng chiếc xe đạp. Tôi thấy tất cả sự thay đổi ấy. Một sáng tháng 5, tôi nghe nhà tôi cưa ván đóng khung lồng ảnh Bác. Tôi biết tất cả sự thay đổi này là nhờ ơn Bác".

Chị Mộc ngẩng mặt nhìn đúng bức ảnh Bác treo giữa tường nhà. Điều đó làm cho tôi tin rằng, thực quả là chị thấy tất cả! Chị không phải nhìn màu sắc bằng đôi mắt mà đón cuộc sống tưng bừng ngoài kia tràn vào khung cửa bằng cả trái tim".

Giải báo chí quốc gia lần thứ nhất: Giải nhất bài "Ba lần đuổi kịp trung nông" của Hà Đăng (sau này là tổng biên tập báo Nhân Dân, rồi Trưởng Ban Tuyên huấn Trung ương) viết về Hợp tác xã Đại Phong, Quảng Bình lá cờ đầu của phong trào hợp tác hóa nông nghiệp miền Bắc. Hai giải nhì: "Bài Thợ hàn lò cao" của Chính Yên báo Nhân Dân, viết về phong trào luyện tay nghề, đi vào khoa học kỹ thuật ở Khu Gang thép Thái Nguyên (Chính Yên và Trần Đĩnh bị quy có tư tưởng xét lại, chống Đảng) và bài "Tôi thấy rất rõ" của tôi. Báo Lao Động còn có bài "11 cô gái kiện tướng" của phó tổng biên tập Hoàng Trọng Đình được giải 4 (có bốn giải 4).

Tôi đưa nguyên văn bài "Tôi thấy rất rõ" vì nó là loại bài khá tiêu biểu cho cách viết đáp ứng yêu cầu công tác tuyên truyền của Tuyên huấn Đảng cộng sản là ca ngợi chế độ xã hội chủ nghĩa. Do đó cho nó được chọn đưa vào giáo trình của Khoa Báo chí thuộc Trường tuyên huấn Trung ương Đảng.

Ở miền Bắc thời đó, cán bộ nhân viên phải từ ba đến năm năm mới được nâng lên một bậc lương. Năm 1960, tôi là phóng viên bậc một, nhưng nhờ viết được bài báo đoạt giải nhì và nhiều bài đáp ứng yêu cầu tuyên huấn nên đã chứng tỏ tôi có năng lực, ngày nay gọi đó là năng lực làm bồi bút cũng không sai, cho nên tôi được lên bậc lương hằng năm, chậm lắm là hai năm. Đến năm 1975, tôi đã lên bậc chuyên viên 2, đủ tiêu chuẩn để được cử vào miền Nam làm tổng biên tập tờ báo Lao Động Mới.

CON TRĂN THẦN.

Trong mục "Hoa nở khắp nơi" trên báo Lao Động giữa năm 1963, thông tín viên Tất Biểu ở Nhà máy bơm Hải Dương đưa tin: Anh Lê văn Hạng công nhân nhà máy bơm Hải Dương, trong khi đi nghỉ phép đến miền Tây Nghệ An đã bắn hạ một con trăn lớn chưa từng thấy. Tin này được nhiều bạn đọc gửi thư hỏi thêm chi tiết. Tòa soạn liền cử anh Trần Thanh Bình phóng viên thường trú vùng này tới gặp Lê văn Hạng. Nghe anh này thuật lại câu chuyện quá hấp dẫn, anh Bình gợi ý anh Tất Biểu viết lại từ mẩu tin ngắn thành một bài ký sự dài đăng nguyên một trang báo. Anh Tất Biểu viết bài có tựa đề 'Con trăn thần". Bài viết kể: Trước khi anh Hạng tới đây, nhân dân vô cùng hoảng sợ, bởi con trăn đã bắt đi 2 con bò, hai cháu bé. Khi anh Hạng tìm gặp được nó, con trăn vùng dậy, cất đầu lên cao quá các ngọn cây cổ thụ, mồm phun phì phì, nước bọt tuôn xuống như mưa. Anh Hạng phải luồn lách lựa thế để nả đạn đúng vào mồm con trăn liên tục 16 phát, nó mới ngả vật ra làm gãy bao nhiêu cây cối. Dân làng được tin đưa hai con trâu cổ tới giúp anh Hạng kéo con trăn về làng. Người ta đo con trăn dài gần 30 m, thân nó to bằng cái vành bánh xe đạp. Họa sĩ Minh Tần minh họa trông giống như cảnh Thạch Sanh chém chằn tinh.

Số báo đăng bài này gây tiếng vang lớn trong và ngoài nước. Nhân dân Nhật báo Bắc Kinh dịch bài đổi tựa đề là "Dũng sĩ diệt mãng xà vương" kèm theo bức tranh minh họa cho câu chuyện thần kỳ. Nhà thơ Tố Hữu, Trưởng ban Tuyên huấn Trung ương Đảng nói với hội nghị Tuyên huấn, Báo chí về niềm tự hào dân tộc đã có một công nhân bình thường nhưng hành động phi thường, là " Thạch Sanh thời đại", "Thạch Sanh cộng sản". Hồ Chủ tịch mau chóng tặng thưởng cho Lê Văn Hạng "Huy hiệu Bác Hồ". Ban thi đua khen thưởng Trung ương làm thủ tục xét thưởng huân chương lao động hạng nhất...

Giữa lúc cả nước đang náo nức vui mừng thì bỗng có một tin chấn động: Các nhà khoa học Ba Lan cho rằng "Con trăn khổng lồ xuất hiện ở Việt Nam là có thật thì nó đánh đổ các học thuyết về cổ sinh vật học đang được giảng dạy hằng trăm năm nay. Họ đề nghị Nhà nước Ba Lan mua bộ xương này với giá tương đương một nhà máy lớn. Trước mắt, họ xin Nhà nước Việt Nam cho họ được tới khảo sát bộ xương con trăn thần và khu rừng nơi anh Hạng tìm thấy con trăn và bắn chết nó. Họ phán đoán, khu rừng này phải là rừng nguyên sinh và rất có thể ở đó còn có nhiều động vật khổng lồ của thời tiền sử!

Tin này như một tiếng sét làm tỉnh cơn mê. Hồ Chủ tịch

chỉ thị phải nhanh chóng xác minh sự thật. BanTuyên huấn Trung ương yêu cầu: "Báo Lao Động trong thời gian sớm nhất phải có báo cáo chính xác". Ban biên tập báo Lao Động cho xe xuống Nhà máy bơm Hải Dương xin giám đốc cho rước Lê văn Hạng về Hà Nội để tham gia đoàn điều tra do Trưởng ban văn hóa báo Lao Động, nhà thơ Nguyễn Anh Tài làm trưởng đoàn. Đúng lúc đoàn chuẩn bị lên đường thì trời đổ mưa như trút nước suốt cả tuần. Quốc lộ 1A bị nước ngập không lưu thông được. Anh Lê văn Hạng được bố trí ở cùng căn phòng tập thể với chúng tôi. Anh không chịu nằm giường trong phòng mà mắc võng ở cây gạo và cây cơm nguội ngoài sân. Anh nói, mình quen cách ngủ của người rừng! Anh kể, vì không được đi tập kết, bị bọn lính ở địa phương Quảng Trị o ép quá, anh lấy cắp của chúng khẩu súng, cho quần áo và chiếc võng vào bọc, rồi luồn rừng, lướt bụi, vượt giới tuyến ra miền Bắc.

Chuyến đi Nghệ An phải hoãn vì quốc lộ bị ngập. Không khí cơ quan báo Lao Động rất nặng nề. Giữa lúc đó, một cộng tác viên là kỹ sư nông nghiệp của Bộ Nông trường, nhân đến tòa báo gửi bài cộng tác đã vui chuyện kể rằng chính anh ta đã được chứng kiến lúc anh Hạng đưa con trăn thần về nông trường. Anh nói, rất tiếc là bài báo của Tất Biểu viết không kể được những chi tiết không thể nào quên như: Khi hai con trâu kéo con trăn về tới đoạn dốc hơi cao ở khúc quanh vào văn phòng nông trường thì, một con trâu bị đứt ruột, ngã khuỵu xuống. Từ văn phòng gần đó, năm sáu cô nhân viên hiếu kỳ chạy ra xem. Vừa nhìn thấy đầu con trăn khổng lồ há mồm thè lưỡi, các cô hốt hoảng nháo nhào ù té chạy, một cô yếu tim ngất xỉu. Anh kỹ sư đã làm cho Ban biên tập báo Lao Động như sắp chết đuối vớ được cọc. Anh Nguyễn Anh Tài đề nghị anh kỹ sư làm cố vấn cho đoàn báo Lao Động vào rừng Nghệ An thẩm tra vụ con trăn thần. Đang vui chuyện, hóm hỉnh bỗng anh ta lặng lẽ, trầm tư, nói rất lấy làm tiếc, vì công việc đang chồng chất, không thể sắp xếp để cùng đi với đoàn. Anh Nguyễn Anh Tài nói: "Đồng chí không phải lo, chúng tôi sẽ báo cáo vấn đề có tầm quan trọng của quốc gia, thì chắc chắn Bộ trưởng Bộ Nông trường sẽ sắp xếp người thay công việc cho đồng chí". Mặt chàng thư sinh trắng trẻo vụt tái xạm, anh ta khẩn khoản: "Bộ trưởng buộc lòng sẽ giúp các anh, nhưng còn bên trong, nội bộ, em biết em sẽ để lại nhiều, rất nhiều khó khăn cho Bộ... và em sẽ bị... bị coi là 'việc nhà thì nhác, việc chú bác thì siêng'. Em sẽ bị hỏng bét hết"!

Dù anh kỹ sư năn nỉ bầm cả lưỡi, anh Nguyễn Anh Tài và tập thể báo Lao Động cũng không thể để mất vị cứu tinh hi hữu này. Anh Tài quyết định đến gặp Bộ trưởng, khéo léo lựa lời để không gây hại gì cho anh kỹ sư nhút nhát. Tiếp anh Tài là ông Thứ trưởng kiêm Bí thư đảng ủy Bộ Nông trường. Nghe xong câu chuyện, ông rất hồ hởi nói, bộ chẳng những đáp ứng yêu cầu cử người tham gia đoàn của báo mà còn xin gợi ý thêm: "Chắc chắn tài chính của tờ báo eo hẹp hơn Bộ Nông trường, phương tiện xe cộ, xăng dầu cũng không bằng. Do đó Bộ Nông trường xin đài thọ xe ô tô, xăng dầu, và chịu mọi chi phí cho chuyến đi". Ông gọi điện thoại yêu cầu Vụ trưởng Vụ Kỹ thuật cho anh kỹ sư lên văn phòng Đảng ủy. Vừa bước vào phòng, nhìn thấy chúng tôi, anh kỹ sư đã thất sắc. Sau khi nghe ông thứ trưởng giao công việc, anh cố nói về công việc gấp gáp của mình. Nhưng ông thứ trưởng khoát tay nói "ngay chiều nay, đồng chí là người của đoàn thẩm tra vụ con trăn thần của báo Lao Động, mọi việc của đồng chí tôi sẽ bàn với đồng chí Vụ trưởng". Anh kỹ sư ngồi lặng mấy giây, rồi hai vai run lên, đầu gục xuống, vừa nức nở khóc, vừa nói không ra lời: " Tôi... tôi cứ tưởng mọi việc đúng như trong bài báo là... tôi theo đó rồi thêm thắt cho vui câu chuyện... Tôi xin lỗi... rất là là xin... lỗi... "

Chúng tôi cám ơn ông thứ trưởng tốt bụng, cáo từ ra về với tâm trạng ê chề. Không phải chỉ báo Lao Động mà các cơ quan lãnh đạo của Đảng, Nhà nước đều muốn câu chuyện "Thạch Sanh cộng sản" quên dần trong im lặng, bởi nó phơi bày sự dốt nát, háo danh và cẩu thả của cả hệ thống chính trị và khoa học của chế độ.

BÀI VIẾT THEO CHỈ THỊ CỦA THỦ TƯỚNG.

Sau giải phóng miền Bắc, sản xuất nông nghiệp có phát triển đôi chút, nhưng sau khi hoàn thành hợp tác hóa thì năng suất lúa sa sút dần. Đảng không ngừng khuyến khích phong trào nông dân "Mỗi người làm việc bằng hai, vì miền Nam ruột thịt" và "Tăng cường liên minh công nông, tích cực phục vụ nông nghiệp". Nhưng ở đâu cũng nghe câu ca dao mới *"Mỗi người làm việc bằng hai. Để cho chủ nhiệm mua đài sắm xe. Mỗi người làm việc bằng ba. Để cho chủ nhiệm xây nhà, xây sân"* nói lên nỗi bất bình trước nạn tham nhũng. Và câu tục ngữ mới: *"Ăn cơm trước kẻng"* là sự phản ứng của nông dân bỏ bê việc hợp tác xã để có thì giờ chăm chút mảnh đất 5% của riêng mình. Trong hội nghị tổng kết tình hình sản xuất nông nghiệp miền Bắc, Thủ tướng Phạm văn Đồng đọc lá thư của lá cờ đầu phong trào hợp tác xã nông nghiệp tỉnh Hà Tây tố cáo một đội xe thuộc Công ty vận tải hàng hóa Hà Nội, do không được "bồi dưỡng" đã từ chối chở phân vào tận kho. Dù hợp tác xã tha thiết yêu cầu, họ vẫn cứ đổ phân ngoài đường cách kho chứa phân hơn 200 mét. Giữa lúc thiếu nhân công mà hợp tác xã phải cắt ra hai trăm người chuyển phân vào kho! Đọc xong lá thư, ông thủ tướng gằn giọng từng lời đanh thép cho rằng, những việc như vậy không thể để tiếp tục xảy ra trong giai cấp công nhân, làm xấu đi quan hệ liên minh công nông. Cả hội trường phẫn nộ. Chột dạ nhất là những người lãnh đạo Tổng Liên đoàn Lao động Việt Nam vì tự thấy mình có trách nhiệm làm "trường học chủ nghĩa xã hội của giai cấp công nhân" mà đã để cho đoàn viên công nhân tha hóa đến như vậy! Kế đó là những người làm báo Lao Động, cơ quan ngôn luận "có trách nhiệm tuyên truyền, giáo dục, vận động và tổ chức phong trào hành động cách mạng của giai cấp công nhân", không kịp thời phê phán chuyện xấu xa tày đình như vậy!

Tôi, một phóng viên chuyên theo dõi đời sống công nhân, nhưng lại được giao đi điều tra vụ này. Tôi không tốn nhiều công sức điều tra, bởi sự thật đã bày ra trước mắt: Xe từ tỉnh lộ vào còn cách kho phân một quảng đồng thì dừng lại. Từ đây băng qua kho phân chỉ khoảng 200 mét, mùa này nắng nóng như thiêu, mặt đất khô nứt nẻ. Vậy tại sao các anh lái xe không chịu chạy xoẹt qua quảng đồng để đỡ tốn công sức của 200 nhân công giữa ngày mùa? Câu trả lời chỉ có thể là: Họ ngấm ngầm vòi vĩnh! Tại sao hợp tác xã không trả giá cho sự vòi vĩnh đó, nó rẻ hơn tốn phí 200 nhân công. Ông tân chủ nhiệm đã nói rồi: "Đạo đức xã hội chủ nghĩa không cho phép chúng tôi chiều cái thói vòi hối lộ như thế"!

Tôi viết bài báo không khó khăn gì, chỉ là làm rõ thêm các tình tiết đã có trong lá thư của hợp tác xã lá cờ đầu gửi lên thủ tướng. Tòa soạn giục nộp bài. Tôi nói với anh Đinh Gia Bảy, ủy viên Ban biên tập chờ tôi đưa bài cho giám đốc Công ty vận tải hàng hóa Hà Nội đọc xem họ có ý kiến thế nào. Các anh đều bảo không cần: " Lãnh đạo Bộ Giao thông Vận tải, Ủy ban nhân dân Hà Nội, Liên hiệp Công đoàn Hà Nội đang hối hả còn hơn cả chúng ta, họ đã chỉ đạo việc kiểm điểm từ dưới lên trên. Bài này đăng lên báo xong, chỉ có việc là đòi họ nhanh chóng nghiêm khắc tiếp thu và đề ra phương pháp sửa chữa, có thể họ phải cử đại biểu đi xin lỗi bà con nông dân đấy"!

Tôi mang tờ báo nóng hổi tới 14 Hàng Nón, nhà riêng của anh Phúc Kính (anh Phúc cận thị phải mang kính nên gọi kèm theo tên) Ủy viên Ban thường vụ đảng ủy, Thư ký công đoàn Công ty vận tải hàng hóa Hà Nội để bàn với anh chuyện góp ý với giám đốc công ty viết bài tiếp thụ phê bình nhanh chóng kịp đăng vào số báo sắp tới. Anh Phúc Kính nhận lời một cách vui vẻ. Nhưng sáng hôm sau anh Phúc Kính gọi điện cho tôi biết đã xảy ra chuyện trục trặc chưa giải quyết được. Tất cả anh em đội xe vận chuyển phân bón hôm đó kiên quyết không chịu nhận khuyết điểm. Họ nói nếu kỷ luật vô lý thì họ phản đối tới cùng! Anh Phúc Kính yêu cầu tôi chiều hôm đó sang công ty để cùng bàn với đảng ủy, giám đốc, và tổ chức công đoàn tìm cách giải quyết.

Chiều hôm đó, cùng tiếp tôi còn có thêm bí thư Đoàn Thanh niên Cộng sản, phía chủ nhà ngồi chật cả phòng. Tôi cảm thấy mình có lỗi vì đã không sớm đến với họ, không "nghe hai tai", gây rắc rối cho họ. Nhưng lạ thay họ không hề phiền trách tôi mà coi tôi chỉ là người đã chấp hành chỉ thị của thủ tướng và giờ đây đang đến để cùng họ tìm cách gỡ rối!

Ông giám đốc công ty cho biết, anh em đội xe hôm đó từ chối không chở hàng hóa chạy băng ngang qua cánh đồng 200 mét là họ nghiêm túc chấp hành quy định về kỹ thuật. Nguyên tắc vận tải hàng hóa chỉ cho phép xe tải chạy trên mặt đường có đủ sức chịu tải trọng đúng theo quy định kỹ thuật. Xe không được phép chạy trên đồng ruộng, dù với mắt nhìn thấy mặt ruộng khô nẻ. Bởi vì không ai dám đảm bảo ở bên dưới một hai tấc đất khô không có bùn nhão. Làm sao đảm bảo xe không bị sa lầy? Nếu xe bị sa lầy thì 200 nhân công của hợp tác xã cũng không thể kéo lên được! Rắc rối to!

Chao ôi, sự thật giản đơn như vậy mà sao tôi không nghĩ ra! Ông giám đốc đề nghị giải pháp cần tìm: 1 – Đảm bảo sự chấp hành chỉ thị của thủ tướng một cách nghiêm túc, không gây ra nghi ngờ về "sự sáng suốt" của đồng chí Ủy viên Bộ chính trị, Thủ tướng Chính phủ.

2– Đảm bảo uy tín của tờ báo Lao Động, cơ quan ngôn luận của tổ chức công đoàn và giai cấp công nhân Việt Nam.

3– Bảo vệ được hành động đúng đắn của anh em đội xe.

4– Tôn trọng ý muốn của bà con nông dân, nhưng giải thích có lý có tình để bà con thông cảm.

Tôi thở phào nhẹ nhõm, nhưng tự nghĩ, mình không đáng được hưởng nhiều sự "đảm bảo" đến thế! Bốn cái "đảm bảo" của ông giám đốc, thật ra thì họ đã bàn bạc thâu đêm cặn kẽ rồi mới mời tôi sang. Bây giờ chỉ có việc chia ra từng bước mà thực hiện. Trước tiên, công ty có công văn gởi báo Lao Động xin thành khẩn tiếp thu bài báo đã thắng thắn chỉ ra nhiều nội dung bổ ích, hứa sẽ kiểm điểm nghiêm túc, chân thành, cám ơn tờ báo của giai cấp công nhân và phóng viên viết bài. Cuối cùng là bản kiểm điểm trần tình một cách thành khẩn, nhẹ nhàng, nhưng chỉ rõ ra sự vô tội của đội xe.

Đúng ra việc cần làm không phải chỉ có vậy! Chẳng lẽ hệ thống giúp việc của thủ tướng không có trách nhiệm gì khi trao cho ông tài liệu nói trước cả ngàn cán bộ chủ chốt những điều không đúng bản chất của sự việc? Chẳng lẽ, tôi, một phóng viên đi viết bài điều tra, nhưng không điều tra gì cả mà vẫn được miễn trách nhiệm bởi vì mọi "công cụ tuyên truyền" của Đảng đều phải được bảo vệ? Chẳng lẽ...

VIẾT KÝ SỰ ANH HÙNG LAO ĐỘNG.

Trong chế độ xã hội chủ nghĩa chỉ còn hai thành phần kinh tế là hợp tác xã và quốc doanh, cho nên không có cạnh tranh thúc đẩy sản xuất phát triển. Sau cách mạng Tháng Mười, Lênin đề ra phong trào thi đua xã hội chủ nghĩa nhằm thay thế cho cạnh tranh. Ở Việt Nam, Hồ Chí Minh vận dụng có "sáng tạo" bài học đó với tên mới "Thi đua yêu nước". Có điều, cạnh tranh là nỗ lực của từng xí nghiệp, ngành hàng, không có sự lãnh đạo của một tổ chức chính trị, không có phong trào, chọn và bồi dưỡng điển hình, không có bình bầu các danh hiệu chiến sĩ, anh hùng. Có lẽ vì sự khác nhau đó mà không ai đánh giá tác dụng của thi đua giống như Karl Marx đánh giá cạnh tranh: "Đối với lao động, cạnh tranh có ý nghĩa trọng yếu như phân công vậy. Nó cần thiết cho việc thiết lập sự bình đẳng". (Sự khốn cùng của triết học).

Ở nước Việt Nam xã hội chủ nghĩa cứ 5 năm tổ chức một kỳ Đại hội anh hùng chiến sĩ thi đua. Năm 1966 Đại hội lần thứ 4 mang tên Đại hội Anh hùng, chiến sĩ thi đua chống Mỹ cứu nước. Tên gọi đã nói lên mục đích phục vụ cho cuộc chiến đang ở thời điểm quyết liệt nhất. Báo cáo của Đại hội do Phó thủ tướng Lê Thanh Nghị trình bày có câu: "Dân tộc anh hùng, thời đại anh hùng, tất nhiên sản sinh ra nhiều người con anh hùng".

Báo Lao Động phân công tôi viết tin Đại Hội Anh Hùng và ký sự các nhân vật anh hùng. Báo cáo của Đại hội chỉ nêu tên 5 nhân vật đặc sắc nhất của các ngành, trong đó cô thợ dệt Đào Thị Hào được nói trước nhất, lại được kể thành tích: "Đồng chí Đào Thị Hào một mình điều khiển 24 máy dệt suốt mấy năm liền với năng suất cao nhất, chất lượng tốt nhất, tiết kiệm từng mẩu sợi, anh dũng tham gia chiến đấu nhiều trận, quên mình bảo vệ của công." Lý lịch gia đình của cô Hào có nhiều điều thuộc vào loại kiêng kỵ của chế độ như: Tín đồ công giáo nhiều đời; người anh trai là lính của quân đội Pháp chiếm đóng Nam Định, nay là thợ cắt tóc. Đào Thị Hào đã phải phấn đấu vượt bực để được xếp vào tốp đầu của 29 công nhân sắp được tuyên dương danh hiệu anh hùng lao động. Do đó, các nhà báo, nhà văn tranh nhau xin gặp Đào thị Hào. Tôi hẹn gặp chị cùng với nhà thơ Thái Giang, tác giả Lửa sáng rừng đoạt giải nhất về thơ của Hội nhà văn Việt Nam. Trong buổi gặp đầu tiên, khi mời chúng tôi uống nước, Đào Thị Hào hỏi "gia đình hai anh sống ở đâu"? Thái Giang vui vẻ khoe vợ anh là cô giáo ở Hà Nội đã có hai con và giành trả lời thay cho tôi: "Còn cái ông Công này thì còn phải "chạy mòn lốp xe đạp" (ý nói còn chạy tìm vợ mòn cả lốp xe đạp). Buổi chiều, tôi đi tới một mình, xin lỗi cô Hào vì lúc sáng không tiện đính chính chuyện anh Thái Giang nói đùa, thực ra tôi đã lập gia đình và có một con.

Quan hệ giữa hai bên như vậy là rạch ròi: Một anh nhà báo đã có gia đình hỏi chuyện nữ anh hùng lao động chỉ nhằm mục đích viết được bài báo chân thật. Do đó cuộc hỏi chuyện rất cởi mở. Cô Hào đã kể cho tôi nghe nhiều chuyện riêng tư, do đó sau này tôi được bạn bè gọi đùa là "chuyên gia về Đào Thị Hào". Ban đầu tôi không có ý định viết một quyển sách mà chỉ viết một bài đăng báo trước ngày khai mạc Đại hội thi đua toàn quốc. Để tăng sức thuyết phục người đọc, tôi viết theo cách nhân vật tự kể về mình. Điều đó khó cho tôi là một chàng trai Bến Tre của miền Nam phải viết độc thoại cho cô gái Nam Định, Bắc kỳ. Báo đang in thì có lệnh hoãn Đại hội lại sau ba tháng. Do đó khi Đại hội sắp khai mạc, tôi lại phải viết bài thứ hai về Đào thị Hào. Nhà thơ Hải Như thấy tôi đã viết được hai bài về Đào Thị Hào nên yêu cầu tôi viết dùm một bài nữa cho báo Cứu Quốc. Nhà xuất bản Lao Động thấy tôi đã có tới ba bài báo viết về Đào Thị Hào nên gọi tôi ký hợp đồng viết một quyển sách. Tôi chỉ viết thêm bài thứ tư nữa là đã có quyển sách gần 100 trang với tựa đề "Mơ ước và chiến công". Bất ngờ Cục xuất bản của Bộ Văn hóa Thông tin thông báo về sự "đụng hàng". Có ba người viết về Đào Thị Hào: Nhà xuất bản Thanh niên xin phép in sách của nhà văn Huy Phương viết về Đào Thị Hào; Nhà xuất bản Phụ Nữ xin in sách của nhà văn Mộng Sơn cũng viết về Đào Thị Hào. Ban Tuyên huấn Trung ương Đảng cho rằng còn 28 anh hùng lao động lao động được tuyên dương tại kỳ Đại Hội này, nhưng chưa có ai viết, do đó không thể cho phép in 3 quyển sách về một người. Cục xuất bản yêu cầu ba nhà xuất bản nộp bản thảo viết về Đào Thị Hào lên Ban Tuyên huấn Trung ương. Ông Trần Quang Huy Phó trưởng Ban Tuyên huấn Trung ương đọc cả ba bản thảo và ông chọn quyển Mơ ước và chiến công của tôi (bút danh là Tống Văn) với lời phê: "Tôi rất xúc động khi đọc quyển sách này" và đề nghị cho in số lượng lớn và vận động toàn miền Bắc đọc cùng với quyển "Sống như anh" viết về anh hùng Nguyễn Văn Trỗi." Thực hiện lệnh này, Nhà xuất bản Lao Động cho in 50.000 quyển "Mơ ước và chiến công", Bộ Văn hóa Thông tin và Tổng Liên đoàn Lao động ra văn thư liên tịch chỉ đạo ngành văn hóa thông tin và hệ thống công đoàn phối hợp tổ chức cho toàn miền Bắc đọc sách. Sau này, Đào Thị Hào nói riêng với tôi: "Hai nhà văn Huy Phương, Mộng Sơn bỏ công sức nhiều hơn anh gấp bội. Chị Mộng Sơn đã một năm sống thực tế ở nhà máy, cùng ăn cùng ở với chúng em. Anh Huy Phương cũng đi thực tế ở đây nửa năm. Anh chị ấy có kế hoạch viết một quyển sách ngay từ đầu chứ không phải như anh. Em rất tiếc sách họ không được duyệt ". Tôi không được đọc sách của hai "đối thủ" của mình trong vụ này, do đó tôi chỉ đoán mò có lẽ là nhà văn họ không sành công việc tuyên huấn của Đảng như tôi để thể hiện các "tính cách" cần phải có của một điển hình lao động tập thể xã hội chủ nghĩa? Sau Đại hội Anh hùng, tôi xuống Nam Định công tác thì anh Hoàng Minh, trưởng ban Tuyên huấn Liên hiệp công đoàn kể một chuyện không vui vừa xảy ra: Phóng viên L.B. của Việt Nam Thông tấn xã gửi đơn kiện Đào Thị Hào, vì sau khi được bầu anh hùng lao động, cô muốn trèo cao hơn đã chấm dứt quan hệ tình cảm với anh ta. Ban Thường vụ Tỉnh ủy cho biết tuần sau sẽ họp để xem xét việc này. Tôi nói với anh Hoàng Minh nên kiến nghị với Tỉnh ủy đừng xem xét việc riêng tư này. Dù đã là vợ chồng, người ta cũng có thể ly dị khi không còn yêu nhau, huống hồ chỉ mới là "quan hệ tình cảm." Ít lâu sau, anh Hoàng Minh cho biết, tỉnh ủy hủy bỏ chuyện xem xét đơn kiện. Anh chàng L.B. bị "đá" là vì cô Hào phát hiện anh ta tuy đã là phóng viên ở cơ quan trung ương mà vẫn còn "bạch vệ" (tức là chưa được vào Đảng). Thế thì bị "đá" quả là không oan! Nghe vậy, tôi chỉ phì cười! Quan tâm "nhân vật" của mình, tôi ngỏ ý muốn đứng ra mai mối cho cô "một người xứng đáng". Trong dịp Hào lên Hà Nội, tôi đèo cô bằng xe đạp đến khu nhà tập thể của Bộ ngoại giao ở đường Trần Hưng Đạo thăm nhà anh Nguyễn Giáp (lúc đó anh là Vụ phó Vụ Châu Á, sau này là đại sứ đầu tiên của Việt Nam Dân chủ Cộng hòa ở Nhật Bản). Anh Giáp rất niềm nở, nhưng Hào thì lặng lẽ. Lúc ra đường, với giọng cười cợt cô hỏi: "Anh định giới thiệu ông ấy làm bố em đấy phỏng"? Tôi vừa ngạc nhiên vừa bực mình đáp: "Cô đã 29, anh ấy 43, sao lại là bố? Thôi, để xem cô chết già"! Cô đáp: "Vâng, thà chết già"! Cô về Nam Định, khoảng hai tháng sau lên Hà Nội, cho tôi xem ảnh anh Nguyễn Văn An lúc đó là kỹ sư học ở Liên Xô về làm ở Sở điện lực Nam Định. Tôi kêu lên: "Ô, đẹp trai quá"! Không nói ra, nhưng tôi nghĩ anh này có lẽ nhỏ tuổi hơn cô Hào. Sau này biết anh hơn cô một tuổi. Năm 2001, Nguyễn Văn An được bầu làm Chủ Tịch Quốc Hội.

Nhà thơ Hải Như so sánh quyển sách tôi viết về Đào Thị Hào với quyển "Sống như anh" của anh Thái Duy (bút danh là Trần Đình Vân) và cho rằng đọc "'Mơ ước và chiến công' thấy rõ Đào Thị Hào là một cô gái thùy mị, nết na, vừa khiêm tốn học hỏi chị em, lại vừa gương mẫu lôi kéo chị em. 'Sống như anh' của Thái Duy chưa làm rõ cá tính Nguyễn Văn Trỗi." Hóa ra điều được khen là hay nhất lại là điều xa sự thật nhất! Xin kể chuyện này: Hai mươi năm sau, tôi từ Sài Gòn trở ra Hà Nội làm tổng biên tập báo Lao Động. Lúc này Đào Thị Hào làm giám đốc Nhà máy dệt Dân sinh, nhưng quản lý không tốt, nhà máy lụn bại sắp sụp đổ. Ở chế độ xã hội chủ nghĩa sau khi được bầu danh hiệu anh hùng lao động thì sẽ được đề bạt vượt cấp.

Công nhân Nhà máy Toa xe Lê Minh Đức trở thành Phó Tổng cục trưởng Tổng cục Đường sắt. Công nhân dệt Cù Thị Hậu trở thành Chủ tịch Công đoàn Ngành dệt, cuối cùng là Ủy viên Trung ương Đảng, Chủ tịch Tổng Liên đoàn Lao động, đến nay vẫn đang là Chủ tịch Hội người cao tuổi. Đó là những chức vụ "ăn theo nói leo". Đào Thị Hào thất bại vì không được giao một việc "ăn theo nói leo" mà làm giám đốc một nhà máy, đòi hỏi phải có kiến thức quản lý kinh tế. Báo Lao Động đăng bài của một cộng tác viên ở Nam Định phân tích những sai phạm trong quản lý do sự kém cõi của giám đốc Đào Thị Hào. Đã quen được ca tụng, nay lại là phu nhân của ông Ủy viên Trung ương,Phó ban Tổ chức Trung ương Đảng làm sao chịu được sự chê bai.

Chống lại báo Lao Động thì ngại đụng chạm tôi, dù sao cũng đã từng có quan hệ như là ông anh với cô em. Hào đến Tổng Liên đoàn Lao động đòi gặp Phó chủ tịch Cù Thị Hậu, là người học làm thợ dệt ở Nam Định khi Hào đã nổi tiếng và sắp trở thành anh hùng. Người bảo vệ cơ quan cho biết Phó chủ tịch Cù Thị Hậu đang chủ trì cuộc họp, do đó không thể tiếp khách. Hào nói với người bảo vệ: "Tao muốn hỏi con Hậu, có phải nó định dùng tờ báo Lao Động để đánh chồng tao (ý muốn nói, bôi xấu vợ, tức là bêu riếu chồng)?

Bà Cù Thị Hậu nghe chuyện chỉ lắc đầu im lặng, còn tôi thì nhớ lại lời khen của nhà thơ Hải Như để tự rút ra cho mình bài học về viết ký sự nhân vật: Có thật tôi đã miêu tả trung thực một nhân vật anh hùng đáng được vận động thanh niên cả nước học tập? Hóa ra tôi đã góp phần khuyến khích xã hội tôn vinh một mẫu người thượng tôn thành tích mà không cần trau dồi nhân cách!

KHIẾU NẠI LÀ PHỤ LÒNG TẬP THỂ CHI BỘ.

Năm 1967 tôi làm phóng viên thường trú của báo Lao Động ở vùng than Quảng Ninh. Liên hiệp công đoàn Quảng Ninh do ông Lê Bùi làm Chủ tịch sắp xếp cho tôi ăn ở cạnh cơ quan trong một hốc núi vùng Khe Hùm, hàng ngày đi lại bằng xe đạp đến các mỏ than sưu tầm tài liệu.

Một lần đến Mỏ than Cọc Sáu tôi được một nhân viên

phòng hành chính là Kế chăm sóc rất chu đáo. Anh Kế gầy ốm, miệng méo vì bị gãy xương hàm, nói hơi ngọng. Anh không để tôi đến nhà ăn tập thể mà mang cơm về nhà khách cho tôi. Mỗi sáng anh đi mua thức ăn điểm tâm giúp tôi, pha trà mời tôi. Đặc biệt anh rất hay hỏi về tình hình thời sự trong nước và quốc tế. Tôi cảm mến, hỏi thăm và được anh kể chuyện đời riêng. Anh là thương binh bị gãy xương quai hàm ở trận Điện Biên Phủ. Sau khi rời quân đội, anh được phân công về đây làm nhân viên hành chính. Thời ấy ít ai muốn sống suốt đời với vùng mỏ. Người ở các tỉnh Thái Bình, Nam Định ra đây làm thợ mỏ, ky cóp năm mười năm có lưng vốn thì trở về quê. Thanh niên ra đây làm ăn, đến tuổi lập gia đình, bố mẹ gọi về quê lấy vợ. Vùng mỏ rất hiếm các cô gái chưa chồng. Anh Kế luống tuổi, miệng méo, ngọng nghịu càng khó lọt vào mắt các cô gái vốn đã "cao giá". Tại nhà ăn cơ quan có một cô cấp dưỡng đẹp người, tốt nết, luống tuổi mà vẫn phòng không, chỉ vì ông bố xưa kia là thư ký của chủ mỏ người Pháp. Thời này, giai cấp công nhân lãnh đạo cách mạng, việc chọn vợ trước hết phải có "lập trường giai cấp"! Tuy vậy, do hoàn cảnh éo le của mình nên anh Kế và cô cấp dưỡng dễ tìm đến nhau. Chi bộ Đảng sớm phát hiện mối quan hệ bị coi là "bất chính" và anh Kế được các đồng chí của mình nhắc nhở trong cuộc họp thường kỳ. Bí thư chi bộ là một đồng chí miền Nam tập kết hỏi: "Là một đảng viên cộng sản, đồng chí có thể gọi kẻ thù giai cấp là bố vợ được hay sao"? Anh Kế thừa nhận trước chi bộ mình sai lầm và hứa sẽ chấm dứt mối "quan hệ bất chính" này! Nhưng ra khỏi cuộc họp chi bộ thì tiếng gọi của tình yêu lại mạnh hơn! Anh Kế vẫn không thể chấm dứt "quan hệ bất chính" với cô cấp dưỡng đẹp người, ngoan nết. Cuối cùng, chi ủy đưa anh ra kiểm điểm trong cuộc họp chi bộ bất thường và quyết định khai trừ anh ra khỏi Đảng. Sau khi bị khai trừ anh Kế lẳng lặng đưa cô cấp dưỡng về sống chung. Nghe xong, tôi bảo chi bộ quyết định khai trừ anh là sai. Anh yêu cô cấp dưỡng, một người lao động thì tại sao lại bị khai trừ. Anh nên viết đơn khiếu nại, tôi xin mang lá đơn của anh đi gặp lãnh đạo tỉnh ủy Quảng Ninh đấu tranh bảo vệ anh. Thật không ngờ, anh nhất quyết từ chối: "Tôi rất cám ơn đồng chí, nhưng tôi không thể làm đơn khiếu nại với cấp trên như vậy. Bởi vì, tôi biết chi bộ không ai ghét bỏ tôi hết, các đồng chí đều rất yêu thương tôi, muốn bảo vệ lý lịch quân nhân, đảng viên cho tôi. Nhưng tôi không đủ tinh thần cách mạng và lập trường giai cấp, đã phụ lòng của các đồng chí. Vậy mà nay lại còn làm đơn khiếu nại thì vô ơn quá, tệ bạc quá, tôi không thể làm như thế được"!

Dù anh Kế kiên quyết từ chối việc khiếu nại, tôi vẫn đi gặp ông Thức Ủy viên Ban Thường vụ Đảng ủy Tổng công ty than Quảng Ninh để yêu cầu ông can thiệp. Ông Thức bảo, bản thân người bị khai trừ đã chấp nhận việc đó là đúng, kiên quyết từ chối khiếu nại, vậy thì chúng ta không nên bới chuyện ra làm gì! Tôi lại mang chuyện này lên ông Lê Bùi, Ủy viên Ban Thường vụ Tỉnh ủy Quảng Ninh, chủ tịch Liên hiệp Công đoàn, đề nghị Tỉnh ủy xem xét lại quyết định kỷ luật này. Ông Lê Bùi cũng có ý kiến giống như ông Thức. Hóa ra ý nghĩ cho rằng quyết định kỷ luật khai trừ Đảng đối với anh Kế là sai chỉ có thể nảy ra từ những ai có não trạng không bình thường trong chế độ xã hội chủ nghĩa! Một lần, tôi kể chuyện này cho nhà văn Bùi Ngọc Tấn nghe, anh ngẫm nghĩ rồi bảo: "Chuyện hay quá! Anh cho tôi xin nhé, nhưng tôi không viết thể ký sự mà sẽ viết thành một truyện ngắn". Tôi đồng ý ngay, nhưng cho tới khi qua đời, anh Tấn vẫn chưa kịp viết chuyện này!

GẶP BA NHÀ VĂN BỊ VÙI DẬP.

Tôi gặp nhà văn Hà Minh Tuân ngay sau khi ông bị lâm nạn năm 1962. Bạn tôi, anh Trần Dũng Tiến nguyên là cảm tử quân Hà Nội năm 1946, phụ trách công tác Tuyên truyền – Thi đua của Nhà máy gỗ Hà Nội ở Bến Chương Dương, gần bãi sông Hồng. Tôi đến nhà máy gặp anh Tiến tìm tài liệu viết báo và nhân đó xin mua gỗ vụn làm củi đun bếp. Anh Tiến cho biết, ông Hà Minh Tuân vừa bị cách chức giám đốc Nhà xuất bản Văn học, đang lao động cải tạo ở đây. Công việc của ông là khuân gỗ dưới bến sông Hồng xếp lên xe hai bánh, kéo xe về, xếp gỗ vào kho nhà máy. Lúc giải lao giữa ca, anh Tiến mời ông vào văn phòng uống nước, trò chuyện với chúng tôi. Ông hơn tôi một giáp, hoạt động cách mạng từ năm 1943, tham gia khởi nghĩa tháng Tám ở Hà Nội, rồi vào bộ đội lên đến chính ủy trung đoàn, sau tiếp quản Hà Nội được bổ nhiệm làm giám đốc đầu tiên của Nhà xuất bản Văn học. Nếu ông cứ chuyên tâm vào việc "gác cổng chính trị" như các vị giám đốc khác thì hẳn đã leo lên cấp Vụ, cấp Bộ rồi, hoặc ít nhất cũng được yên vị tới lúc hưởng lương hưu. Nhưng do có máu mê văn chương, năm 1957 ông viết quyển "Trong lòng Hà Nội", năm 1960 ông viết "Giữa hai trận tuyến". Cả hai tác phẩm đều được đánh giá đã "đóng góp xuất sắc cho nền văn học xã hội chủ nghĩa". Ông hăm hở viết một tác phẩm không né tránh, không bóp méo hiện thực, từng trang nóng bỏng hơi thở cuộc sống, có tựa đề "Vào đời", một bài học cho lớp trẻ trong giai đoạn mới. Quyển sách vừa xuất bản thì lập tức bị "ăn đòn hội chợ" của các nhà phê bình nhân danh "chủ nghĩa hiện thực xã hội chủ nghĩa". Số bài phê bình tốn giấy mực hàng chục lần quyển sách 200 trang của ông. Ông phải làm bản tự kiểm điểm sai lầm vì đã viết quyển sách bôi nhọ xã hội tốt đẹp dưới sự lãnh đạo sáng suốt của Đảng và ngồi nghe cấp trên và cả cấp dưới của mình xỉ vả, rồi nhận quyết định cách chức, đi lao động cải tạo vô thời hạn. Nhà thơ Xuân Sách có bốn câu thơ đúc kết cho ông về sự kiện này:

" *Bốn mươi tuổi mới Vào đời,*
Ăn đòn hội chợ tơi bời xác xơ.
Giữa hai trận tuyến ngu ngơ,
Trong lòng Hà Nội, bây giờ là đâu"?

Cho đến nay có nhiều bài viết về chuyện ông bị kỷ luật cách chức, đều bảo là không rõ sau đó ông làm gì ở đâu. Về tuổi tác, cấp bậc ở bộ đội, ở cơ quan và học vấn tôi thấy mình ở dưới ông rất xa. Từ khi bắt đầu cầm bút tôi chỉ chuyên tô hồng, cho nên tôi nghĩ là ông sai, nhất là Đảng đã cho rằng ông sai. Do đó, anh Trần Dũng Tiến và tôi khuyên ông nên cố gắng lao động cải tạo cho tốt để được phục hồi công tác. Nhưng ông vác gỗ mãi cho tới ngày Mỹ ném bom Hà Nội mà cấp trên cũng chẳng đoái hoài tới. Ông bỏ việc, biến mất, không ai biết "Trong lòng Hà Nội, bây giờ là đâu"? Lúc ấy bạn tôi, anh Trần Dũng Tiến chê trách Hà Minh Tuân vô Đảng sớm mà sao quá thiếu "đảng tính"!

Không ngờ tới cuối đời, bạn tôi, anh Trần Dũng Tiến cùng các cựu chiến binh Hà Văn Quận, Trần Anh Kim tích cực góp ý "Đảng phải đổi mới chính trị", đã bị đòn đau hơn Hà Minh Tuân: Ngồi tù!

Nhiều bài viết về nhà văn Hồ Dzếnh đều nói ông chỉ làm thợ hợp đồng ở Nhà máy Xe lửa Gia Lâm. Có người nói ông chỉ làm ở Nhà máy Cơ khí Hà Nội. Năm 1968 tôi đến Nhà máy cơ khí Quang Trung Hà Nội (gần Bệnh viện Bạch Mai) để viết về phong trào "Mỗi người làm việc bằng hai". Thư ký công đoàn nhà máy là ông Lâm Thành Keng (người Việt gốc Hoa Chợ Lớn, sau 30–4–1975 làm Chủ tịch công đoàn quận 5) giới thiệu với tôi có hai tổ đạt danh hiệu Tổ lao động xã hội chủ nghĩa: Tổ đúc và tổ hàn. Ông nói thêm, đặc biệt tổ đúc có một nhà văn nổi tiếng trước cách mạng là Hồ Dzếnh nay là thợ làm khuôn đúc rất giỏi. Tôi chọn viết về tổ hàn vì từng thích bài "Thợ hàn lò cao" nổi tiếng của Chính Yên miêu tả những thợ hàn tài hoa như nghệ sĩ. Tuy vậy, tôi cũng gặp tổ trưởng tổ đúc và ông Hồ Dzếnh để tìm hiểu về những người thợ làm công việc nặng nhọc nhất. Nghe tôi nói tiếng Sài Gòn ông Hồ Dzếnh vui vẻ bảo ông từng sống trong ấy và hiện nay có nhiều người ruột thịt của ông ở trong ấy. Tôi thắc mắc hỏi ông vì sao một nhà thơ, một nhà văn nổi tiếng như ông đến tuổi "ngũ thập tri thiên mệnh" lại chọn cho mình cái công việc quá nặng nhọc này. Tôi có quen biết một vài nhà văn nhà thơ thời tiền chiến ở các cơ quan văn hóa văn nghệ và nghĩ nếu ông ở đó thì thích hợp và có ích cho đất nước hơn. Ban đầu ông nói úp úp mở mở, có lẽ vì e dè trước một nhà báo của chế độ. Dần dần thấy sự chân thành ngô nghê của tôi, ông cởi mở kể cho nghe những éo le oan khuất của mình không dễ gì được thông cảm. Sau khi Hà Nội nổ súng chống Pháp, số đông văn nghệ sĩ tản cư đã chuyển dần theo hướng lên Việt Bắc. Ông lại chạy ngược về Thanh Hóa quê ông, rồi xây dựng gia đình với bà Nguyễn Thị Huyền Nhân, sinh con được bốn tháng thì bà bị thổ tả qua đời. Cuộc sống quá khó khăn, con không có sữa, ông buộc phải mang con vào Sài Gòn sống nhờ người anh ruột có cửa hàng xe đạp ở đường Hiền Vương (nay là đường Võ Thị Sáu). Năm 1954, Hiệp định Geneve quy định đất nước tạm thời chia làm hai miền. Đang có cuộc sống yên ổn ở Sài Gòn, nhưng ông lại nhất quyết phải mang đứa con bốn tuổi ra miền Bắc, bởi ngoài đó mới là chế độ mà ông đã góp phần xây dựng. Ra Bắc, ông "đi bước nữa" với bà Hồng Nhật ở 26B Phố Huế. Vợ chồng ông ở cả tầng trệt có thể buôn bán kiếm sống. Sau giải phóng Hà Nội, cán bộ quản lý nhà đất cho rằng gia đình ông ít người mà chiếm khu nhà quá rộng, họ quyết định lấy tầng trệt phân phối cho cán bộ từ chiến khu về. Ông đến các cơ quan văn hóa tìm bạn cũ. Lãnh đạo văn nghệ từ Việt Bắc về coi ông là kẻ đã rời bỏ kháng chiến "dinh tê" về thành, nhìn ông "đầy cảnh giác"! Ông Trần Đĩnh kể trong cuốn Đèn Cù: *"Đại hội văn nghệ năm 1961, giờ nghỉ, Tố Hữu tìm tôi lắc đầu chán ngán nói 'chuẩn bị để Hồng Linh nhận hoa của Bác thì lại thành Hồ Dzếnh'! Tôi nói, có ai bảo Hồng Linh đâu, với lại, tôi đùa, cũng là người Hoa cả mà anh. Tố Hữu nghiêm mặt: 'Hồng Linh kháng chiến, Hồ Dzếnh trong thành, sao lại 'cũng' được? Bác mà biết thì ra làm sao"?* (Đèn Cù, trang 172). Để kiếm sống, ông xin ký hợp đồng với Nhà máy Xe lửa Gia Lâm làm những công việc nặng nhọc không đòi hỏi tay nghề cao và ít ai muốn làm. Sau khi tiếp quản nhà máy, cán bộ quan tâm đến lý lịch, họ xếp ông vào diện không đưa vào biên chế để được hưởng chế độ bảo hiểm xã hội. Đến khi Mỹ ném bom miền Bắc, ông xin làm ở Nhà máy cơ khí Quang Trung để được gần nhà, tiện việc đi lại và chăm sóc vợ con.

Dù có thấy tiếc cho sự không may của ông, nhưng tôi không nhận thức được sự "bất cận nhân tình" của chế độ mà ông là nạn nhân. Đứng bên ngoài hệ thống chính trị, Hồ Dzếnh quan sát miền Bắc xã hội chủ nghĩa một cách tỉnh táo trong hồi ký "Quyển sách không tên" (Nhà xuất bản Thanh Văn, Hoa Kỳ). Ông nhận ra *cái sai cốt lõi tác hại lâu dài của nền giáo dục: "Bây giờ quy tất cả các môn học về chính trị"*. Ông cũng là người sớm nhận ra "văn học nô lệ cho chính trị", do đó "nhà văn không khác gái điếm. *Cô gái chiều khách hàng, nhà văn chiều thời đại"*. Và "*Tác phẩm của một cá nhân tuy được mang tên mình, nhưng phải xen vào công trình của tập thể"*. Ông quan sát tình trạng của đất nước: "*Lẽ sống dệt bằng khói lửa, người ta không biết gì hơn là thủ tiêu nhau để hòng thoát ngõ bí. Trong cuộc xáo trộn Bắc – Nam, có cái gì còn nguyên giá trị cố hữu đâu. Cái quý nhất là con người không còn quý nữa nếu nó không là thứ xuất phẩm được rèn đúc theo khuôn khổ của thời đại"*.

Ngày 20 tháng 8 năm 1970 báo Nhân Dân đăng 5 bài thơ của Lý Phương Liên: "Ca bình minh", "Em mơ có một phiên tòa", "Lời ru với anh", "Về người cha đã khuất", "Thư gửi người bạn gái Mỹ". Tác giả là công nhân trẻ ở nhà máy cơ khí. Báo của Đảng ca ngợi: "Một bông hoa vừa nở đã ngát hương". Tất cả các báo đua nhau tìm xin thơ Lý Phương

Liên coi như đó là giành đẳng cấp về cho tờ báo. Báo Lao Động bị chậm chân vì người phụ trách việc này là nhà thơ Thái Giang đang nghỉ phép. Do đó, tôi được giao nhiệm vụ khó khăn này: Phải xin cho được ít nhất một bài thơ của Lý Phương Liên cho số báo sắp ra. Tôi đến nhà Lý Phương Liên gặp lúc chị đang tiếp hai người khách, nhà thơ Minh Giang phụ trách phòng văn hóa văn nghệ của Nhà xuất bản Quân đội Nhân dân và nhà thơ Phạm Tiến Duật mới từ chiến trường miền Nam ra. Tôi thuộc bài thơ "Gửi anh bạn Triều Tiên" của Minh Giang từ năm 1950 đến nay mới được gặp nhà thơ cho nên rất vui. Với tư cách một đàn anh từng trải, hiểu biết, nhà thơ Minh Giang nhận xét, hiện nay chúng ta có hai nhiệm vụ chiến lược, giải phóng miền Nam và xây dựng miền Bắc. Phạm Tiến Duật là nhà thơ tiêu biểu ở chiến trường giải phóng miền Nam. Lý Phương Liên là nhà thơ tiêu biểu của hậu phương lớn miền Bắc. Lựa lúc thích hợp, tôi ngỏ ý xin thơ đăng báo thì Lý Phương Liên cho biết, tập thơ chép tay của chị do bác Huyền Kiều và bác Hải Như giữ. Các báo muốn đăng thơ của chị đều phải qua hai bác ấy. Mừng quá, nhà thơ Hải Như là bạn vong niên của tôi (anh hơn tôi chín tuổi). Tôi vội vã cáo từ mọi người để đi xin thơ đăng báo. Báo Lao Động đăng ba bài thơ của Lý Phương Liên có bài bình luận do tôi chấp bút. Ít lâu sau, báo Văn Nghệ đăng một trang thơ Lý Phương Liên có bài "Nghĩ về Thúy Kiều". Dư luận sôi lên cho rằng cho tới lúc ấy, "Nghĩ về Thúy Kiều" là bài thơ hay nhất của Lý Phương Liên. Nhiều anh em báo Lao Động chê trách tôi không biết chọn thơ hay đã để sổng mất bài "Nghĩ về Thúy Kiều". Nhưng ngay hôm sau có tin "một đồng chí lãnh đạo (nghe nói là

Trường Chinh) cho rằng "Nghĩ về Thúy Kiều" ẩn chứa tư tưởng phản động! Một cây đa cây đề của làng thơ miền Bắc xã hội chủ nghĩa, ông Hoàng Trung Thông phê phán "Nghĩ về Thúy Kiều" là: "Rắc rối cầu kỳ trong diễn tả, yếu đuối sướt mướt trong tình cảm, bi quan tăm tối trong tư tưởng". Các nhà tuyên huấn Đảng cho rằng trong xã hội xã hội chủ nghĩa không thể tồn tại một thân phận Thúy Kiều:

"... Trái đất chúng mình cho đến hôm nay,
Vẫn còn những cuộc đời như nàng chìm nổi.
Thời gian còn nửa ngày là đêm tối.
Còn đồng tiền đổi trắng thay đen.
Còn sắc tài bạc mệnh với hờn ghen.
Còn những Mã Giám Sinh, Hoạn Thư, Hồ Tôn Hiến.
Còn những đất đai triền miên chinh chiến..."

Trong giới văn chương, nhiều người không đồng ý với những nhận xét áp đặt của tuyên huấn, nhưng như giáo sư Trần văn Giàu viết trên báo Văn Nghệ ngày 19– 9– 1987 về tình trạng phê bình trong chế độ xã hội chủ nghĩa: *"Lắm khi để nhận xét độc đoán không cho phép cãi lại"*.

Hơn 40 năm sau, nhiều bạn đọc vẫn nhớ và có lời khuyến khích, Lý Phương Liên đưa in tập thơ của thời tuổi trẻ, mang tên "Ca Bình Minh", tên của một trong năm bài thơ in trên báo Nhân Dân lần đầu tiên. Chị thổ lộ: *"Tôi nín lặng suốt 40 năm nay vì lời nguyền bỏ thơ của chính tôi. Mọi hệ lụy xô đẩy chúng tôi đến bần hàn, cơ cực, không liên quan đến ai. Tôi không thán oán. Người chịu nhiều cay đắng vì thơ tôi là chồng tôi."* Bạn đọc dễ dàng cảm nhận vị đắng cay trong những lời "tôi không thán oán" của chị.

HÔN NHÂN THEO "QUAN ĐIỂM LẬP TRƯỜNG".

Chị Phan Dung, trưởng phòng Tổ chức của báo Lao Động là một người đẹp, vậy mà chị hay kể, mỗi lần lên làm việc ở cơ quan Tổng Liên đoàn Lao động, trước khi ra về chị thường đến bên cửa sổ Phòng Hành chính để ngắm cô Toan: "Chao ơi, người sao mà đẹp đến thế chứ"! Nhiều lần nghe chị Dung trầm trồ như thế, nhà thơ Thái Giang tò mò đi tìm "ngắm", rồi bảo tôi "cậu định nghĩa thế nào là một người đẹp"? Tôi đáp, ta mượn lời Cụ Nguyễn Du vậy: "Làn thu thủy nét xuân sơn..." Thái Giang không chịu, anh hắng giọng "Người đẹp là người khi đã bảy con mà tuổi trẻ của ta chỉ mong được quỳ mọp dưới chân người!". Nghe nói, các bạn đại học của con trai chị Toan khi đến chơi đã ngẩn ngơ trước sắc đẹp của bà mẹ bạn mình! Lứa cán bộ thời Cách mạng Tháng Tám kể: Năm 1945, ông Bùi Thủy, là Trưởng ty Công an tỉnh Phú Thọ. Thời Cách mạng 1945 trong hàng ngũ Việt Minh, công an là "oách" nhứt. Ông hơi lùn, gầy gò, da đen nhẻm. Thời ấy, cán bộ đảng viên rất dị ứng với người theo đạo Công Giáo. Phía bà con Công Giáo cũng tự biết mình đang bị "cách mạng" định kiến, phải luôn e dè, tự giữ mình. Cô Toan xinh đẹp sinh ra trong gia đình giàu có theo công giáo nhiều đời. Người ta nói những người sùng đạo kính chúa, sinh con gái sẽ rất giống Đức Mẹ. Đó là cái đẹp của cô Toan. Giữa lúc cô đang được nhiều chàng trai tuấn tú ngấp nghé thì ông Trưởng ty Công an Bùi Thủy xuất hiện và tỏ tình. Cô rất lo sợ, vì không hề yêu mà không dám từ chối. Bà con, bạn bè trong họ đạo đang sống trong tâm trạng âu lo đều cho rằng cô và gia đình đã gặp may. Cô bị một mạng lưới của những toan tính cơ hội bủa vây, cuối cùng phải chịu đầu hàng số phận. Điều này phía những người cộng sản gọi là "đầu hàng giai cấp". Khi Bùi Thủy báo cáo xin cưới cô Toan thì cả chi bộ phê bình hết sức nghiêm khắc: "Đồng chí là đảng viên, cán bộ lãnh đạo ngành công an, cơ quan chuyên chính của giai cấp, tại sao lại xin lấy vợ là tín đồ Thiên Chúa"? Đảng viên Bùi Thủy đã khóc nấc tại chi bộ. Ông làm đơn xin chuyển công tác sang "cơ quan đoàn kết dân tộc" là Mặt trận Việt Minh để được cưới một tín đồ Công Giáo, sau đó xin cho vợ vào làm nhân viên của Công đoàn. Dù là ủy viên Ban chấp hành Tổng Công đoàn, nhưng Bùi Thủy đen đúa, xấu xí so với cô vợ quá xinh đẹp nên luôn bị xầm xì là "đôi đũa lệch". Những chàng háo sắc vây quanh chị Toan, do đó lúc nào cũng có chuyện đồn thổi rằng chị đang lén lút với người này người nọ. Ông Bùi Thủy chỉ còn biết đối phó bằng cách cho vợ đẻ năm một!

Ban lãnh đạo Tổng Công đoàn hồi ấy do Hoàng Quốc Việt làm chủ tịch, các vị Trần Danh Tuyên, Nguyễn Công Hòa, Trương thị Mỹ là Phó chủ tịch. Nhưng ai cũng biết người thực sự điều hành hoạt động toàn hệ thống công đoàn là Ủy viên Thường trực Nguyễn Minh, một người sắc sảo tài năng và đặc biệt là rất đẹp trai. Trong Ban lãnh đạo "tổ chức của giai cấp" chỉ có ông có bằng tú tài toàn phần. Con nhà giàu, học giỏi nên khi tham gia cách mạng, ông tự thấy chỗ yếu của mình là thành phần xuất thân. Để bù chỗ yếu đó, ông tìm người bạn đời là công nhân, ít học. Vợ ông là chị Tâm công nhân Nhà máy Dệt kim Đông Xuân, lam lũ, gầy gò. Vì là vợ của vị lãnh đạo cao cấp Tổng Công đoàn, nên người ta cố bồi dưỡng, đưa chị làm cán bộ công đoàn nhà máy. Vợ chồng họ cũng bị xem là đôi đũa lệch, không chỉ về nhan sắc mà cả về kiến thức, văn hóa, nếp sống.

Văn phòng của Thủ trưởng Nguyễn Minh rộng,bên ngoài là bàn làm việc có bộ sa lông tiếp khách, bên trong là giường nghỉ. Buổi trưa thủ trưởng khóa trái cửa, là một không gian bất khả xâm phạm. Cho nên không ai có thể ngờ, người đẹp bảy con đã là đồng chủ nhân của gian phòng ấy từ lâu. Cho tới đầu năm 70, khi Chính phủ quyết định thành lập Tổng cục Đào tạo nghề và ông Nguyễn Minh được bổ nhiệm làm Tổng cục trưởng. Trước hôm nhận quyết định chuyển công tác, tức là phải rời khỏi trụ sở cơ quan Tổng Công đoàn để sang cơ quan mới thì ông đã gây ra một "chuyện động trời".

Khoảng mười một giờ đêm, bà Dụ thường trực cơ quan nhận được điện thoại từ đồn công an hỏi: "Cơ quan Tổng Liên đoàn có cán bộ tên Minh hay không"? Bà Dụ đáp: "Ở đây nhiều Minh lắm, các ông muốn hỏi ông Minh nào"? Đầu dây bên kia nói như thét: " Nguyễn Minh đẹp trai! Bị Thanh niên Cờ đỏ buộc vào đồn công an, do ngồi quá khuya với phụ nữ trong Công viên Lê Nin." Sáng hôm sau, cả cơ quan Tổng Công đoàn và các cơ quan trực thuộc ồn ã câu chuyện với rất nhiều tình tiết: Để trao đổi cách liên lạc sau ngày phải rời gian phòng thân thiết, thủ trưởng Nguyễn Minh hẹn gặp người đẹp ở công viên Lê Nin. Đến 10 giờ tối, một thanh niên mang băng đỏ tới nhắc hai bác đã hết giờ được ngồi ở đây. Do quen lối của thủ trưởng cơ quan đối với cấp dưới, Nguyễn Minh gắt: "Các cháu đừng quấy rầy. Hai bác còn nhiều công việc cần bàn". Bọn trẻ đã theo dõi thấy hai bác ôm ghì nhau nhiều hơn là "bàn công việc" nên gọi nhau quy tụ hơn mười đội viên cờ đỏ tới vây quanh, yêu cầu hai bác cho xem giấy tờ tùy thân. Cả hai bác đều không chịu trình giấy mà tỏ ý chê trách tại sao các cháu cứ quấy rầy. Không ngờ đội trưởng cờ đỏ dõng dạc: "Nội quy công viên không cho phép ngồi quá 10 giờ đêm. Hai bác đã vi phạm quy định! Xin mời đứng lên, tới đồn công an". Sau khi được bà Dụ, bảo vệ cơ quan, xác nhận cả hai là cán bộ Tổng Công đoàn, phía công an yêu cầu xuất trình giấy chủ quyền chiếc xe đạp (thời ấy ở miền Bắc chiếc xe đạp là cả một gia tài nên phải được cấp giấy chủ quyền). Khốn nỗi thủ trưởng lén vợ đi với bồ, nên mượn xe đạp của nhân viên mà không kèm theo giấy! Công an yêu cầu sáng hôm sau phải mang giấy giới thiệu của cơ quan kèm theo giấy chủ quyền chiếc xe mới được nhận lại!

Ông Hoàng Quốc Việt nghe báo cáo "chuyện động trời" đã gọi Nguyễn Minh tới văn phòng chủ tịch, xài xể nặng lời, rồi rút tờ quyết định bổ nhiệm chức tổng cục trưởng ra, xé toẹt, ném vào sọt rác! Trái với sự thất vọng, tức tối của các vị lãnh đạo, lớp trẻ trong trụ sở Tổng Công đoàn và các cơ quan trực thuộc cho rằng hai người họ phạm lỗi ngoại tình đáng chê trách, nhưng nguyên nhân sâu xa là: Cả hai đều bị buộc vào cuộc "hôn nhân lập trường giai cấp".

CHỦ NGHĨA LÝ LỊCH QUẬT NGÃ ÔNG THƯỜNG VỤ TỈNH ỦY.

Là phóng viên báo Lao Động, tôi quen thuộc với trụ sở công đoàn các tỉnh như cơ quan mình. Tôi đến Liên hiệp Công đoàn Nam Định nhiều hơn vì tỉnh này có nhà máy dệt, nhà máy tơ có hàng vạn công nhân. Đặc biệt ông Lê Quốc Tế, chủ tịch Liên hiệp Công đoàn Nam Định là một người nắm rất chắc tình hình các cơ sở, nghe ông kể đã thấy hiện ra trong đầu tôi bao nhiêu đề tài hấp dẫn. Cán bộ, nhân viên cơ quan rất khâm phục và quý mến ông chủ tịch của mình, họ kể với tôi nhiều chuyện xuất quỷ nhập thần của ông trong thời chiến tranh chống Pháp. Ông nhiều lần hóa trang như người thợ sửa chữa máy thâm nhập vào thành phố Nam Định dày đặc lính Tây. Trong thời hòa bình xây dựng, ông phát hiện rất nhanh những điển hình xuất sắc trong lao động sản xuất. Trong đợt bầu chọn anh hùng lao động năm 1967, có nhiều cán bộ lãnh đạo trong Tỉnh ủy Nam Định không đồng ý chọn Đào Thị Hào vì lý do lý lịch. Vấn đề khó chấp nhận nhất đối với những đảng viên cộng sản là gia đình bà Đào Thị Hào nhiều đời theo đạo Công Giáo. Anh ruột của Hào từng là lính của thực dân Pháp, nay đang là thợ cắt tóc. Ông Lê Quốc Tế phản bác rất quyết liệt quan điểm quy chụp về lý lịch nói trên. Ông bảo họ, không ai chọn gia đình sinh ra mình, phải đánh giá con người ở cách sống, việc làm hiện tại đóng góp lợi ích cho cộng đồng, cho đất nước ra sao. Dù là anh em ruột, mỗi người chỉ chịu trách nhiệm về hành động của cá nhân mình. Đối với người anh của Hào, xã hội cũng chỉ nên bỏ qua quá khứ, chỉ quan tâm đến cách sống và việc làm của anh ta hiện nay. Thợ cắt tóc làm một nghề lương thiện, có ích.

Đối với tôi, ông vừa cư xử với tình đồng chí vừa chăm sóc như người em miền Nam xa quê, không có gia đình. Ông dặn tôi, lúc này máy bay Mỹ thường ném bom khoảng mười giờ sáng và mười giờ đêm,nên cố gắng về trụ sở khoảng thời gian này, vì ở đây có hầm trú ẩn kiên cố. Biết tôi đang có quan hệ với cô gái ở thành phố này, ông hỏi: "Chú định làm lễ cưới ở đâu? Theo mình nên tổ chức lễ cưới ở đây, mời ban biên tập và anh em tòa báo về dự. Ở đây mình và anh em trong công đoàn có điều kiện giúp chú tốt hơn ở Hà Nội". Tôi nghe theo lời khuyên đó và ông đã đứng ra làm chủ tọa hôn lễ.

Đùng một cái, tôi được tin ông Lê Quốc Tế bị cách chức và đưa ra khỏi Đảng! Ông phạm khuyết điểm gì ghê gớm vậy? Không sai phạm gì cả mà chỉ là vấn đề lý lịch. Một lần, Tổng bí thư Trường Chinh "hạ phóng" tìm hiểu tình hình Nam Định quê ông. Toàn bộ Ban Thường vụ Tỉnh ủy Nam Định tiếp ông. Bí thư tỉnh ủy báo cáo tình hình tổng quát, mỗi ủy viên báo cáo tình hình của ngành mình phụ trách. Sau buổi làm việc ông Trường Chinh gặp riêng bí thư tỉnh ủy chỉ thị: Không thể để một tên cảnh sát của thực dân Pháp đã từng đuổi bắt đảng viên cộng sản chui vào Đảng và leo cao đến Ban Thường vụ của Tỉnh ủy. Phải đưa anh ta ra khỏi Đảng, bãi chức, thay người khác ngay lập tức!

Tổng Liên đoàn Lao động Việt Nam thương tình ông Ủy viên Đoàn Chủ tịch Lê Quốc Tế từng tham gia cách mạng trước năm 1945 rồi lãnh đạo khởi nghĩa Tháng Tám ở Nam Định và rất dũng cảm trong cuộc kháng chiến chống Pháp vậy mà nay bị xử lý kỷ luật chỉ vì chuyện ngày xưa, đã cố sắp xếp cho ông một công việc để sống: Phụ trách xưởng in tài liệu của Công đoàn có khoảng vài chục công nhân.

LÀM BÁO LAO ĐỘNG MỚI.

Ngày 1 tháng 5 năm 1975 tôi nhận được quyết định vào Sài Gòn để thành lập tờ báo của Liên hiệp Công đoàn Giải phóng miền Nam. Tổng Liên đoàn Lao động Việt Nam tổ chức đoàn xe đưa tất cả cán bộ do công đoàn quản lý cùng đi, nhưng đềnh dàng mãi mất một tuần mà vẫn chưa được lên đường. Tôi và anh Nguyễn Văn Minh chánh văn phòng Nhà xuất bản Lao động được gọi vào Đoàn tuyên huấn báo chí do anh Nguyễn Linh phó giám đốc Nhà xuất bản Sự Thật làm trưởng đoàn và được đi vào bằng chiếc máy bay L19 của Chủ tịch Tôn Đức Thắng. Máy bay hạ cánh khi Tân Sơn Nhất còn nhiều đụn khói. Chúng tôi được đưa vào nghỉ ở hội trường của Bộ Thông tin – Chiêu hồi trên đường Hiền Vương. Hôm sau Liên hiệp Công đoàn giải phóng miền Nam (LHCĐGPMN) đến đón tôi và anh Nguyễn văn Minh, nhưng anh Minh không chịu đi và anh được Trưởng đoàn Nguyễn Linh giữ lại cho Cục xuất bản của Ban Tuyên huấn Trung ương cục. Ông Nguyễn Hộ chủ tịch LHCĐGP MN phân công ông Đặng Mai ủy viên Ban Thường vụ LHCĐGPMN làm chủ nhiệm báo, anh Nguyễn Văn Nhã cán bộ tuyên huấn LHCĐGPMN làm trưởng ban biên tập tờ báo, tôi làm ủy viên phụ trách nội dung tờ báo, anh Nguyễn Hồng Hiển làm ủy viên quản trị tờ báo. Ông Đặng Mai phát biểu: "Tôi không biết gì về công việc làm báo. Anh Tư Nhã được phân công làm trưởng ban cũng chỉ vì anh từng phụ trách báo tường của cơ quan, chớ cũng không biết gì về báo chí đâu. Hai anh đã làm báo ngoài Bắc, mọi việc các anh cứ chủ động, chỉ khi có việc không giải quyết được mới phải hỏi anh Nhã và tôi". Anh Hiển và tôi vui vẻ nhận việc vì đã biết câu "nhất trụ, nhì tù, tam khu, tứ kết" (hồi này cán bộ được phân loại theo bốn bậc tin cậy để sử dụng, cất nhắc: Bậc nhất là cán bộ trụ lại nằm vùng; thứ hai là người từng bị địch bắt bỏ tù; thứ ba là cán bộ ở R rừng chiến khu; thứ tư là cán bộ tập kết từ miền Bắc trở về).

Anh Hồng Hiển là phóng viên báo Thương nghiệp Việt Nam, nhưng rất tháo vát, nhanh chóng chuẩn bị nơi làm việc, nhà in cho báo. Anh Đinh Phong (sau này là Chủ tịch Hội Nhà báo thành phố) cung cấp cho chúng tôi một danh sách và địa chỉ các ký giả của các tờ báo Sài Gòn trước đây. Chúng tôi quyết định nhận 25 ký giả và họa sĩ trình bày báo: Phan Hồng Đức (tức Phan Ba) tổng thư ký báo Tin Sáng; Sơn Tùng (Lê Thanh Thủy) tổng thư ký báo Đại Dân Tộc; Việt Quang tổng thư ký báo Bút Thép; Điệp Liên Anh cây bút phóng sự điều tra nổi tiếng về công nhân cao su (tác giả tập ký sự "Máu trắng máu đào"); họa sĩ biếm họa Chóe từng được nhà báo Mỹ Bary Hilton sưu tập biếm họa của anh in thành tập The World of Chóe (Thế giới của Chóe) năm 1973, được báo Time bình chọn 8 cây biếm họa nhất thế giới thập kỷ 1970; các ký giả Linh Thi, Trường Nam, Vương Liêm, Mai Linh, Kim Xuyến, Ngọc Nga... Chúng tôi quy tụ số lượng ký giả Sài Gòn đông nhất trong các báo ra đời sau 30-4-1975. Đó là vấn đề nổi cộm phải đương đầu với câu hỏi của các ông phụ trách Tổ chức cán bộ và Ban Tuyên huấn Đảng: Tập hợp nhân sự với thành phần như vậy là dựa trên lập trường quan điểm nào? Chúng tôi thắng thắn bày tỏ: Đó là hành động thiết thực hòa hợp hòa giải dân tộc! Để đối phó với sự săm soi của công an an ninh văn hóa, chúng tôi tổ chức cho anh em học một cách khoa trương về Nghị quyết 24 của Trung ương Đảng khóa 3. Tôi đề nghị tên báo là Lao Động Mới và được ban biên tập đồng ý. Số báo đầu tiên ra đúng dịp kỷ niệm Cách mạng Tháng Tám. Họa sĩ Chóe thức thâu đêm vẽ bức tranh cổ động mừng ngày cách mạng để đăng trên trang bìa.

Đang phát hành tờ báo số một thì một sự cố xảy ra. Cán bộ an ninh tên Đô đến đưa lệnh bắt Điệp Liên Anh với chứng cứ là "gián điệp của Nhật Bản". Chứng cứ tội làm gián điệp là anh đã gửi một bản tin cho hãng Kyodo nói về hệ thống tổ chức Liên hiệp Công đoàn giải phóng thành phố Hồ Chí Minh: Cấp thành phố có Liên hiệp công đoàn giải phóng, các công đoàn ngành như công nghiệp, giáo dục, y tế, thương nghiệp. Dưới cấp thành phố là công đoàn quận, huyện. Ở nhà máy, xí nghiệp, công trường, trường học có công đoàn cơ sở. Ban biên tập chúng tôi làm văn bản bảo vệ Điệp Liên Anh: Các tài liệu anh viết trong bản tin không có gì thuộc bí mật quốc gia, tất cả đang thực hiện công khai và hàng ngày được đăng tin trên các báo. Nhưng cán bộ an ninh tên Đô bảo "Tôi chỉ là người thực hiện lệnh bắt. Việc xét xử sẽ do tòa án." Không ngờ tòa án thành phố công bố án ngay mấy hôm sau: "Điệp Liên Anh 4 năm tù giam về tội làm gián điệp cho nước ngoài"!

Số báo thứ hai phát hành đúng ngày Quốc khánh 2–9 có số lượng tăng vọt, nhiều tổ chức công đoàn ở các tỉnh đăng ký chậm không mua được. Chúng tôi đang vui thì lại có rắc rối mới. Tối hôm đó, chủ nhiệm Đặng Mai gọi điện tới Trưởng ban Tư Nhã: "Các đồng chí cán bộ tuyên huấn lão thành của Đảng và Công đoàn chất vấn, Báo Lao Động Mới là cơ quan ngôn luận của công đoàn cách mạng. Thế thì tại sao ba chữ Lao Động Mới lại in màu vàng, ai nhìn vô cũng phải nghĩ đây là tờ báo của Công đoàn vàng"(!) Trưởng ban Tư Nhã hốt hoảng triệu tập hội nghị bất thường và ông tự chạy tội: "Chuyện chọn màu do đồng chí Công quyết định chứ tôi đâu có được hỏi ý kiến. Do đó, đề nghị đồng chí Công làm báo cáo nhận khuyết điểm của mình gửi lên cho Ban thường vụ". Tôi trấn an anh: "Anh yên tâm. Đây không phải là màu vàng mà là màu da cam. Nhưng các số báo sắp tới có thể chúng ta sẽ dùng màu vàng. Tại sao lại không thể dùng màu vàng? Đó là màu của ngôi sao trên quốc kỳ mà! Chưa có tài liệu nào nói màu vàng là tượng trưng của công đoàn vàng. Biểu tượng của Tổng Liên đoàn Lao công Trần Quốc Bửu là bánh xe răng và đầu con trâu". Tôi gọi điện báo cáo với chủ nhiệm Đặng Mai như vậy. Ông lắng nghe, rồi với giọng ngạc nhiên: "Thế à? Có chắc chắn là công đoàn vàng không dùng biểu tượng màu vàng không vậy đồng chí"? Cuối tuần, tại cuộc họp với các tổng biên tập, ông Trần Bạch Đằng thay mặt Ban Tuyên huấn Trung ương Cục nhận xét tình hình báo chí trong tuần. Ông giơ cao tờ Lao Động Mới lên: "Các bạn nhìn này! Chúng ta đã có một tờ báo trình bày rất đẹp và hiện đại. So với các tờ báo đẹp nhất của phương Tây cũng không hề kém cạnh". Tôi kể lại nhận xét nói trên với Chủ nhiệm Đặng Mai và Trưởng ban Tư Nhã, từ đó cho đến khi tờ báo "hoàn thành nhiệm vụ" hai ông không còn "chỉ đạo" chuyện gì nữa. Ông trưởng ban chỉ nằm xem báo, không bao giờ đòi hỏi chúng tôi phải xin ý kiến điều gì.

Chúng tôi đang cố gắng làm tờ báo Xuân thật hay để chào

mừng cái Tết Thống Nhất đầu tiên, thì một sự cố nghiêm trọng xảy ra: Lại là anh Đô an ninh xuất hiện, đưa lệnh bắt họa sĩ Chóe! Tôi khẩn khoản kể cho anh ta nghe, từ tháng 5–1975, Chóe đã cùng ăn cùng ở cùng làm việc với tôi. Chóe ở lại tòa soạn suốt tuần, đêm nằm chung với tôi trong chiếc màn đơn căng trên nền gạch ở góc phòng. Bằng sự mẫn cảm của người làm báo quen giao tiếp, tôi nhận thấy Chóe là một nghệ sĩ tài hoa, yêu sự thật, châm biếm thói xấu, do đó tôi dám đem sinh mạng chính trị của mình bảo lãnh cho anh. Đô nghiêm mặt: "Cơ quan an ninh chúng tôi tìm và nắm chắc sự thực chứ không dựa vào mẫn cảm của ai cả". Anh Nhã, anh Hiển cùng tôi xin đứng tên bảo lãnh cho họa sĩ Chóe cũng không được chấp nhận. Sau khi ra tù trại cải tạo, Chóe hài hước kể, sở dĩ anh bị giam lâu là do Tòa soạn báo Lao Động Mới cho anh học Nghị quyết 24 của Đảng (khóa 3) quá kỹ. Lúc bị hỏi cung, anh đã quát mắng cán bộ điều tra là làm trái Nghị quyết 24, bởi vì Nghị quyết này quy định chỉ trừng trị kẻ chống đối hiện hành chớ không moi móc chuyện quá khứ. Họ quy tội anh vì đã vẽ bức biếm họa ông Lê Đức Thọ chìa bộ răng hô (vẩu) xé toẹt Hiệp nghị Paris(đăng trên báo từ trước năm 1975).

Sau khi Chóe bị bắt ít lâu, ông Lưu Quý Kỳ, Vụ trưởng Vụ báo chí, gặp tôi cho biết ông có trách nhiệm thành lập tờ báo Đại Đoàn Kết, ông muốn tôi nhường người họa sĩ trình bày Lao Động Mới cho tờ Đại Đoàn Kết. Tôi kể chuyện Chóe bị bắt, ban biên tập chúng tôi cho rằng bắt sai, đề nghị Vụ báo chí tiếp tục can thiệp, nếu Chóe được tự do, chúng tôi xin nhường anh cho báo Đại Đoàn Kết. Vụ báo chí và ông Vụ trưởng Lưu Quý Kỳ cũng chịu thua cơ quan an ninh.

Chóe bị giam không có án 10 năm. Sau khi ra tù, anh đến thăm tôi. Tôi nói, mình không bảo vệ được người cộng sự cho nên tự thấy không có tư cách để khuyên bạn nên ở lại hay rời khỏi nước. Tôi chỉ góp ý: Nếu anh ở lại thì tôi xin nhận anh vào tòa báo, nếu anh quyết đi thì tôi chỉ muốn khuyên anh nên đi chính thức, đừng vượt biên nguy hiểm và dễ bị bắt. Hơn hai năm sau, Chóe mới đến tìm tôi, kể: "Không nghe lời khuyên của anh, tôi đã vượt biên và bị công an Tiền Giang bắt. Vô trại cải tạo ở tù lần này, tôi 'rất ngoan' nên được thả trước hạn một năm. Hiện nay được biết đang "đổi mới" có vẻ dễ chịu, nên tôi quyết định ở lại. Anh có thể nhận tôi được không"? Tôi nhận Chóe vào Cơ quan miền Nam của báo Lao Động. Lúc này chúng tôi cộng tác với các nhà xuất bản biên tập, vẽ bìa, trình bày sách. Chóe làm công việc mới mẻ này. Lúc rảnh anh vẽ tranh lụa gửi bán ở các phòng tranh trên đường Đồng Khởi. Anh có sáng kiến điểm những nét bút sắt vào tranh lụa truyền thống, đẹp, lạ mắt, rất được thị trường ưa chuộng. Thu nhập từ tiền bán tranh đủ cho anh xây ngôi biệt thự ở số 5 Đường Quang Trung, quận Gò Vấp. Một lần, anh vui vẻ nói với họa sĩ Trịnh Cung: "Mình không có khả năng làm nghệ thuật như ông. Mình chỉ vẽ tranh hàng chợ thôi". Không ngờ họa sĩ Trịnh Cung nổi nóng cho rằng anh hạ thấp thiên chức của nghệ sĩ. Tôi phải viết một tiểu phẩm giải hòa hai người bạn, mỗi người một vẻ đều rất tài hoa.

Tờ báo đang phát triển tốt đẹp thì phải "hoàn thành nhiệm vụ" vì "hai miền đã hiệp thương thống nhất nước nhà về mặt Nhà nước". Mặt trận Dân tộc Giải phóng Miền Nam phải nhập vào Mặt trận Tổ quốc, Liên hiệp Công đoàn

Giải phóng Miền Nam cũng phải nhập vào Tổng Liên đoàn Lao động. Tờ báo Lao Động Mới của Công đoàn Giải phóng phải nhập vào báo Lao Động. Tôi được anh Nguyễn Hộ nhận về làm tổng biên tập đầu tiên của báo Công nhân Giải phóng, nay là Người Lao Động.

NHÀ VĂN SƠN NAM, CỘNG TÁC VIÊN ĐẦU TIÊN.

Báo Lao Động Mới chuẩn bị xuất bản số đầu tiên đúng dịp kỷ niệm Cách Mạng Tháng Tám. Anh Sơn Tùng (nguyên Tổng thư ký báo Đại Dân tộc của anh Võ Long Triều), thư ký tòa soạn' mời nhà văn Sơn Nam viết bài về ngày lịch sử này. Nghe giới thiệu tôi là tổng biên tập, anh ôm chầm lấy khen, "trẻ quá, giỏi lắm". Tôi nói, trẻ gì nữa anh, bốn mươi ba tuổi rồi! Tôi khoe, đã biết anh từ khi anh là Phạm Anh Tài. Anh ngạc nhiên hỏi tôi thời chống Pháp ở đâu, làm gì. Khi biết tôi công tác ở Trạm 23, anh nói mình có qua trạm đó. Tôi lại khoe, đã viết cho báo Nhân Dân Miền Nam và đã dự buổi lễ công bố giải nhất cho cuốn "Bên rừng Cù lao Dung" của anh. Anh nói, họ có mời nhưng mình không đi, gần một tuần sau mới biết truyện được giải.

Anh không mang theo tài liệu, cây bút cũng không có. Anh hỏi tôi cho anh một chỗ ngồi, cây bút bi và vài tờ giấy trắng. Đến 11 giờ 30 tôi mời anh nghỉ, ăn bữa "cơm tập thể" với anh em ký giả, rồi viết tiếp. Anh nói, cho mình chậm năm phút cho xong bài.

Tôi vô cùng ngạc nhiên, vì bài viết của anh ghi rõ nhiều tên người, nhiều đơn vị, những ngày tháng nối tiếp cho đến khi khởi nghĩa. Một trí nhớ phi thường! Sau bài kỷ niệm "Cách mạng Tháng Tám", chúng tôi còn đặt anh viết những dịp kỷ niệm ngày Nam Bộ kháng chiến, Nam kỳ khởi nghĩa, Toàn quốc kháng chiến... Anh cũng đến tòa báo với tay không như thế. Anh nổi tiếng với "Hương rừng Cà Mau", "Lịch sử khẩn hoang miền Nam", "Văn minh miệt vườn", "Cá tính miền Nam"... Anh được xem là một nhà Nam Bộ học.

Có lần tôi hỏi anh đánh giá thế nào về tiểu thuyết "Hòn Đất" của Bùi Đức Ái (Anh Đức). Nhà văn Anh Đức thời chống Pháp chưa có tên tuổi gì. Anh nói, nó thuộc loại truyện minh họa cho chánh trị thôi, bố cục không chặt, nhiều chi tiết khó tin. Tôi kể với anh, quyển này được Tố Hữu gọi là "Hòn Ngọc" của văn học Việt Nam. Anh cười, nếu Tống Văn Công bảo một nhà phê bình văn nghệ nào đó nhận xét như vậy thì mình ngạc nhiên, chớ còn ý kiến của một ông chính trị thì khỏi bình luận.

Ngẫm nghĩ một chút, anh lại hỏi, Công nè, ngoài Bắc sao không thấy các nhà phê bình văn nghệ nhận xét tác phẩm mà chỉ thấy mấy ông chính trị chê thế này, phán thế kia. Quyển sách, bài thơ bị Tố Hữu, Trường Chinh chê thì tác giả của nó cũng coi như bị nghỉ chơi. Cả xã hội phải im re, không ai dám bào chữa. Tôi bảo anh, tình trạng đó đã có từ thời bưng biền Nam Bộ kháng chiến, do anh không bao giờ đi họp cho nên không nghe đó thôi. Tôi nhắc lại chuyện các ông Hà Huy Giáp, Lưu Quý Kỳ chê bài nhạc "Tiểu đoàn 307" lai Tây không cho giải mà chọn bài Tự túc cho giải nhất. Họ chê truyện Kén rể của Ngũ Yến không có lập trường giai cấp và họ khen truyện thơ "Chú Hai Neo" của Nguyễn Hải Trừng theo thể lục bát, nôm na, chất văn học còn kém xa "Lục Vân Tiên".

Hồi đó, anh ở Gò Vấp quá xa trung tâm thành phố. Tôi luôn bận nhiều việc rồi sau đó ngồi ở Hà Nội nhiều hơn Sài Gòn, nên không tới thăm anh.

Một lần tại cơ quan miền Nam báo Lao Động, hai anh em gặp nhau sau nhiều năm, cùng ngồi uống trà, bù khú chuyện đời. Anh bảo, mình nói điều này Tống Văn Công đừng đưa lên báo nha, có hứa vậy không để mình nói? Tôi cười, anh Sơn Nam mà cũng biết sợ à? Anh đáp, sao không sợ? Lớn cỡ Nguyễn Tuân còn sợ thì Sơn Nam nhằm nhò gì! Tôi xin hứa, rồi im lặng chờ đợi. Anh hạ giọng gần như thì thầm: *"Bao giờ văn nghệ còn chịu sự lãnh đạo của Đảng thì chẳng có tác phẩm nào ra hồn đâu"*! Tôi cười lớn bảo, lẽ ra anh không nên dặn tôi đừng đưa lên báo mà dõng dạc yêu cầu: "Tớ có ý kiến này, Tống Văn Công ghi cho chính xác rồi đăng ngay lên báo cho mọi người đọc"! Anh ngẩn người một chút, rồi cười hăng hắc, vậy ra Tống Văn Công cũng nhát như Sơn Nam à?

CHUYỆN LINH MỤC PHAN KHẮC TỪ.

Ông Nguyễn Hộ, Chủ tịch Liên hiệp Công đoàn Giải phóng Miền Nam kiêm chủ tịch Liên đoàn Lao động Giải phóng Sài Gòn– Gia Định. Ông đưa linh mục Phan Khắc Từ làm Phó chủ tịch Liên hiệp công đoàn Giải phóng Sài Gòn– Gia Định. Là tổng biên tập báo Lao Động Mới cơ quan ngôn luận của LHCĐGPMN, tôi thường dự họp với lãnh đạo của tổ chức này. Lần đầu dự họp, tôi để ý một anh cán bộ trẻ bưng khay trà đến mời từng người. Đây là điều không thể có ở các cán bộ đoàn thể miền Bắc. Tôi càng ngạc nhiên hơn khi biết đó là ông linh mục Phan Khắc Từ. Lập tức tôi xin gặp riêng ông để tìm hiểu con đường nào đã đưa ông linh mục vốn là công nhân quét rác ở Sở Vệ Sinh, giành giật người lao động trẻ với cộng sản, lại trở thành cán bộ công đoàn của cộng sản. Linh mục Phan Khắc Từ kể, trong chương trình đào tạo linh mục, có phần nghiên cứu chủ nghĩa Marx– Lê nin. Ông cười nói: "Phải biết nó là thế nào thì mới có cách chống tốt được chứ". Một lần sang Mỹ dự hội nghị các hội đồng nhà thờ, ông chứng kiến nhiều linh mục, mục sư cầm cờ nửa đỏ nửa xanh của Mặt trận Dân tộc Giải phóng đi biểu tình chống chiến tranh. Ông rất ngạc nhiên, quyết định lượt về phải ghé Paris đến Phòng Thông tin của Mặt trận để tìm hiểu cương lĩnh của tổ chức này. Ông hoàn toàn bị thuyết phục bởi đoạn văn sau đây trong Cương lĩnh của Mặt trận: *"Thành lập một chính quyền liên minh dân tộc, dân chủ rộng rãi ở miền Nam, thực hiện độc lập dân tộc, tự do, dân chủ, cải thiện dân sinh, giữ vững hòa bình, thi hành chính sách trung lập, tiến tới hòa bình thống nhất Tổ quốc, tích cực bảo vệ hòa bình ở Đông Dương, Đông Nam Á và thế giới"*. Cũng giống như Cương lĩnh của Việt Minh hồi năm 1941 đã hớp hồn các vị trí,phú, địa hào tin theo. Cương lĩnh Mặt trận Dân tộc Giải phóng đã thu hút nhiều trí thức cỡ lớn và nhiều chức sắc các tôn giáo. Phan Khắc Từ đọc xong Cương lĩnh đã ngỏ ý với ông Phạm Văn Ba phụ trách Phòng thông tin của Mặt trận Dân tộc Giải phóng Miền Nam: "Tôi muốn được ghi tên gia nhập Mặt trận". Ông Phạm Văn Ba nói: "Xin linh mục cứ về Sài Gòn, sẽ có người của chúng tôi tới nhà trao đổi ý kiến." Ông Từ về Sài Gòn khoảng một tuần thì có một người bị thương tật mất một chân, chống nạng gỗ đến nhà xin gặp và tự giới thiệu mình là Trương Văn Khâm cán bộ Mặt trận Dân tộc Giải phóng ở Sài Gòn– Gia Định. Ông Khâm phân tích tình hình công nhân lao động Sài Gòn rất rành rẽ, sau đó cho biết, Mặt trận đang xúc tiến việc thành lập ủy ban bảo vệ quyền lợi lao động và tìm một người có đủ uy tín làm Chủ tịch Ủy ban. Ông Khâm được các vị lãnh đạo Mặt trận cử đến gặp linh mục Từ để mời ông nhận lãnh cương vị đó. Ông Từ vui vẻ xin nhận lời. Ngày 1–5–1966 linh mục Phan Khắc Từ chủ tịch Ủy ban bảo vệ quyền lợi lao động dẫn đầu cuộc biểu tình của 40,000 công nhân lao động ở Ngã Bảy.

Cuối tháng 5, ông Hoàng Quốc Việt Ủy viên Trung ương Đảng (khóa 3), nguyên Chủ tịch Tổng Liên đoàn Lao động, đương nhiệm Viện trưởng Viện kiểm sát Nhân dân tối cao vào thăm Sài Gòn. Nơi đầu tiên ông muốn đến là Nhà máy Ba Son.

Thành ủy Sài Gòn đề nghị ông khi đến Ba Son, chỉ nên gặp cán bộ quân quản và xem xưởng máy, không gặp gỡ và nói chuyện với công nhân, vì công nhân ở đây đã bị tiêm nhiễm chủ nghĩa thực dân mới, rất lạc hậu! Hóa ra ý kiến đó xác nhận báo cáo của nguyên bí thư Thành ủy Sài Gòn– Gia Định Trần Bạch Đằng với bí thư Trung ương Cục Nguyễn Chí Thanh là đúng: "Thành ủy chúng tôi dựa vào trí thức, sinh viên và học sinh làm 'ngòi nổ' phong trào đấu tranh ở đô thị là vì không thể dựa vào giai cấp công nhân. Giai cấp công nhân 'sọc dưa', 'xệ dái', không có tinh thần cách mạng như tài liệu kinh điển Mác – Lê nin. Từ phong trào Trần văn Ơn năm 1950 cho tới nay đã chứng tỏ trí thức, sinh viên, học sinh mới là 'ngòi nổ' cách mạng ở thành phố". Bí thư Nguyễn Chí Thanh cho đó là quan điểm hết sức lệch lạc, ngay sau đó Trần Bạch Đằng bị buộc phải rời khỏi cương vị bí thư thành ủy!

Sau khi nghe cán bộ quân quản báo cáo, đi thăm xưởng máy và hỏi chuyện anh em công nhân đứng máy, ông Hoàng Quốc Việt gọi điện về Thành ủy: "Là người cả đời làm công đoàn, tôi không thể rời nhà máy mà không có nói chuyện với anh em công nhân". Và ông ra lệnh cho ban quân quản triệu tập công nhân ngưng máy tập trung lên hội trường. Trong hơn một giờ ông thuyết trình cho công nhân Ba Son biết ngày thống nhất đất nước cũng là ngày đổi đời của giai cấp công nhân. Từ thân phận nô lệ làm thuê, họ chẳng những trở thành người chủ của nhà máy mà còn được vinh dự đứng trong giai cấp lãnh đạo cách mạng Việt Nam, góp phần xứng đáng cho cách mạng thế giới. Ông nói, tuy mới vào miền Nam đi chưa nhiều, nhưng ông cũng đã thấy những di sản của chủ nghĩa thực dân mới thật đáng lo. Tại chợ Bến Thành, ông "đã chứng kiến vài anh trẻ khỏe mà choàng chiếc áo vàng thản nhiên đi xin ăn, không hề biết ngượng". Bên dưới bắt đầu rộ tiếng xì xầm, anh em ngạc nhiên vì nhà lãnh đạo cộng sản Bắc Việt không biết đó là những ông sư khất thực! Tôi có một đứa cháu con của bà chị họ làm công nhân ở đây, sau hôm được nghe nhà lãnh đạo miền Bắc nói chuyện đã băn khoăn hỏi: "Cậu ơi ông ấy phê phán các ông sư khất thực. Có phải từ nay miền Nam cũng phải theo chế độ vô thần của cộng sản Bắc Việt"?

Buổi chiều, ông Hoàng Quốc Việt đến thăm Liên hiệp Công đoàn Giải phóng Sài Gòn – Gia Định. Ông vô cùng kinh ngạc khi được Chủ tịch Nguyễn Hộ giới thiệu ông linh mục Phan Khắc Từ mặc áo thụng đen là Phó Chủ tịch tổ chức công đoàn cách mạng của giai cấp công nhân. Cuối cuộc họp, ông gặp riêng ông Nguyễn Hộ ra lệnh phải chấm dứt ngay việc để ông cha đạo làm Phó Chủ tịch Công đoàn.

Ngay sau đó, linh mục Phan Khắc Từ được chuyển từ Công đoàn sang làm Phó Chủ tịch Mặt trận Tổ quốc Thành phố, một cương vị về hình thức có vẻ quan trọng hơn. Trước khi sang Mặt trận Tổ Quốc, ông Từ đến thăm tôi và đưa người em là linh mục Thiên, nguyên đại úy tuyên úy quân đội Việt Nam Cộng Hòa, đề nghị tôi "giúp em Thiên nhận nó vào tòa soạn báo và có thể giao cho làm bất cứ việc gì". Tôi đã nhận linh mục Thiên vào biên chế và phân công làm thư ký đánh máy. Mấy tháng sau, cha Thiên bị gọi đi tập trung học tập cải tạo. Sau khi ra tù, cha Thiên được ông Từ nhận về làm phó xứ Vườn Xoài nơi ông Từ là Chánh xứ. Có lần linh mục Từ cho tôi biết, ông đã viết đơn xin vào Đảng, nhưng bí thư Thành ủy Nguyễn Văn Linh khuyên: "Anh nên ở ngoài Đảng có lợi cho Đảng hơn. Chúng tôi luôn xem anh như một đồng chí"! Do đó, ông Từ phải chấp nhận cuộc sống hai mặt mập mờ. Chính vì tình trạng đó mà sau 40 năm, vị linh mục "cấp tiến" ngày nào đã trở nên thảm hại trước mắt người dân cả Lương và Giáo. Thật tiếc cho ông, khi gặp Nguyễn Hộ trong rừng Bình Tuy, ông đã suy tôn đó là vị "tổng giám mục cách mạng", vậy mà khi Nguyễn Hộ trở thành người tiên phong đấu tranh cho dân chủ thì ông lại không thức tỉnh tin theo!

XÃ ANH HÙNG SAU HAI NĂM GIẢI PHÓNG.

Ngày 30–4–1975 đang dự buổi ra mẻ gang đầu tiên ở Khu Gang Thép Thái Nguyên thì được tin giải phóng Sài Gòn, tôi vội về Hà Nội thì nhận được quyết định điều động vào Nam để lập tờ báo của Liên hiệp Công Đoàn Giải phóng Miền Nam. Sau khi tờ báo Lao Động Mới ra số đầu tiên, công việc ổn định, tôi xin phép về quê thăm gia đình.

Trong tập bút ký "Cửu Long cuộn sóng" của Trần Hiếu Minh (tức nhà văn Nguyễn văn Bổng) có bài viết về làng An Bình Tây quê tôi, 36 lần phá Ấp Chiến lược. Chính phủ Cách mạng Lâm thời Cộng hòa Miền Nam đã tuyên dương xã An Bình Tây danh hiệu "xã anh hùng". Khi tôi về, bí thư Đảng ủy xã là Tầm và chủ tịch xã là Cảnh đến thăm. Hai anh cho biết, những đảng viên thời chống Pháp đã hy sinh hết, dù vậy đảng vẫn phát triển, đến tháng 4–1975 đảng bộ xã có gần 60 đảng viên. Tôi thật vô cùng kinh ngạc và thán phục, bởi vì xã tôi chỉ cách thị trấn Ba Tri một cây số, lại nằm sát bên tỉnh lộ, có 2 đồn bót của quân lực Việt Nam Cộng Hòa, xã trưởng đã lập được tổ chức cảnh sát và dân vệ. Vậy mà anh Ba Thuận cháu của bà Cai Đệ một đại địa chủ, vui vẻ bảo tôi: *"Sau khi các em đi tập kết, anh về làng lo bán hết ruộng đất, mau chóng "bần nông hóa" để chuẩn bị đón các em về giải phóng miền Nam, tiến nhanh tiến mạnh lên chủ nghĩa xã hội".*

Bốn năm sau, tôi về quê thì xã anh hùng đã là quá khứ xa xôi. Chuyện xảy ra hàng ngày thật là bi đát. Thời ấy chính sách quản lý lương thực vô cùng nghiêm nhặt, mua bán một ký lô gạo ngoài thị trường bị coi là phạm pháp. Vậy mà bí thư Tầm ngày ngày nấu rượu, lấy bã hèm nuôi một đàn heo.

Tại Đại hội Đảng bộ của xã, đại diện Ban thường vụ quận ủy chỉ đạo để bảo vệ uy tín của Đảng, không đề cử Tẩm vào Ban chấp hành Đảng ủy mới. Khi Đại hội nghỉ giải lao, ban kiểm phiếu làm việc, Tẩm đạp xe về nhà. Nhiều người nhận ra đó là hiện tượng phản ứng, cần phải cảnh giác. Một cuộc hội ý nhanh, năm anh tự vệ lực lưỡng nhất được cử ra đón đợi anh ta. Tẩm từ nhà trở lại, vừa vào cổng thì bị chọc gậy vào bánh xe té nhào, bốn chú tự vệ đè Tẩm xuống, lục soát túi quần, phát hiện hai quả lựu đạn. Lập tức Tẩm bị trói gô. Biên bản ghi: "Nghi vấn có âm mưu nổ lựu đạn xóa sổ cả Đại hội".

Chủ tịch Cảnh vụng trộm tần tịu với vợ một nông dân ở gần Ngã Tư. Không muốn làm kẻ vụng trộm, anh ta bèn nghĩ cách để chiếm trọn. Biết anh chồng đêm ít khi nằm trong phòng với vợ con mà ưa ra ngoài nằm trên tấm phảng cạnh cửa sổ mở ra hẻm. Một đêm cuối tháng tối như mực, Cảnh mang lựu đạn đứng ngoài cửa sổ ném vào phảng. Sáng hôm sau cả làng loan tin dữ: Hai cháu nhỏ đòi ba vô với mẹ, "để tụi con nằm cạnh cửa sổ cho mát". Lựu đạn nổ cả hai cháu chết không toàn thây. Cuộc phá án nhanh chóng kết luận nghi phạm là ông Chủ tịch Cảnh. Vốn giàu kinh nghiệm vượt ngục thời chiến tranh, Cảnh trốn thoát ngay sau hai đêm bị bắt giam. Anh ta vào rừng Lạc Địa nơi ẩn náu an toàn của đầu não Việt Cộng quận Ba Tri suốt 30 năm chiến tranh.

Chỉ có khác là những người trú ẩn thời ấy được tổ chức tiếp tế lương thực thuốc men rất chu đáo, còn giờ đây ông Cảnh phải mò mẫm trong đêm lẻn về nhà nhận thức ăn của vợ. Không quá một tuần chính quyền địa phương đã dò biết và lập tức bố trí một tổ tự vệ đón ông bằng một loạt đạn tại bìa rừng.

Cha tôi kể tình trạng vừa làm vừa chơi của xã viên, các mánh khóe thâm lạm của chủ nhiệm, rồi hỏi: "Tao nghe nói bà con ngoài Bắc người ta đã kêu ca 'mỗi người làm việc bằng hai; để ông chủ nhiệm mua đài, sắm xe; mỗi người làm việc bằng ba; để cho chủ nhiệm xây nhà, xây sân', tệ hại như vậy tại sao lại còn đưa kiểu cách đó vô cho miền Nam"? Ngẫm nghĩ hồi lâu, người đảng viên năm 1930, từng tham gia chín năm chống Pháp nói: "Tao vẫn tin rằng chỉ có chủ nghĩa cộng sản mới triệt để giải phóng được cho loài người, nhưng mà bọn đảng viên ở quận Ba Tri này tao thấy đem thằng nào ra bắn cũng đáng tội hết, mày à"! Tôi hỏi lại: "Bắn hết sao cha? Kể cả hai thằng cháu của cha à?" Tôi nhắc hai người con của cô Năm tôi (em kế cha tôi) là Hai Nhân đang là Trưởng phòng Giáo dục quận và Tám Trị đang là Trưởng ban Tuyên giáo quận ủy. Hai chức vụ này thời ấy không có điều kiện thâm lạm.

Cha tôi ngẫm nghĩ rồi đáp: "Hai thằng đó thì để còn xem xét thêm". Anh Ba Thuận nghe chuyện giữa hai cha con tôi, bình luận: *"Bây giờ anh mới thấy, chưa nói tới cái chủ nghĩa cộng sản, ngay cái chủ nghĩa xã hội cũng còn quá xa! Chú Tư bảo, chỉ có nó mới triệt để giải phóng loài người(!) Nhưng ai thực hiện nó đây? Các đảng viên thực hiện mới có mấy năm đã be bét, đến nỗi đem thằng nào ra bắn cũng được. Vậy chẳng lẽ việc trọng đại này phải nhường cho bọn cựu đại địa chủ, tư bản như anh đây"?*

BÍ THƯ THÀNH ỦY NGUYỄN VĂN LINH:
TẠI SAO LẠI ĐÁNH LÁ CỜ ĐẦU?

Sau 30–4–1975, Sài Gòn và miền Nam bắt đầu tổ chức phong trào thi đua xã hội chủ nghĩa. Nhà máy Dệt 12, Xí nghiệp máy may Sinco được xây dựng thành điển hình tiên tiến trong công nghiệp. Đưa những người sản xuất cá thể vào hợp tác xã để xây dựng thành phần kinh tế tập thể là công việc quan trọng được đề cao. Báo chí thành phố liên tục nêu gương Hợp tác xã Cơ khí Đồng Tâm ở huyện Gò Vấp do chủ nhiệm La Ngọc Toàn một ông chủ người Hoa xây dựng đã được Ban thi đua Thành phố trao tặng Lá cờ đầu của phong trào thi đua xây dựng kinh tế tập thể.

Một buổi tối có người bấm chuông gọi cửa nhà tôi. Một người đàn ông mặt đầy vết bầm, trình giấy tờ xác nhận mình là kế toán trưởng của Hợp tác xã cơ khí Đồng Tâm. Ông nói không dám đến tòa báo ban ngày và xin tôi giữ kín việc ông đến cung cấp tài liệu về việc La Ngọc Toàn một ông chủ độc đoán, trác táng và tàn bạo. Tôi đồng ý. Ông trở ra đường, mấy phút sau đưa thêm bốn người nữa vào nhà. Anh kế toán trưởng đưa ra các loại chứng từ hóa đơn, các bản thống kê, các báo cáo mâu thuẫn nhau. Bốn anh kia luân phiên kể những việc làm phi pháp của Toàn. Đặc biệt họ cho biết Toàn đang hùn vốn đóng tàu để kinh doanh trên sinh mạng của người vượt biên. Cả năm người họ đều bị Toàn đánh đập nhiều lần.

Tôi bàn với ban biên tập báo Công nhân Giải phóng (nay là báo Người Lao Động) phanh phui tình trạng đen tối ở Hợp tác xã Cơ khí Đồng Tâm. Anh Trần Thanh Bình phó tổng biên tập xin đích thân đi điều tra vụ này. Số báo đăng bài điều tra phát hành lúc rạng sáng thì đầu giờ chiều đã có công văn phản ứng dữ dội của huyện ủy và Ủy ban Nhân dân huyện Gò Vấp. Họ cho rằng bài báo hoàn toàn sai và rất nguy hiểm. La Ngọc Toàn là một người Hoa tiên tiến, đi đầu thực hiện chính sách xây dựng kinh tế tập thể của chính quyền cách mạng. Đánh La Ngọc Toàn sẽ rúng động tâm can tất cả người Hoa. Đánh La Ngọc Toàn sẽ rung rinh cả hệ thống hợp tác xã non trẻ.

Ban Thường vụ Liên hiệp công đoàn quyết định cả anh Nam Lộc trưởng ban Tuyên giáo công đoàn phải cùng với tổng biên tập tờ báo đi gặp lãnh đạo huyện Gò Vấp để giàn xếp cho yên việc hệ trọng này. Chủ trì phía Gò Vấp và bí thư huyện ủy, người trình bày ý kiến bác bỏ bài báo là bà Tống Thị Thanh Tuyền phó chủ tịch Ủy ban Nhân dân phụ trách khối công nghiệp và tiểu– thủ công nghiệp. Bà yêu cầu cho biết nguồn tin của tờ báo, vì nghi vấn đây là âm mưu của bọn xấu và khẳng định rằng bà đi sát hợp tác xã này ngay từ khi thành lập. Bà hiểu rõ tính nết La Ngọc Toàn một công nhân chân chất nhưng nóng tính và rất tự trọng. Nếu không làm sáng tỏ việc này trả lại danh dự cho Toàn thì rất có thể anh tự mổ ruột mình ném ra rồi chết! Chúng tôi đề nghị Tòa báo cùng Huyện ủy Gò Vấp phối hợp tổ chức một cuộc thanh tra, nhưng phía Gò Vấp không đồng ý. Cuộc họp không đi đến thỏa thuận nào. Tuần sau đó, trong cuộc họp thường kỳ với các báo, ông Trần Trọng Tân ủy viên Ban Thường vụ Thành ủy, Trưởng ban Tuyên huấn phổ biến ý kiến của bí thư Nguyễn Văn Linh phê bình báo Công nhân Giải phóng thiếu thận trọng trong việc phê bình đối với một cơ sở Lá cờ đầu thi đua của Thành phố!

Một tháng sau, La Ngọc Toàn được Mặt trận Tổ Quốc giới thiệu ứng cử vào Hội đồng Nhân dân Thành phố khóa 1 và đắc cử. Trong buổi khai mạc phiên họp đầu tiên của Hội đồng Nhân dân Thành phố, La Ngọc Toàn được các nhà báo vây quanh tranh nhau phỏng vấn, chụp ảnh. Kỳ họp vừa bế mạc, những tờ báo có bài và ảnh La Ngọc Toàn còn nằm trên sạp thì có tin La Ngọc Toàn đã vượt biên trót lọt.

Chuyện trên đây tôi đã viết cho tập "Hồi ký các nhà báo cao tuổi" (Nhà xuất bản Thanh niên, tháng 8 năm 2008) nhưng bị kiểm duyệt bỏ tên của bà phó chủ tịch Ủy ban Nhân dân huyện Gò vấp Tống thị Thanh Tuyền và tên các ông Trưởng ban Tuyên giáo Trần Trọng Tân, bí thư Thành ủy Nguyễn văn Linh.

THÁP TÙNG ÔNG VÕ VĂN KIỆT ĐI "XÉ RÀO".

Từ tháng 12–1976 ông Võ văn Kiệt làm bí thư Thành ủy thay ông Nguyễn Văn Linh được điều lên làm Trưởng ban cải tạo Trung ương. Ngày 16–2–1978 Đỗ Mười thay Nguyễn Văn Linh làm Trưởng ban Cải tạo, nâng số hộ tư sản từ 6000 lên 28.787 hộ và "quét sạch sành sanh" tư sản công thương nghiệp trong mấy ngày. Sau đó cơ chế quản lý xã hội chủ nghĩa được thực hiện nghiêm nhặt. Chẳng bao lâu sau tất cả các xí nghiệp bắt đầu vấp những khó khăn giống nhau: Máy móc hư hỏng không có phụ tùng thay thế; nhiên liệu, nguyên liệu cạn kiệt không có ngoại tệ để nhập khẩu. Bí thư Thành ủy Võ Văn Kiệt đi khảo sát hàng chục xí nghiệp đang gặp khó khăn lớn. Biết đây là việc quan trọng tôi xin ông cho

được tháp tùng hầu hết các chuyến đi. Ông Võ văn Kiệt
không chỉ nghe giám đốc báo cáo mà sau đó ông gặp từng
trưởng phó phòng, ban, chủ tịch công đoàn, bí thư thanh
niên và một vài tổ trưởng. Sau mỗi chuyến đi, ông còn hỏi
nhận xét của chúng tôi, những người tháp tùng. Ví dụ, trong
cuộc làm việc với ngành sản xuất thuốc lá có mặt các vị cục
trưởng, tổng giám đốc, các giám đốc, các trưởng phòng. Sau
khi ra về ông hỏi: "Theo cậu hôm nay phát biểu của anh nào
có giá trị 'tháo gỡ' nhứt"? Ông đồng ý với tôi: "Đúng, cái cậu
nói tiếng Huế vạch ra những điều phi lý và chỉ rõ cách giải
quyết rất căn cơ ". Đó là anh Phó phòng kỹ thuật Lê Đình
Thụy, người có cấp bực thấp nhất hôm đó. Ông Kiệt gợi ý Bộ
công nghiệp nhẹ bồi dưỡng, đề bạt anh Thụy trở thành Tổng
giám đốc Tổng Công ty Thuốc lá Việt Nam. Ở mỗi nơi ông
Kiệt đều có ý kiến giải quyết vướng mắc một cách cụ thể.
Ông nhận ra ách tắc chủ yếu không phải do hậu quả chiến
tranh, không phải do thiếu ngoại tệ mà do cơ chế quản lý xã
hội chủ nghĩa mình tự trói tay mình. Trước cải tạo, các
doanh nghiệp hoạt động theo cơ chế thị trường, lợi nhuận,
hiệu quả kinh tế là lý do tồn tại của doanh nghiệp là mục
tiêu của nhà quản lý. Tài năng của nhà quản lý là nhìn thấy
và biết đặt ra những việc làm thiết thực để phát triển sản
xuất, tăng sức cạnh tranh, mở rộng thị trường, tích lũy thêm
nhiều vốn. Cơ chế quản lý doanh nghiệp xã hội chủ nghĩa
nhằm mục tiêu bảo vệ bản chất kinh tế xã hội chủ nghĩa, xây
dựng sở hữu của nhà nước, chống bóc lột, ngăn cấm chạy
theo thị trường. Các xí nghiệp Dệt Thành Công, Thuốc Lá
Vĩnh Hội, Công ty Xe khách miền Đông... đều bị vướng mắc
từ cơ chế quản lý xã hội chủ nghĩa. Ví dụ trường hợp Dệt

Thành Công: Nếu xí nghiệp được phép vay 120.000 USD, với lãi suất 18% và phụ phí năm 1,5% để nhập sợi, thuốc nhuộm, phụ tùng thì sẽ sản xuất được 120.000 mét vải oxford, trả xong nợ còn lãi 82.000 USD. Nhưng cơ chế quản lý xã hội chủ nghĩa quy định: Cấm xí nghiệp không được tự vay vốn, tự mua nguyên liệu không theo giá nhà nước, không tự xây dựng kế hoạch sản xuất mà bộ chủ quản chưa cho phép, không được tự bán sản phẩm ra thị trường. Mọi kế hoạch vay vốn, sản xuất, tiêu thụ của xí nghiệp đều phải được Bộ chủ quản duyệt. Nếu xí nghiệp trình kế hoạch trái với các quy định nói trên thì chẳng những không được phê duyệt mà còn bị kỷ luật, bởi vì cơ chế quản lý hiện hành được bảo vệ trong vòng rào ý thức hệ cộng sản rất kiên cố. Nghe báo cáo tình trạng trên, Bí thư Võ văn Kiệt đồng ý cho xí nghiệp "xé rào" và thuyết phục giám đốc Ngân hàng Ngoại thương Nguyễn Nhật Hồng, ông này cũng đồng tình "xé rào". Cuối cùng cách làm bất hợp pháp đó đã đưa tới hiệu quả rất tốt đẹp: đảm bảo lợi ích nhà nước, lợi ích của tập thể xí nghiệp và lợi ích của từng người lao động.

Quan sát thành quả đạt được do xé rào, đầu năm 1981, tôi viết bài báo có tựa đề "Ba lợi ích" đăng trên báo Lao Động. Bài báo mở đầu bằng cảnh nhiều công nhân bỏ việc các năm trước trở lại nhà máy xin làm lại do được trả lương thỏa đáng. Giữa lúc các doanh nghiệp vui mừng "ăn nên làm ra" thì có nhiều đoàn thanh tra gồm những nhà lý luận kinh điển từ Trung ương về khảo sát. Đến Xí nghiệp may số 3, nhà lý luận kinh điển lớn tiếng phê phán: "Các anh sai đứt đuôi con nòng nọc rồi! Theo lý luận kinh tế Mác – Lê nin thì tiền lương không bao giờ được tăng vượt quá mức tăng năng suất lao động. So với năm trước năng suất lao động chỉ tăng chỉ tăng 10% vậy hà cớ gì tiền lương tăng đến 50%?". Hóa ra lỗi là do đơn giá của Bộ công nghiệp ban hành đã 5 năm không được điều chỉnh. Ngày đó đơn giá may một áo sơ mi là 30 xu. Một công nhân may một ngày 8 cái áo, thu nhập 2 đồng 40 xu. Thời đó công may ngoài thị trường là 20 đồng / một áo sơ mi. Nếu trả lương theo đơn giá của Bộ thì công may một cái áo không đủ tiền thuê bơm một bánh xe đạp! Tác giả bình rằng "lý luận kinh điển vẫn luôn phải được bổ sung từ thực tiễn cuộc sống tươi xanh, có khi lắm gai nữa, nếu không thì rất dễ xảy ra "lý luận trở thành màu xám"! Ở Nhà máy in Tổng hợp, nhà lý luận của Đoàn Thanh tra hỏi: "Vì sao công nhân ở đây không ăn độn theo chính sách lương thực hiện hành? Bí thư Thành ủy cũng phải ăn độn kia mà"? Bài báo kể: Bí thư Võ Văn Kiệt trả lời câu hỏi này: "Bí thư Thành ủy chưa làm gì đạt hiệu quả kinh tế thì cứ phải ăn độn. Còn công nhân làm vượt mức được giao thì không phải ăn độn. Có khi các vị thanh tra của mình còn bị ảnh hưởng của chủ nghĩa xã hội chia đều nghèo khổ đấy"! Bài báo được người trình bày lâu năm nhất của báo Lao Động (từ 1945) là nhạc sĩ Văn Cao vẽ minh họa: Một nhà lý luận mang kính, một tay bóp trán vẻ trầm tư bên chồng sách kinh điển.

Sau khi tờ báo có bài "Ba lợi ích" phát hành hơn một tuần thì tôi được điện thoại của anh Trần Tâm Trí, Vụ phó Vụ báo chí phụ trách miền Nam của Ban Tuyên huấn Trung ương mời "Anh đến tôi, có chuyện rất cần mà không thể nói qua điện thoại". Anh Trần Tâm Trí cho tôi biết, anh vừa ra Hà Nội học Nghị quyết Trung ương. Trong buổi thảo luận tổ, tiến sĩ Đặng Xuân Kỳ (con cả ông Trường Chinh) đang là Viện trưởng Viện nghiên cứu Chủ nghĩa Mác–Lênin phát biểu: Có tay Tống Văn trong Sài Gòn vừa viết bài báo tựa đề Ba Lợi Ích với giọng hết sức bố láo, dè bĩu các nhà lý luận Mac– Lenin. Anh Trần Tâm Trí đã "đỡ đòn" cho tôi: "Tống Văn là bút danh của Tống Văn Công phó Tổng biên tập báo Lao Động phụ trách miền Nam. Bài này chắc chắn không phải thể hiện quan điểm cá nhân của anh ta mà là của tập thể ban biên tập và rất có thể của Tổng Liên đoàn Lao động đấy, anh ạ"! (lúc này Chủ tịch Tổng Liên đoàn Lao động là Nguyễn Văn Linh). Nghe vậy, Đặng Xuân Kỳ im lặng.

Cuối năm 1981, trong cuộc học tập Nghị quyết Trung ương ở Hà Nội, tôi quyết định phải đi dự với tư cách phó Tổng biên tập để biết tình hình ở "chóp bu"của Đảng. Tôi dự buổi thảo luận ở Tổ Dân vận gồm đại biểu các cơ quan thuộc Ban Dân vận Trung ương Đảng do ông Vũ Quang, Trưởng ban Dân vận làm tổ trưởng. Tại đây tôi được nghe tất cả các vị hò hét công kích "chủ nghĩa tự do kinh tế Sài Gòn". Tháng 3–1982 Đại hội 5 Đảng cộng sản, Nguyễn Văn Linh bị đẩy ra khỏi Bộ Chính trị, ông xin về lại Sài Gòn làm bí thư thay ông Võ Văn Kiệt được điều ra Hà Nội. Tại đây ông thừa hưởng thành quả "xé rào" của ông Kiệt. Trong khi đó, ông Kiệt ra Hà Nội bị vạ lây bởi vụ "giá lương tiền" của Lê Duẩn, Tố Hữu. Cuối năm 1985, Trần Bạch Đằng chấp bút quyển "Thành phố Hồ Chí Minh, mười năm" để ông Nguyễn Văn Linh đứng tên (lẽ ra người đứng tên sách này phải là Võ Văn Kiệt). Nhiều đảng viên cao cấp đọc sách này đã kêu lên: "Tổng bí thư khóa 6 đã xuất hiện đây rồi"!

Trong dịp chuẩn bị Đại hội Công đoàn thành phố lần thứ nhất, ông Kiệt bảo ông Nguyễn Hộ: "Anh bảo cậu nào viết báo cáo chánh trị Đại hội Công đoàn đến văn phòng của tôi mà viết. Để có lúc rảnh tôi góp ý". Tôi đến văn phòng bí thư Thành ủy lúc ấy đóng ở ngôi nhà rất rộng của Nguyễn Tấn Đời (ông này đã di tản). Lúc này ông Kiệt có ba người giúp việc là Thép Mới nguyên phó Tổng biên tập báo Nhân dân, Ba Huấn (sau này là phó chủ tịch thành phố Hồ Chí Minh), Ba Hương (sau này là chủ nhiệm Viện Xã hội học thành phố). Ba người này không biết tôi đã từng đi theo ông Kiệt qua hàng chục xí nghiệp nên đã kể nhiều nét đặc biệt trong tính cách của ông sếp để giúp tôi dễ dàng khi tiếp cận: Ông không thích theo lối mòn, không chịu lý thuyết suông, đòi phải mổ xẻ tình hình cụ thể và đề ra giải pháp khả thi.

Một hôm, ông đến ngồi đối diện với tôi qua bàn viết, tỏ ý muốn đọc phần đầu bản báo cáo. Đọc xong, ông đưa trả và hỏi: "Anh đánh giá tình hình công nhân Sài Gòn thế nào"? Tôi nhắc lại chuyện ông Trần Bạch Đằng trả lời Ủy viên Bộ Chính trị Nguyễn Chí Thanh: "Công nhân Sài Gòn 'xệ dái' rồi, không thể dựa họ làm 'ngòi nổ' phong trào đấu tranh được. Ngòi nổ của phong trào thành phố Sài Gòn phải là sinh viên học sinh". Nguyễn Chí Thanh hết sức tức giận khi nghe một bí thư Thành ủy Đảng tiên phong của giai cấp công nhân mà ăn nói "phi giai cấp" đến thế! Lập tức Trần Bạch Đằng bị cách chức. Tôi trả lời ông Kiệt: "Hồi chiến tranh ông Trần Bạch Đằng trả lời Nguyễn Chí Thanh về công nhân như vậy là đúng. Ngày nay, công nhân Sài Gòn vẫn luyến tiếc chế độ cũ, họ cho rằng hồi đó tiền lương thỏa đáng so với công sức bỏ ra và khi giá cả thị trường tăng vọt thì cũng được tăng lương tương ứng. Nếu đem bài của Ban Tuyên huấn Trung ương giảng cho họ nghe về vai trò lịch sử của giai cấp công nhân lãnh đạo cách mạng thì họ sẽ phì cười, cho rằng mấy anh cộng sản nói dóc có sách". Do đó, tôi tránh nói theo tài liệu của Ban Tuyên huấn Trung ương mà chỉ nói với họ về những khó khăn của thành phố và những việc cần phải cố gắng làm để khôi phục sản xuất, vì lợi ích đất nước mà cũng là vì cuộc sống của họ". Ông Kiệt tỏ ra đồng tình. Ông góp ý thêm: "Công đoàn còn coi trọng người lao động chân tay hơn lao động trí óc. Như vậy là không đúng. Hiện nay trí thức vượt biên rất nhiều. Chúng ta chưa có chánh sách tốt để giữ anh em này, chống chảy máu chất xám. Riêng anh đang nắm hai tờ báo, nên quan tâm đúng chuyện này". Tiếp thu ý kiến của ông, tôi đặt vấn đề này thành một chương quan trọng của bản Báo cáo Đại hội công đoàn. Trên báo Công nhân Giải phóng cũng đưa tin và bài đậm nét về chủ đề này, nổi bật là loạt bài về bác sĩ Nguyễn Thị Ngọc Phượng từ chối lời đòi hỏi của chồng phải đi ra nước ngoài thì mới có thể sum họp. Hôm đó đọc báo ông tỏ ra rất vui, đến bữa ăn, ông sớt bát phở của mình một phần đưa sang tôi: "Cậu Công đáng được thưởng thêm một suất, vậy mình nhường một phần"! Tôi không chịu nhận, ông kèo nài: "Mình nói đùa mà, sự thật là hôm nay bụng mình có vấn đề. Cậu giúp mình".

Khi tôi làm Tổng biên tập báo Lao Động, ông thường đến thăm và góp ý nhiều điều bổ ích. Ông thường đến thăm tờ báo còn vì quan tâm đến Lý Quý Chung nguyên Bộ trưởng Thông tin Chính phủ Dương văn Minh, lúc đó là tổng thư ký tòa soạn báo Lao Động. Khi làm bí thư Thành ủy Sài Gòn, ông mời ông Nguyễn Xuân Oánh phụ trách nghiên cứu chính sách kinh tế. Nhóm thứ sáu do anh Phan Chánh Dưỡng tập họp gồm các chuyên gia chế độ Việt Nam Cộng Hòa như Lâm Võ Hoàng, Trần Bá Tước, Phan Chánh Dưỡng, Huỳnh Bửu Sơn, Nguyễn Ngọc Bích, Phan Tường Vân... họp định kỳ vào ngày thứ sáu nghiên cứu, phản biện các chính sách vừa ban hành. Biết sự kiện này, ông Võ Văn Kiệt gặp gỡ, khuyến khích, chăm sóc từng anh em như người trong gia đình. Ông sinh hoạt, trò chuyện, quan tâm chăm sóc từng anh em như trong một gia đình. Ông Lâm Võ Hoàng cán bộ cao cấp ngành Tài chánh Việt Nam Cộng Hòa kể với tôi, ông bị đi tù cải tạo hơn mười năm, ra tù đang chuẩn bị ra nước ngoài thì được thư mời của ông Kiệt đến cuộc họp góp ý xây dựng sắc lệnh đổi mới Ngân hàng. Ông Hoàng ngạc nhiên và phân vân: Nên đến hay không? Đến thì có nói thẳng với họ không? Nói thẳng, liệu họ có bắt đi cải tạo lần nữa? Cuối cùng ông tò mò muốn đến để nói thẳng xem bọn họ cư xử ra sao.

Cuộc họp có mặt đông đảo cán bộ lãnh đạo Ngân hàng đứng đầu là Thống đốc Cao Sĩ Kiêm. Sau khi các quan chức, học giả xã hội chủ nghĩa hết ý kiến, ông Kiệt mời ông Hoàng phát biểu. Ông Hoàng nói với giọng xỉa xói phía bên kia: "Ngân hàng của mấy ông không phải là Ngân hàng. Nó chỉ là người giữ két bạc cho mấy ông. Đồng tiền của mấy ông không phải là đồng tiền, đồng tiền gì mà có hai ba giá khác nhau". Phía Ngân hàng Nhà nước ồ lên phản đối. Ông Kiệt khoác tay, yêu cầu họ im lặng lắng nghe, suy nghĩ, rồi sẽ được mời phát biểu. Ông mời họ phản bác. Sau đó, ông phân tích cho họ thấy ngân hàng xã hội chủ nghĩa chỉ phục vụ tốt cho chế độ kinh tế xã hội chủ nghĩa, nhưng sẽ cản trở phát triển kinh tế thị trường. Ông Hoàng rất ngạc nhiên vì ông Kiệt lãnh hội rất chắc những vấn đề chuyên môn, chỉ ra được chỗ cần phải thay đổi và những điều mà người bảo thủ làm chỗ dựa.

Ông Kiệt để lại nhiều dấu ấn trong những quyết định có tầm chiến lược đổi mới kinh tế. Ông cũng là người sớm nhận ra yêu cầu đổi mới chính trị, từ bỏ mô hình chuyên chính vô sản, thực hiện tự do, dân chủ, nhân quyền. Trong lá thư gửi Bộ Chính trị ngày 9–8–1995 để chuẩn bị Đại hội 8 của Đảng cộng sản Việt Nam, ông cho rằng, thế giới ngày nay không còn mâu thuẫn đối kháng giữa hai phe chủ nghĩa xã hội và chủ nghĩa đế quốc mà trước hết là tính chất đa dạng, đa cực trở thành nhân tố nổi trội. Bốn nước xã hôi chủ nghĩa còn lại thì tính chất quốc gia đã lấn át tính chất xã hội chủ nghĩa. Thậm chí trong quan hệ Việt Nam – Trung Quốc tồn tại không ít điểm nóng. Ông cho rằng hoàn cảnh ngày nay có nhiều thuận lợi để đạt mục tiêu dân giàu nước mạnh xã hội dân chủ công bằng văn minh. Chúng ta có thể học kinh nghiệm của các "con rồng" châu Á để rút ngắn thời gian công nghiệp hóa từ mấy trăm năm xuống vài thập kỷ. Đảng phải phấn đấu để trở thành một bộ phận tinh hoa tiêu biểu trí tuệ, nghị lực và phẩm chất cao quý của toàn dân tộc bao gồm cả toàn thể cộng đồng người Việt Nam ở nước ngoài đang hướng về Tổ quốc.

Bức thư nói trên được cơ quan của Đảng đóng dấu "tối mật". Hàng chục năm sau do lưu giữ nó mà các ông Lê Hồng Hà, Hà Sĩ Phu, Nguyễn Kiến Giang bị bắt, bị tù tội.

ÔNG NGUYỄN VĂN LINH LẠI HỎI "TẠI SAO A THẦN PHÙ ĐÁNH VÀO ĐIỂN HÌNH TIÊN TIẾN"?

Đầu năm 1983, nhiều tờ báo ở Sài Gòn có bài ca ngợi một nhân vật xuất chúng: Đó là ông Nguyễn Văn Tài phó tiến sĩ Đông Đức, phó giám đốc Xí nghiệp Hóa màu Tân Bình. Tài là "hạt giống đỏ", con trai bí thư Tỉnh ủy Tây Ninh thời chống Mỹ, đồng chí thân thiết của bí thư Thành ủy Nguyễn Văn Linh. Xí nghiệp này đã chết sau ngày 30–4–1975, nhờ tài năng và nghị lực phi thường của Nguyễn Văn Tài nó được hồi sinh và trở thành "Lá cờ đầu phong trào thi đua ngành công nghiệp thành phố Hồ Chí Minh". Nhưng sau đó không lâu, có hàng chục cán bộ công nhân của xí nghiệp kéo đến Ban sản xuất thử (cấp trên của Xí nghiệp này), Liên hiệp công đoàn thành phố, báo Công Nhân Giải phóng, báo Lao Động, tố cáo ông Tài phạm rất nhiều điều sai trái. Họ cho biết, ông Tài vượt quyền giám đốc tự tiện đặt ra những quy định trái pháp luật: hạ mức lương thực của nữ công nhân làm việc nặng từ 17 kg xuống 13,5 kg. Tài nói: "Mấy thằng cha làm chính sách dốt quá! Đàn bà dù làm việc nặng cũng không thể ăn nhiều được. Ông bà đã nói 'nữ thực như miêu' mà"! Ông cắt lương những ngày nghỉ lễ vì: "Mấy thằng làm chính sách không quán triệt nguyên tắc "không lao động không trả lương". Ông đặt ra những hình phạt đối với người lao động như ở thời trung cổ: phơi nắng, quỳ gối, bò vòng quanh xí nghiệp...

Anh Trần Thanh Bình phó tổng biên tập báo Công Nhân Giải phóng viết một loạt bài về sai phạm của Tài đăng liên tiếp mấy kỳ báo. Tài chạy lên tòa soạn yêu cầu ngưng đăng những bài viết "gây tác hại cho sản xuất". Anh ta từ chối tiếp thụ phê bình trên báo cũng với lý do đó: "Làm mất uy tín của lãnh đạo trước mắt công nhân, ảnh hưởng xấu đến kỷ luật sản xuất". Tài chạy thẳng lên bí thư Thành ủy Nguyễn Văn Linh cầu cứu.

Xin nhắc lại đôi chút về Nguyễn Văn Linh: Tháng 12 năm 1976, ông rời vị trí Bí thư Thành ủy thành phố Hồ Chí Minh để nhận chức Trưởng ban cải tạo công nông thương nghiệp Trung ương sau đó được chuyển sang làm Chủ tịch Tổng Công đoàn. Đại hội 5 (tháng 3–1982) không được vào Bộ chính trị, ông xin về làm Bí thư Thành ủy thành phố Hồ Chí Minh (tháng 4–1982) thay cho ông Võ văn Kiệt ra Trung ương. Trong hồi ký (đăng trên Viet–studies tháng 3–2015), Dương Văn Ba kể: Trong bữa cơm cô Hòa con gái ông góp ý với bố: "Con thấy chú Sáu Kiệt đâu có vấn đề gì căng thẳng với bố mà bố không được khách quan với chú". Ông Linh nổi nóng quát "Mày biết gì mà nói" rồi ông cầm tô canh tạt vào mặt con gái. Dương Văn Ba còn kể chuyện đứa con trai duy nhất của ông nằm trên giường bố mẹ, dùng súng của bố bắn vào đầu mình, nhưng không nói rõ nguyên do. Ông Mai Văn Bảy nguyên ủy viên Ban Thường vụ Thành ủy kể với tôi: Đó là đứa con trai duy nhất tên Nguyễn Văn Linh mà ông Nguyễn Văn Cúc (Mười Cúc) đã mượn tên làm bí danh khi hoạt động ở miền Nam, rồi sau này trở thành tên chính thức khi ông mang các chức vụ của Đảng. Nguyên do khiến cậu Linh tự sát là: Cũng trong một bữa cơm, ông Mười Cúc nổi nóng vì cậu con nuôi đã học dốt lại lười học, sau khi tốt nghiệp trung cấp, không chịu học tiếp đại học. Đã vậy khi ông mắng, nó còn dám lớn tiếng trả treo. Vốn quen ra lệnh, không quen nghe ai trái ý mình, huống hồ lại là thằng con, ông nổi xung bưng tô canh tạt thẳng vào mặt nó. Lập tức Linh buông đũa nhảy xuống, chạy biến khỏi nhà. Hơn một tuần sau, không thấy bố mẹ tìm kiếm mình, đã cạn túi, cậu ta quay trở về và được biết bố mẹ vừa đi Liên Xô nghỉ dưỡng. Có lẽ cậu con nuông phẫn uất khi nghĩ bố mẹ quá vô tình, bố thô bạo khiến mình phải bỏ nhà, vậy mà không thèm tìm kiếm, lại còn dắt nhau đi du hí!

Tháng 4–1982, khi ông trở lại làm Bí thư Thành ủy tôi đang là Trưởng ban Tuyên giáo của Liên hiệp Công đoàn thành phố, do đó có nhiều dịp làm việc với ông. Một lần báo cáo về tình hình công nhân thành phố, tôi nói, giai cấp công nhân ở thành phố này rất ngạc nhiên khi nghe chúng ta nói họ là giai cấp lãnh đạo cách mạng. Họ nói với nhau, mấy cha này coi tụi mình như con nít, xí gạt quá trắng trợn. Họ cho rằng chế độ Sài Gòn đối xử với công nhân tốt hơn nhiều.

Trong giờ nghỉ giải lao, ông Linh bảo anh Quới thư ký riêng của ông ra gọi tôi, anh Mười bảo mời anh vào gặp riêng. Ông Linh hỏi tôi định làm gì để tuyên truyền giáo dục công nhân đạt hiệu quả và yêu cầu tôi nói thêm điều đó trước hội nghị. Tôi cho rằng "bốn bài học cơ bản để giáo dục giai cấp công nhân" do Ban Tuyến huấn Trung ương Đảng soạn với "lý thuyết cao siêu" không thích hợp. Do đó, tôi tự biên soạn quyển "Công nhân làm gì để khôi phục sản xuất tự cải thiện đời sống." (Tôi dùng bút danh là Anh Thông, được nhà Xuất bản Tổng hợp Thành phố in, Công đoàn mua phổ biến đến công đoàn cơ sở toàn thành phố.) Ông Linh tỏ ra hết sức hài lòng. Sau này, nhiều người nói đùa với tôi: "Ngay từ đầu ông ấy đã để mắt xanh tới cậu rồi, nếu cậu ngoan ngoãn, giữ cái đà ấy mà đi tới thì chắc đời cậu đã lên hương"! Tôi hoàn toàn thất bại trong mối quan hệ với ông Linh. Bước ngoặt xấu nhất trong quan hệ của tôi đối với ông là vụ Xí nghiệp Hóa màu Tân Bình và ông phó giám đốc Nguyễn Văn Tài của xí nghiệp này.

Hôm đó, Bí thư Thành ủy triệu tập cuộc họp với trưởng ban tuyên giáo các đoàn thể và quận, huyện. Tôi đến họp khi cử tọa đã khá đông. Bí thư Nguyễn Văn Linh ngồi trên ghế chủ tọa. Khi tôi vừa ngồi xuống hàng ghế đầu đối diện thì ông lên tiếng: "Này ông công đoàn. Tại sao tờ báo của ông "a thần phù" đánh vào điển hình tiên tiến của thành phố mà không thèm hỏi ý kiến tôi một câu?" Tôi đứng lên trả lời: "Thưa anh Mười, chúng tôi làm việc này với đầy đủ ý thức trách nhiệm. Nếu anh Mười sắp xếp thời gian để nghe chúng tôi báo cáo trong vòng một giờ, anh sẽ thấy chúng tôi đúng 100%." Bí thư Nguyễn Văn Linh cau mặt lại, lên giọng: "Chao, đến lúc này mà anh vẫn còn tự cho là mình hoàn toàn đúng à? Các anh có vẻ đúng về hình thức, nhưng cái cốt lõi là sai, sai từ trong bản chất! Lê nin đã dạy, quần chúng có ba loại: tiên tiến, trung bình và lạc hậu. Người cộng sản phải biết dựa vào số người tiên tiến ít ỏi, để lôi kéo người trung bình và giáo dục người lạc hậu bằng nhiều hình thức kể cả kỷ luật, phạt. Các anh đã không làm như vậy. Nghe quần chúng lạc hậu kêu ca, các anh nhảy vô bênh họ ngay. Thái độ đó không phải là của những đảng viên cộng sản chân chính theo chủ nghĩa Mác – Lê mà là của những kẻ theo đuôi quần chúng lạc hậu. Lênin lên án gọi "Đó là những kẻ theo chủ nghĩa công đoàn"! Đồng chí Nguyễn Văn Tài là phó tiến sĩ khoa học ở Cộng Hòa Dân Chủ Đức, nước phát triển nhất trong phe xã hội chủ nghĩa. Sở dĩ phát triển nhất trong phe là do người Đức có kỷ luật thép. Đồng chí Nguyễn Văn Tài quyết đem tinh thần kỷ luật thép của nước bạn về thực hiện ở Xí nghiệp Hóa màu Tân Bình thì bị các phần tử lạc hậu phản ứng và các anh những người theo chủ nghĩa công đoàn lên tiếng bênh vực họ".

Thấy ông đã dứt lời, tôi liền đứng lên với ý định sẽ nói rằng việc làm của Tài không nên gọi là áp dụng kỷ luật thép mà phải nói đó là thứ hình phạt của chủ nô lệ. Nhưng không để cho tôi được nói, ông tiếp tục ề à thêm mấy câu, rồi cáu kỉnh gắt lên: "Đồng chí ngồi xuống đi chứ"! Cả hội trường ái ngại nhìn tôi. Dù rất bức xúc, nhưng tôi biết ở đây không phải lúc đôi co, nên im lặng ngồi xuống.

Lúc giải lao mọi người ra ngoài sân uống nước. Anh Võ Nhân Lý (Bảy Lý), nguyên là người phát ngôn của Ban quân quản Sài Gòn– Gia Định, lúc này đang là Phó ban thứ nhất Ban Tuyên huấn Thành ủy, kiêm Tổng biên tập báo Sài Gòn Giải Phóng gặp tôi, tỏ ý thông cảm: "Tôi làm việc với ông ấy gần 20 năm ở trong rừng chưa bao giờ thấy ông ấy mất bình tỉnh, cáu kỉnh như hôm nay. Ban nãy anh trả lời như vậy là đúng mực và anh ngồi xuống cũng đúng. Theo tôi, anh nên bàn với lãnh đạo công đoàn, gửi văn bản kiến nghị tổ chức một cuộc thanh tra xí nghiệp này. Sau khi thanh tra, nếu ý kiến của anh là đúng thì anh lại đưa lên báo. Lúc đó, dù không muốn ông ấy cũng phải nhận là mình sai".

Sau khi Liên hiệp Công đoàn Thành phố gửi kiến nghị

yêu cầu tổ chức thanh tra, Ủy ban Thanh tra Nhà nước thành phố đã lập "Đoàn thanh tra Xí nghiệp Hóa màu Tân Bình" do ông Phó chủ nhiệm Ủy ban làm trưởng đoàn. Sau 7 tháng, Đoàn thanh tra mới gửi "Bản dự thảo kết luận tranh tra xí nghiệp Hóa màu Tân Bình" cho Thành ủy, Ủy ban Nhân dân thành phố và các cơ quan có liên quan. Bản Dự thảo có nội dung như là để minh họa ý kiến của bí thư Thành ủy Nguyễn Văn Linh tại cuộc họp tuyên huấn các đoàn thể. Trong đó, họ dành hai trang phân tích những bài trên báo Công Nhân Giải Phóng phê phán Nguyễn Văn Tài và kết luận: "Do xơ cứng về nhận thức và hạn chế về kiến thức quản lý xí nghiệp xã hội chủ nghĩa, tác giả các bài báo đã lệch lạc".

Tôi đáp lại bằng một văn bản có tiêu đề "Nhận xét về Bản dự thảo kết luận thanh tra Xí nghiệp Hóa màu Tân Bình" với kết luận: "Đoàn thanh tra kém năng lực hoặc không công tâm trong công tác thanh tra. Chúng tôi đề nghị Đoàn này đứng sang một bên quan sát chúng tôi thanh tra. Trong ba tháng nếu chúng tôi không kết luận được những tiêu cực sai trái như nội dung các bài báo thì Tổng biên tập báo Công nhân Giải phóng xin nhận hình thức kỷ luật cách chức".

Anh em công nhân viên chức Xí nghiệp Hóa màu biết Đoàn thanh tra bao che cho Nguyễn Văn Tài và chống lại báo Công nhân Giải phóng đã hết sức phẫn nộ. Anh em đến tòa báo cung cấp những chứng cứ rất quan trọng: Bà Bảy Huệ (Ngô thị Huệ) vợ Bí thư Nguyễn Văn Linh đã gửi tiền ở Xí nghiệp Hóa màu Tân Bình với lãi suất cao hơn hẳn mức lãi do Ngân hàng Nhà nước quy định; hàng tháng bà Huệ đi chiếc xe của bí thư Thành ủy đến xí nghiệp nhận tiền lãi. Tôi kể chuyện này với ông Trần Bạch Đằng chỉ với ý chia sẻ sự khó khăn trong việc đấu tranh chống tiêu cực. Không ngờ ông đến nhà riêng của ông Linh, kể lại chuyện trên và đặt câu hỏi: "Nếu ở Đại hội Đảng sắp tới Tống Văn Công đưa chuyện này ra tố cáo thì anh tính sao"? Trần Bạch Đằng cho biết, khi ông hỏi như vậy, ông Linh giận tái mặt và nói, để tránh dư luận xấu, trước mắt ông sẽ chuyển giao việc chỉ đạo Thanh tra Xí nghiệp Hóa màu Tân Bình cho ông Chín Đào (Tức Phan Minh Tánh, lúc đó là phó bí thư, Trưởng ban Tổ chức Thành ủy. Đến Đại hội 6 ông là Ủy viên Trung ương, Trưởng ban Dân vận Trung ương. Ông nghỉ hưu, sống ở Sài Gòn, năm 2015 có bài viết trên báo Tuổi Trẻ về yêu cầu cấp bách phải dân chủ hóa đất nước, được dư luận hoan nghênh).

Dưới sự chỉ đạo của ông Chín Đào, không đến hai tháng sau, Đoàn Thanh tra gửi giấy mời các cơ quan có liên quan đến dự cuộc họp công bố kết luận chính thức của Đoàn thanh tra.

Lẽ ra, người đại diện Liên hiệp Công đoàn Thành phố đi dự cuộc họp này là ông Lê Hồng Tư, chủ nhiệm Ủy ban Thanh tra của công đoàn, nhưng Ban Thường vụ Công đoàn yêu cầu Tổng biên tập báo Công nhân Giải phóng đi dự. Trước khi đi, tôi chuẩn bị tư liệu chứng cứ để vào cuộc "đấu đá". Không ngờ mọi việc diễn ra hết sức tốt đẹp: Ông Nguyễn Văn Thuyền (tức Ba Tôn, hiện nay là chủ nhiệm Câu lạc bộ truyền thống kháng chiến thành phố), chủ nhiệm Ủy ban Thanh Tra Nhà nước thành phố trực tiếp đọc bản kết luận thanh tra, nêu ra rất nhiều chủ trương và việc làm của Nguyễn Văn Tài vi phạm pháp luật hết sức nghiêm trọng, cuối cùng Đoàn Thanh tra kiến nghị: Cách chức phó giám đốc và từ nay chỉ sử dụng Tài về kiến thức hóa màu, tuyệt đối không cho làm công tác quản lý, lãnh đạo.

Ông Mai Văn Bảy chủ tịch Liên liên hiệp công đoàn thành phố Hồ Chí Minh bảo tôi: " Bản kết luận thanh tra được công bố chắc đã làm cho ông Nguyễn Văn Linh khó chịu lắm." Ông Bảy biết rõ tính nết của ông Linh nên nói thêm: "Cha này có tính thù dai và nhỏ mọn lắm, coi chừng ông ta tìm cơ hội phản đòn chúng mình đấy! Anh Năm Hoàng phó ban Tổ chức Thành ủy có lần dám góp ý nhẹ với ông ta, vậy mà mấy năm sau anh xây dựng nhà ở đường Điện Biên Phủ đã bị ông ta kiếm cớ cho là sai quy định, bắt phải giở nhà"!

Bài trên đây tôi đã gửi đăng trong tập "Một thời làm báo", tổng tập "Hồi ký của các nhà báo cao tuổi" tại thành phố Hồ Chí Minh tháng 8 năm 2008, do Nhà xuất bản Thanh niên ấn hành. Bài đã bị cắt xén nhiều đoạn và sửa đổi nhiều câu quan trọng, ví dụ: Tôi viết "Bí thư Thành ủy Nguyễn Văn Linh cau mặt, lên giọng" đã bị ban biên tập đổi thành "một đồng chí lãnh đạo Thành ủy nhìn tôi nhẹ nhàng hỏi"?

BỊ NGUYỄN VĂN LINH PHẢN ĐÒN.

Điều ông Mai Văn Bảy dự báo đã xảy ra: ÔngNguyễn Văn Linh đã bắt thóp được tôi. Hôm đó, tôi đang dự cuộc họp do Ban Tuyên giáo Thành ủy triệu tập thì anh Năm Dũng Trưởng phòng Báo chí của Ban Tuyên giáo đến rỉ tai: Báo Công Nhân Giải phóng vừa báo cáo, cách đó nửa giờ cô

vợ tôi đến tòa báo làm ầm ĩ, tố cáo tôi có quan hệ bất chính
với phóng viên Mai Hiền. Anh Năm Dũng vừa lo cho việc
chung của hệ thống báo chí thành phố vừa muốn bảo vệ cá
nhân tôi, nên góp ý: "Theo mình thì Công nên viết bản kiểm
điểm, nhận sai lầm và hứa chấm dứt mối quan hệ giữa hai
người. Tổ chức sẽ tìm mọi cách bảo vệ Công". Tôi trả lời vắn
tắt: Tôi đã sai vì chưa ly dị mà yêu người khác. Nhưng đây
không phải chuyện trăng gió mà là chúng tôi yêu nhau. Anh
Năm Dũng ngạc nhiên, lo lắng. Sự lo lắng của anh Năm
Dũng cũng giống như nhiều người cấp trên của tôi. Bởi vì
lúc này tôi kiêm nhiệm nhiều chức vụ Phó ban Pháp chế Hội
đồng Nhân dân thành phố, Ủy viên Thường vụ Hội Nhà báo
thành phố, Ủy viên Ban Thường vụ như: Trưởng ban Tuyên
giáo Liên hiệp Công đoàn thành phố, Tổng biên tập báo
Công nhân Giải phóng, Phó Tổng biên tập phụ trách phía
Nam của báo Lao Động, Ủy viên Thường vụ, Trưởng ban
Tuyên giáo của Đảng ủy cơ quan Công đoàn.

Ngay chiều đó tôi gửi một lá thư "nhận tội" đến bà Lê Thị
Bạch, Bí thư Đảng ủy, Phó chủ tịch Liên hiệp Công đoàn
Thành phố. Lập tức ông Mai Văn Bảy, Ủy viên Ban Thường
vụ Thành ủy, Chủ tịch Liên hiệp Công đoàn thành phố gọi
tôi đến nhà riêng và hỏi: "Trong túi của vợ anh có cái gì
chứng minh được quan hệ tình cảm của anh với phóng viên
Mai Hiền không"? Tôi đáp: "Không". Ông nói: "Vậy thì anh
có điên không mà nhận tội? Chối ngay! Rồi đưa đơn ra tòa
xin ly dị. Ly dị xong sẽ tính. Hiểu không"? Tôi đáp: "Tôi đã
đưa thư 'nhận tội' tới bí thư Đảng ủy Chín Bạch rồi"? Ông
Mai Văn Bảy cười đáp: "Bà ấy đã xé vứt sọt rác rồi"! Tôi nói:
"Không được! Chuyện này có nhiều người biết. Vợ tôi gửi
đơn tố cáo tôi tới ông Nguyễn Văn Linh rồi. Nếu tôi chối,

nhiều người không tin, họ cho là tôi hèn. Tôi không muốn chối, tôi nhận kỷ luật một cách sòng phẳng, xong, sẽ đưa đơn ly dị". Ông Mai Văn Bảy lắc đầu. Sau này, Đinh Khắc Cần (anh ruột phi công Nguyễn Thành Trung) nói lại: "Mai Văn Bảy bảo, cứ tưởng thằng cha Công thông minh không ngờ quá sức cù lần"!

Hôm Ban Thường vụ Liên hiệp Công đoàn và Đảng ủy cơ quan kiểm thảo tôi có ông Lê Công Trung Chủ nhiệm Ủy ban Kiểm tra Thành ủy đến dự. Tôi đọc bản kiểm điểm chỉ một trang giấy: Sai lầm đầu tiên của tôi là, giữa lúc thất vọng buồn chán, tôi đã lấy người mình không yêu làm vợ. Sau khi sinh con gái đầu lòng, tôi đã rất cố gắng cho cuộc sống chung vì con. Nhưng chúng tôi tính nết không hợp nhau, đến năm con gái lên hai, chịu hết nổi, tôi quyết định sống ly thân và đưa đơn xin ly dị. Thời ấy, chi bộ Đảng cộng sản rất giống giáo hội, không tán thành ly hôn. Tòa án ở miền Bắc không bao giờ xử ly hôn. Ở báo Lao Động có anh Nguyễn Thế Dân đưa đơn ly hôn 15 năm mà không được xử, phẫn uất quá anh viết lá thư tuyệt mệnh trước khi đến Hồ Tây tự tử, khiến cả cơ quan tìm cứu. Trong bốn năm ly thân, nhiều lần vợ tôi năn nỉ, hứa hẹn sẽ sửa chữa tính nết. Trong bốn năm ly thân, tôi cũng có quan hệ yêu đương, nhưng khi những người yêu tôi tỏ ra không yêu con gái tôi thì tôi chia tay. Vì thương con, nên khi vợ tôi nhận lỗi, tôi dễ xiêu lòng, tái hợp. Tuy nhiên, sau khi có đứa con thứ hai thì vợ tôi không cần giữ ý nữa mà hằng ngày bộc lộ mọi xung khắc trái chiều với tôi! Về phóng viên Mai Hiền, tức là vợ tôi hiện nay cùng làm việc trong cơ quan báo, được nghe các đồng nghiệp kể về tình trạng gia đình tôi, cô đã đem lòng thương cảm. Cô rất cố gắng tạo quan hệ tốt với các con tôi, làm cho tôi vô cùng cảm kích. Chưa ly hôn mà tôi có quan hệ yêu đương với người khác là sai. Tôi sẽ tạm dừng mối quan hệ này và xin nhận bất cứ hình thức kỷ luật nào. Ông Lê Công Trung tỏ ra rất thông cảm đối với tôi, ông nói: "Các đồng chí đã biết rõ tình trạng gia đình của đồng chí Công không yên ấm, đã từng ly thân tới 4 năm là quá nghiêm trọng, sao cố ép phải sống chung? Nếu sớm ly dị thì không bị vấp váp thế này". Sau này tòa xử cho tôi ly hôn dễ dàng (không qua hai lần hòa giải như quy định thời đó) là vì tôi đề nghị tòa tham khảo ý kiến của Liên hiệp Công đoàn thành phố Hồ Chí Minh nơi vợ tôi công tác và Thành ủy thành phố Hồ Chí Minh nơi quản lý tôi để biết rõ sự việc. Khi xét khuyết điểm của tôi, hầu như những người có trách nhiệm không có ai nỡ chọn một hình thức kỷ luật nào đối với tôi.

Nhưng ông Nguyễn Văn Linh có ý kiến hoàn toàn khác. Ông nói: "Cơm no bò cưỡi. Đã 'gái' thì cần phải có 'tiền'. Do đó phải tổ chức ngay một cuộc thanh tra để kết luận đã có thâm lạm thế nào, phải khởi tố trừng trị cho thích đáng". Đó là lời của quyền lực. Dù không đồng tình, nhưng Liên hiệp Công đoàn thành phố phải phối hợp với Sở Thông tin Văn hóa tổ chức một đoàn thanh tra báo Công nhân Giải phóng. Sau hơn một tháng, Đoàn Thanh tra kết luận: "Mọi thu chi đều minh bạch, đúng chính sách, công bằng". Thế nhưng ý kiến chỉ đạo của Bí thư Nguyễn Văn Linh "khai trừ Đảng, cách chức" vẫn không được rút lại! Dư luận so sánh mức sai phạm của tôi với sai phạm của ông T.N. giám đốc một cơ quan để cho rằng có sự bất công quá đáng trong việc xử lý kỷ luật. Ông T.N. gia đình yên ấm, lại bí mật sống như vợ chồng với người khác, làm cho vợ phẫn uất đâm đầu vào xe hơi. Nhưng ông chỉ bị phê bình, vì thời kỳ ở trong rừng ông này thân cận với Nguyễn Văn Linh.

Dù không muốn thi hành kỷ luật tôi, nhưng không ai dám nói ra, do đó, việc bị "đình chỉ công tác chờ xử lý" của tôi trở thành vô thời hạn. Chờ đợi gần một năm, tôi phải lên gặp ông Lê Công Trung xin được nhận kỷ luật với hình thức cách chức, để tôi sớm ổn định công tác và cuộc sống. Tôi cảm thấy ông Lê Công Trung dù như trút được gánh nặng, nhưng vẫn không đành: "Đồng chí không thấy như vậy là quá nặng sao"? Tôi đáp: "Trước đây, có lúc tôi đã được giao một trọng trách, nhưng Đảng lại giao thêm một chức vụ nữa, rồi hai chức vụ nữa, tôi vẫn không từ chối. Thế thì nay tôi phạm khuyết điểm, bị cách chức sao lại không muốn nhận"? Ngay hôm sau, Ban Thường vụ Thành ủy họp và ra quyết định cách chức tôi do Chủ nhiệm Ủy ban Kiểm tra Lê Công Trung ký.

Sau khi đã có quyết định cách chức (tức là vụ việc đã được xử lý xong), tôi gửi thư cho anh Xuân Cang Tổng biên tập báo Lao Động xin anh cho tôi được trở về báo Lao Động. Anh Xuân Cang trả lời rất nhanh, anh nói nếu năm 1983, Công trở về báo Lao Động thì Xuân Cang phụ tá cho Công, còn nay tình thế đảo ngược, Công phải ra Hà Nội làm phụ tá cho Xuân Cang. Trả lời anh, tôi nói, mình chưa ra Hà Nội được vì còn phải làm hai việc: Ly hôn và cưới vợ. Một tuần sau, ông Phạm Thế Duyệt, Chủ tịch Tổng Liên đoàn Lao động Việt Nam, vào đề nghị Thành ủy cho tôi được chuyển công tác về cơ quan báo Lao Động ở miền Nam. Ông Phạm

Văn Hùng (cha của nhà báo Phạm Chí Dũng hiện nay đang là chủ tịch Hội nhà báo Độc lập Việt Nam) mời tôi đến góp ý: "Lãnh đạo thành phố hiện nay đều quý anh, muốn anh ở lại làm việc. Chúng tôi chọn cho anh bốn nơi: Một là nhà Xuất bản Tổng hợp Thành phố, hai là Ban tuyên huấn Thành ủy, ba là Đài phát thanh, bốn là báo Sài Gòn Giải Phóng. Anh về một trong bốn nơi đó làm chuyên viên, sau một thời gian sẽ tính tiếp". Tôi nói: "Tôi đã ly dị, nhường nhà ở cho vợ con, đang ở nhờ trong trụ sở báo Lao Động. Nếu tôi không về làm việc cho báo Lao Động thì không thể ở trong nhà của người ta. Vậy trước khi nhận công tác ở thành phố, tôi xin được một chỗ ở".

Ông Phạm Văn Hùng đồng ý với yêu cầu chính đáng đó. Nhưng ông Mười Hải giám đốc Sở Nhà đất không đồng ý, ông nói: "Ly dị thì chia nhà ra mà ở chứ sao phải cấp nhà mới"? Không giải quyết được yêu cầu của tôi, tháng 6 năm 1986, ông Phạm Văn Hùng ký quyết định cho tôi chuyển công tác về báo Lao Động. Tổng biên tập Xuân Cang thông báo miệng (không có ký quyết định) ban biên tập giao cho tôi phụ trách cơ quan miền Nam của báo Lao Động.

Lúc này, ông Nguyễn Văn Linh đã được điều động ra Hà Nội làm thường trực Ban bí thư Trung ương. Dịp kỷ niệm thành lập Đài phát thanh, ông được mời vào dự. Tại đây, gặp anh Nguyễn Nam Lộc người thay tôi làm Tổng biên tập báo Công nhân Giải phóng, ông hỏi: "Cái tay Tống Văn Công bây giờ làm gì"? Anh Nam Lộc cho biết tôi đã chuyển sang phụ trách cơ quan miền Nam của Báo Lao Động. Ông Linh cau mày: "Lại đá lên à"? Tôi trách anh Nam Lộc, phải chi anh đừng nói tôi là "phụ trách", rồi đây tôi sẽ còn mệt với ông ấy!

Một hôm với tư cách phóng viên tôi đi bộ theo đường Nguyễn Du vào cổng bên hông tới Hội trường Thống Nhất (Dinh Độc Lập) để dự cuộc họp do ông Võ Văn Kiệt chủ trì. Anh Lê Văn Triết (sau này là Bộ trưởng Bộ Thương mại) lúc đó là Ủy viên Ban thường vụ Thành ủy, Phó chủ tịch Ủy ban Nhân dân Thành phố nhìn thấy tôi, anh cho dừng xe hơi, xuống đi bộ với tôi, nói: "Hôm xét kỷ luật mày tao có dự. Chúng tao đều thấy mày không có khuyết điểm gì đáng kỷ luật cả! Nhưng mày cũng biết, chúng tao phải làm như vậy". Anh Lê Văn Triết từng là bạn cùng lớp với tôi thời trung học, chúng tôi không sửa được cách xưng hô "mày, tao" đã quen. Tôi nói đùa: "Tao không có thắc mắc gì chuyện bị cách chức. Nhưng nghe mày nói vậy tao đâm ra bực mình, chiều nay tao sẽ gửi đơn kiện chúng mày." Anh Triết kêu lên: "Chớ có dại. Tao nói là để mày biết mọi người thông cảm với mày. Nhưng nếu mày kiện thì mày thua nặng đấy. Mày phải biết có lúc phải im lặng, nghe chưa"?

KHI NGÒI BÚT CHẠM VÀO QUYỀN LỰC.

Mấy chục năm đấu tranh chống tham nhũng của "báo chí cách mạng Việt Nam" trong chế độ xã hội chủ nghĩa chỉ có cuộc đấu tranh trên báo Lao Động đối với ban lãnh đạo Tổng cục Cao su đứng đầu là Ủy viên Trung ương Đảng, Tổng cục trưởng Đỗ Văn Nguyện là giành được thắng lợi. Không phải các nhà báo làm vụ này tài giỏi hơn những đồng nghiệp ở các vụ khác mà chỉ vì vụ này bắt đầu ngay sau Đại hội 6 năm 1986 khi mà luồng gió dân chủ sau "đổi mới" đang mạnh và các nhà lãnh đạo cộng sản chưa bị hoảng sợ bởi sự sụp đổ của Liên Xô, Đông Âu.

Tôi về cơ quan miền Nam báo Lao Động đúng lúc phóng viên Trương Đăng Lân phát hiện chuyện trù dập rất man rợ ở Tổng cục Cao su: Đầu năm 1985, Đoàn Thanh tra Nhà nước đến thanh tra Tổng cục Cao su, phát hiện nhiều "phi vụ" mua bán, ăn chia bất hợp pháp mà đầu mối quan trọng là Công ty Phục vụ Đời sống do Tổng cục trưởng trực tiếp chỉ đạo. Đoàn thanh tra dành nhiều thời gian làm việc riêng với Ngô Văn Định phó giám đốc Công ty này. Ông Đỗ Văn Nguyện, ủy viên Trung ương Đảng, Tổng cục trưởng Tổng cục Cao su được mật báo là Ngô Văn Định đã bị Đoàn Thanh tra khuất phục, đã cung khai nhiều việc làm sai trái mà người chịu trách nhiệm cuối cùng chính là ông. Đỗ Văn Nguyện nghĩ cách vô hiệu hóa bản kết luận của Đoàn Thanh tra dựa vào lời khai của Ngô Văn Định. Ông ta cho rằng cách tốt nhất là phải biến Ngô Văn Định thành bệnh nhân tâm thần! Vậy là một kế hoạch cưỡng bức Định được tổ chức tỉ mỉ: Trước hết, Trưởng ban Y tế Tổng cục Cao su, bác sĩ Đoàn Huỳnh làm tờ trình chi tiết gửi lên Tổng cục trưởng, kể ra rất nhiều hiện tượng điên khùng của Ngô Văn Định và cho rằng *"một người có bệnh tâm thần mà buộc phải đảm trách công việc kinh doanh, suốt ngày tính toán lo toan thì chẳng những sẽ làm hư hỏng công việc, có nguy cơ vi phạm pháp luật mà còn có hại cho sức khỏe của anh ta"*. Ban Y tế kiến nghị: *"Do người bệnh tâm thần không bao giờ nhận mình có bệnh, cho nên cần phải tổ chức cưỡng bách anh ta đi chữa bệnh"*. Căn cứ đề nghị của Trưởng ban Y tế, ngày 18-5-1985, Tổng cục trưởng Đỗ văn

Nguyện ký quyết định tổ chức đưa Ngô Văn Định đi Bệnh viện Tâm thần Biên Hòa. Để che mắt cán bộ cơ quan Tổng cục, Bộ máy thực hiện việc cưỡng chế này huy động nhiều cán bộ đảng viên trung, cao cấp như, Phó vụ trưởng Vụ Tổ chức, Phó trưởng ban Bảo vệ, Trưởng ban Y tế và nhiều bác sĩ. Ngày 18– 5– 1985, như mọi ngày, Ngô Văn Định đang làm việc tại văn phòng Phó giám đốc Công ty thì Trưởng ban Y tế Đoàn Huỳnh tới đọc quyết định của Tổng cục trưởng. Thừa lệnh Tổng cục trưởng, ông Huỳnh yêu cầu Ngô văn Định tạm ngưng công việc để đi khám bệnh. Đứng sau Đoàn Huỳnh là Phó ban bảo vệ có mang súng và nhiều vệ sĩ mang theo dây trói. Ngô Văn Định kể: "Họ bảo tôi chích hai mũi thuốc cho khỏe. Chích xong tôi lịm đi, đến 7 tiếng đồng sau mới tỉnh dậy thì thấy mình bị nhốt trong gian phòng có chấn song sắt cùng với 4 bệnh nhân tâm thần".

Các bác sĩ, y tá của bệnh viện Tâm thần Biên Hòa trực tiếp điều trị cho Ngô văn Định rất ngạc nhiên khi được Trưởng ban Y tế, bác sĩ Đoàn Huỳnh nhờ họ ghi tên những ai đến thăm Ngô văn Định. Do đó, anh em rất chú ý quan sát bệnh nhân đặc biệt này. Sau một ngày tiếp xúc, không thấy anh Định có biểu hiện của người bệnh tâm thần, lại nghe anh kể chuyện mình bị cưỡng bức, họ khuyên anh nên giấu số thuốc được cấp, để sau này làm chứng cứ cho cuộc đấu tranh. Nhờ sự giúp đỡ đó, anh Định giấu được một bọc to các thứ thuốc Aminazin, Séduxen.

Do việc cưỡng chế được tổ chức với quy mô và cách thực hiện không bình thường, khiến dư luận trong Tổng cục Cao su đặt ra nhiều nghi vấn: Tại sao Ngô Văn Định mắc bệnh tâm thần nặng mà lâu nay mọi người tiếp xúc với anh, cả những nhân viên dưới quyền anh không ai nhận thấy? Tại sao việc đưa một bệnh nhân đi bệnh viện mà Tổng cục trưởng phải ra quyết định? Tại sao không đưa bệnh nhân đi đúng tuyến là Bệnh viện Thống Nhất, nơi đây cũng có Khoa Tâm thần? Hằng trăm cán bộ nhân viên làm kiến nghị cá nhân và tập thể yêu cầu Tổng cục trưởng phải ký quyết định đưa Ngô văn Định trở về, nếu không họ sẽ tố giác với Thành ủy Thành phố Hồ Chí Minh và Trung ương Đảng. Ông Đỗ Văn Nguyện buộc phải ký quyết định cho Ngô Văn Định về làm việc để xoa dịu anh em.

Tôi xem rất kỹ hồ sơ tài liệu, nhưng vẫn băn khoăn: "Chẳng lẽ bao nhiêu người mang danh nghĩa rất khả kính, chỉ vì muốn che giấu sự thật mà nhẫn tâm dùng thủ đoạn cực kỳ tàn bạo đối với đồng chí của mình"? Tôi nói với phóng viên Trương Đăng Lân: "Trước khi quyết định đưa vụ này lên báo, mình muốn được gặp trực tiếp những anh chị có vai trò chủ chốt đứng ra tố cáo. Bởi nhiều năm làm báo đã cho mình bài học kinh nghiệm (hình như cũng đã được các bậc thầy đúc kết thành bài giảng cho nghề báo) là: *"Không có nguồn tin nào không đáng cho nhà báo phải nghi ngờ. Nên nhớ rằng người cung cấp nguồn tin có thể sử dụng nhà báo cho mục đích của họ, cũng ngang như nhà báo sử dụng họ cung cấp tư liệu cho bài viết của mình. Thông thường, nhà báo tìm nguồn tin ở các đối tượng: Kẻ chống đối, kẻ thua cuộc, nạn nhân, các chuyên gia, cơ quan chức năng. Ở trường hợp này, những người chúng ta định viết bài chỉ trích, phê phán đang là những cán bộ cách mạng cao cấp, "mũ cao, áo dài". Do đó mình nghĩ rằng, chúng ta phải có những người "đạo cao, đức trọng" dám đứng ra đương đầu với cường quyền, cung cấp và bảo trợ nguồn tin".*

Hôm sau, Trương Đăng Lân đưa Ngô Văn Định và 5 cán bộ Tổng cục Cao su đến cơ quan miền Nam báo Lao Động. Trong số đó, tôi đặc biệt chú ý hai người thuộc lớp cán bộ cách mạng đàn anh là ông Nguyễn Gia Đằng, cán bộ tiền khởi nghĩa, hiện là Phó trưởng ban Thi đua của Tổng cục Cao su mà trưởng ban là Tổng cục trưởng (sau này, ông Nguyễn Gia Đằng sang Campuchia làm cố vấn an ninh cho các ông Heng Sam ring, Chia xim). Người thứ hai là ông Vũ Lăng, nguyên Tổng biên tập báo Hải Phòng Kiến thiết (nơi có cô nữ phóng viên Nguyễn Thụy Nga, tức Bảy Vân vợ hai của Tổng bí thư Lê Duẩn) đang làm Trưởng ban Thanh tra của Tổng cục Cao su. Cả hai ông có phong thái đỉnh đạc, khoan hòa, trình bày và phân tích sự việc rành mạch, khách quan. Hai người này đã cho tôi niềm tin rằng, họ chỉ vì sự thật và lẽ phải mà đứng ra. Bây giờ là cách đưa lên báo bài đầu tiên thế nào cho có sức thuyết phục cao, gây tiếng vang lớn. Chúng tôi cho rằng, nên dùng nguyên văn lá thư của chính Ngô Văn Định đứng ra tố giác việc mình bị cưỡng bức hơn là bài viết của phóng viên.

Ngày 7 tháng 8 năm 1986, báo Lao Động số 32 đăng lá thư tố giác của Ngô văn Định. Bài báo chẳng những chấn động trong ngành cao su mà còn gây xúc động nhân dân cả nước. Đây là lần đầu tiên, báo chí tố cáo một Ủy viên Trung ương Đảng bịt miệng người chống tiêu cực một cách thô bạo và có tổ chức. Tổng cục trưởng Đỗ Văn Nguyện phản ứng quyết liệt, ra lệnh toàn ngành cao su phải thu hồi tờ báo Lao Động số 32, không để cán bộ công nhân đọc. Ông đích thân gọi điện cho Chủ tịch Tổng Liên đoàn Lao động VN Phạm Thế Duyệt (cơ quan chủ quản của báo Lao Động): "*Báo Lao Động đã đăng bài của một kẻ đang mắc bệnh tâm thần phân liệt thể hoang tưởng. Anh ta đang là con rối trong tay những kẻ bất mãn. Bài báo này có tác động rất xấu, gây mất ổn định trong toàn ngành cao su, phá hoại sản xuất và đời sống của hàng vạn cán bộ công nhân cao su. Quan trọng hơn là nó xúc phạm một ủy viên Trung ương Đảng, cũng tức là bôi nhọ Đảng. Tôi đề nghị đồng chí Chủ tịch ra lệnh cho báo Lao Động ngưng ngay việc đưa tin sai trái về vụ này, đồng thời mau chóng có bài viết đính chính theo quan điểm của Đảng đoàn Tổng cục Cao su.*" Chủ tịch Phạm Thế Duyệt hứa sẽ nghiêm túc xem xét vấn đề này. Sau đó, ông nghe Tổng biên tập Xuân Cang báo cáo tình trạng tiêu cực của ngành cao su và nguyên nhân vụ cưỡng chế Ngô Văn Định. Tuy đã nghe tổng biên tập Xuân Cang báo cáo, nhưng Chủ tịch Phạm Thế Duyệt vẫn trực tiếp gọi điện cho tôi, hỏi: "Anh Công có tin chắc bài này viết đúng sự thật không"? Tôi đáp: "Tôi tin chắc và xin chịu trách nhiệm". Ông nói: "Chắc anh cũng đã lường trước là lần này các anh phải đương đầu với một thế lực rất mạnh, cho nên phải hết sức thận trọng, kiểm tra kỹ từng chi tiết trước khi đưa lên báo". Cuối cùng ông hỏi: "Anh Công còn có điều gì lo ngại không"? Tôi đáp thực lòng: "Chúng tôi đã nhận thấy mình đang phải đương đầu với một đối tượng khổng lồ, những nguồn tin thu được cũng khổng lồ và đầy mâu thuẫn. Chúng tôi không chỉ làm một bài điều tra mà phải lập một kế hoạch rất chi tiết cho một loạt bài điều tra, chuyện nào trước, chuyện nào sau, phân công anh em chia nhau mà làm.

Đồng thời chúng tôi còn lường trước các trở ngại, các bước ngoặt bất ngờ có thể xảy ra. Thú thực, trước khi bắt đầu vụ này, chúng tôi lo nhất là Tổng biên tập rụt rè trước một đối tượng đầy quyền lực và lo lãnh đạo Tổng Liên đoàn Lao động không ủng hộ. Còn bây giờ chúng tôi đã yên tâm".

Những số báo sau đó, chúng tôi đưa liên tiếp ý kiến cán bộ, công nhân ngành cao su hưởng ứng thư tố cáo của Ngô văn Định và cung cấp tài liệu phanh phui nhiều tiêu cực ở các Công ty Cao su nơi họ đang làm việc. Phó ban Thi đua Tổng cục Cao su Nguyễn Gia Đằng gửi đăng báo một lá thư "nặng ký": Xác nhận tố cáo của Ngô Văn Định và các cán bộ công nhân toàn ngành là đúng sự thật: *"Tất cả những bê bối tiêu cực của các vị trong ban lãnh đạo Tổng cục Cao su mà báo Lao Động đã nêu ra là có thật. Tôi xin đề nghị các cơ quan cấp trên của Đảng và nhà nước chỉ đạo các ban ngành chức năng vào cuộc, làm rõ đúng, sai để giúp cho những người đấu tranh chống tiêu cực ở ngành cao su không bị trù dập".*

Tổng cục trưởng Tổng cục cao su ra lệnh cho báo Cao su ngày 15–9–1986 phải đăng 2 văn bản *"để cho cán bộ, công nhân toàn ngành cao su được biết sự thật về việc vì sao Tổng cục trưởng phải quyết định đưa Ngô Văn Định đi Bệnh viện Tâm thần Biên Hòa"*:

Một là, công văn số 2474 – ĐTR ngày 2–5–1986 của tiến sĩ Phạm Song, Thứ trưởng Bộ Y tế, Chủ tịch Hội đồng Giám định Y khoa Trung ương xác nhận: Hội đồng giám định Y khoa do ông làm chủ tịch gồm nhiều giáo sư, tiến sĩ hàng đầu khoa tâm thần của cả nước đã giám định rất kỹ và nhất trí kết luận Ngô Văn Định bị bệnh tâm thần phân liệt thể hoang tưởng. Văn bản này còn ghi thêm một câu *"Do bị bệnh tâm thần phân liệt thể hoang tưởng, ông Ngô Văn Định không phải chịu trách nhiệm về mọi hành vi của mình trước pháp luật"*. Câu này có tác dụng "chiêu hồi" Ngô Văn Định, lúc bấy giờ là Phó giám đốc Công ty Phục vụ Đời sống, một trung tâm thực hiện những chủ trương mua bán, chia chác gian dối, nếu bị phanh phui thì anh phải liên đới chịu trách nhiệm trước pháp luật.

Văn bản thứ 2 là công văn số 859– BV.TT ngày 16–6–1986 của bác sĩ Nguyễn Quốc Hà giám đốc Bệnh viện Tâm thần Biên Hòa, có nội dung giống như công văn số 2474 – ĐTR của Thứ trưởng Bộ y tế tiến sĩ Phạm Song.

Chúng tôi nhận ra 2 điều không minh bạch của 2 văn bản nói trên: Một là, Tổng cục trưởng Đỗ văn Nguyện yêu cầu Hội đồng Giám định Y khoa Trung ương giám định sau khi Ngô Văn Định đã xuất viện hơn 6 tháng, đang làm việc bình thường. Sự thật là biên bản của Hội đồng giám định Y khoa Trung ương không đạt được sự "nhất trí kết luận" như ông Thứ trưởng tiến sĩ Phạm Song nói. Một thành viên rất quan trọng là giáo sư Trần Đình Xiêm, giám đốc Bệnh viện Tâm thần TP. HCM (nhà thương Điên Chợ Quán cũ), không đồng ý ký tên. Giáo sư Trần Đình Xiêm chủ biên một công trình nghiên cứu Tâm thần học dài hơn 400 trang. Ông đã chủ trì một Ban giám định gồm nhiều giáo sư tâm thần hàng đầu ở phía Nam để giám định tâm thần Ngô văn Định, kết luận anh này không có bệnh. Ông là một bác sĩ trong Hội đồng giám định y khoa của Phạm Song có điều kiện biết rõ người và việc ở ngành cao su hơn cả. Chúng tôi còn có trong tay giấy xuất viện của Ngô Văn Định do Bệnh viện Tâm thần Biên Hòa cấp trước cuộc giám định của Phạm Song 6 tháng ghi rằng: *"Không thấy có hiện tượng của bệnh tâm thần"*. Có lẽ lúc ấy Bệnh viện Tâm thần Biên Hòa không dám liều lĩnh ghi Ngô Văn Định có bệnh, còn nay họ đã có chỗ dựa là biên bản của Hội đồng Giám định y khoa Trung ương do tiến sĩ Thứ trưởng Phạm Song làm chủ tịch!

Ngày 26–9–1986 báo Lao Động đăng bức thư của Ngô Văn Định "Kính gửi Thứ trưởng Phạm Song", có đoạn viết: *"Là người có phần trách nhiệm về các vụ tiêu cực, nếu muốn cứ tiếp tục lao vào bóng tối, chắc tôi phải cảm ơn Thứ trưởng vì đã có văn bản cho tôi được miễn chịu trách nhiệm trước pháp luật. Nhưng tôi không nhận sự "nhân đạo" giả dối ấy, tôi quyết rời khỏi bóng tối, tố cáo tiêu cực, đem lại sự trong sạch lành mạnh cho ngành cao su"*.

Tôi trực tiếp đến Bệnh viện Tâm thần TP HCM xin gặp giáo sư Trần Đình Xiêm. Ông tiếp tôi rất lịch sự, nhưng xin được từ chối trả lời câu hỏi vì sao ông không ký tên vào biên bản của Hội đồng giám định Y khoa Trung ương do tiến sĩ Thứ trưởng Phạm Song làm chủ tịch. Ông nói "Xin nhà báo thông cảm vì lý do rất tế nhị trong ngành, tôi không thể trả lời. Bởi vì tôi không ký tên, nhưng nhiều đồng nghiệp của tôi đã ký". Biết khó thuyết phục ông lúc này, trước khi chào từ biệt, tôi chỉ nói: "Việc giáo sư từ chối ký tên vào biên bản giám định do Thứ trưởng Bộ Y tế Phạm Song làm chủ tịch là rất trung thực và dũng cảm. Tôi rất cảm phục. Tuy nhiên nếu chỉ bấy nhiêu thôi thì vẫn không thể đẩy lùi cái ác. Biên bản đó đã giúp cho cái ác lộng hành. Tôi mong giáo sư suy nghĩ thêm vì số phận của nhiều người thấp cổ bé họng đang bị đày ải". Ông im lặng tiễn tôi ra cửa. Hai hôm sau, bác sĩ trợ lý của ông đến trụ sở miền Nam báo Lao Động tìm tôi, cho biết: "Sau khi từ chối trả lời nhà báo, thầy Trần ĐìnhXiêm của chúng tôi bứt rứt không ăn không ngủ được. Thầy cử tôi lên mời nhà báo trở lại bệnh viện để thầy trả lời câu hỏi mà thầy thấy mình phải có trách nhiệm".

Giáo sư Trần Đình Xiêm mời nhiều giáo sư, bác sĩ tâm thần đã cùng ông tổ chức giám định tâm thần cho Ngô Văn Định tiếp tôi. Ông cho biết: Sau khi từ chối ký tên vào biên bản của Hội đồng giám định y khoa do Thứ trưởng Phạm Song làm chủ tịch, ông đã cùng các giáo sư có mặt hôm nay tổ chức một cuộc giám định suốt 2 buổi đối với Ngô Văn Định. Trong cuộc giám định y khoa này, các giáo sư đã dùng các hiện tượng mà Hội đồng giám định Y khoa Trung ương dùng làm căn cứ để kết luận Ngô Văn Định mắc bệnh tâm thần phân liệt. Ông mời nhiều thành viên Hội đồng cùng tiếp tôi và tặng báo Lao Động 2 băng cát xét ghi âm cuộc giám định ấy. Ngoài ra, ông còn cử phó giám đốc bệnh viện đến Ban Tổ chức Thành ủy TP HCM xin Bản báo cáo dài 16 trang giấy A4 của chuyên viên Nguyễn Văn Đích được ban này cử đi điều tra việc cưỡng bức Ngô văn Định. Bản báo cáo tường thuật chi tiết, phân tích rành mạch nguyên nhân và hậu quả của việc này. Bản báo cáo đặt ra nghi vấn: Vì sao sau khi Ngô Văn Định đã có giấy xuất viện ghi là "không thấy có hiện tượng của bệnh tâm thần" và anh đã làm việc bình thường 6 tháng, mà sau đó Tổng cục Cao su lại tổ chức để Hội đồng giám định Y khoa Trung ương giám định bệnh tâm thần? Chuyên viên Nguyễn Văn Đích nhận xét *Nhiều*

210 TỐNG VĂN CÔNG

kết luận của Hội đồng giám định y khoa Trung ương có tính áp đặt, không khách quan." Các giáo sư đều cho rằng bản báo cáo của chuyên viên Nguyễn Văn Đích có giá trị khoa học rất cao.

Trên cơ sở các tài liệu đã có, tôi viết một bài báo bác bỏ biên bản kết luận của Hội đồng Giám định Y khoa Trung ương. Biên bản này đã giúp cho lãnh đạo ngành cao su che giấu bộ mặt gian trá và bào chữa hành động tàn bạo của họ. Rất tiếc, Tổng biên tập Xuân Cang không đồng ý đăng bài này. Ông cho rằng: Cuộc chiến với lãnh đạo Tổng cục Cao su đang hồi quyết liệt, không nên mở thêm một trận chiến khác, đối đầu với một lực lượng gồm nhiều giáo sư tiến sĩ khoa học hàng đầu của cả nước(!) Tuy vậy, ông đồng ý cho chúng tôi tiếp tục điều tra tình trạng tiêu cực tham nhũng ở toàn ngành cao su. Sự nhân nhượng của ông Xuân Cang đã đưa Phạm Song sau đó vào Ban chấp hành Trung ương Đảng cộng sản khóa 7, thăng lên ghế Bộ trưởng Bộ y tế, được phong Thày thuốc Nhân dân, leo lên Viện sĩ Viện Hàn lâm Liên bang Nga, đoạt Giải thưởng Hồ Chí Minh.

Chỗ yếu chí mạng của Phạm Song và Hội đồng giám định Y khoa của ông ta là sự giả dối: Ngô Văn Định, người mà họ kết luận điên khùng đang minh mẫn kết tội họ! Kết luận của Hội đồng giám định Y khoa do giáo sư Trần Đình Xiêm chủ trì có đủ căn cứ khoa học bác bỏ họ. Tiếc thay, trong chế độ toàn trị không có chỗ để làm điều đó.

Báo Lao Động số 39, đăng bài viết của tôi, tựa đề "Không thể để công nhân cao su sống như thế" dẫn chứng tình trạng: *Các tiêu chuẩn gạo, thịt, dầu thắp sáng, thuốc chữa bệnh* của công nhân đều bị cắt xén. Hầu hết cán bộ công nhân ngành cao su đang phải sống trong nhà tranh dột nát. Ban y tế Tổng cục Cao su nhiều năm bán thuốc cấp theo tiêu chuẩn của công nhân để lập quỹ đen. Bài báo kết luận: Chính các tổ chức được gọi là "phục vụ đời sống" của Tổng cục Cao su mới thực sự mắc bệnh tâm thần phân liệt!

Tiếp theo báo đăng bài "Cây cao su kêu cứu" của Minh Phương. Bài báo nêu những hành vi tiêu cực đang làm cho cây cao su ngày càng ốm yếu: Nạn buôn bán phân bón và các loại thuốc bảo vệ thực vật; tổ chức chăm sóc vườn cây không đúng quy trình kỹ thuật. Tuần kế tiếp báo đăng bài "Sự lộng hành của một giám đốc", nói về "ông trời con" ở Công ty Cao su Chư Pah.

Sau mấy bài báo này, tôi được điện thoại của ông Trần Bạch Đằng mời tới nhà riêng để "bàn chuyện cao su". Tôi đề nghị, sẽ đến cùng với một phóng viên chuyên trách theo dõi ngành cao su. Ông không đồng ý: "Cậu nên đến một mình thôi, chúng mình nói chuyện cho thoải mái". Khi tôi tới, ông đã đứng đợi sẵn trước cổng sau nhà ở đầu đường Phan Kế Bính, trong tay có cầm mấy tờ báo Lao Động. Ông đưa tôi vào phòng khách, bắt đầu câu chuyện: "Anh Sáu Dân (tức đồng chí Võ Văn Kiệt) mới hỏi mình có nắm được vụ Tư Nguyện trên báo Lao Động không. Mình bảo, theo tôi biết, thì vụ này do Tống Văn Công chủ trì. Mình hứa sẽ gọi hỏi cậu cho rõ. Ngày hôm qua, Tư Nguyện tới nhà mình cầu cứu. Chắc cậu chưa biết, Tư Nguyện thời chống Mỹ là chỉ huy đội bảo vệ cơ quan Trung ương Cục miền Nam. Như vậy có thể coi anh ta là cấp dưới của mình. Tư Nguyện tha thiết yêu cầu mình viết bài phản bác loạt bài của báo Lao Động. Mình đã được Tư Nguyện cung cấp nhiều tài liệu quan trọng, trong đó có biên bản kết luận của Hội đồng Giám định Y khoa Trung ương. Chắc cậu cũng thấy, nếu như tớ "xuất chiêu" thì có thể cán cân sẽ chao đảo, gây bất lợi cho các cậu".

Tôi quen biết ông Trần Bạch Đằng từ năm 1952, khi ông là chủ bút báo Nhân Dân miền Nam còn tôi là cộng tác viên tích cực của báo này. Về mối quan hệ với tôi, ông Trần Bạch Đằng có kể trong hồi ký "Nhớ một thời làm báo Nhân Dân" (Nhà XBCTQG, 1996, trang 61). Do đó, tôi thẳng thắn nói với ông: " Nếu anh viết bài thì chỉ có hại cho uy tín của anh thôi, chứ cán cân không thể chao đảo. Bởi vì trong tay tôi đang có:

1– Giấy xuất viện của Ngô Văn Định do Bệnh viện Tâm thần Biên Hòa cấp tháng 11 năm 1985, tức là sau 6 tháng nhốt Ngô văn Định trong phòng bệnh có chấn song sắt để theo dõi. Giấy này ghi: "Không thấy bất cứ hiện tượng nào của bệnh tâm thần".

Lúc này, chưa có Bản kết luận của Hội đồng giám định Y khoa Trung ương, cho nên ông giám đốc Bệnh viện Tâm thần Biên Hòa chưa dám liều lĩnh ghi Ngô Văn Định có bệnh.

2– Chúng tôi có một băng ghi âm do ông Vũ Lăng, Trưởng ban Thanh tra của Tổng cục Cao su ghi lại cuộc hỏi đáp giữa ông với Ngô văn Định qua song sắt của gian phòng nhốt bệnh nhân tâm thần. Ngô văn Định đã trả lời rất rành mạch các câu hỏi của ông Vũ Lăng. Xen vào băng ghi âm này còn có tiếng của phát thanh viên "đài phát thanh Bệnh viện Tâm thần Biên Hòa".

3– Một băng ghi âm ý kiến nhận xét của các bác sĩ và y tá trực tiếp điều trị cho Ngô Văn Định, tất cả đều cho rằng, theo kinh nghiệm nhiều năm điều trị bệnh nhân tâm thần, họ đoan chắc rằng, Ngô văn Định bị trù dập chứ không hề có bệnh tâm thần.

4– Hằng trăm thư, kiến nghị của đảng viên, cán bộ, công nhân Tổng cục Cao su cung cấp nhiều chứng cứ tiêu cực, tham nhũng rất lớn ở các đồn điền cao su.

5– Bản báo cáo dài 16 trang của chuyên viên Nguyễn Văn Đích thực hiện theo chỉ thị của Ban Thường vụ Thành ủy TP HCM.

6– Hai băng ghi âm cuộc giám định y khoa đối với Ngô Văn Định do giáo sư Trần Đình Xiêm chủ trì.

Ông Trần Bạch Đằng công nhận những tài liệu tôi đang có là những chứng cứ khó bác bỏ. Tôi đề nghị ông dùng uy tín của mình khuyên ông Đỗ Văn Nguyện nên tiếp thụ phê bình và có kế hoạch xây dựng lại ngành cao su trong sạch, vững mạnh.

Ngày 1– 10– 1986, ông Đỗ Văn Nguyện gửi thư cho báo Lao Động, tuy không tiếp thụ phê bình, nhưng hứa sẽ làm rõ vụ việc và "sớm thông báo với báo Lao Động khi kết thúc nội vụ".

Chúng tôi họp bàn về lá thư xin "hưu chiến" của ông và nhất trí cho rằng: Chúng ta phải độc lập tìm hiểu, điều tra để phanh phui ra sự thật đang bị che giấu và chịu trách nhiệm xã hội, chứ không thể ngồi chờ cơ quan thanh tra kết luận.

Huống hồ ở đây những người đang nắm quyền lực, có nhiều hành động trấn áp cấp dưới, sau bài báo đầu tiên đã phản ứng kiểu bề trên, thì chớ tin họ!

Ngày 20 – 10– 1986 Tổng cục trưởng Tổng cục Cao su gửi giấy mời các báo Trung ương và TP HCM "lên Công ty Cao su Dầu Tiếng đón mừng dòng nhựa đầu tiên của Vườn cây Cao su hợp tác với Liên Xô, nhân dịp chào mừng ngày kỷ niệm Cách mạng Tháng 10 Nga vĩ đại".

Sau đây, xin trích bài viết có tựa đề "Mượn gió bẻ măng" của nhà báo Văn Thính tường thuật cuộc họp báo của Tổng cục Cao su tại Công ty Cao su Dầu Tiếng:

"... Tổng cục trưởng Tổng cục cao su chủ trì cuộc họp báo. Phía Tổng cục Cao su có mặt hầu hết các Tổng cục phó, Trưởng ban, Vụ trưởng, giám đốc các Công ty. Và đáng để ý là có cả các giám đốc Công ty cao su Chư Pah, giám đốc Công ty Cao su Tân Biên, là những người đã bị báo Lao Động và một số tờ báo khác nêu tên trong các bài viết về những vụ tiêu cực lớn ở Tổng cục Cao su.

Phó ban Thi đua– Tuyên truyền Tổng cục Cao su, người mà giới báo chí cho rằng có vai trò tham mưu cho Tổng cục Cao su về tiếp xúc báo chí, tổ chức tuyên truyền, hướng dẫn tư liệu, giới thiệu khách và chủ, nêu mục đích yêu cầu cuộc họp báo và mời Tổng cục trưởng phát biểu mở đầu. Nội dung các bài báo Lao Động viết về Tổng cục Cao su được đặt ra như là nội dung chính mà cuộc họp báo có yêu cầu làm cho sáng tỏ, bởi vì báo Lao Động đã nói quá đáng, đăng sai sự thật".

Đến đây, phóng viên Hữu Tính báo Lao Động đã đứng lên: "Tôi xin lưu ý các đồng chí về nội dung cuộc họp báo đã được ghi rõ trong giấy mời". Hữu Tính đề nghị, các đồng nghiệp muốn tìm hiểu sự thật trong các bài báo Lao Động viết về những vụ tiêu cực ở Tổng cục Cao su thì xin đến Tòa báo Lao Động. Tôi đề nghị các đồng chí lãnh đạo Tổng cục Cao su tìm gặp Ban Biên tập báo Lao Động để bàn bạc cách tiếp thu những bài báo ấy.

Phía Tổng cục Cao su có phần lúng túng khi Tổng cục trưởng buộc phải công nhận đề nghị của phóng viên Hữu Tính là hợp lý. Nhưng các Trưởng ban, Vụ trưởng vẫn tiếp tục lên diễn đàn với tài liệu viết sẵn và những bản thống kê của họ. Vụ trưởng Vụ Tài vụ Đoàn Minh Sĩ lên diễn đàn với chiếc cặp dày cộp, mở đầu bằng câu: "Trong bài "Cây cao su kêu cứu" của báo Lao Động..."

Tôi chán ngán nhìn quanh thấy các bạn đồng nghiệp Nô– vôt– xki, Tass và các chuyên gia Liên Xô chừng như đang sốt ruột. Bỗng cả hội trường như giật phắt dậy bởi hành động bất ngờ của Hữu Tính. Anh đứng tại chỗ nơi hai phóng viên báo Lao Động ngồi đối diện với đoàn chủ tọa và Tổng cục trưởng) dõng dạc nói: "Tôi đề nghị đồng chí Tổng cục trưởng chỉ thị cho anh Đoàn Minh Sĩ rời diễn đàn vì anh này tiếp tục nói không đúng yêu cầu cuộc họp báo. Hãy trả diễn đàn này cho các nhà báo nêu những yêu cầu của mình".

Mọi cặp mắt đổ dồn vào Đoàn Minh Sĩ đang đứng như "trời trồng" chờ đợi cách xử sự của Tổng cục trưởng. Tổng cục trưởng liếc nhìn vị "tham mưu" của mình rất nhanh và cũng rất nhanh hiểu rằng cần phải tự xử lý, nên đã ra lệnh: "Thôi, đi xuống!"

Qua vụ này chúng tôi càng thấy rõ sự ngoan cố tới cùng của những người tay trót nhúng chàm. Chỉ có thể buộc họ cúi đầu khi chúng ta đưa ra những bài báo đầy ắp chứng cứ khiến họ hết đường chối cãi. Lúc này báo Lao Động đã đăng hơn 30 tin và bài quan trọng. Chúng tôi đề ra hai việc cần làm tiếp:

Vận động các báo cùng vào cuộc, trước hết là báo Cao su Việt Nam của Tổng cục Cao su. Tôi đề nghị hai ông Nguyễn Gia Đằng và Vũ Lăng bàn bạc với anh Năm Xuân Tổng biên tập báo Cao su khéo léo đưa mục chống tiêu cực lên tờ báo của ngành. Năm Xuân đồng ý gặp tôi bàn cách cùng phối hợp công tác điều tra một số trọng điểm đã phát hiện có dấu hiệu tiêu cực. Chúng tôi gặp hai anh Bửu và Kim Tinh Tổng biên tập và Phó Tổng biên tập báo Ấp Bắc của tỉnh Tiền Giang là tờ báo địa phương mạnh lúc bấy giờ, có số phát hành khá lớn ở Sài Gòn, phối hợp xuất bản tập sách Cây cao su kêu cứu gồm những bài trên báo Lao Động. Chúng tôi giúp báo Ấp Bắc việc biên tập,in ấn và phát hành ở TP HCM. Sách in 20,000 bản bán hết trong vài ngày.

Ngày 10–10–1986 Ban bí thư Trung ương ra chỉ thị thành lập Đoàn thanh tra đến Công ty Cao su Chư Pah, nơi báo Lao Động đã có bài "Sự ngang ngược lộng hành của một giám đốc".

Tổng biên tập báo Cao su Việt Nam hẹn làm việc với các Công ty cao su Tân Biên do Nguyễn Chí Đức (đang được Tổng cục trưởng đề nghị phong danh hiệu anh hùng lao động) làm giám đốc.

Mặc dù anh Năm Xuân đã điện trước một tuần hẹn lịch làm việc, nhưng khi chúng tôi đến, chánh văn phòng Công ty cho biết: "Giám đốc chúng tôi cáo lỗi không thể tiếp và làm việc với các anh được. Chiều hôm qua, giám đốc chúng tôi mới nhận được lệnh triệu tập của Tổng cục trưởng. Vì thói ngạo mạn, hoặc có thể vì ngại phải trả lời những câu hỏi khó mà Nguyễn Chí Đức đã tìm cách lẩn tránh. Nhưng chúng tôi không bỏ đi mà tiếp tục thâm nhập xuống các đội, các tổ, các gia đình cán bộ công nhân. Nhờ đó chúng tôi thu thập được rất nhiều điều: Trước khi về đây, Nguyễn Chí Đức là quyền giám đốc Công ty cao su Đắc Min. Anh ta tham nhũng, ăn chơi trác táng, hiếp đáp công nhân, trù giập người tố cáo. Cơ quan chức năng Đắc Min thu thập hồ sơ đề nghị bắt giam. Trước khi xử lý hình sự, huyện ủy Đắc Min ra quyết định xóa tên Nguyễn Chí Đức trong danh sách đảng viên. Nhưng Tổng cục trưởng Đỗ Văn Nguyện lập tức bảo vệ cánh hẩu, ra quyết định thuyên chuyển Nguyễn Chí Đức về Công ty Cao su Tân Biên làm giám đốc và chỉ sau đó 8 ngày, đảng ủy Công ty này tổ chức kết nạp Nguyễn Chí Đức vào Đảng. Cảm thấy có thể đạp lên lên pháp luật quá dễ dàng khiến cho Nguyễn Chí Đức "coi trời bằng vung". Vừa nhận chức giám đốc Công ty Cao su Tân Biên, anh ta cấu kết với phó giám đốc Nguyễn Bình Thuận và giám đốc Xí nghiệp phục vụ đời sống Cao Hoàng Đức bày mưu kế tham ô tài sản, hiếp đáp công nhân và ton hót cấp trên. Đúng lúc chuẩn bị đón nhận danh hiệu anh hùng lao động thì Nguyễn Chí Đức bị một đòn "trời giáng": Báo lao Động đăng bài tường thuật cuộc giải cứu của Tổng cục Cao su giúp một tên phạm pháp ở Đắc Min về Tân Biên, trở thành giám đốc giỏi và ứng viên danh hiệu anh hùng lao động đã diễn ra như thế nào? Lập tức, tỉnh Tây Ninh tổ chức điều tra các hành vi phạm pháp của Nguyễn Chí Đức từ lúc về đây. Chỉ mất vài tháng, Viện Kiểm sát Tây Ninh đã có đủ cơ sở để ra quyết định khởi tố bắt giam cả 3 tên.

Cuộc thanh tra ở Công ty cao su Chư Pah đưa tới quyết định bắt giam tên Hộ, một "giám đốc ngang ngược lộng hành". Cuộc thanh tra của tỉnh Đắc Lắc lần theo những phát hiện của các bài báo về Công ty Cao su Đắc Min đã khởi tố bắt giam Hồ Doãn Đại kế toán trưởng và Phan Thanh Sơn trưởng phòng kiến thiết cơ bản. Viện kiểm sát nhân dân tối cao phê chuẩn quyết định khởi tố bắt giam 4 cán bộ lãnh đạo của Công ty phục vụ đời sống của Tổng cục Cao su. Đến đây, đã có đủ tài liệu để tôi chấp bút bài báo phân tích nguyên nhân của mọi nguyên nhân làm tan nát ngành cao su, gây khó khăn điêu đứng cho cuộc sống hàng vạn con người: Sự thoái hóa biến chất của cả hệ thống tổ chức Đảng do Ủy viên Trung ương Đảng Đỗ Văn Nguyện đứng đầu, đưa tới tình trạng bè phái, trù giập người ngay, bao che kẻ xấu, cất nhắc bọn khéo nịnh nọt! Cảnh báo của chúng tôi vẫn không được những người lãnh đạo của Đảng lắng nghe, để xây dựng nền tư pháp độc lập, do đó tệ nạn tham nhũng ở những năm sau đã sinh sôi ghê gớm hơn nhiều!

VỤ PHONG THÁNH 117 CHÂN PHÚC TỬ ĐẠO VIỆT NAM.

Ngày 22-6-1987 Giáo Hoàng Gioan – Phao lô II chủ trì cuộc họp tại Roma (Italia) quyết định phong Hiển thánh cho 117 Á thánh chết vì đạo ở Việt Nam từ 1625 đến 1861 và ấn định năm sau, ngày 19-6-1988 sẽ tổ chức lễ phong thánh tại Roma.

Ngày 12-10-1987 Ban Tôn giáo Chính phủ Việt Nam gửi công văn cho Ủy ban Nhân dân và Ban Tôn giáo các tỉnh, thành, đặc khu cả nước, nhận định:

"Quyết định của Vatican là một việc làm có dụng ý chính trị xấu và xuyên tạc lịch sử cách mạng Việt Nam, kích động tâm lý cuồng tín "tử vì đạo" trong một bộ phận giáo dân và giáo sĩ Việt Nam; gây chia rẽ giáo, lương; làm tổn hại đoàn kết dân tộc của nhân dân ta, nhất là trong giai đoạn hiện nay khi Đảng và Nhà nước ta đang ra sức thực hiện đúng đắn chính sách tôn giáo, tăng cường đoàn kết toàn dân vượt qua mọi thử thách, khó khăn, xây dựng thành công chủ nghĩa xã hội và bảo vệ vững chắc Tổ quốc Việt Nam xã hội chủ nghĩa."

"Trước tình hình đó, ngày 18–9–1987, thừa lệnh Chủ tịch Hội đồng Bộ trưởng, Ban Tôn giáo của Chính phủ đã triệu tập các giám mục trong Ủy ban Thường vụ Hội đồng Giám mục Việt Nam để vạch rõ tính nghiêm trọng của sự kiện nói trên, nghiêm khắc phê phán việc làm sai trái này của một số giám mục trong Hội đồng Giám mục Việt Nam, của Vatican và bàn biện pháp xử lý tình hình phức tạp có lý có tình".

Sau đó nhiều cuộc hội thảo được tổ chức khắp cả nước, nhiều cây bút sắc bén nhất của chế độ như Trần Bạch Đằng, Nguyễn Khắc Viện... viết bài theo quan điểm nói trên.

Bài viết của ông Nguyễn Khắc Viện có tựa đề "Chết vì đạo, chết cho ai"? Mở đầu ông cho rằng *"Tôi vẫn cảnh giác cao độ với những mưu đồ xuất phát từ phương Tây mong lợi dụng đạo Ki tô để phá hoại công cuộc xây dựng chủ nghĩa xã hội nước ta."* Ông cho rằng không thể biết chính xác tất cả những người được nêu tên đã chết trong hoàn cảnh nào, họa chăng tư liệu còn lại cho biết rõ trường hợp một vài người. Ông nhấn mạnh hai sự kiện:

– Một là chuyện giám mục Adran đưa Hoàng tử Cảnh bái yết vua Pháp Louis 16 năm 1787, với kế hoạch tấn công Đà Nẵng.

– Hai là chuyện người Công Giáo đã giúp Pháp tiêu diệt phong trào Văn Thân (Văn Thân có khẩu hiệu "bình Tây sát tả", có nghĩa là dẹp tây, diệt đạo). Nguyễn Khắc Viện nhận định Lễ Phong Thánh sẽ gây ra: *"Rồi nhiều người trên thế giới, đặc biệt trong giáo dân, đâm ra thương hại cho Giáo hội Việt Nam đang sống trong cảnh bị áp bức, rồi một số người Việt Nam ngoại đạo, một số cán bộ sẵn có định kiến lại thốt lên: Đã bảo mà, tin sao được bên đạo, bao giờ họ cũng hướng về phương Tây. Rõ ràng việc phong thánh này là một đòn hiểm đối với khối đoàn kết dân tộc của chúng ta."*

Thật là "thần hồn nát thần tính", Đảng cộng sản Việt Nam cứ nghĩ là các thế lực thù địch lúc nào cũng đang âm mưu đánh phá mình, phong thánh chắc phải là đòn hiểm(!) Thực ra tất cả 117 vị tử đạo không có người nào bị giết vì dính líu với thực dân Pháp, họ chỉ bị giết vì là "tả đạo", trái với đạo Nho mà triều đình nhà Nguyễn tôn thờ. Các vị đều có lý lịch rõ ràng về quê quán, chức sắc, ngày bị giết, hình thức bị giết (xử trảm, xử giảo, hay chết trong tù).

Những người công giáo chân chính có nhiều bài viết cho rằng chuyện phong thánh là việc riêng của giáo hội và việc này hoàn toàn đúng đắn bởi mục đích tôn vinh những giáo dân dám từ chối đạp lên thập giá, chịu chết vì đạo Chúa. Các Linh mục Chân Tín, Nguyễn Ngọc Lan, Ngô văn Ân, Thanh Lãng có những bài viết, tham luận bác bỏ những lập luận không đúng sự thật lịch sử. Đặc biệt hai ông Chân Tín,

Nguyễn Ngọc Lan đã từng hoạt động chống chiến tranh, chống sự hiện diện của quân đội Mỹ tại miền Nam, đòi trả tự do cho tù chính trị, những người bị giam ở Côn Đảo, do đó họ đã bị chế độ miền Nam cho là thân cộng. Sau 1975, hai ông được nhà nước cộng sản mời tục bản Đối Diện với tên mới là Đứng Dậy, nhưng chẳng bao lâu đã bị đóng cửa. Giờ đây với việc bảo vệ vụ Phong thánh, hai ông bị nhà nước cộng sản cho là phá bỉnh, đã dùng biện pháp "bịt mồm", rồi một người bị quản chế tại gia, một người được mời rời khỏi xứ đạo, an trí ở Cần Giờ. Bài "Nói chuyện Tử đạo với ông Nguyễn Khắc Viện" của linh mục Nguyễn Ngọc Lan (Bài có gửi cho báo Công Giáo Và Dân Tộc do linh mục Trương Bá Cần làm Tổng biên tập nhưng không được đăng) có đoạn:

"... Ông muốn dạy dỗ chúng tôi, những người công giáo Việt Nam 'nên nghĩ thế nào' về việc phong 117 vị thánh liên hệ trực tiếp và trước tiên đến chúng tôi. Đó là quyền của ông, quyền hiểu theo nghĩa tự do chủ nghĩa (libéralisme) tạm gọi là của thế giới tư bản. Còn nếu "quyền" được hiểu với một chút màu sắc đạo đức nào đó thì thưa ông, tại sao ông không tự đặt cho mình một số câu hỏi tương tự như: Bài của ông là bài thứ mấy viết về vấn đề này? Ông có thể tính bằng đầu ngón tay thì phải..."

Tại sao chỉ có giám mục Bùi Tuần có tiếng nói về vấn đề này trên tờ Công Giáo Và Dân Tộc? Các giám mục Việt Nam khác ở đâu? Các người Công Giáo khác ở đâu? Họ không biết nghĩ thế nào cả sao? Họ không biết viết thành câu cú những điều họ nghĩ sao?

Tại sao mấy trang góp ý của linh mục Chân Tín một người quen thuộc với cả báo chí trong nước và ngoài nước không hề được đăng trên báo Công Giáo Và Dân Tộc, khi mà những trang góp ý ấy đã được đọc lên trong buổi họp của Mặt Trận Tổ Quốc ở quận 3 chiều ngày 18 tháng 1 năm 1988 và đã được giới Công Giáo chú ý đến nhiều? Tại sao ngay cả trong tập "Tài liệu tham khảo" về "Việc phong thánh các Chân phúc tử đạo Việt Nam" do Văn phòng Ủy ban Đoàn kết Công giáo yêu nước Việt Nam thành phố Hồ Chí Minh in rônéo tháng 2 – 1988 trong phần II dành cho "một số bài viết liên quan đến việc phong thánh" người ta đăng 9 bài viết ở Việt Nam, trong số đó có bài của ông, hai bài của linh mục Thiện Cẩm ba bài của giám mục Bùi Tuần, nhưng vẫn không có bài của Chân Tín để rộng đường dư luận?

Chúng ta đang sống ở thời nào đây? Thời Staline hay thời Gorbatchev? Thời báo Etudes Vietnamiennes của ông ngày trước hay thời tờ Đoàn Kết của Việt kiều ta bây giờ ở Pháp"?

Nguyễn Ngọc Lan phê bình cái tựa đề "Chết vì đạo, chết cho ai" là "lớn lối". Ông Lan hỏi, giả sử "học giả nào đó viết mấy chữ 'chết vì nước chết cho ai' trên tấm bia liệt sĩ thì liệu có tờ báo nào vô ý thức, thiếu tự trọng đến mức có thể đăng lên một cái tựa đề như vậy? Còn nội dung bài thì cũn cỡn mà lại lạc đề, bởi vì 117 vị tử đạo không có ai bị giết bởi phong trào Văn Thân cả!"

Linh mục Chân Tín kể: Ông bị ông đại tá Nguyễn văn Tòng giám đốc Sở Văn hóa thành phố Hồ Chí Minh chất vấn vì sao báo nước ngoài đăng bài tham luận của ông ở Mặt Trận Tổ Quốc? Linh mục Chân Tín đáp: "Lẽ ra đó là điều tôi hỏi ông chứ không phải ông hỏi tôi! Bởi vì sau khi đọc xong, tôi nộp bản tham luận cho các ông". Ông giám đốc Sở Văn hóa Nguyễn Văn Tòng đe dọa nếu gửi bài viết sai trái chủ trương chính sách của nhà nước ta ra nước ngoài thì có thể bị trừng trị. Chân Tín bảo mình đã bị chế độ Sài Gòn đe dọa như vậy nhiều rồi, nhưng mình đâu có ngán, lúc nào cũng vẫn hành động theo hai câu thơ Nguyễn Trãi:

"Ung dung ta nói điều ta nghĩ,
Cúi ngửa theo người quyết chẳng theo"

Giám đốc Tòng nói, chính quyền Sài Gòn bắt ông là vinh dự cho ông, còn đây là nhà nước cách mạng bắt ông thì đó là ô nhục cho ông. Linh mục Chân Tín đáp: "Tôi thấy không có gì khác nhau cả, đều là quyền lực chống lại con người dám nói thẳng nói thật đó thôi".

Tháng 5 năm 1990, linh mục Chân Tín bị trục xuất khỏi nội thành, lưu đày ra Cần Giờ. Linh mục Nguyễn Ngọc Lan đã xuất tu và lập gia đình với bà Thanh Vân biên tập viên tờ Tin Quận 5. Ông Lan bị quản chế tại gia, bà Thanh Vân bị buộc thôi việc. Ông Lan qua đời năm 2007. Linh mục Chân Tín mãn hạn lưu đày trở về Dòng Chúa Cứu Thế năm 1993. Năm 2006 ông chủ trương tờ báo chui "Tự do ngôn luận" đòi quyền tự do căn bản cho người dân Việt Nam. Linh mục Chân Tín từ trần ngày 1 tháng 12 năm 2012.

Cái "định kiến" mà ông Viện nêu ra vẫn còn cho tới hôm nay. Nguồn gốc của nó từ đâu? Vì quan điểm "tôn giáo là thuốc phiện của dân nghèo", hay là vì "Công Giáo là đạo giáo được người Pháp ưu đãi"? Trong quyển sách "Nghiên cứu văn hóa và con người Việt Nam hiện nay" của giáo sư, tiến sĩ Dương Phú Hiệp chủ biên, Nhà xuất bản Chính trị Quốc gia năm 2010 nhận định: *"Trong giai đoạn hiện nay, những thế lực chống đối trong và ngoài nước chưa từ bỏ việc lợi dụng tôn giáo để làm mất ổn định chính trị, gây hoang mang chia rẽ khối đại đoàn kết dân tộc. Vì vậy cần giải quyết vấn đề tôn giáo dưới góc độ văn hóa và phải xem giáo dục tôn giáo là vấn đề quan trọng."* Thật ra chẳng có thế lực trong ngoài nước nào gây chia rẽ khối đại đoàn kết dân tộc cả. Xin nêu một chuyện xảy ra ở Nhà thờ Thuận Phát, phường Tân Kiểng, quận 7, nơi tôi cư ngụ nhiều năm. Sau 30 tháng 4 năm 1975, chính quyền Cách mạng yêu cầu nhà thờ giao 3 phòng họp trong khuôn viên của Nhà thờ. Từ đó, 3 phòng này được dùng để hội họp dân phố. Mấy năm gần đây, Nhà thờ Thuận Phát gửi đơn lên Quận ủy và Ủy ban Nhân dân quận 7 xin được trả lại 3 phòng họp này để sinh hoạt tôn giáo. Quận ủy chủ trương không trả lại. Đảng viên lão thành Lê Ngọc Tưởng, nguyên Ủy viên Ban Thường vụ Quân ủy Nhà Bè (thời 1975 – 1980, vùng đất này thuộc quận 7 còn nằm trong Nhà Bè) gửi thư góp ý: Quận ủy nên đồng ý cho Ủy ban Nhân dân quận 7 trả 3 phòng họp lại cho Nhà thờ Thuận Phát dùng làm nơi sinh hoạt hội họp giáo dân. Ông Tưởng viết: "Giáo dân cũng là công dân, Đảng có trách nhiệm giúp họ có nơi hội họp, học tập. Làm được như vậy giáo dân sẽ gắn bó với chế độ do Đảng lãnh đạo". Ông Tưởng không được những người kế nhiệm mình cầm quyền sau 40 năm (lúc ông cầm quyền, họ còn là những đứa trẻ, được ông đưa vô nhà trường xã hội chủ nghĩa) trả lời. Họ phái một đại úy công an đến nhà ông Tưởng chất vấn: "Tại sao ông khuyến khích giáo dân ở giáo xứ Thuận Phát vùng dậy đòi phải trả 3 phòng họp"?

Hội bảo vệ quyền tự do tôn giáo, trong báo cáo tổng kết tình hình Tự do Tôn giáo ở Việt Nam năm 2015 nhận xét:

"Cả năm 2015 các cơ quan thuộc chính phủ Việt Nam đã có 50 vụ vi phạm quyền tự do tôn giáo. Các Giáo hội đều bị Nhà nước khống chế, lũng đoạn và xâm nhập. Các quyền tự do tôn giáo chính yếu đều bị cấm cản:

– Mọi tôn giáo không được độc lập trong việc tổ chức nội bộ. Nhà cầm quyền tìm cách kiểm soát và ảnh hưởng lên việc chiêu sinh, huấn luyện, tấn phong, bổ nhiệm và thuyên chuyển hàng ngũ chức sắc lãnh đạo.

– Mọi tôn giáo không được tự do trong sinh hoạt phụng thờ. Các sinh hoạt này chỉ được thực hiện trong những nơi thừa tự đã được nhà nước công nhận. Các lễ nghi hay lễ hội lớn đều phải xin phép nhà cầm quyền.

– Mọi tôn giáo không được truyền bá giáo lý bên ngoài các cơ sở của mình ra xã hội, qua các phương tiện truyền thông đại chúng, lên mạng thông tin toàn cầu.

– Mọi tôn giáo không được góp phần giáo dục giới trẻ qua hệ thống giáo dục từ tiểu học đến đại học. Hiện thời các giáo hội chỉ được mở trường mẫu giáo, nhưng vẫn dưới sự kiểm soát đủ mặt của chế độ.

– Mọi tôn giáo không được có tín đồ giữ các chức vụ cao trong bộ máy cai trị (quốc hội và chính quyền), trong hàng ngũ công an, quân đội cũng như trong hệ thống giáo dục.

– Mọi tôn giáo đều bị chính quyền tước đoạt đất đai và cơ sở thừa tự trước đó, nhưng không được trả lại. Hiện nay các giáo hội đều không có sở hữu đất đai và không dễ dàng mở rộng cơ sở.

NHÂN VỤ HỌC TRÒ ĐÁNH THÀY GIÁO.

Báo Tuổi Trẻ ngày 23 tháng 5 năm 1989 có bài viết về vụ thày Hoành bị học trò cũ tìm tới nhà hành hung. Bị đâm một nhát dao, thày nhảy từ lầu 2 xuống, gãy nhiều xương. Thày than thở với nhà báo: "Tôi không muốn thốt lên đây một tiếng kêu than thêm vào những tiếng kêu than đã nhiều lắm rồi. Ở một ngành có thể tiêu biểu cho mọi sự khốn khó nhất: mặc tồi tàn, ăn kham khổ, sống hèn hạ... Tất cả những cái đó đã quá tủi đối với tư cách nhà giáo. Chuyện học trò đánh thày phải chăng là giọt nước cuối cùng làm tràn ly. Người xưa nói sanh nghề tử nghiệp. Nghề của chúng tôi là giáo dục học sinh nên người. Thế nhưng chúng tôi đã giáo dục tồi, tạo ra những học sinh kém, chuyện học sinh đánh thày là trái đắng nhất mà chúng tôi phải chịu. Nhưng còn xã hội, gia đình, luật pháp"?

Mổ xẻ nguyên nhân nào đã khiến cho nhà giáo từ chỗ được xã hội "tôn sư trọng đạo" trở thành "tiêu biểu cho mọi sự khốn khổ nhất: mặc tồi tàn, ăn kham khổ, sống hèn hạ" hẳn là một việc làm không dễ dàng nhưng rất cần thiết. Trước tháng 4 năm 1975, ở miền Nam, nghề giáo vẫn còn là một nghề được trọng vọng không khác bao nhiêu so với nhà giáo trước cách mạng Tháng Tám năm 1945. Nhà giáo có mức lương đủ cho gia đình có mức sống trung lưu, được xã hội tin cậy hơn những người có chức sắc trong chính quyền bởi cuộc sống thanh bạch. Thế mà chỉ 14 năm sau đã ra nông nỗi này! Nhớ lại ở miền Bắc sau 1954 nghề giáo cũng có hiện tượng sa sút na ná như vậy, bị xã hội xem thường, nhưng không quá nhanh và quá tệ như bây giờ. Khoảng cuối những năm 60 nhà nước Việt Nam Dân Chủ Cộng Hòa bắt đầu có chính sách ưu đãi để khuyến khích sinh viên vào ngành sư phạm. Đó là khởi đầu có sự sa sút của ngành giáo dục.

Năm 1981, khi được bổ nhiệm làm Phó tổng biên tập báo Lao Động phụ trách miền Nam, tôi ra Hà Nội thăm gia đình ông Tổng biên tập Trần Nhật Dụ. Tại đây tôi được gặp người em rể của ông là hiệu trưởng trường cấp 2 ở Hà Tĩnh vừa nghỉ hưu, được cho đi du lịch "theo chế độ". Hai ông cùng tuổi, cùng vào nghề giáo trước cách mạng Tháng Tám, ông Dụ là giáo viên tiểu học, còn ông kia giáo viên trung học. Nhìn lại bước đi của hai người đã cho tôi một phát hiện lý thú: Sau cách mạng, ông Dụ tham gia hoạt động công đoàn ở trường tiểu học, sau đó được điều lên làm cán bộ công đoàn huyện, rồi lên tỉnh, lên Trung ương làm Chủ tịch Công đoàn ngành Giáo dục Việt Nam. Từ chức Chủ tịch công đoàn ngành, ông bước lên ghế Chánh văn phòng của Tổng Liên đoàn Lao động Việt Nam. Sau khi ông Lê Vân Tổng biên tập báo Lao Động qua đời, ông Dụ được chuyển sang thay thế, tiền lương 150 đồng/tháng. Trong khi đó, người em rể đồng nghiệp của ông chí thú với nghề giáo, không tham gia công tác đoàn thể, đến cuối đời lên đến chức hiệu trưởng, tiền lương 86 đồng/tháng. Chuyện này gợi cho tôi nhiều tò mò.

Từ những năm 50 của thế kỷ 20, người Việt Nam đã bắt đầu được nghe: Nhà nước Việt Nam Dân Chủ Cộng Hòa là nhà nước công nông đầu tiên ở Đông Nam châu Á. Nhà nước này sắp xếp lại thứ tự của "tứ dân", từ sĩ, nông, công, thương trở thành: Giai cấp công nhân lãnh đạo cách mạng thông qua Đảng Cộng sản; giai cấp nông dân là quân chủ lực của cách mạng, chia thành cố nông, bần nông, trung nông. Cố nông, bần nông là chỗ dựa tin cậy; Trung nông kém tin cậy hơn, phải chia ra lớp dưới và lớp trên để có phân biệt đối xử. Phú nông vừa lao động vừa bóc lột, phải tước bỏ phần bóc lột của họ. Địa chủ là đối tượng phải tiêu diệt. Tầng lớp trí thức có cái đuôi là tiểu tư sản, được gọi đùa là "tạch tạch xè", bị xem là có lập trường bấp bênh, dễ dao động, phải luôn luôn được theo dõi, giáo dục. Thương nhân là hạng xấu xa nhất, phải cải tạo để thành người lao động. Theo cách sắp xếp này, thày giáo thuộc tiểu tư sản, "tạch tạch xè". Nhiều người cho rằng cách sắp xếp này đã đem tay chân thay cho đầu óc của xã hội.

Thời xưa các ông đồ được xã hội kính trọng không kém những bậc phú hộ và những vị có chức sắc trong chính quyền. Đến thời tân học các nhà giáo cũng được quý trọng như thế. Miền Bắc trước năm 1954 và miền Nam trước tháng 4 năm 1975, thày giáo cấp 1 có mức lương đủ nuôi vợ con và thuê người giúp việc. Các chàng trai vừa tốt nghiệp ngành sư phạm đã được các gia đình giàu có đánh tiếng muốn gã con. Thời ấy phải là người học giỏi mới dám thi vào ngành sư phạm, vì ngành này tuyển sinh khắc khe nhất. Miền Bắc sau năm 1954, và miền Nam sau năm 1975, trở thành xã hội chính trị (trong chế độ toàn trị do Đảng cộng sản độc quyền lãnh đạo). "Cấp ủy" Đảng được coi là những người danh giá nhất trong làng, xã, quận, huyện, tỉnh, thành. Nhà giáo là "tạch tạch xè", nhưng chủ tịch công đoàn ngành giáo dục thì lại là "chiến sĩ vô sản". Trong bài nói với sinh viên Trường

Đại học Sư phạm, Chủ tịch Hồ Chí Minh trao cho nhà giáo nhiệm vụ mà họ không thể làm nổi: "Người chiến sĩ trên mặt trận tư tưởng văn hóa". Ông thầy giáo làm sao so nổi với ông "cấp ủy"! Các thành viên của cấp ủy chia nhau nắm chính quyền, các đoàn thể như công đoàn, nông hội, thanh niên, phụ nữ, phụ lão. Giáo viên mà không có chân trong ban chấp hành công đoàn giáo dục thì chỉ ngang với một đoàn viên của các đoàn thể công đoàn hoặc nông hội, nhưng kém hơn họ về mức sống, vì ngoài tiền lương chết đói, ông thầy giáo không có thu nhập gì thêm. Thu nhập thấp thì địa vị xã hội cũng xuống thấp, việc tuyển sinh vào các trường sư phạm khó khăn, phải hạ dần điểm tuyển, miễn học phí, đưa tới chất lượng giáo viên kém dần. Bởi vì những người học lực kém mới phải vào ngành sư phạm. Để trang trải cuộc sống, nhà giáo phải tìm cách đối phó. Trên lớp thì dạy qua loa để buộc học sinh phải xin học thêm. Thu nhập từ dạy thêm cao gấp mấy lần tiền lương. Các thầy dạy môn lịch sử, địa lý không thể dạy thêm nên đành phải làm đủ mọi nghề, kể cả rửa bát nhà hàng, đạp xích lô. Hình ảnh và phẩm chất thầy giáo bị tàn phá từ vật chất đến tinh thần. Đòn đánh chí mạng vào nghề giáo là tinh thần "tôn sư trọng đạo", sau đó mới đến đòn đánh bằng dao gậy mà thầy Hoành phải chịu kể trên.

Thày Hoành tự cho mình dạy tồi cho nên phải bị đánh. Có lẽ thực lòng thày không nghĩ như vậy cho nên thày mới hỏi tiếp: "Nhưng còn xã hội, gia đình, luật pháp"? Xin lạm bàn cùng thày.

Nền giáo dục của nước ta từ 1975 đến nay có hai ách tắc

không thể vượt qua được. Những điều thày Hoành nói chỉ là cái ách tắc thứ hai. Gọng kềm ý thức hệ mới là cái ách tắc thứ nhất. Tháng 9 năm 1949, Hồ Chí Mính đến thăm Trường Nguyễn Ái Quốc trung ương (nay là Học viện Quốc gia Hồ Chí Minh) đã viết vào "sổ vàng" của trường một câu được coi là mục tiêu của nền giáo dục xã hội chủ nghĩa "Học để làm người, làm cán bộ. Học để phụng sự giai cấp và nhân dân, Tổ quốc và nhân loại". Trong bài nói ở Trường Đại học Sư phạm Hà Nội tháng 10 năm 1964, Hồ Chí Minh cho rằng thày giáo phải xứng đáng là "người chiến sĩ trên mặt trận tư tưởng văn hóa"; và để được như vậy thì phải học tập chính trị, bởi vì "có học tập lý luận Mác, Lê– nin thì mới củng cố được đạo đức cách mạng, giữ vững lập trường, nâng cao sự hiểu biết về trình độ chính trị mới làm nòng cốt công tác Đảng giao phó." Tiếp thụ tinh thần đó, ngày 14– 1– 1988, thứ trưởng Bộ Đại học và Trung học chuyên nghiệp Trần Chí Đáo tuyên bố "Chủ trương của Bộ về tuyển sinh và đào tạo là bảo đảm Đảng tính và giai cấp tính." (báo Tuổi Trẻ). Nghị quyết Trung ương 29– NQ/TW khóa 11, ngày 4– 11– 2013 về đổi mới căn bản toàn diện giáo dục và đào tạo nhấn mạnh *"Coi trọng công tác phát triển Đảng, công tác chính trị tư tưởng trong các trường học, trước hết là trong đội ngũ giáo viên. Bảo đảm trường học phải có chi bộ, trường đại học có đảng bộ. Đổi mới chương trình. Tập trung vào những giá trị cơ bản của văn hóa, truyền thống và đạo lý dân tộc, tinh hoa văn hóa nhân loại, giá trị cốt lõi và nhân văn của chủ nghĩa Mác – Lê nin và tư tưởng Hồ Chí Minh."* Đọc những điều nói trên cho thấy những người lãnh đạo Đảng cộng sản muốn ngành giáo dục phải đào tạo lớp trẻ theo khuôn mẫu do họ chọn, để trở thành công cụ xã hội chủ nghĩa đắc lực. Để thực hiện điều đó, ngành giáo dục phải che giấu những thông tin, dữ kiện bất lợi cho chế độ toàn trị, phải chọn những thông tin, dữ kiện dù lỗi thời nhưng có thể phục vụ cho định hướng của Đảng, đưa vào giáo trình.

Năm 1985 ông Mai Chí Thọ khi làm bí thư Thành ủy Sài Gòn, khi đến thăm một trường mẫu giáo, đã tỏ ý ngạc nhiên vì các bài học của trẻ lên ba quá đậm chất chính trị. Ông đã có câu nói đúng: *"Tôi e chẳng những không thể đạt được yêu cầu chính trị mà mục đích trồng người cũng không đạt"*. Cho đến nay (2013) thử tìm xem một số sách giáo khoa cho trẻ sẽ thấy tình trạng đó vẫn còn nguyên. Quyển sách do Vũ Xuân Vinh soạn, Nhà xuất bản Đại học ấn hành, phần lớn theo thể thơ lục bát, một số theo thể thơ ngũ ngôn, hầu hết không có "chất thơ", không đúng vần, như *"Công viên đường phố thật vui. Thêm yêu đất nước thêm yêu phố phường"*; *"Mỗi năm một tuổi thêm vui; Thi đua phấn đấu thành người trò ngoan"*; *"Ôi lá cờ Tổ quốc. Đứng nghiêm giơ tay chào"*... Trong sách Tiếng Việt, lớp 3 có những "chủ điểm" như: Đơn xin vào Đội, Tập tổ chức một cuộc họp; Người lính dũng cảm... Sách chỉ chọn tác phẩm của các nhà thơ kháng chiến, nhiều bài rất dở. Bài thơ "Đi hội chùa Hương" nhạt nhẽo, được chọn có lẽ vì mấy câu kết: *"Ôi phải đâu lễ Phật, Người mới đi chùa Hương. Người đi thăm đất nước, Người về trong yêu thương"*. Với lập trường duy vật vững vàng, nhà soạn sách chọn bài thơ này vì nó lớn tiếng hô hào rằng đi chùa không phải vì lễ Phật, còn bài thơ "Đi chùa Hương" nổi tiếng của Nguyễn Nhược Pháp cứ "Nam mô a di đà" cho nên không thể chọn!

Năm 2009, trên báo Phụ nữ Thành phố Hồ Chí Minh số Xuân đăng bài Điều ước đầu năm của chị Trần Mai Liên, mẹ của một học sinh cấp 1 ở Gò Vấp: *"Cầu mong năm mới, sách giáo khoa sửa đổi, môn công dân giáo dục không còn tiếp tục dạy những ý tưởng quá cao xa không hợp với trẻ. Đối với trẻ, cần phải dạy cho chúng biết yêu ông bà, cha mẹ, anh em và mọi người; biết sống có trách nhiệm với bản thân và cộng đồng, không tham lam ích kỷ".* Có lẽ chị muốn ngầm nhắc nhà giáo về "Năm điều Bác Hồ dạy" được treo cao giữa các lớp học, đã không có điều nào dạy trẻ yêu cha mẹ, tôn trọng thầy giáo. Năm năm sau lời cầu mong của chị Trần Mai Liên, giáo sư Văn Như Cương bức xúc kêu lên: *"Chuyện dạy làm người vẫn mãi là khoảng trống trong giáo dục phổ thông."* Ông trích sách "Giáo dục công dân" một bài giảng có tựa đề "Phủ định siêu hình và phủ định biện chứng". Bức xúc của giáo sư Văn Như Cương không được trả lời, vì giáo dục xã hội chủ nghĩa đã khẳng định: *"Không có khoảng trống nào cả! Ngành giáo dục vẫn trung thành với khuôn mẫu ý thức hệ nhằm đào tạo những con người kế thừa để xây dựng chủ nghĩa xã hội dưới ánh sáng của chủ nghĩa Mác – Lê nin, tư tưởng Hồ Chí Minh."* Cách làm của họ đúng như nhà giáo dục vĩ đại John Dewey nhận xét về nền giáo dục bảo thủ là "làm cho tương lai phù hợp với quá khứ".

Thực ra "dạy người" không chỉ ở môn giáo dục công dân mà phải trong toàn bộ chương trình giáo dục. Ở các nền giáo dục tiên tiến, người ta đặt nhiệm vụ giáo dục là đào tạo con người tự do, con người đầy ắp ý kiến phản biện, con người dám khác với những người đi trước dù đó là những vĩ nhân. Albert Einstein nói: *"Chúng dựa trên tự do của lòng tin và* giáo dục, trên nguyên lý rằng, ước muốn tìm chân lý phải đặt trước mọi ước muốn khác" và "không có tự do kia thì sẽ không có Shakespeare, không có Goethe, Newton, không có Faraday và Pasteur." Đúng vậy, chúng ta có thể bổ sung cho câu nói của ông "không có tự do thì cũng không có Albert Eintein".

Khi tôi viết đến đây thì trên báo Tuổi Trẻ hôm nay (11– 5– 2016), cô giáo Hoàng thị Thu Hiền ở TP Hồ Chí Minh gửi " 8 thỉnh cầu đến Bộ trưởng Giáo dục Đào tạo":

1– Giảm bớt những kiến thức ôm đồm ra đời không dùng được; dạy cho các em biết bênh vực cái tốt, dám chống lại cái ác.

2– Đừng thay đổi liên tục, từ "nghiên cứu bài học" chưa đâu vào đâu đã chuyển sang "tích hợp liên môn", rồi "bàn tay nặn bột". Việc thi cử cũng thay đổi xoành xoạch!

3– Xin hãy để cho tất cả giáo viên có quyền thực sự lựa chọn hiệu trưởng của trường và quyền ứng cử vào vị trí mà họ thấy phù hợp. (Hình như cô giáo Hoàng Thị Thu Hiền không nhớ rằng, hiệu trưởng phải là đảng viên)?

4– Hãy đánh giá giáo viên ở phương pháp giảng dạy, chứ không phải chăm chỉ ghi chép đầy đủ vào các loại sổ do bộ quy định.

5– Thời đại công nghệ thông tin nhưng cách quản lý vẫn còn "đèn nhà ai nấy rạng".

6– Tăng thêm mức đãi ngộ, đặc biệt là giáo viên vùng sâu, vùng xa.

7– Hiện nay nhiều sinh viên ra trường khó tìm được việc làm là vì chương trình đại học có đến 30 % những điều không cần trong cuộc sống.

8– Nói chung chú trọng nhồi nhét kiến thức (nhiều điều không dùng được) mà không chú ý giáo dục đạo đức nhân cách con người.

Ngày 12–5–2016 rất nhiều người hưởng ứng bức thư cô giáo Hoàng Thị Thu Hiền, đã đề xuất thêm điều thứ 9: "Chống bệnh thành tích trong giáo dục" và "Hãy để cho giáo viên sống được bằng lương".

TỔNG BÍ THƯ NGUYỄN VĂN LINH VĨ NHÂN TÔM CÁ.

Từ 17 đến 20 tháng 10 năm 1988 Đại hội Công đoàn toàn quốc lần thứ 6 đã bầu ông Xuân Cang Tổng biên tập báo Lao Động vào Ban lãnh đạo Tổng Liên đoàn, phụ trách Trưởng ban Tuyên giáo.Tổng Liên đoàn Lao động tổ chức thăm dò chọn Tổng biên tập mới bằng hình thức bỏ phiếu kín. Có lẽ vì tôi đã làm tốt cuộc đấu tranh với Tổng cục trưởng Tổng cục Cao su, nên số đông cán bộ, phóng viên báo Lao Động bỏ phiếu chọn tôi làm tổng biên tập. Ông Phạm Thế Duyệt chủ tịch Tổng Liên đoàn Lao động đã vào Sài Gòn gợi ý tôi ra Hà Nội nhận trách nhiệm tổng biên tập báo Lao Động. Khóa trước, tôi đã từ chối, nhưng lần này tôi muốn nhận vì để chứng tỏ, dù ông Nguyễn Văn Linh quyết "đánh" cho chết, tôi vẫn sống đàng hoàng. Từ Đại hội VI, không khí dân chủ đã đem lại hi vọng sáng tạo. Tôi cũng muốn nhân dịp này góp phần đổi mới báo Lao Động, đưa nó ra khỏi ngăn kéo của cán bộ công đoàn, góp mặt trên các sạp báo cả nước.

Tại Đại hội 6, Lê Đức Thọ muốn tranh ghế Tổng bí thư với Trường Chinh, để nội bộ Đảng được yên, người ta chọn phương án Nguyễn Văn Linh. Tổng bí thư Nguyễn Văn Linh thi thố tài năng ra sao mọi người đã biết. Ở đây chỉ xin kể đôi việc ông chỉ đạo tổ chức Công đoàn.

Ông Mai Văn Bảy chủ tịch Liên hiệp Công đoàn thành phố Hồ Chí Minh cho biết, vì ông đã tích cực bảo vệ tôi, chống lại chỉ thị của Nguyễn Văn Linh là phải khai trừ Đảng và khởi tố tôi, do đó ông Linh đã gây mọi áp lực buộc Mai Văn Bảy phải rời khỏi mọi chức vụ ở thành phố. Bà Hoàng Thị Khánh là người được đề cử lên thay Mai Văn Bảy. Ông Linh cũng không đồng ý. Nhiều người cho rằng chỉ vì Hoàng Thị Khánh tính thẳng thắn, dám nói trái ý ông. Ông Linh chỉ đạo đưa ông Nguyễn Văn Tư, Ủy viên dự khuyết Trung ương Đảng, Tổng cục trưởng Tổng cục Đường sắt về làm Chủ tịch Công đoàn thành phố. Đây là chuyện chưa từng có trong việc chọn người cho chức vị này. Được Tổng bí thư giới thiệu, ông Nguyễn Văn Tư đắc cử Chủ tịch Công đoàn thành phố, rồi đi dự Đại hội Công đoàn toàn quốc và đắc cử Chủ tịch Tổng Liên đoàn Lao động ngoài ý muốn của cả ông và ông Linh. Vậy là bà Hoàng Thị Khánh lên thay ông Tư ngoài dự liệu của ông Linh

Ở Đại hội Công đoàn toàn quốc, ông Nguyễn Văn Linh cho rằng những cán bộ đang có trong hệ thống công đoàn không có ai xứng đáng lên ghế Chủ tịch. Ông chỉ thị đưa ông Nguyễn Văn An, Ủy viên Trung ương Đảng, Phó ban Ban Tổ chức Trung ương ứng cử chức Chủ tịch. Ông đến đại hội thuyết phục đại biểu bầu cho ông Nguyễn Văn An. Đại hội chia tổ thảo luận, 100 % số tổ không đồng ý chọn ông Nguyễn Văn An làm chủ tịch với lý do: Ông này chưa bao giờ làm công tác công đoàn. Cuối cùng ông Linh phải cho rút ông An và chỉ thị Đại hội bầu một người trong các phó chủ tịch nhiệm kỳ vừa qua. Ông hứa sẽ đưa người đắc cử chức chủ tịch bổ sung vào Ban chấp hành Trung ương Đảng khóa 6. Một lần nữa, Đại hội cũng không bỏ phiếu theo chỉ đạo của ông mà bỏ phiếu bầu ông Nguyễn Văn Tư làm Chủ tịch Tổng Liên đoàn Lao động Việt Nam. Sau này dư luận cho rằng ông Nguyễn Văn An là người may mắn nhất trong vụ Đại hội Công đoàn bác chỉ thị của ông Linh, bởi vì nhờ bị thất cử mà ông không bị kẹt ở Công đoàn, có cơ hội để đến Đại hội 7 được bầu vào Bộ Chính trị làm Trưởng ban Tổ chức Trung ương, rồi kế tiếp là Chủ tịch Quốc hội!

Sau khi tôi ra Hà Nội làm Tổng biên tập báo Lao Động khoảng nửa tháng thì có cuộc họp của Ban chấp hành Tổng Liên đoàn Lao động. Tổng bí thư Nguyễn Văn Linh đến huấn thị về công tác công đoàn thực hiện Nghị quyết của Đảng. Đứng trên lễ đài nhìn xuống cử tọa, chạm mắt tôi đang ngồi cạnh chủ tịch Nguyễn Văn Tư, ông cau mày, nói như hụt hơi. Tuy biết ông đang khó chịu, nhưng tôi không thể ngờ ông tiếp tục ra "đòn thù dai" đối với tôi. Sau khi nói chuyện với hội nghị, ông gặp riêng Chủ tịch Nguyễn Văn Tư chỉ thị: "Có lẽ các đồng chí không biết rõ tay Tống Văn Công nên đã bổ nhiệm hắn làm tổng biên tập cơ quan ngôn luận của tổ chức giai cấp tiên phong. Tôi đề nghị chọn người khác có quan điểm giai cấp công nhân thật vững vàng để thay ngay anh ta".

Ngay hôm sau, ông Nguyễn Văn Tư triệu tập Đảng đoàn Tổng Liên Đoàn Lao động phổ biến chỉ thị của Tổng bí thư. Tất cả đều kinh ngạc vì thấy vô lý, nhưng chưa biết phải đối phó thế nào. Ông Đinh Gia Bảy, Ủy viên Đảng đoàn, Trưởng ban Tổ chức là người có trách nhiệm về nhân sự, phát biểu: "Ngay sau khi có chỉ thị của Tổng bí thư, chúng ta đã họp bàn cách giải quyết. Như vậy tức là chúng ta rất nghiêm túc thực hiện chỉ thị của đồng chí ấy. Tuy nhiên, việc đánh giá cán bộ trong tổ chức của mình thì chắc chắn chúng ta có điều kiện để hiểu rõ hơn đồng chí ấy. Do đó, theo tôi chúng ta có trách nhiệm làm cho đồng chí ấy hiểu vì sao chúng ta đã quyết định chọn Tống Văn Công làm Tổng biên tập. Trừ ông Bí thư Đảng đoàn Nguyễn Văn Tư, tất cả những người còn lại đều quen biết tôi không dưới 5– 10 năm. Phó bí thư Đảng đoàn, Ủy viên Trung ương Cù Thị Hậu quen biết tôi từ khi bà còn là cô thợ dệt, tôi với tư cách nhà báo đã gặp gỡ bà ở xí nghiệp, đến thăm gia đình, hỏi chuyện và viết nhiều bài đăng báo, in sách. Bà nói: "Anh Công là nhà báo đi sát công nhân và tổ chức công đoàn. Anh đã viết rất nhiều điển hình của ngành dệt và ở các ngành nghề khác. Anh là người sáng lập và đồng sáng lập hai tờ báo của Công đoàn. Chúng ta chọn một người như vậy làm tổng biên tập là đúng đắn. Về chuyện riêng, ai cũng biết ở cuộc hôn nhân đầu tiên anh không có hạnh phúc." Anh Dương Xuân An từng trả lời phỏng vấn của tôi khi anh là chủ tịch công đoàn ngành xây dựng kể: "Tống Văn Công có quan hệ rất tốt với các công đoàn ngành và các cơ sở, tìm hiểu mọi chuyện rất cặn kẽ. Một lần tôi được phỏng vấn, nghe cách đặt vấn đề, tôi biết tay này đã nắm chắc mọi chuyện ở đây, ta phải hợp tác cùng mổ xẻ những mắc míu, chứ không thể nói xuôi chiều". Chị Hoàng Thị Khánh quen biết tôi khi chị còn làm Chủ tịch Công đoàn quận 10, tôi làm Trưởng ban Tuyên giáo kiêm Tổng biên tập báo. Mỗi người nêu một chuyện để chứng minh rằng Tống Văn Công có năng lực và tinh thần trách nhiệm trong công việc, không phải là người xấu. Tất cả các ý kiến phát biểu được ghi vào biên bản, cuối cùng tổng hợp lại thành bản báo cáo "kính gửi đồng chí Tổng bí thư". Mấy hôm sau, Chủ tịch Nguyễn Văn Tư cùng với Trưởng ban Tư tưởng – Văn hóa Trần Trọng Tân đến gặp Tổng bí thư Nguyễn Văn Linh trình các văn bản nói trên. Theo Chủ tịch Nguyễn Văn Tư kể lại, suốt buổi làm việc hôm đó Tổng bí thư chỉ nghe, không hỏi, cũng không có ý kiến nhận xét. Từ đó cho tới hết nhiệm kỳ, ông Nguyễn văn Linh không có ý kiến gì về báo Lao Động và cá nhân tôi. Đến năm 1993 khi có Tám Đăng (Phó tổng biên tập, nguyên trợ lý báo chí của Tổng bí thư Nguyễn văn Linh) vu cáo tôi làm bình phong cho một âm mưu diễn biến hòa bình do Lý Quý Chung (nguyên Bộ trưởng trong chính phủ Dương Văn Minh) cầm đầu, ông mới gửi thư "cố vấn" cho Đỗ Mười chỉ đạo Tổng Liên đoàn Lao động buộc tôi "về vườn".

Thời chống Pháp, tôi có nhiều năm công tác ở Sở Giao thông – Liên lạc Nam Bộ, sau đó là Đội Thông tin – Liên lạc thuộc Phòng Tham mưu Bộ Tư Lệnh Nam Bộ, những nơi có điều kiện để biết tên tuổi, chức vụ, địa chỉ của các nhà lãnh đạo, vậy mà tôi chưa hề nghe tên ông Nguyễn Văn Cúc (tên cúng cơm của Nguyễn văn Linh). Đến thời chống Mỹ, tôi được biết Nguyễn Văn Linh là phó bí thư Trung ương cục miền Nam (bí thư là Nguyễn Chí Thanh, sau năm 1968 là

Phạm Hùng). Năm 1969 trong lễ tang Cụ Hồ, lần đầu tiên tôi nhìn thấy ông Linh, người trẻ nhất trong những ông Ủy viên Ban chấp hành Trung ương ở lễ truy điệu tại Hội trường Ba Đình. Sau 30–4–1975, ông Linh làm bí thư Thành ủy Sài Gòn. Lúc này tôi là tổng biên tập báo Lao Động Mới của Liên hiệp Công đoàn Giải phóng miền Nam do ông Nguyễn Hộ làm chủ tịch. Bạn tôi, anh Trương Quang Lộc (tức Trương Tịnh Đức phụ trách Trường Báo chí của Mặt trận Dân tộc Giải phóng miền Nam) bảo tôi: "Mày ơi, ông Nguyễn văn Linh làm to vậy chứ dốt lắm. Đến bất cứ cuộc hội nghị nào ổng cũng chỉ nói 'thế giới chia làm hai phe, có bốn mâu thuẫn'". Tháng 3–1982 ông Linh bị thất sủng, rời khỏi Bộ chính trị khóa Đại hội 5, xin về làm bí thư Thành ủy Sài Gòn thay ông Võ Văn Kiệt được điều ra Trung ương. Ở đây ông thừa hưởng kết quả "xé rào" của ông Võ văn Kiệt. Chính môi trường này tạo cơ hội để ông trở thành Tổng bí thư ở Đại hội 6. Nhưng đó là một trong những lý do khiến ông tìm cớ dìm ông Võ Văn Kiệt.

Năm 1990 phong trào dân chủ nổi lên mạnh mẽ ở các nước xã hội chủ nghĩa Đông Âu và Liên Xô. Ở trong nước, Trần Xuân Bách đòi đổi mới chính trị, văn nghệ sĩ đòi tự do tư tưởng, tự do sáng tác. Nguyễn Văn Linh đã dùng mọi thủ đoạn nhằm bảo vệ sự độc quyền của Đảng cộng sản: Đi Thành Đô cầu hòa với địch, cách chức Trần Xuân Bách, chỉ đạo cách chức nhà văn Nguyên Ngọc, giữa hội trường Ba Đình dịp mừng ngày Quốc khánh năm 1990 ôngta công khai gọi "con Dương Thu Hương chống Đảng, thằng Nguyễn Quang Sáng hư hỏng". Báo Lao Động Chủ Nhật ngày 9 tháng 9 năm 1990 đã phê phán hành vi vô văn hóa này bằng bài tiểu phẩm có tựa đề "Hai năm, ba chữ" của nhà báo Nguyễn An Định. Bài báo kể chuyện Bưu điện tỉnh Quảng Ninh phải mất 2 năm mới huấn luyện các nhân viên tổng đài điện thoại nói được 3 chữ "dạ, tôi nghe" khi trả lời khách gọi tới thay cho cách trả lời trước đây "muốn gặp ai?", "gọi gì đó"? Bài báo kết luận "dù phải mất 2 năm chỉ được có 3 chữ, "nhưng ta hãy cứ mừng, bởi ngay bây giờ đây, trên diễn đàn công khai, người ta còn văng thằng nọ con kia cơ mà"! Báo phát hành hôm trước, hôm sau anh Hoàng Trọng Định nguyên phó tổng biên tập báo Lao Động đã nghỉ hưu đến thăm tôi, vừa khen, vừa tỏ ra lo lắng: "Các cậu to gan, liều lĩnh quá! Đọc bài này ai cũng biết là phê bình Tổng bí thư. Xóm cán bộ về hưu chúng mình xôn xao bình luận, nói chung là đồng tình với các cậu". Sau đó ít lâu, từ Sài Gòn nhà thơ Nguyễn Duy viết bài thơ Kim– Mộc– Thủy– Hỏa– Thổ có hai câu "tức cảnh": *Ta nhờn nhợn cái há mồm vĩ nhân tôm cá. Khạc đủ nghề thằng nọ con kia*".

NGÀY NHẬN VIỆC ĐƯỢC GẶP CÁC BẠN VĂN NỔI TIẾNG.

Ngày tôi từ Sài Gòn ra Hà Nội làm tổng biên tập báo Lao Động không có lễ lạc "nhận chức". Không biết vì sao lại được sự có mặt của bốn bạn văn nổi tiếng thời ấy là Phạm Thị Hoài, Dương Thu Hương, Mai Thục, Vương Trí Nhàn.

Mai Thục là tổng biên tập tờ Phụ Nữ Hà Nội, là đồng tác giả với Đỗ Đức Hiểu soạn quyển "Điển tích văn học" xuất bản năm 1995. Chị bận với tờ báo của mình nên không có bài cho Lao Động. Anh Vương Trí Nhàn viết bài cho Lao Động đều đặn. Khi Hoàng Hưng xuất bản tập thơ có bài "Người về" (nói lên tâm trạng, tình cảnh người tù của chế độ), bị Công an văn hóa bắt bẻ, anh đưa đơn từ chức Trưởng ban Văn hóa Văn nghệ báo Lao Động. Lúc ấy, tôi mời anh Vương Trí Nhàn về thay vị trí của Hoàng Hưng, việc chưa xong thì tôi đã bị buộc về hưu.

Phạm Thị Hoài đã nổi tiếng với tiểu thuyết "Thiên Sứ." Lao Động Chủ nhật số 2 có bài "Phỏng vấn Hồ Xuân Hương" của chị. Trong bài này, chị đã để "bà chúa thơ Nôm" đưa ra quan điểm về tính dục trong sáng tác văn học, một vấn đề đang bị các nhà tuyên huấn của Đảng lúc nào cũng lên giọng đạo đức săm soi, phê phán. Chị khai sinh và viết cho báo Lao Động Chủ Nhật chuyên mục "Câu lạc bộ Bạn trăm năm" được bạn đọc hoan nghênh. Chị đóng góp nhiều truyện ngắn hay suốt thời gian tôi làm tổng biên tập. Năm 1990 Hội nhà văn Việt Nam (lúc này ông Vũ Tú Nam là Tổng thư ký) công bố hoãn việc xét kết nạp chị vào Hội Nhà văn. Phạm Thị Hoài có thư đáp lại, sẽ không bao giờ xin vào Hội Nhà văn nữa. Tôi đăng thư này trên Lao Động gây dư luận lên án thói quan liêu của Hội nhà văn. Trong cuộc họp thường kỳ, ông Trần Trọng Tân góp ý nhẹ: "Lẽ ra chuyện này anh nên trao đổi riêng với anh Vũ Tú Nam, tổng thư ký Hội Nhà văn Việt Nam. Anh đưa tuyên bố của nhà văn Phạm Thị Hoài như vậy mất mặt Hội nhà văn quá"!

Dương Thu Hương đã nổi tiếng với "Những bông hoa bần ly", "Chuyện tình kể trước lúc rạng đông", "Bên kia bờ ảo vọng", "Những thiên đường mù"... Sau khi quen nhau ở ngày tôi nhận việc, tuần nào chị cũng đến chơi. Chị thân thiết với những nhà bất đồng chính kiến như Trần Độ, Nguyễn Kiến Giang, còn tôi tổng biên tập tờ báo "công cụ" mà được chị kết bạn là một biệt lệ. Anh chị em báo Lao Động xem chị như người thân, ban bảo vệ, phòng hành chánh không ai hỏi chị đến vì việc gì. Chị nghĩ, nhà báo là nhà nghèo nên thường mua bia mang đến phòng tổng biên tập cùng tôi nhâm nhi và bàn đủ thứ chuyện. Một hôm chị đến, thấy tôi đang tiếp nhà văn Lê Phương, chị hỏi: "Hai người quen nhau à"? Tôi đáp: "Bạn nối khổ đấy. Khi quen với mình, anh ta chưa viết được câu văn nào". Dương Thu Hương cười: "Nhưng có một chuyện anh ta chưa kể với anh đâu". Dương Thu Hương ngồi xuống ghế, kể: "Khi lần đầu em đi dự trại viết văn ở Vũng Tàu thì anh ta đã có cuốn "Thung lũng Cô Tan", đã là nhà văn nổi tiếng rồi, cho nên nhìn em như con cừu non và xáp vào tán tỉnh rất thô bạo..." Kể xong chị hỏi: "Bà có nói oan điều gì không hở, thằng mặt dày"? Lê Phương ngồi đực ra, im lặng. Cứ tưởng Dương Thu Hương chẳng coi Lê Phương ra gì, nhưng đọc "Đỉnh cao chói lọi", mà ở lời nói đầu chị cho biết các nhân vật đều đúng sự thật, truyện có nhân vật Lê Phương được miêu tả một cách trân trọng.

Tháng 4 năm 1991, người ta gài bẫy để bắt Dương Thu Hương, bảy tháng sau, do áp lực quốc tế, phải thả với "lý do nhân đạo." Ra tù Dương Thu Hương đến thăm tôi, nói hôm nay em mời anh đi nhà hàng. Tôi nói, hôm nay để mình mời, mừng Hương ra tù, nhưng Dương Thu Hương dứt khoát không đồng ý. Khi cô tiếp viên đưa món đầu tiên là lẩu cá quả, tôi hỏi, có giữ bộ lòng cá không. Cô đáp không, lòng cá này đắng, không ăn được. Tôi nói, con cá này trong miền

Nam gọi là cá lóc. Số đông người trong đó, có tôi coi bộ lòng có giá trị 70% của con cá, có người chỉ ăn bộ lòng còn thịt cá nhường cho con trẻ. Dương Thu Hương hỏi tôi nói thật hay đùa. Tôi đáp, nói thật chứ. Trưa hôm sau, Hương lại đến bảo, hôm nay em muốn đền anh con cá quả còn bộ lòng. Đến nhà hàng, chị đưa tới bể nuôi cá hỏi tôi, làm sao biết con cá nào ngon nhất. Tôi nói, con có thân ngắn mập tròn là con cá cái. Hương dặn đầu bếp phải giữ bộ lòng cá.

Vừa ăn, Hương vừa kể với tôi chuyện trong tù. Một hôm anh trưởng trại giam báo cho biết để chị chuẩn bị ngày hôm sau sẽ được Bộ trưởng Mai Chí Thọ đến gặp. Anh này cứ nghĩ chị sẽ vui mừng vì đây là một ân huệ vô tiền khoáng hậu. Nhưng Hương cau mặt đáp, "bà chẳng thích nhìn thấy hắn, bảo hắn đừng hòng được gặp và nói chuyện với bà". Trưởng trại đành phải xuống nước năn nỉ: "Chị ơi, chị thương em. Chị mà không chịu gặp ông ấy thì em bị kỷ luật nặng". Thương hại anh trưởng trại, Hương đồng ý gặp Mai Chí Thọ. Chị lên tiếng trước: "Vì sao ông xin được gặp tôi?" Mai Chí Thọ tỏ vẻ bình thản đáp: "Tôi muốn gặp cô để biết vì sao mà cô căm thù chế độ này đến thế"? Dương Thu Hương cau mày hỏi: "Thằng nào báo cáo với ông như thế, hay ông tự nghĩ ra? Chế độ này được dựng lên có mồ hôi và máu của tôi đó. Tôi từng có mặt dưới thành cổ Quảng Trị đẫm máu. Tôi từng có mặt bên chiến tuyến biên giới phía Bắc chống bọn bành trướng Bắc Kinh xâm lược. Căm thù à? Tôi chỉ căm thù và muốn tiêu diệt cái lũ quan liêu như ông thôi"! Tôi hỏi, khi bị cô giáng một đòn kinh khủng như vậy thái độ ông ta thế nào? Hương đáp, ông ta ngửa mặt lên cười to. Tôi khen, cha này giỏi, ngang cơ với Dương Thu

Hương. Một người ngay thẳng, trung thực, ăn nói không kiêng dè như Dương Thu Hương luôn luôn đối chọi với chế độ đã buộc phải ly hương.

KỲ LÂM – CẦM LY

Kỳ Lâm và Chóe có quyển sách in chung tựa đề là "Những nụ cười trào lộng" dài 300 trang. Sách gồm những bài của Kỳ Lâm viết cho chuyên mục "Tản mạn cuối tuần" và Chóe vẽ hí họa cuối tuần trên báo Lao Động. Báo chí có thể loại "tiểu phẩm" được định nghĩa là bài viết ngắn nói về đề tài thời sự, có tính châm biếm; về tranh thì có "biếm họa" nhằm chỉ trích những thói hư tật xấu. Nhưng Kỳ Lâm và Chóe không đồng ý với định nghĩa đó, cho rằng mình chẳng biếm ai cả mà chỉ góp những nụ cười trào lộng.

Kỳ Lâm tên thật là Trần Văn Nuôi, sinh năm 1929, vào Đảng năm 1948. Ông Dương Đình Thảo khi làm phát ngôn của Đoàn Mặt trận Dân tộc Giải phóng Miền Nam ở hòa đàm Paris, đã xin Trần Văn Nuôi làm phụ tá cho mình. Cán bộ ban tổ chức Trung ương Đảng đến nhà gặp lúc anh Nuôi đang cởi trần nằm ngủ, bên gối có quyển Thánh Kinh. Ông này báo cáo với cấp trên là một người say mê Thánh Kinh như thế không thể dùng được. Trong báo Người Lao Động lúc đó có chú liên lạc tên Kỳ Lâm thường cằn nhằn "chú Nuôi kỳ quá, tại sao chú không ký tên mình mà cứ ký tên của cháu"? Anh Nuôi cười: "Kỳ Lâm của cháu là rừng lạ, đẹp, còn Kỳ Lâm của chú là cầm ly, hoàn toàn khác nhau mà"! Khi tôi được điều đến làm Tổng biên tập báo Người Lao Động, anh đang làm ủy viên ban biên tập. Tôi đã bãi chức anh do khi triệu tập họp ban biên tập, anh đến trong tình trạng say xỉn.

Trông bề ngoài, mọi người cứ tưởng anh không quan tâm chuyện của mọi người trong cơ quan, nhưng không phải vậy. Một lần anh tìm tôi, cho biết: "Trong cơ quan có hai cô cậu đã có gia đình yên ấm nhưng đang lẹo tẹo với nhau đấy. Anh nên góp ý với họ, kẻo tan vỡ cả hai gia đình, tội cho sắp nhỏ". Một lần khác, anh gửi thư ra Hà Nội gọi tôi: "Anh thu xếp vào ngay, kẻo mất Chóe. Chóe đang bất mãn với trưởng ban miền Nam".

Một sáng Chủ nhật anh đạp xe đến nhà tôi. Hai anh em uống trà, trò chuyện. Chợt anh hạ giọng thầm thì: "Mình nói thật với Công, mình ra Đảng lâu lắm rồi, hằng chục năm rồi, nhưng chỉ vì mình hèn, không dám làm đơn xin ra"! Tôi (Tổng biên tập kiêm nhiệm Bí thư Đảng ủy) hỏi "tại sao"? Vẫn giọng thì thầm: "Chắc anh cũng đã nhận thấy cộng sản là... là... phi nhân mà"! Tôi đáp: "Nhưng sau mỗi sai lầm, Đảng cũng đã tự phê bình. Chúng mình có trách nhiệm góp ý đòi hỏi Đảng trở nên nhân văn hơn". Anh hỏi lại: "Có ảo tưởng không vậy ông"? Chúng tôi im lặng uống trà.

Ngày 15-11-1992, anh viết bài báo cuối cùng có tựa đề "Khiếp sợ". Anh đến tòa soạn nộp bài đúng giờ rồi quay xe đạp đến quán rượu "cầm ly". Đã chếnh choáng hơi men, anh chợt nghĩ phải có thêm lời bình, nên lại đạp xe tới tòa soạn viết thêm: "Ôi khiếp sợ! Món quà nghiệt ngã mà thiên nhiên và xã hội ép mọi người chúng ta phải nhận từ khi mở mắt chào đời. Nó chính là thước đo sự yếu đuối của bạn và tôi..." Nộp lại bài đã chữa, anh lên xe lạng quạng rời tòa báo hơn hai trăm mét thì bị một xe gắn máy đi cùng chiều tông ngã, lám chấn thương sọ não và qua đời sau mấy hôm!

NGUYÊN DO NHÀ VĂN TRẦN HOÀI DƯƠNG BỎ ĐẢNG.

Năm 2002 tôi được gặp nhà văn Trần Hoài Dương trong bữa cơm ở gia đình nhà văn Nguyễn Mạnh Tuấn. Tôi đã đọc nhiều tác phẩm của Trần Hoài Dương, đặc biệt là quyển "Miền Nam xanh thắm" được các nhà phê bình nhận xét là "một thế giới trong ngần còn mãi". Nhà thơ Vy Thùy Linh nhận xét Trần Hoài Dương là "con người thuần phác, ngay thẳng, hiền và nhiều rụt rè, e ngại trước những chấn động ồn ã, nhưng lại cực đoan, quyết liệt trước những thói xấu xa, đê hèn...Và, tôi như thấy chú Dương từ tốn và quả quyết mở ô cửa xanh vào bầu trời trong ngần, với nụ cười sáng bao trìu mến".

Nhà văn Nguyễn Mạnh Tuấn giới thiệu hai chúng tôi với nhau rồi vui vẻ gợi ý: "Hoài Dương kể cho anh Công nghe chuyện đưa đơn xin bỏ Đảng đi". Rất thoải mái Trần Hoài Dương kể.

Năm 1967, Nguyễn Phú Trọng tốt nghiệp Đại học Văn khoa Hà Nội. Anh giới thiệu Trọng vào làm phòng tư liệu của Tạp chí Cộng sản. Lúc này, Trần Hoài Dương là cán bộ biên tập của tạp chí nhưng lúc rảnh, anh không hề nghiên cứu lý luận Mác-Lê mà chúi mũi sáng tác truyện ngắn, truyện dài, rồi đưa đơn xin chuyển công tác sang báo Văn Nghệ. Tổng biên tập Hồng Chương phê vào đơn: "Anh phải đào tạo một biên tập viên khả dĩ thay thế mình thì mới có thể được cho đi". Trần Hoài Dương đề nghị Nguyễn Phú Trọng vào phòng biên tập để anh kèm cặp. Anh nhận xét người mình đề cử với Tổng biên tập: "Cậu này không thông minh, kém sáng kiến, nhưng được cái cần cù và cẩn thận, không bao giờ để sai sót bản in so với bản chính". Gần một năm sau, ông Hồng Chương xem xét năng lực biên tập của Nguyễn Phú Trọng và cho rằng đã có thể tạm cáng đáng công việc, nên ký đơn cho Trần Hoài Dương chuyển sang báo Văn Nghệ. Từ đó Trần Hoài Dương chỉ quan hệ với bạn bè văn chương, không quan tâm Nguyễn Phú Trọng đã tiến thoái như thế nào. Sau năm 1975, Trần Hoài Dương vào sài Gòn làm việc ở bộ phận miền Nam của báo Văn Nghệ.

Năm 2001, Tạp chí Cộng sản tổ chức kỷ niệm 50 năm ngày thành lập, gửi thư mời tất cả những người từng cộng tác ở tạp chí về dự. Trần Hoài Dương từ Sài Gòn ra, đi xích lô đến nơi hành lễ. Sau đó, anh được chứng kiến cảnh tiền hô hậu ủng đón tiếp Ủy viên Bộ chính trị, Bí thư Thành ủy Nguyễn Phú Trọng. Đến lúc này, Trần Hoài Dương mới hay, thằng đàn em "không thông minh, kém sáng kiến" mình từng kèm cặp nâng đỡ ngày nào, nay trở thành một nhân vật lớn của Đảng! Anh tìm chiếc bàn ở cuối phòng, ngồi tư lự. Là một nhà văn chăm quan sát, suy ngẫm, từ lâu anh rất nặng lòng khi nhìn thấy sự sa đọa đạo đức và trí tuệ của Đảng và xã hội, nhưng chưa tìm đủ sự lý giải.

Nguyễn Phú Trọng tự ý thức mình là một nhân vật quan trọng nhất trong những bạn bè xuất thân từ Tạp chí Cộng sản đang tề tựu hôm nay, bèn đi đến từng bàn tiệc bắt tay ủy lạo từng người. Đến chiếc bàn cuối cùng, Nguyễn Phú Trọng reo lên khi nhìn thấy người bạn quý, người đàn anh từng kèm cặp mình ở thời "vạn sự khởi đầu nan". Trần Hoài Dương miễn cưỡng đứng lên, đưa tay bắt, giọng hiu hắt: "Lẽ ra tao phải mừng cho mày, nhưng vì mối lo cho Đảng lấn át khiến tao ngồi im. Tao quá ngạc nhiên vì một người như mày lại có thể trở thành Ủy viên Bộ chính trị của Đảng. Tao nói thật lòng mày đừng giận, tao nghĩ có lẽ Đảng này đã đến hồi mạt vận rồi! Tao phải ra khỏi Đảng"! Và Trần Hoài Dương đã làm đúng như vậy, vừa về tới nhà ở Sài Gòn, anh viết ngay lá đơn gửi chi bộ tuyên bố rời khỏi Đảng cộng sản vì không còn niềm tin đối với một Đảng đã thoái hóa về trí tuệ.

Trần Hoài Dương sống độc thân. Anh bị nhồi máu cơ tim đột tử ngày 6 tháng 5 năm 2011. Nhạc sĩ Trần Lê Quỳnh từ nước Anh gọi về bố nhiều lần không được, đã nhờ bạn đến nhà thăm, mới hay Trần Hoài Dương đã qua đời từ hai ngày trước!

MỘT ÔNG THƯ KÝ TÒA SOẠN TẬP NHỊN ĐÓI.

Tôi rời ngôi nhà 51 Hàng Bồ báo Lao Động từ tháng 5 – 1975, đến năm 1988 mới trở lại. Mười bốn năm qua, nó không hề được tu sửa. Người ngồi trên tầng 3 phải xuống tầng trệt tiểu tiện, vì ống dẫn nước đã hỏng. Số người vào báo Lao Động cùng thời với tôi còn non một nửa. Tất cả sống lây lất với số lương còm như công nhân viên chức hành chánh ở mọi ngành. Tuy tờ báo vẫn đang sống bao cấp, năm trước Tổng Liên đoàn Lao động phải bù lỗ. Dù vậy, tôi quyết định trước hết phải chăm sóc con người. Con người phải được sống tốt mới có thể suy nghĩ sáng tạo tốt. Dù chế độ xã hội chủ nghĩa có nhiều vùng cấm, nhưng nhà báo trung thực vẫn tìm được sự thật và cách viết đáp ứng mong muốn của bạn đọc. Tờ báo Tin Sáng sau tháng 5–1975 và một số tờ báo ở Sài Gòn đã làm được điều đó. Việc đầu tiên, tôi thực hiện là tổ chức bữa ăn trưa miễn phí tại tòa báo như các doanh nghiệp từ khi "đổi mới". Vài hôm sau, chị cấp dưỡng cho tôi biết, anh Việt Quốc thư ký tòa soạn không ăn cơm trưa, dù không được nhận tiền của bữa ăn. Anh ấy pha một ấm trà, loại "9 hào 3" (tiếng lóng để chỉ loại trà cám rẻ tiền, giá mỗi gói 3 hào), vừa uống vừa rít thuốc lào. Thời tôi làm phóng viên, Việt Quốc là nhân viên chữa morat, gọi nhau mày tao.

Tôi đến hỏi Việt Quốc, sao mày không ăn cơm trưa? Việt Quốc không xưng hô như ngày xưa: "Tôi đã tập nhịn bữa trưa mất một năm nay mới quen. Tôi thừa biết các ông thủ trưởng mới bao giờ cũng tìm cách lấy lòng nhân viên. Nhưng tiền ở đâu ra để ông có thể tiếp tục chi cho bữa cơm trưa? Tôi không dám liều để rồi đến khi ông kêu hết tiền, tôi lại phải mất một năm để tập nhịn ăn cho cái bụng quen thói"! Tôi nói "Nếu không cải tiến tờ báo, đưa nó ra bán được ở các sạp mà chỉ giao cho các ông chủ tịch công đoàn đút vào ngăn kéo thì đúng là sẽ không còn tiền chi! Nhưng chúng ta sẽ cùng nhau góp sức cải tiến tờ báo chứ"? Việt Quốc chỉ cười mỉm không trả lời.

Sau một tuần xem xét, tôi nhận ra, với những con người và cách bố trí công việc như lâu nay thì không thể cải tiến được tờ báo. Phòng thư ký tòa soạn với ông trưởng ban Việt Quốc là một trong những khâu ách tắc. Việt Quốc chỉ thuộc quy trình công việc, việc này rồi đến việc kia, người này xong thì chuyển qua người nọ, chứ không có khả năng nâng cao chất lượng trang báo. Sau 14 năm, anh nhân viên chữa morat Việt Quốc được đề bạt lên làm trưởng ban thư ký tòa soạn với kiến thức y như cũ. Nhìn toàn cơ quan chỗ nào cũng thấy hiện tượng giống nhau đó. Với đội ngũ này thì đúng như Việt Quốc hỏi "tiền ở đâu ra để ông tiếp tục chi". Tôi xây dựng đề án cải tiến tổ chức: Chọn người có năng lực thích hợp cho từng vị trí công tác. Tôi gặp riêng Việt Quốc phân tích có tình có lý với anh, khuyên anh trở lại công việc chữa morat mà anh rất thông thạo, hứa giữ nguyên bậc lương hiện nay. Không ngờ anh hết sức tức giận: "Khi đã là tổng biên tập thì ông tự cho mình muốn buộc ai làm gì theo ý ông cũng được à? Không, tôi không chấp nhận. T ôi sẽ đưa đơn lênTổng Công đoàn xin nghỉ hưu". Tôi nói "Nếu Quốc muốn nghỉ hưu thì mình giải quyết cũng được". Anh nói như rít từ kẽ răng: "Không! Tôi phải đưa lên Tổng Công đoàn để người ta biết ông là người thế nào".

Anh đã đưa đơn lên Tổng Công đoàn và họ đã trao cho anh quyết định nghỉ hưu mà không cho anh biết đã nhận xét tôi là người thế nào!

HAI ÔNG THẦY TƯỚNG.

Chuyện Tổng bí thư Nguyễn Văn Linh chỉ thị cho Chủ tịch Tổng Liên đoàn Lao động (TLĐLĐ) phải chọn người khác thay tôi làm tổng biên tập, nhưng Ban lãnh đạo TLĐLĐ đã nhất trí bảo vệ tôi cả cơ quan báo đều biết. Một hôm cùng ngồi bàn trà trước giờ làm việc, phóng viên Tô Thành vui vẻ nhận xét đôi nét trong "nhân tướng" của tôi là luôn có "quí nhân phù trợ". Tôi hỏi: "Tô Thành có nghiên cứu tướng pháp à"? Gợi đúng sở thích, anh cho biết mình mê sách tướng từ thời trung học. Năm 1955, trong buổi đón Thủ tướng Ngô Đình Diệm ra thăm Hà Nội, anh chọn chỗ đứng tốt nhất để xem tướng ông và nhận xét: "Ông này quý tướng nhưng đoản mệnh." Đầu năm 1977 khi được thông báo sáng hôm sau ông Nguyễn Văn Linh đến nhận chức Chủ tịch TLĐLĐ, anh đến bãi xe ngồi chờ từ sớm. Ông Nguyễn Văn Linh vừa mở cửa xe bước ra, Tô Thành đã bước tới, vừa "kính chào đồng chí" vừa đưa tay ra. Ông Linh bắt tay, đáp lời chào. Tô Thành nhận xét: Bàn tay đầy đặn, không cứng nhắc cũng không quá mềm, ấm áp như truyền sinh lực sang cho mình; ngước nhìn lên, đôi mày rậm, dài, mắt sáng, mũi trái mật, miệng vuông, cằm vuông, nói nhỏ mà vẫn âm vang; khi ông quay đi, chân bước nhẹ vững chãi. Người như vậy, chỉ xô đổ người khác, chứ không ai xô đổ ông ta được. Từ đó, thỉnh thoảng tôi hay hỏi Tô Thành về nhân tướng của một số người trong cơ quan. Nhiều nhận xét của anh tôi vẫn nhớ: Nhà báo Nguyễn An Định tài hoa và có sức khỏe hơn người, nhưng Tô Thành bảo "để rồi anh xem, hắn chết sớm, có thể bất đắc kỳ tử". Mấy năm sau Định bị ung thư đại tràng, không qua tuổi năm mươi. Tôi hỏi, Chị Tước đẹp vậy mà tại sao cả hai lần để tang chồng"? Tô Thành: "đàn bà mắt sắc như dao cau, ngửa mặt lên trời cười ha hả, chồng nào sống nổi. Trước năm bà ấy 55 tuổi, ông nào lấy bà ấy đều phải qui thiên". Tôi muốn đề bạt anh Nguyễn từ phóng viên lên trưởng phòng, nên hỏi Tô Thành về nhân tướng anh này. Tô Thành đáp phũ phàng: Anh hỏi làm gì cái thằng tướng tá chẳng ra gì". Tôi vẫn hỏi tiếp "mình thấy nó tuấn tú khôi ngô mà"? Thành đáp "anh biết xem tướng thì còn hỏi em làm gì? Tướng hắn hỏng bét"! Khoảng một năm sau, Nguyễn lấy cô vợ ở Sài Gòn đưa về Hà Nội quê chồng. Tô Thành đến cơ quan thấy có cô gái lạ ngồi ở phòng khách, hỏi chị em tiếp tân và được biết đó là vợ của Nguyễn. Anh chửi thề "đù má cái thằng tướng mạo xoàng quá mà lấy được con vợ ngồi sáng cả cái phòng"! Sau đó Tô Thành tìm dịp nói lại với tôi: "từ nay số phận của Nguyễn sẽ thay đổi". Tôi thắc mắc: "tướng của ai thì ứng với người đó chứ? Tại sao tướng của vợ có thể thay đổi số phận của chồng"? Tô Thành đáp: "cha mẹ với con cái; anh chị em ruột, tướng của ai ứng với số phận người đó, nhưng vợ chồng thì có thể thay đổi số phận của nhau". Hơn mười năm gặp lại, Tô Thành nhắc trường hợp Nguyễn đã chứng tỏ anh nói đúng: Nguyễn phát cả danh vị, tiền tài, con cái thành đạt.

Một lần tôi hỏi Tô Thành "nhận xét nhân tướng của mọi người thì rất hay, nhưng Tô Thành chưa tự nhận xét xem sao"? Tô Thành đáp: "đôi mày của em hơn anh. Mồm miệng của em hơn anh. Nhưng em hỏng bét vì mặt to mà mũi nhỏ. Mũi không đỡ nổi mặt. Do đó, em không bao giờ trách anh vì sao không cất nhắc em".

Ông thày tướng thứ hai là nhà văn Bùi Việt Sĩ tác giả của nhiều tác phẩm văn học, trong đó có tiểu thuyết "Người dẫn đường thọt chân", dư luận cho rằng nhằm ám chỉ sự lãnh đạo khập khiễng của Đảng cộng sản Việt Nam. Nhưng ý kiến chính thức của các cơ quan lãnh đạo xuất bản xếp tác phẩm này là "tác phẩm văn học trong thời kỳ đổi mới". Bùi

Việt Sĩ không muốn mọi người biết mình xem tướng. Chỉ khi nào tôi khen một người nào đó trái ý anh thì anh mới dùng nhân tướng của người đó để phản bác.

Một lần, anh vào Sài Gòn dự họp với cơ quan báoLao động ở miền Nam, lúc này Trưởng ban Quốc tế của báo Lao Động ở miền Nam là Phan Tùng. Phan Tùng từng là tình nguyện quân Việt Nam ở Campuchia, sử dụng được hai ngoại ngữ, Anh và Pháp. Tôi có ý định đề bạt anh làm trưởng cơ quan miền Nam thay cho Hồng Đăng khi anh này ra Hà Nội thay tôi làm tổng biên tập. Tôi hỏi Bùi Việt Sĩ nhân tướng của Phan Tùng. Anh xua tay "ô, khó nói lắm"! Tôi ngạc nhiên hỏi vì sao, Bùi Việt Sĩ nói: "vì là nhân vật quan trọng và được anh đặc biệt tin cậy". Tôi cười: "Không sao. Sĩ cứ nói thẳng, mình hứa sẽ giữ kín, chỉ hai chúng mình biết để lưu ý đến kết cục". Sĩ nói: "Đó là một thằng phản phúc"! Tôi kêu lên: "Trời, cái sự phản phúc nó biểu hiện ở đâu vậy"? Sĩ: "Ở đôi mắt nó". Tôi nói: "Mình chỉ thấy là nó cận thị nặng phải mang kính".

Câu chuyện dừng ở đó. Mãi một năm sau khi Hồng Đăng sắp thay tôi làm tổng biên tập và Phan Tùng sắp sửa thay Hồng Đăng làm trưởng cơ quan miền Nam báo Lao Động thì xẩy ra chuyện "phản phúc" mà thày tướng Bùi Việt Sĩ đã nói. Chuyện đó sẽ kể ở phần sau.

KẾT BẠN VỚI NGUYỄN KIẾN GIANG.

Một dịp vào Sài Gòn thăm con, anh Nguyễn Kiến Giang (tên thật là Nguyễn Thanh Huyên, bút danh Lương Dân, Lê Diên, Lê Minh Tuệ) đến tìm tôi ở cơ quan miền Nam của báo

Lao Động. Nghe tên anh, tôi nhớ ra ngay danh sách "nhóm xét lại, chống Đảng" khi học Nghị quyết 9 Trung ương hồi năm 1963. Hồi đó, các giảng viên đã làm cho người nghe hình dung nhóm này gồm những người không bình thường, "trứng đòi khôn hơn vịt", đảng viên mà đòi dạy Bộ chính trị. Lạ thay, Nguyễn Kiến Giang một cốt cán của nhóm xét lại, bị buộc vào trại cải tạo vẫn khư khư bảo lưu quan điểm của mình, không chịu tiếp thu Nghị quyết 9 lại là một người có dung mạo mà các sách tướng pháp miêu tả một trang "quân tử": mặt vuông, miệng vuông, trán cao, mắt sáng, giọng nói trầm ấm, thái độ từ tốn, khoan hòa. Người ta có thể nhân danh công lý giam hãm một người như thế này? Khi đã thân nhau, anh Kiến Giang cho biết, anh muốn tìm gặp tôi là vì được nghe kể tôi dám cãi ông Nguyễn Văn Linh ở một cuộc họp cán bộ tuyên huấn Sài Gòn.

Anh Nguyễn Kiến Giang sinh ra trong gia đình "cộng sản nòi", bố là đảng viên từ năm 1930, mẹ là đảng viên từ năm1936. Khi lên năm lên sáu, anh được mẹ đưa tới nhà tù Lao Bảo thăm bố là tù cộng sản, 14 tuổi anh tham gia Việt Minh, 16 tuổi được kết nạp vào Đảng, 17 tuổi là huyện ủy viên, 18 tuổi là tỉnh ủy viên, rồi Thường vụ Tỉnh ủy. Tập kết ra Bắc, anh được bổ nhiệm làm Trưởng ban của báo Nhân Dân (tương đương vụ trưởng). Tại đây, anh viết quyển "Việt Nam năm đầu tiên sau Cách mạng Tháng Tám", được Trường Chinh khen rất hay. Sau đó ông được giao làm "tuyển tập Hồ Chí Minh" và chuyển sang làm Phó giám đốc Nhà xuất bản Sự Thật. Năm 1962 anh và một số cán bộ cốt cán được Đảng cử đi học trường Đảng cao cấp của Liên Xô nhằm đào tạo thế hệ lãnh đạo kế cận. Không ngờ chuyến đi này đưa tới bước ngoặt: Nguyễn Kiến Giang và hầu hết số người này trở thành "nhóm xét lại chống Đảng".

Sau khi Stalin qua đời (3–1953) Khruschov được bầu Tổng bí thư Đảng cộng sản Liên Xô (9–1963), lên án tệ sùng bái cá nhân Stalin. Đại hội lần thứ 20 của Đảng cộng sản Liên Xô chủ trương cải tổ theo hướng dân chủ, đưa ra lý thuyết "tam hòa": hòa bình thi đua giữa hai hệ thống xã hội chủ nghĩa và tư bản chủ nghĩa; hòa bình đòi trả lại độc lập ở các nước thuộc địa; mỗi nước hòa bình đi lên chủ nghĩa xã hội, và "nhị toàn" là: nhà nước của toàn dân, Đảng của toàn dân. Hồ Chí Minh, Võ Nguyên Giáp tỏ ra tán thành Khruschov. Tháng 1–1963 Tổng bí thư, chủ tịch Hội đồng Bộ trưởng Novotny của Tiệp Khắc thăm Việt Nam. Bản Tuyên bố chung Hồ Chí Minh – Novotny ca ngợi đường lối chung sống hòa bình là đúng đắn. Lê Duẩn, Lê Đức Thọ, Phạm Hùng đứng về phía Trung cộng chỉ đạo Hội nghị Trung ương lần thứ 9, ra Nghị quyết chống chủ nghĩa xét lại hiện đại. Các đảng viên đang học ở Liên Xô được gọi về nước để học Nghị quyết 9. Tại đây có sự phân hóa, một số không chịu về, cho rằng về sẽ bị trừng trị. Một số cho rằng nên về để phân tích lý lẽ giúp lãnh đạo Đảng đồng ý cải tổ theo hướng dân chủ của Đại hội 20. Nguyễn Kiến Giang là một trong số người trở về và dũng cảm phê phán Nghị quyết 9 là bảo thủ, giáo điều. Những người chống Nghị quyết 9, không được trọng dụng, nhưng chưa bị bắt. Có một trường hợp gây xúc động là ông Dương Bạch Mai, Ủy viên Thường vụ của Quốc hội, phát biểu: "Học Nghị quyết 9, tôi càng thấy cái gọi là chủ nghĩa xét lại hiện đại sao mà nó hay quá, đúng đắn quá"! Bị ông Phạm Văn Đồng phê phán, ông giận dữ phản ứng lại, bị đột quỵ và qua đời tại hội trường Quốc hội ngày 4 tháng 4 năm 1964 ngày họp cuối cùng của Quốc hội khóa 2. Năm 1967, nhằm tạo môi trường chính trị thuận lợi cho cuộc tập kích Tết Mậu Thân, Lê Duẩn sang xin Mao giúp đỡ. Mao bảo Lê Duẩn: "Muốn được chúng tôi ủng hộ thì ít nhất các đồng chí cũng phải hưởng ứng chủ trương chống phái hữu của Trung Quốc chứ"! Vậy là về nước Lê Duẩn lập tức cho bắt 30 cán bộ cao cấp không tán thành Nghị quyết 9 để chứng tỏ với Mao là đã hưởng ứng chống phái hữu. Nguyễn Kiến Giang nằm trong số này. Khi kể với tôi chuyện này, anh nói "ông bà mình có câu 'hùm dữ không ăn thịt con', nhưng Đảng mình thì ăn hết"! Ít lâu sau, ngót 300 cán bộ các cấp tiếp tục bị đày ải. Khi bị giam trong trại cải tạo, các anh có gửi thư cho Lê Đức Thọ yêu cầu được đưa ra tòa xử, kêu án, để biết mình phạm tội gì và phải ở tù bao lâu. Lê Hồng Hà, chánh văn phòng Bộ Công an, được phái vào truyền đạt ý kiến Lê Đức Thọ: "Các đồng chí yên tâm ở trong trại cải tạo là đã đóng góp cho sự nghiệp cách mạng của Đảng", Ông Lê Hồng Hà qua chuyến công tác đặc biệt này, đã đứng hẳn về phía những người bị giam. Ông viết kiến nghị xóa bỏ vụ án "nhóm xét lại chống Đảng", cuối cùng chính ông cũng bị vào khám!

Từ năm 1989 khi tôi ra Hà Nội làm tổng biên tập báo Lao Động, quan hệ giữa anh và tôi càng khăng khít. Tôi đã đưa anh vào danh sách cộng tác viên có hưởng lương hằng tháng của báo Lao Động. Anh đưa tôi đến thăm cụ Lê Giản nguyên giám đốc Nha Công an từ năm 1945 tại nhà riêng ở số 5– Nguyễn Thượng Hiền. Tại đây tôi được hai người kể cho nghe nhiều chuyện, trong đó có chuyện Cụ Hồ với cô vợ trẻ

Nông Thị Xuân và kết cục bà "hoàng hậu" Nông thị Xuân phải chết thảm mà ông "vua Hồ" bất lực phải giả câm giả điếc. Đây là lần đầu tiên óc sùng bái Cụ Hồ của tôi bị giáng cho một đòn chí mạng. Với bút danh Lương Dân hàng tuần anh có bài viết đề cập các vấn đề kinh tế, văn hóa, giáo dục trên Lao Động. Thời kỳ này, A. 25 (Cục an ninh văn hóa, Bộ Công an) công khai việc cử thiếu tá Đỗ Văn Phú theo dõi báo Lao Động (sau khi tôi về hưu, người kế nhiệm Tổng biên tập là Phạm Huy Hoàn đã khôn ngoan mời thiếu tá Đỗ Văn Phú về làm Chánh văn phòng báo Lao Động. Thế là cơ quan an ninh không phải mất thêm người theo dõi). Mỗi lần anh Kiến Giang đến gặp tôi thì khoảng một giờ sau, thiếu tá Đỗ Văn Phú đến hỏi: "Ông Nguyễn Kiến Giang đến có việc gì vậy đồng chí"? Do đó, tôi giao ước với anh Kiến Giang, anh đến tôi, chứ tôi không đến anh. Tôi đã nói với công an: "Cửa tòa soạn báo phải mở rộng với tất cả cộng tác viên và bạn đọc". Lương tháng và nhuận bút đã giúp gia đình anh chị đỡ khó khăn hơn trước. Một lần, báo Lao Động yêu cầu Bộ trưởng Ngoại giao Nguyễn Mạnh Cầm viết một loạt bài về đường lối đối ngoại của nước ta. V ài ngày sau, anh Kiến Giang cho tôi xem bản thảo anh viết loạt bài này theo "đặt hàng" của cán bộ giúp việc Bộ trưởng Nguyễn Mạnh Cầm. Cán bộ giúp việc Bộ trưởng nhận nhuận bút từ tòa báo, sau đó đưa lại cho anh. Có lần, anh Kiến Giang cho tôi Bản dự thảo phương hướng hoạt động đối ngoại của Ban đối ngoại Trung ương Đảng do cán bộ Ban này nhờ anh chấp bút. Sau khi anh về khoảng nửa giờ, thiếu tá Đỗ Văn Phú của A 25 tới hỏi, tôi nói đúng sự thật. Phú ngỏ ý muốn được xem, tôi đã đưa cho anh. Dần dà thiếu tá Đỗ Văn Phú cũng cảm mến anh Kiến Giang vì nhận ra anh một người đầy lòng yêu nước hiểu biết rộng mà sự đóng góp trí tuệ cứ phải âm thầm.

Năm 1993 nhân Hội nghị Quốc tế Nhân quyền ở Vienna, nhiều người Việt ở hải ngoại lên tiếng phê phán Chính phủ Việt Nam không tôn trọng nhân quyền. Thực hiện chỉ đạo của Ban Tuyên huấn Trung ương, tôi viết một bài báo cho rằng cuộc chiến tranh giải phóng do Đảng cộng sản lãnh đạo đã giành nhân quyền cao nhất cho dân tộc là Độc lập. Lập tức, anh Kiến Giang đến gặp tôi và phản ứng rất gay gắt: "Mình coi Tống Văn Công là người bạn thân nhất, nhưng Công là tác giả bài báo thì mình không thể chịu được. Người ta đang đòi hỏi các quyền tự do tư tưởng, tự do ngôn luận, tự do lập hội... Tống Văn Công như một người điếc, hay là giả điếc, cứ thuyết lý hùng hồn về một điều cũ rích chẳng ai buồn nghe"! Đây là một đòn đánh mạnh vào não trạng "ngu trung" của tôi

Có lần nghe một bạn trẻ dè bĩu chuyện những ông "cốp" đứng tên bài do anh chấp bút, Nguyễn Kiến Giang nói: "Thực lòng mình rất quý trọng những người chịu đứng tên dùm các bài mình viết. Bởi vì những người ấy đồng quan điểm với mình, hơn nữa còn giúp mình quảng bá tư tưởng mà mình hằng nung nấu nhưng không được phép công bố trên sách báo". Anh đã viết hơn 20 tác phẩm, dịch hơn 40 quyển sách, nhưng đến ngày qua đời (2– 12– 2013) và tận hôm nay tên Nguyễn Kiến Giang vẫn chưa được phép xuất hiện, dù là sách về văn hóa. Tôi đang giữ một số bản thảo của anh, trong đó có quyển "Cõi tâm linh" gồm những bài: "Rồi ai cũng về cõi âm", "Con người và cái chết", "Đời sống tâm linh và ý thức tôn giáo", Thờ cúng tổ tiên trong đời sống tâm linh người Việt". Anh thường tỏ ý rất quý trọng bác sĩ Nguyễn Khắc Viện người đứng tên nhiều quyển sách do anh viết. Do đứng tên những quyển sách của Nguyễn Kiến Giang chấp bút mà bác sĩ Nguyễn Khắc Viện được xếp vào hàng "những nhà dân chủ tiên phong" (ý kiến của tiến sĩ Nguyễn Thanh Giang). Năm 1989, sau khi đã bắt Dương Thu Hương, trung tướng Dương Thông nói trong cuộc gặp các tổng biên tập báo, sắp tới có thể sẽ bắt Nguyễn Khắc Viện. Tôi rất ngạc nhiên khi nghe ông tiết lộ chuyện này và phán đoán: "Có lẽ Đảng muốn ông Viện biết sự răn đe này để giữ mình, bởi vì bắt ông Viện sẽ gây bất lợi cho Đảng trong dư luận." Tôi kể với anh Nguyễn Kiến Giang chuyện Dương Thông đe bắt Nguyễn Khắc Viện để anh báo cho ông Viện biết. Ít lâu sau, có tin Nguyễn Khắc Viện gửi đơn xin được thưởng Huân chương Độc lập. Cách đối phó này quả là rất cao tay! Làm sao có thể nghi ngờ một người đưa đơn xin huân chương lại có âm mưu chống Đảng! Năm 1997, trong dịp vào Sài Gòn, anh Kiến Giang kể: Trước khi qua đời, ông Viện có trối trăng với vợ ông là bà Nhất và một số bạn bè có mặt: 1– Ông muốn được trả lại sự thật là mình đã đứng tên gần mười quyển sách của Nguyễn Kiến Giang; 2– Ông xin Đảng, Nhà nước cho ông được an táng ở nghĩa trang Mai Dịch. Anh Kiến Giang coi mong muốn được nằm ở Mai Dịch của ông Viện là một vết nhơ cuối đời. Cho đến khi qua đời, bà Nhất vẫn không chịu thực hiện việc trả lại tên tác giả gần mười quyển sách cho Nguyễn Kiến Giang, trong đó có những quyển được nhiều người đánh giá cao như "Từ điển xã hội học", "Cách mạng Pháp 1789 và chúng ta", "Liên Xô 70 năm trên đường khai phá". Dịp kỷ niệm lần thứ 200 ngày Cách mạng 1789, đại sứ Pháp đến nhà bác sĩ Nguyễn Khắc Viện mời ông qua Pháp. Ông Viện cho ông đại sứ biết, tác giả quyển sách nói trên là Nguyễn Kiến Giang, còn mình chỉ là người "cho mượn" tên để sách được phép in. Người đại diện chính phủ Pháp lại tìm đến mời Nguyễn Kiến Giang và nói rõ mọi chi phí chuyến đi do Pháp đài thọ, nhưng Nguyễn Kiến Giang không được phép xuất ngoại!

Nguyễn Kiến Giang viết rất nhiều tác phẩm có giá trị, một trong số đó là bài "Khủng hoảng và lối ra". Bài này anh viết đầu năm 1991 trước thềm Đại hội 7 theo sự ủy nhiệm của nhiều đảng viên lão thành, nhưng viết xong chỉ ông Lê Giản dám ký tên, số còn lại từ chối vì sợ bị trừng trị như Trần Xuân Bách. Sau khi phân tích tình trạng khủng hoảng toàn diện từ kinh tế xã hội, tinh thần và đạo đức, tư tưởng và chính trị, tác giả chỉ lối ra: *Phải chủ động thực hiện dân chủ hóa và đổi mới chính trị từng bước vững chắc, triệt để. Chỉ có Đảng nào không gắn bó với nhân dân biến sự lãnh đạo của mình thành chế độ đảng trị và cố bám giữ lấy nó thì mới sụp đổ. Phải chuẩn bị mảnh đất tốt cho sự phát triển lâu dài của đất nước trên nền tảng văn minh chung của loài người đã được khảo nghiệm là xã hội công dân, kinh tế thị trường, nhà nước pháp quyền*.

Năm 2009 tôi viết bài phản biện đầu tiên "Đổi mới Đảng tránh nguy cơ sụp đổ". Anh Kiến Giang khen bài có ích và đúng lúc. Mấy năm qua anh không viết được vì sức khỏe quá sa sút. Anh không nói, nhưng tôi biết anh vui vì thấy nhiều bạn bè đang tiếp bước mình. Anh bị bệnh nặng và qua đời ngày 2 tháng 12 năm 2013.

NHÀ BÁO TRẦN MINH TƯỚC – XÍCH ĐIỂU.

Nhà báo Trần Minh Tước bút hiệu Xích Điểu sinh năm 1911 cùng tuổi với Võ Nguyên Giáp, Lê Đức Thọ, tham gia Đảng cộng sản từ 1930, bị thực dân Pháp đày Nhà tù Lao Bảo cùng thời với Lê Đức Thọ. Năm 1938 ông viết "Nhà thơ của tương lai" đăng trên Phụ Nữ Tân văn giới thiệu Tố Hữu. Sau tháng Tám 1945, ông làm chủ tịch tỉnh Lạng Sơn, sau đó được chuyển làm giám đốc Sở báo chí Trung ương, rồi Phó tổng biên tập báo Giải phóng, cuối cùng cộng tác với các báo. Lúc đang là Phó tổng biên tập báo Giải Phóng ông viết bài cho báo Tin Sáng nhiều hơn cho báo nhà, do đó bị Tổng biên tập Nguyễn Thành Lê phê bình. Ông bảo, thích viết cho Tin Sáng không phải vì tiền mà vì ban biên tập báo này biết đánh giá, trân trọng bài viết và tờ báo này được bạn đọc vồ vập đón nhận. Ông còn được bạn đọc yêu vì là tác giả những bài thơ trào phúng rất có duyên. Tôi mời ông viết bài thường xuyên, rồi trở thành bạn vong niên.

Tuy đường hoạn lộ không hanh thông, nhưng ông được các vị lãnh đạo cao cấp trọng nể. Ông kể, lúc Trường Chinh ra tập thơ "Sóng Hồng", ông được đề tặng trang trọng và mời đến nhà riêng đàm luận. Lúc ông đang bình thơ và Trường Chinh chăm chú lắng nghe thì nhân viên bảo vệ đưa ông Vụ trưởng của Thông tấn xã Việt Nam vào. Ông này đích thân mang tập ảnh phóng viên chụp Chủ tịch Trường Chinh đi thăm các tỉnh Tây Bắc. Thấy Chủ tịch và vị khách say sưa trò chuyện, ông vụ trưởng lùi vào chiếc bàn gần đó ngồi chờ. Nhưng ngồi chờ gần một tiếng đồng hồ mà cuộc đàm luận chưa biết đến bao giờ mới kết thúc. Ông Vụ trưởng khúm núm bước tới cúi chào xin phép đi về.

Ông Trường Chinh dừng nói, ngẩng nhìn ông vụ trưởng, hỏi: "Anh đến tặng tập ảnh phải không"? Thưa vâng! Lại hỏi: "Anh đã nói lời tặng chưa? Và tôi đã nhận chưa mà anh xin về"? Ông vụ trưởng xin lỗi, cầm tập ảnh lên, lắp bắp những lời kính tặng như đứa trẻ vừa phạm lỗi bị đe nẹt, rồi cúi đầu chờ ông bố tha thứ! Kể xong, Xích Điểu có lời bình "ông chủ tịch nước cũng giống như ông vua với thần dân"! Tôi nói "cũng may là cụ không trở thành một ông to cho nên vẫn giữ được sự bình đẳng trong quan hệ với mọi người".

Một lần, Lê Đức Thọ vào Sài gòn ghé thăm ông. Khi nói chuyện, ông gọi ông Thọ là ông và xưng tôi. Ông Thọ nói "tao thích mày gọi tao là thằng như hồi ở tù Lao Bảo mày ạ". Ông đáp "khổ quá, làm sao gọi như vậy được, khi mà các ông đã biến tôn ti trật tự trong Đảng như một triều đình? Hồi ở tù Lao Bảo, tôi với ông là hai thằng tù cùng tuổi đời, tuổi Đảng. Tôi lại là thày dạy ông học tiếng Tây, dạy ông làm thơ. Còn ngày nay ông là Ủy viên Bộ Chính trị, có dàn trợ lý, cận vệ, cần vụ. Tôi chỉ là thằng viết báo kiếm nhuận bút." Lê Đức Thọ cười lớn "mày tự ti đó mày ơi! Tao vẫn coi mày là thày tao". Kể tới đó, ông cười và nói tiếp chuyện đời: Một lần, Ủy viên Bộ Chính trị Tố Hữu đến nói chuyện với các nhà văn nhà báo. Xích Điểu trong đám cử tọa ngồi nghe. Đến lúc nghỉ giải lao, Tố Hữu với giọng kẻ cả hỏi Xích Điểu giữa đám đông: "Ông ơi, lâu nay ông bận việc tới nỗi không có thì giờ đọc thơ tôi hay sao mà không thấy ông bình luận gì cả"? Xích Điểu vui vẻ trả lời: "Hồi đó trên văn đàn Việt Nam người ta không biết có nhà thơ Tố Hữu. Trong Thi nhân Việt Nam, Hoài Thanh – Hoài Chân không nhắc tới. Nay thì có tập thơ nào của Ủy viên BCT Tố Hữu mà không được Hoài Thanh và bao nhiêu nhà phê bình trẻ ca tụng. Tôi viết tụng ca làm sao bằng họ"! Tố Hữu tuy rất khó chịu nhưng cố im lặng.

Sau năm 1975, ông vào Sài Gòn làm báo. Hai vợ chồng già sống trong gian phòng của ngôi nhà tập thể báo Đại Đoàn Kết. Cụ bà mất năm ông 76 tuổi. Trong vụ đấu tranh chống tham nhũng ở Công ty Dịch vụ Tổng hợp thành phố Hồ Chí Minh, tôi viết thư mời ông làm thơ đả kích bọn này. Cô Ngọc Dung học ở Ba Lan về được gọi là "Dung Ba Lan" mang thư tôi đến ông. Ông viết liên tục những bài thơ đả kích theo diễn biến của cuộc đấu tranh. Thực không ngờ, sau khi quật ngã được bọn tham nhũng, ông mời tôi dự lễ cưới của ông với Dung Ba Lan. Họ sống hạnh phúc đến năm ông qua đời ở tuổi 94.

TỪ MỘT BÀI BÁO NHỎ.

Hôm đó, tôi đang dự họp ở Tổng Liên đoàn Lao động Việt Nam thì có điện của anh Trần Đức Chính, trưởng ban Văn hóa – Văn nghệ báo Lao động gọi (anh Trần Đức Chính sau này là Tổng biên tập báo Nhà báo và Công luận, là cây bút Lý Sinh Sự nổi tiếng hiện nay). Anh cho biết: "Có anh Đỗ Văn Phú, sĩ quan của A.25 tới tòa báo, yêu cầu cho xem bài viết của nhà văn Nguyên Ngọc đã gửi đăng báo. Tôi định trả lời là tôi không có quyền cho anh ấy đọc, bởi vì Tổng biên tập chưa đọc. Nhưng nghĩ lại, chuyện này để Tổng biên tập quyết định mới đúng. Vậy ý anh thế nào"? Tôi hỏi, bài viết về vấn đề gì vậy? Anh Chính đáp: "đổi mới ở một vùng đồng bằng sông Cửu Long. Nói chung là một bài vui vẻ, không có gì gay cấn". Tôi nói: "Theo mình thì người ta đã biết và đòi được xem, nếu mình không cho xem, họ sẽ nghi ngờ, rồi suy đoán lung tung, quan hệ hai bên căng thẳng vô ích! Cứ cho họ xem đi, Chính ạ! Chuyện phải quấy rồi sẽ có dịp bàn bạc lại với nhau! Coi như mình cho họ treo một món nợ, sẽ có dịp đòi". Anh Trần Đức Chính có vẻ miễn cưỡng: "Tùy anh. Vậy thì tôi lấy bài cho họ xem". Tuy đã khuyên anh Chính cho cán bộ A.25 xem bài, nhưng thực bụng tôi rất băn khoăn: Vì sao bên công an lại có cách hành xử thiếu tôn trọng đối với Tổng biên tập một tờ báo đến như vậy? Chẳng lẽ, các anh ấy cho rằng tôi không biết đánh giá một bài báo tốt hoặc có hại? Chẳng lẽ một người như nhà văn Nguyên Ngọc, đã bao lần vào sinh ra tử suốt hai cuộc kháng chiến vẫn có thể bị nghi ngờ cố ý gây mất an ninh chính trị?

Tôi ra nhận công tác ở báo Lao động tháng 12 năm 1988, lúc ấy đang ồn ào vụ anh Nguyên Ngọc bị buộc "thôi giữ chức Tổng biên tập báo Văn nghệ để nhận công tác khác" bởi một quyết định của Ban Thường vụ Hội Nhà văn. Dư luận gọi đó là "một quyết định cách chức trá hình". Không chỉ giới cầm bút mà bạn đọc cả nước đều phản ứng bởi lòng yêu quý nhà văn có tài, có tâm và tư tưởng tiến bộ. Nhiều tờ báo phản ánh ý kiến không đồng tình với Ban thư ký Hội Nhà văn. Để chống đỡ búa rìu dư luận, hai ông Nguyễn Đình Thi và Chính Hữu thay mặt Ban Thường vụ Hội Nhà văn gặp gỡ Tổng biên tập các báo chí, đài phát thanh, truyền hình để trình bày nội dung Nghị quyết Ban Chấp hành Hội Nhà văn với nhận định: "Vừa qua, tuần báo Văn Nghệ đã có một số đóng góp tích cực trong công tác đổi mới, song bên cạnh đó, đã có những khuyết điểm lệch lạc nghiêm trọng. Ban chấp hành giao cho Ban Thường vụ uốn nắn, chấn chỉnh tờ tuần báo Văn Nghệ về nội dung và tổ chức nhằm nâng cao chất lượng của tuần báo theo hướng đổi mới". Hôm đó, nhiều anh chị lãnh đạo các báo, đài yêu cầu cho biết cụ thể "những khuyết điểm lệch lạc nghiêm trọng" là gì. Ông Nguyễn Đình Thi và ông Chính Hữu thay nhau nói rất dài, nhưng chỉ nêu rõ mỗi truyện ngắn "Phẩm tiết" của nhà văn Nguyễn Huy Thiệp, cho đó là ảnh hưởng xu hướng "hạ bệ thần tượng" của các nước phương Tây. Hai ông cho biết có một nhà thơ nổi tiếng đã tỏ ý lo ngại: "Hôm nay nói xấu Quang Trung, rồi ngày mai sẽ nói xấu Bác Hồ". Nhiều người vẫn tỏ ý băn khoăn, vì cho rằng báo Văn Nghệ vừa qua đã làm được nhiều việc lớn mà lâu nay chưa làm được: phát hiện Nguyễn Huy Thiệp một cây bút tài năng; đưa ra ánh sáng những cường hào mới trong "Cái đêm hôm ấy đêm gì"? (của Phùng Gia Lộc kể chuyện ở Thanh Hóa), vực dậy những hoàn cảnh thấp cổ, bé họng bị áp bức "Người đàn bà quỳ" (bút ký của Trần Khắc)...

"Những khuyết điểm, lệch lạc nghiêm trọng" của báo Văn Nghệ đã không bào chữa được việc "cách chức trá hình" đối với Tổng biên tập Nguyên Ngọc. Báo Tuổi Trẻ đăng thư ngỏ của 12 nhà văn thành phố Hồ Chí Minh ủng hộ Tổng biên tập đổi mới Nguyên Ngọc. Phụ bản tạp chí Cánh Én ở miền Trung ra chuyên đề ca ngợi Nguyên Ngọc đổi mới báo Văn Nghệ và lo ngại cho số phận tờ báo sẽ xuống dốc khi bản thân Tổng biên tập bị trù dập. Nhà thơ Thanh Thảo ở Quảng Ngãi, nhà thơ Bùi Minh Quốc ở Đà Lạt gửi thư ngỏ phản đối việc cách chức trá hình đối với Tổng biên tập Nguyên Ngọc.

Sau đó ít lâu, nhà thơ Bùi Minh Quốc đến tòa soạn báo Lao Động cho tôi biết, anh đã bị Tỉnh ủy Lâm Đồng quyết định khai trừ Đảng và cách chức Chủ tịch Hội Văn học Nghệ thuật tỉnh Lâm Đồng, do viết thư ngỏ và ký kiến nghị phản đối cách xử lý đối với nhà văn Nguyên Ngọc. Tôi thay mặt báo Lao Động gửi văn thư kèm theo đơn thư của nhà thơ Bùi Minh Quốc về kỷ luật khai trừ Đảng đối với anh, gửi lên Ban Tư tưởng Văn hóa Trung ương. Văn thư có đoạn: "Không nên khai trừ Đảng đối với một nhà thơ chiến sĩ, cả hai vợ chồng đã gửi lại đứa con nhỏ, cùng xông ra chiến trường, có những tác phẩm mạnh hơn bom đạn và người vợ đã là liệt sĩ".

Bên an ninh đòi xem bài báo của nhà văn Nguyên Ngọc trước khi tôi đọc, phải chăng vì tôi đã có biểu hiện lệch lạc ký một văn thư như thế?

Việc "chấn chỉnh tờ báo Văn nghệ về nội dung và tổ chức" gây cơn sốt ngầm trong giới cầm bút Việt Nam một thời gian dài. Tuy nhiên, đối với nguyên Tổng biên tập báo Văn Nghệ mọi việc đã qua, anh thanh thản sắp xếp cho mình và bạn bè những cuộc thâm nhập thực tế lý thú. Riêng tôi, cũng được anh mời cùng tháp tùng về làng Thổ Tang, một làng làm kinh tế thị trường ngay giữa thời bao cấp. Làng này là quê hương của hai lãnh tụ Quốc Dân Đảng Nguyễn Thái Học, Vũ Hồng Khanh, là nơi Cô Giang tự bắn vào đầu mình để được chết theo người yêu cùng lý tưởng. Làng này dân đông đất ít, không có nhiều sản vật, nhưng cả làng đi mua sản vật mọi vùng đem về chế biến thành nhiều loại sản phẩm có phẩm chất cao, rồi bán ra khắp nước. Bà con ở đây kể: Sau khi Huế giải phóng, Thổ Tang đoán chắc, sắp tới đồng bào miền Nam sẽ có yêu cầu rất lớn phải được cung cấp lập tức là cờ sao vàng nửa đỏ, nửa xanh và ảnh Bác Hồ. Cả Thổ Tang trở thành đại công xưởng kiêm đoàn vận chuyển phân phối cờ và ảnh đáp ứng yêu cầu đột xuất của đồng bào miền Nam mà các cơ quan xuất bản và phát hành của Nhà nước chưa kịp nghĩ ra. Từ đầu tháng 4 năm 1975, quân giải phóng tiến tới đâu, đại diện Thổ Tang mang cờ, ảnh Bác Hồ tới kịp ngay sau đó. Mười năm sau đổi mới, làng Thổ Tang đã trở thành một thị trấn to đẹp. Nhà văn Nguyên Ngọc chính là người đầu tiên phát hiện điển hình kinh tế thị trường Thổ Tang. Cá nhân tôi cũng được mở mang cách nhìn cuộc sống từ những chuyến đi do anh tổ chức.

Biết đâu sự hứng thú thái quá của tôi trong cuộc tháp tùng nhà văn đã bị xem là không đủ bản lĩnh chính trị để đọc bài viết của anh? Theo gương anh trong chuyện này, tôi cũng sẽ không chấp nhận sự xúc phạm! Nhân ngày Quốc khánh, Tổng biên tập báo Lao động gửi thư mời Cục trưởng và Cục phó A.25 là Lê Kim Phùng và Khổng Minh Dụ đến dùng bữa cơm thân mật. Hôm đó, thay mặt Ban biên tập báo Lao Động tiếp khách có tôi và hai phó Tổng biên tập là anh Huy Đan và anh Phạm Văn Nhàn. Giữa tiệc vui, tôi nói: "Có chuyện này, tuy tế nhị, nhưng là anh em, đồng chí với nhau, tôi muốn được hỏi thẳng hai anh". Cả Cục trưởng và Cục phó đều tươi cười chờ đợi. Thấy tôi ngần ngừ, Cục trưởng Lê Kim Phùng khuyến khích: "Anh em mình hiểu nhau quá có gì mà anh Công ngần ngại, cứ nói thẳng với nhau đi mà"! Cục phó Khổng Minh Dụ nói thêm "Tôi đã hoạt động khá lâu ở Bến Tre quê anh, các mẹ ở Bến Tre nhận tôi là con. Tôi rất thích tính dân Nam Bộ mình, cứ thẳng băng. Anh coi tôi như anh em đồng hương đi nha". Tôi nói: "Hỏi chuyện này tôi cũng rất ngại. Dù vậy, cứ xin hỏi thiệt tình như anh em trong nhà! Có phải các anh đã gài đặc tình ở cơ quan chúng tôi"? Cả hai người sửng sốt nhìn tôi, rồi cùng hỏi: "Sao anh Công lại hỏi như vậy? Vì sao chúng tôi lại phải gài đặc tình vào cơ quan báo Lao Động"? Tôi nói: "Tôi biết hỏi như vậy thật là là... kỳ cục lắm, đường đột lắm, cũng có thể coi là mất lịch sự nữa. Chuyện thế này, vừa qua, nhà văn Nguyên Ngọc có gửi tới một bài báo về đổi mới ở một địa phương vùng Đồng bằng sông Cửu Long. Tôi chưa biết, chưa đọc bài này, nhưng các anh đã biết, và cử anh Đỗ Văn Phú đến xin đọc trước. Tôi không giải thích được, nên cứ băn khoăn, đành hỏi thẳng hai anh. Tôi không lo chuyện có đặc tình của các anh đâu, vì chúng tôi đâu có làm gì mờ ám mà phải sợ và che giấu. Chúng tôi chỉ sợ các anh chọn nhầm một anh nào đó đang có thắc mắc cá nhân, thì sẽ thiếu công tâm. Nếu các anh dựa vào cấp ủy và các đoàn thể của báo Lao động mà chọn người làm đặc tình thì tôi hoàn toàn yên tâm"!

Cả hai người lãnh đạo A.25 đều quả quyết với tôi là không hề có điều tôi lo nghĩ, chuyện anh Phú biết có bài viết của nhà văn Nguyên Ngọc và xin được đọc, có lẽ do sự ngẫu nhiên nào đó. Ở đời, đâu có thiếu những trường hợp ngẫu nhiên! (khi định viết lại chuyện này, tôi gọi điện hỏi lại anh Phú, nay đang là Ủy viên Ban biên tập phụ trách kinh doanh của báo Lao động. Anh Phú cho biết, lãnh đạo Cục phân công anh đến xin báo Lao Động cho đọc bài của nhà văn Nguyên Ngọc, nhưng nay đã qua 20 năm, anh không còn nhớ rõ nội dung bài).

Sau khi tôi hỏi chuyện cắm "đặc tình", không khí cuộc gặp gỡ có hơi trầm lắng so với lúc đầu. Hôm sau, rút kinh nghiệm chuyện này, hai anh phó Tổng biên tập (tuy là phó, nhưng đều có thâm niên công tác lâu hơn tôi) cho rằng cách đặt vấn đề của tôi như vậy là quá "căng", e từ nay quan hệ hai bên sẽ xấu đi! Tôi cũng thấy như vậy, nhưng không nghĩ ra cách nào tốt hơn! Tuy nhiên sau vụ này, cả hai anh Lê Kim Phùng và Khổng Minh Dụ vẫn tiếp tục gần gũi, giúp đỡ tôi và hoạt động của báo Lao Động, không chỉ như trước mà còn tốt đẹp, thân tình hơn. Trong nhiều vụ việc rắc rối, nếu hai anh ấy có định kiến không hay, thì tôi sẽ gặp khó khăn rất lớn.

Cuối năm đó, có cuộc hội nghị tổng kết công tác báo chí toàn quốc, do ông Đào Duy Tùng, Ủy viên Bộ chính trị phụ trách khối Tuyên – Văn – Giáo của Đảng chủ trì (cùng với các ông Trần Trọng Tân, trưởng Ban Tư tưởng Văn hóa Trung ương và ông Trần Hoàn, Bộ trưởng Bộ Thông tin). Tôi xin lên diễn đàn hội nghị này, trình bày chuyện cán bộ A.25 yêu cầu đọc bài báo của nhà văn Nguyên Ngọc trước Tổng biên tập, để xin hội nghị xem xét. Tôi cho rằng cách làm như vậy không hợp lý và có hại, vì gây cho cán bộ, phóng viên thắc mắc, lo lắng, xì xầm: "Tại sao cơ quan an ninh đòi duyệt bài trước Tổng biên tập"? Tôi nhận định: "Nếu đây là một cơ chế quản lý báo chí chính thức thì sẽ gây nhiều tác dụng xấu: Một là trách nhiệm và quyền hạn của Tổng biên tập báo không rõ ràng; hai là gây bất ổn tư tưởng trong cán bộ phóng viên của tờ báo; ba là gây ra sự chồng chéo trách nhiệm quản lý, đưa tới mất đoàn kết giữa Ban biên tập của báo với cơ quan an ninh. Tôi đề nghị: "Nếu tổng biên tập không đủ độ tin cậy thì nên thay người khác. Còn nếu Đảng cho rằng cần có một cơ chế để cả hai bên, tổng biên tập báo và cơ quan an ninh cùng chịu trách nhiệm, thì nên thực hiện công khai. Mỗi tòa soạn báo đều có bố trí một gian phòng cho cán bộ A.25 làm việc song song với tổng biên tập, để cùng duyệt bài, cùng chịu trách nhiệm".

Tôi nhìn xuống thấy các đồng nghiệp cả nước chăm chú lắng nghe với vẻ đồng cảm. Ông trung tướng Dương Thông ngồi ở hàng đầu cau mày đăm đăm. Khi tôi dứt lời, chủ tọa Hội nghị, ông Đào Duy Tùng không tỏ thái độ tán thành hay phản đối mà cho nghỉ giải lao.

Gặp tôi ở bàn nước, anh Vũ Tuất Việt, Tổng biên tập báo Sài Gòn Giải Phóng lôi tay tôi ra ngoài, góp ý: "Ông ơi, hôm nay hình như ông ấm đầu phải không? Hết chuyện rồi sao ông đi gây sự với cơ quan an ninh"? Tôi nói: "Mình đâu có gây sự với cơ quan an ninh! Mình chỉ kiến nghị với Bộ Chính trị để đổi mới cách quản lý báo chí, làm thế nào cho sự cộng đồng trách nhiệm hợp lý hơn, không chồng chéo, không gây hiểu lầm thôi mà"! Anh Vũ Tuất Việt vẫn chưa chịu: "Để rồi coi! Ông sẽ thấy hậu quả việc này"! Sau giờ nghỉ giải lao vào, và cho tới kết thúc Hội nghị, ông Đào Duy Tùng vẫn không đề cập đến vấn đề này.

Sáng hôm sau, khi tôi vừa bước vào cửa cơ quan báo Lao Động thì anh Phạm Văn Nhàn phó Tổng biên tập chờ sẵn, kéo tôi đi gặp riêng, hỏi: "Hôm qua, anh phát biểu ở Hội nghị tổng kết báo chí, nêu lại chuyện A.25 yêu cầu cho duyệt bài của nhà văn Nguyên Ngọc trước phải không"? Tôi ngạc nhiên: "Vì sao anh biết mà hỏi vậy"? Anh Nhàn đáp: "Anh Đức Lạc nhà mình cho biết" (Anh Đức Lạc anh ruột anh Nhàn, là Ủy viên Thường vụ Thành ủy Thành phố Hà Nội). Anh Nhàn kể tiếp: "Tối qua, anh Đức Lạc gọi mình, kể: Sau khi rời Hội nghị Tổng kết báo chí, ông trung tướng Dương Thông trên đường về đã ghé nhà anh Đức Lạc với vẻ mặt bực tức chưa nguôi. Ông ấy kể cho anh Đức Lạc nghe nội dung phát biểu của anh, rồi nhận xét 'chưa từng thấy tay nào ăn nói láo lếu quá sức như cái tay Tổng biên tập này'"! Nghĩ cũng lạ, người đáng giận tôi là hai anh Lê Kim Phùng và Khổng Minh Dụ thì lại không hề giận. Tại sao ông trung tướng này lại giận dữ tới mức như vậy? Tôi liền gửi cho ông một lá thư:

"Kính anh Dương Thông,

Được biết anh rất khó chịu đối với phát biểu của tôi ở Hội nghị Tổng kết công tác báo chí toàn quốc? Anh đã hiểu lầm là tôi công kích ngành an ninh! Cuộc Hội nghị này do đại diện Bộ Chính trị là đồng chí Đào Duy Tùng chủ trì, nhằm rút kinh nghiệm để cải tiến cơ chế quản lý báo chí sao cho phù hợp với Đổi mới. Tôi nêu vấn đề nhằm mục đích góp phần cùng với Đảng tìm ra cách làm tốt hơn, có sự phối hợp giữa người làm báo và cơ quan an ninh sao cho tốt đẹp hơn, khắc phục được sự chồng chéo, dẫm chân nhau, gây ra hiểu lầm. Anh đừng nghĩ, phát biểu của tôi ở hội nghị là nhằm phê bình cách làm việc của các anh. Rất mong được trao đổi ý kiến thêm với anh để thông cảm nhau hơn".

Đáng tiếc là tôi không nhận được hồi âm của trung tướng Dương Thông. Dù vậy, tôi vẫn nghĩ rằng giữa ông và tôi không có chút hiềm khích cá nhân nào. Khoảng cách giữa ông và tôi chỉ là một câu hỏi: "Cỗ xe báo chí trên con đường tự do, cần bao nhiêu tay lái"? Câu hỏi này chắc sẽ làm cho các quốc gia có nền báo chí tự do vô cùng kinh ngạc!

Anh Nguyên Ngọc cũng vấp bước trên con đường tự do ấy, chuyện báo Văn Nghệ chỉ là giọt nước tràn ly. Sau ngày đất nước thống nhất, nhà văn đã hi sinh cả tuổi trẻ, ấp ủ "đề dẫn tự do sáng tạo những tác phẩm xứng tầm thời đại" nghĩ rằng, đã đến lúc nói to ước mơ cao cả đó với đồng nghiệp. Anh đã nhầm! Tiếng nói của quyền lực lập tức át giọng anh: *"Thời đại là thế nào hè! Thực tế của ta bây chừ là rất đẹp, có thể nói là tuyệt diệu. Tại sao các đồng chí ngại ghi chép hả? Thậm chí sao chép cũng đẹp"* (lời Ủy viên Bộ chính trị Tố Hữu tại cuộc họp các nhà văn đảng viên tháng 6 năm 1979, bác bỏ Đề dẫn sáng tác văn học của Nguyên Ngọc. Trích Nhớ lại của Đào Xuân Quý).

Biểu hiện mới nhất của khoảng cách về tự do là chuyện nhà văn Nguyên Ngọc cùng các bạn ông biểu tình chống Trung Quốc gây hấn đã bị Đài Truyền hình Hà Nội xếp vào loại phản động. Tôi lại có lời khuyên gửi tới các đồng nghiệp Hà Nội ngày 01.9.2011 là: "Nên xin lỗi nhà văn Nguyên Ngọc"! Nhưng cuối cùng tôi đành chia sẻ với anh nỗi thất vọng khi bến bờ tự do còn xa tít. Nay mừng anh tròn 80 xuân, với hai phần ba thế kỷ cầm bút, cầu mong sẽ đến một ngày những bài viết đau đáu vận nước của anh vang lên trong tự do.

Bài viết Từ một bài báo nhỏ trên năm 2012 đã được Nhà Xuất Bản Tri Thức in trong tập sách "Nguyên Ngọc vẫn trên đường xa". Sách in xong, an ninh văn hóa không cho phát hành vì bài "Từ một bài báo nhỏ" và bài "Những dịch phẩm của tự do" của T/s Nguyễn Thị Từ Huy. Ông Chu Hảo giám đốc nhà xuất bản đề nghị: Tổ chức cuộc đối thoại giữa ba bên: nhà xuất bản, các tác giả và an ninh văn hóa. Sau một tuần cân nhắc, an ninh văn hóa không nhận đối thoại mà đồng ý cho phát hành quyển sách."

Năm 2015 anh vào Sài Gòn mời một số anh em, Bùi Chát, Hoàng Hưng, Phạm Đình Trọng, Hoàng Dũng, Lưu Trọng Văn, Lê Phú Khải và tôi khởi xướng cuộc vận động thành lập Văn đoàn Việt Nam Độc lập Việt Nam. Văn đoàn đã tổ chức mạng Văn Việt được bạn đọc hâm mộ.

HẦU CHUYỆN TRẦN XUÂN BÁCH.

Cuối tháng 9 năm 1989, tôi từ Sài Gòn ra, vừa đến trụ sở báo Lao Động (51 – Hàng Bồ, Hà Nội) thì cô Phạm Thị Châu, trưởng phòng hành chính đến gặp. Cô trao tấm danh thiếp của anh Trần Xuân Bách gửi cho tôi và háo hức kể: Xe đỗ trước cơ quan, bác ấy đi vào, nói "tôi xin gặp anh Tống Văn Công". Em trả lời: "Thưa bác, anh Công về Sài Gòn. Hiện đang có mặt hai phó tổng biên tập là anh Huy Đan và Phạm Văn Nhàn. Bác có thể gặp anh nào ạ"? Bác ấy mở cặp lấy danh thiếp đưa cho em, nói: "Khi nào anh Công ra, đồng chí đưa giùm tôi nhé, nói là tôi đang đợi anh ấy gọi". Từ lâu tôi đã được ba người bạn có dịp gần gũi anh Trần Xuân Bách là nhà văn Nguyễn Khải gần anh khi còn làm báo quân khu 3 thời chống Pháp, dịch giả Lê Minh Đức gần anh ở Ban Dân vận Trung ương và anh Đinh Gia Bảy ủy viên Ban thư ký Tổng Liên đoàn Lao động VN từng làm việc dưới quyền của anh Bách lúc giúp bạn ở Campuchia, kể nhiều chuyện về anh Bách, "một người tài đức song toàn". Tôi cũng được đọc nhiều bài viết của anh, rất hâm mộ, nhưng chưa có dịp gặp, không ngờ tôi lại được anh tìm! Trước khi vào Sài Gòn, tôi đã dự hội nghị nghiên cứu Nghị quyết Trung ương lần thứ 7 (khóa 6), nên cảm nhận việc anh Trần Xuân Bách đến tìm là điều quan trọng.

Xin nhắc lại một số kết luận của Nghi Quyết TƯ Trung ương 7:

Về tình hình thế giới:

"Công cuộc cải tổ, cải cách, đổi mới ở một số nước xã hội chủ nghĩa đã thu được những thành tựu nhất định, nhưng ở một số nước gặp khó khăn gay gắt, có nước chủ nghĩa xã hội đang đứng trước thách chức lớn. Lợi dụng tình hình khó khăn trên đây ở một số nước xã hội chủ nghĩa, chủ nghĩa đế quốc, đứng đầu là Mỹ mở cuộc phản kích quyết liệt vào chủ nghĩa xã hội, bằng những thủ đoạn rất xảo quyệt: Răn đe về quân sự; cổ vũ chủ nghĩa đa nguyên chính trị; dùng kinh tế khuyến khích việc cải cách theo hướng phát triển kinh tế tư nhân, thị trường tự do tư bản chủ nghĩa".

Tình hình trong nước:

... những khó khăn về kinh tế và xã hội đã và đang bắt đầu xuất hiện ở nước ta, trong đó đặc biệt nhấn mạnh: Các lực lượng bên ngoài đang tập trung đả kích, xuyên tạc Đảng ta không mạnh dạn cải cách chính trị, hạn chế dân chủ, hạn chế tự do báo chí, tự do sáng tác, phê bình".

Trong bốn khuyết điểm dẫn đến tình hình trên, có: *"Buông lỏng công tác tư tưởng, thiếu tinh thần chiến đấu chống những tư tưởng, quan điểm lệch lạc, những hành động và lời nói sai trái".*

Nghị quyết nhấn mạnh những nguyên tắc và chính sách: Xây dựng và phát huy nền dân chủ xã hội chủ nghĩa, đổi mới tổ chức và phương thức hoạt động của hệ thống chính trị, không chấp nhận chủ nghĩa đa nguyên chính trị.

Như vậy, anh Trần Xuân Bách đang là nhân vật có "vấn đề"!

Sau khi cô Châu rời khỏi phòng, tôi gọi điện thoại ngay cho anh Trần Xuân Bách. Giọng anh rất vui: "Bảy giờ tối, tôi đợi anh nhé". Tôi đáp: "Tôi muốn cùng anh Phạm Văn Nhàn phó tổng biên tập đến thăm anh"? Anh Bách rất vui vẻ: "Ồ, càng nhiều anh em càng vui"!

Tôi không muốn một mình đến anh Bách vì đã có kinh nghiệm qua việc nhà văn Nguyên Ngọc gửi bài cho báo, tôi chưa đọc, nhưng cơ quan an ninh đã cử cán bộ đến yêu cầu được đọc trước! Tôi kể chuyện này với phó Tổng biên tập Phạm Văn Nhàn (hiện nay, anh Nhàn ở khu nhà tập thể báo Lao Động, quận Cầu Giấy). Anh Nhàn nói: "Anh ấy bảo càng nhiều anh em càng vui, vậy ta rủ thêm Lưu Văn Hân, vì Hân quen thân với bên vợ anh Bách". Tôi gọi điện rủ, anh Hân rất vui vẻ nhận lời (anh Lưu Văn Hân lúc ấy là vụ trưởng Vụ báo chí, Bộ Văn hóa – Thông tin, anh Trần Hoàn là Bộ trưởng).

Ba chúng tôi đến biệt thự của anh Bách trên đường Phan Đình Phùng bằng chiếc u–oat của báo Lao Động do tài xế cựu chiến binh Nguyễn Văn Tiến lái. Có vài người mặc thường phục đứng trên vỉa hè dòm ngó. Tôi báo với người bảo vệ là chúng tôi được anh Bách hẹn. Anh bảo vệ gọi điện thoại vào nhà xin ý kiến. Tôi cứ tưởng anh Bách sẽ cho người giúp việc ra đón chúng tôi, không ngờ anh đích thân chạy ra cổng. Tôi nói "chúng tôi đến quá một người"! Anh Bách cười vui "cám ơn các anh, tôi rất vui"! Anh đưa chúng tôi lên lầu. Chị Bách chờ sẵn, mời chúng tôi ngồi quanh chiếc bàn kê sát tường. Chị pha cà phê, gọt táo và cùng ngồi với chồng tiếp khách. Thấy bên cạnh tấm lịch treo tường có kẹp bài thơ, ký tên Bách Xuân, tôi hỏi đùa: "Muốn xin anh bài thơ này đăng trang văn nghệ của báo"? Anh nhìn chị, cười đáp: "Thơ mình chỉ dành riêng cho một bạn đọc này thôi". Có lẽ, chị Bách nghĩ rằng mấy ông khách thấy chị quá trẻ so với anh, nên đã vui vẻ kể: "Hồi em mới lấy anh ấy, các bạn cứ trêu, sao lấy ông chồng quá đát vậy? Em trả lời, nhưng tâm hồn anh ấy rất trẻ"! Sau mấy chuyện vui, tôi kể cho anh Bách nghe về lớp nghiên cứu Nghị quyết Trung ương 7 của cán bộ cốt cán toàn quốc trước đây hơn một tuần. Anh Bách nghe rất chăm chú.

Lớp nghiên cứu này do ông Đào Duy Tùng Ủy viên Bộ chính trị phụ trách khối tư tưởng văn hóa thuyết trình. Ông nghe phản ánh ý kiến học viên ở các tổ thảo luận, tổng kết đợt học và giải đáp thắc mắc. Sau khi nghe ông Tùng giảng ở hội trường, ban tổ chức lớp học chia học viên theo ngành công tác vào các tổ thảo luận. Tôi dự thảo luận ở tổ báo chí, gồm các tổng biên tập, báo, chí, đài, nhà xuất bản ở Trung ương (có lẽ các tổ viên ngày ấy chỉ mỗi nhà thơ Hữu Thỉnh còn có mặt trong guồng máy hiện hành). Tổ trưởng hướng dẫn thảo luận là anh Thái Ninh, phó trưởng ban Tư tưởng – Văn hóa Trung ương (đến Đại hội 7, anh Thái Ninh là

Trưởng ban TTVHTƯ, anh Hữu Thọ là Phó trưởng ban thường trực). Khi thảo luận câu hỏi "Vì sao Đảng ta không chấp nhận đa nguyên chính trị", anh Bùi Tín, phó Tổng biên tập báo Nhân Dân xin phát biểu. Bùi Tín cho biết, anh rất lúng túng khi bị nhiều đồng chí đảng viên các đảng bạn ở phương Tây hỏi vì sao Đảng Cộng sản Việt Nam lại không chấp nhận đa nguyên. Theo Bùi Tín, bản chất cuộc sống là đa nguyên, thực tế Việt Nam cũng đang có những yếu tố đa nguyên: Bên cạnh Đảng Cộng sản có Đảng Dân chủ, Đảng Xã hội; Mặt trận Tổ quốc gồm có nhiều tổ chức Nông dân, Công đoàn, Thanh niên, Phụ nữ... Mỗi giới có tờ báo nói tiếng nói của mình. Phải đa nguyên mới thực sự dân chủ. Anh Bùi Tín nói hơn 30 phút. Cả tổ im lặng lắng nghe. Tổ trưởng Thái Ninh ghi ghi chép chép, không tỏ ra sốt ruột. Không ngờ hôm sau, khi tổng kết và trả lời thắc mắc, ông Đào Duy Tùng đã gay gắt phê phán: "Thật đáng chê trách, tại hội nghị này, gồm những cán bộ tuyên huấn cốt cán của Đảng, lại có một đồng chí nồng nhiệt cổ vũ đa nguyên chính trị! Đồng chí đó không biết rằng, đa nguyên là luận điệu mị dân của các chính trị gia tư sản? Bọn chúng gồm những tập đoàn tài phiệt, cần có đa nguyên để cạnh tranh với nhau. Giai cấp công nhân có sứ mệnh độc quyền lãnh đạo cách mạng, chỉ cần liên minh chiến lược với giai cấp nông dân và tầng lớp trí thức cách mạng. Chủ nghĩa xã hội thực hiện tập trung dân chủ, phải chống đa nguyên. Hôm nay đòi đa nguyên, rồi ngày mai sẽ đòi đa đảng, phải không"?

Anh Bách trầm ngâm, rồi nói: "Chúng ta đã thực hiện đa nguyên kinh tế, vậy phải thực hiện đa nguyên chinh trị, bước tới bằng hai chân mới cân bằng, không bị vấp váp".

Anh hỏi thêm về Bùi Tín, nhưng tôi chỉ gặp anh Bùi Tín hai lần mà cả hai lần đều cùng là khách được mời ăn cơm. Lần đầu tháng 5–1975, ở Sài Gòn anh Phước Sanh cán bộ báo Quân đội Nhân dân mời dự bữa cơm có sếp của anh là Phó Tổng biên tập Bùi Tín; lần thứ hai ở Hà Nội, nhà thơ Hải Như mời Bùi Tín, bác sĩ Vân B và tôi, chỉ ít lâu trước khi anh Bùi Tín đi họp báo Nhân Đạo và ở lại Pháp. Lúc ông Đào Duy Tùng chì chiết anh Bùi Tín, tôi ngồi ở hàng ghế ngay sau lưng anh.

Hơn 10 giờ khuya, anh Bách tiễn chúng tôi ra tận cổng. Trước khi chia tay, tôi đề nghị: Bất cứ lúc nào, anh rảnh, tôi xin mời anh đến nơi tôi ở, số 14 Trần Bình Trọng, đối diện với Bộ công an. Tôi muốn được anh giải đáp cho một số câu hỏi. Và tôi gợi ý: Anh nên cho dừng xe ở Nguyễn Du, rồi đi bộ vào cổng, tôi sẽ đón bên trong. Kể ra cũng buồn cười, đón ông ủy viên Bộ chính trị mà phải lén lút như quan hệ với kẻ gian! Hồi đó, tôi vẫn nghĩ nơi ở của mình kín đáo lắm, nên đã từng tiếp đón nhiều bạn bè có lý lịch mà phía an ninh coi là không được trong sáng như Nguyễn Kiến Giang, Lê Đạt, Dương Tường, Phạm Thị Hoài... Mãi sau này, tôi mới biết là mọi việc xảy ra ở báo Lao Động đều có trong hồ sơ của cơ quan an ninh! Biết đâu chuyện tôi sắp kể ra đây cũng không phải là ngoại lệ!

Chỉ vài hôm sau, anh Bách hẹn đến, từ hôm đó tôi may mắn được hầu chuyện anh. Tôi đã đặt những câu hỏi với tư cách một nhà báo mong muốn tìm thấy lộ trình đi tới tự do dân chủ cho dân tộc. Rất tiếc vì nhiều lý do, ý kiến tâm huyết của anh, một nhà cách mạng, một trí thức lớn nhất của Đảng Cộng sản VN mà tôi ghi chép nhiều buổi, đã không thể phổ biến đúng lúc. Lý do là vì nền "báo chí nói tiếng nói của Đảng" không cho phép, nhưng lý do chính mà tôi phải nhận là bởi sự hèn kém của mình. Phần hồi ức này, tôi xin ghi lại một số câu hỏi và giải đáp của anh không chỉ có ý nghĩa lịch sử, mà nó vẫn đang còn nguyên giá trị thời sự trong tình hình hiểm nghèo của đất nước trước họa ngoại xâm, và nội xâm, đang rất cần dân chủ hóa để tăng nội lực của dân tộc. Và đây cũng là món nợ ân tình đối với anh, nhiều năm nay lòng tôi luôn bứt rứt.

HỎI: Tháng 6–1988, Nghị quyết Trung ương 5 cho rằng khuyết điểm nghiêm trọng nhất trong công tác xây dựng Đảng là "vi phạm nguyên tắc tập trung dân chủ". Nghị quyết cho rằng "mở rộng dân chủ, đi đôi với tăng cường kỷ luật", và phải "chống những mưu đồ lợi dụng dân chủ và công khai để chống lại sự nghiệp của Đảng và nhân dân". Đến tháng 3– 1989, Nghị quyết Trung ương 6 nhắc lại phải "mở rộng dân chủ", "dân chủ phải đi đôi với tập trung, với kỷ luật". Tháng 8–1989, Nghị quyết Trung ương 7 kết luận: "Xây dựng và phát huy nền dân chủ xã hội chủ nghĩa, đổi mới tổ chức và phương thức hoạt động của hệ thống chính trị, không chấp nhận chủ nghĩa đa nguyên chính trị".

Những kết luận nói trên, cho thấy "dân chủ" như một khái niệm rất mơ hồ, có thể thu hẹp lại, hoặc mở rộng ra. Nhưng mở rộng ra thì phải kèm với "tập trung", với "kỷ luật", nếu không thì sẽ xảy ra tình trạng vô chính phủ, hoặc bị bọn phản động có "mưu đồ lợi dụng dân chủ, công khai, chống lại sự nghiệp của Đảng và nhân dân"?

ĐÁP: *Dân chủ không hề có chỗ cho thứ tự do vô chính phủ nảy* nở. Chế độ dân chủ thiết lập trên cơ sở một bản Hiến pháp được xây dựng từ ý chí tự do của nhân dân lựa chọn hệ thống chính trị, kinh tế, xã hội, văn hóa. Hiến pháp quy định thể thức bảo đảm tổng tuyển cử tự do, không phân biệt khuynh hướng chính trị, quy định cách thức hoạt động của nhà nước pháp quyền của dân, do dân, vì dân, bảo đảm các quyền tự do của con người và sự bình đẳng của mọi công dân trước pháp luật. Chủ tịch Hồ Chí Minh mở đầu Tuyên ngôn Độc lập nước ta, đã nhắc lại Tuyên ngôn Độc lập Hoa Kỳ và Tuyên ngôn Nhân quyền và Dân quyền của Pháp, nói đến các quyền tự do của con người mà "tạo hóa cho họ". Dân chủ là thể chế hóa các quyền tự do ấy. Cho nên dân chủ là quyền lực của dân, với tư cách là con người tự do. Dân chủ không phải do lòng tốt của những người lãnh đạo muốn ban ơn cho dân, thấy thuận lợi thì mở rộng, thấy bất tiện thì thu hẹp.

Đại hội 6 kết luận "lấy dân làm gốc". Dân chủ sẽ khơi động trí tuệ toàn dân tộc, "gốc" sẽ ngày càng vững mạnh, ngăn chặn quan liêu, tham nhũng, vô trách nhiệm. Chế độ dân chủ không có chỗ cho những ai muốn lợi dụng, bè phái. Chỉ có chế độ độc đoán, quan liêu, khép kín mới là đất tốt cho những kẻ xấu lạm dụng quyền lực làm những điều phi pháp.

HỎI: Chế độ dân chủ như vừa miêu tả ở trên có trái với "nền dân chủ xã hội chủ nghĩa" mà Nghị quyết Trung Ương 7 kêu gọi xây dựng và phát huy?

ĐÁP: *Chúng ta đã chọn mô hình giáo điều, lai ghép chủ nghĩa xã hội Stalin với chủ nghĩa xã hội Mao Trạch Đông. Liên Xô và các nước Đông Âu đang lâm vào khủng hoảng bởi mô hình Stalin, vi phạm dân chủ, duy ý chí, quan liêu, đặc quyền, đặc lợi. Thế giới xã hội chủ nghĩa phải cải tổ, đổi mới, giải quyết những mâu thuẫn,* *phá vỡ cái cũ, đạt tới các tiêu chí của thời đại là: dân chủ, khoa học, nhân đạo, hiện đại. Xu thế chủ yếu là chuyển sang sở hữu tư nhân, kinh tế hàng hóa, nhà nước pháp quyền, xã hội dân sự.*

Chúng ta đã đổi mới kinh tế, thực hiện sở hữu tư nhân, kinh tế thị trường. Đã đến lúc phải đổi mới chính trị, dân chủ hóa xã hội, từng bước thực hiện mục tiêu của chủ nghĩa xã hội mà Marx và Engels đã đề ra trong Tuyên ngôn Cộng sản: "Sự phát triển tự do của mỗi người là điều kiện cho sự phát triển tự do của tất cả mọi người".

Không đổi mới chính trị nhịp nhàng với đổi mới kinh tế thì đến một lúc nào đó sự phát triển kinh tế cũng sẽ bị chựng lại, bởi những rào cản quan liêu, tham nhũng, hạn chế sáng kiến. Đổi mới kinh tế là thực hiện đa nguyên kinh tế; kinh tế nhiều thành phần sẽ làm cho xã hội có sự phân tầng; mỗi giai tầng có quyền lợi, nguyện vọng khác nhau, từ đó nảy sinh đa nguyên chính trị. Đổi mới chính trị là từng bước chấp nhận đa nguyên chính trị song song với đa nguyên kinh tế, đúng như Marx, Engels: "Trong mỗi thời đại lịch sử, sản xuất kinh tế và cơ cấu xã hội – cơ cấu này tất yếu phải do sản xuất kinh tế mà ra – cả hai cái đó cấu thành cơ sở của lịch sử chính trị và lịch sử tư tưởng của thời đại ấy". (Lời tựa cho Tuyên ngôn của ĐCS bản tiếng Đức, 28–6–1883).

Từ một xã hội khép kín, một quốc gia đóng cửa, chúng ta khởi xướng đổi mới, mở cửa, làm bạn với tất cả các nước. Vậy thì trong nước cũng phải là một xã hội mở, chấp nhận tự do báo chí, tự do ngôn luận, nhiều tiếng nói có quan điểm khác biệt đối thoại, thương thảo, quyết định thuộc về đa số, nhưng thiểu số được tôn trọng và bảo vệ. Nhà nước bảo đảm thực hiện đầy đủ các quyền con người và quyền công dân theo Hiến pháp, không được ban hành luật lệ vi hiến để hạn chế các quyền ấy. Đảng lãnh đạo, cầm quyền, nhưng quyền lực thuộc về nhân dân. Do đó, Đảng phải nằm trong chứ không nằm ngoài và không được đứng trên xã hội.

HỎI: Chúng ta có sợ đa nguyên chính trị sẽ làm suy yếu Đảng Cộng sản Việt Nam và cuối cùng làm mất quyền lãnh đạo? Bởi vì chấp nhận đa nguyên chính trị thì phải thực hiện các quyền tự do, trong đó có quyền lập hội, từ đó xuất hiện Đảng đối lập có cương lĩnh cạnh tranh với Đảng Cộng sản?

ĐÁP: *Đó chính là sự ngộ nhận của những ai có thói quen độc quyền chân lý, theo chủ nghĩa giáo điều. Xu thế thời đại là tự do, dân chủ. Cách mạng khoa học kỹ thuật, bùng nổ thông tin, giao lưu quốc tế làm cho xu thế đó chuyển động rất nhanh chóng và có tính dây chuyền. Không ai có thể bưng bít thông tin, ngoảnh mặt trước đòi hỏi của nhân dân, ngăn chặn sự vận động tất yếu của cuộc sống. Bản chất của cuộc sống là đa nguyên. Đổi mới chính là thuận theo bản chất cuộc sống xã hội vốn mang tính đa nguyên cả về kinh tế, chính trị, văn hóa. Trên kia đã nói, Đảng nằm trong chứ không nằm ngoài và đứng trên xã hội, có nghĩa là thế nào? Đổi mới chính trị, trước hết Đảng phải tự đổi mới mình, phải trở thành Đảng dân tộc, kết tinh truyền thống dân tộc và trí tuệ thời đại. Đảng phải thực hiện dân chủ mạnh mẽ từ trên xuống dưới, từ Bộ chính trị trở đi.*

Đảng không bao biện lấn sân làm thay nhà nước, không duy trì chế độ "đảng trị", "toàn trị". Nhà nước là công cụ của dân, chứ không phải là công cụ của Đảng, không phải cấp trên của dân. Nhà nước quản lý theo luật và bằng chính sách chứ không làm thay doanh nghiệp. Kế hoạch nhà nước nằm trong chứ không nằm ngoài và đứng trên thị trường. Ngược lại, nếu duy trì tình trạng như hiện nay thì không phải làm cho Đảng, cho Nhà nước vững mạnh mà là tạo môi trường xã hội dung dưỡng độc đoán, lạm quyền, tham nhũng làm thoái hóa Đảng và mục ruỗng Nhà nước.

Kinh tế thị trường đòi hỏi phải có Nhà nước pháp quyền và xã hội dân sự. Trong Hệ tư tưởng Đức, Marx và Engels cho rằng "hình thức thương mại, bởi lực lượng sản xuất đang có quyết định ở một giai đoạn lịch sử và trở lại quyết định lực lượng sản xuất, đó là xã hội dân sự" và "xã hội dân sự bao gồm toàn bộ thương mại vật chất của các cá nhân ở một giai đoạn phát triển nhất định của lực lượng sản xuất." Hai ông cho rằng, xã hội dân sự tồn tại ở mọi thời đại với tư cách tổ chức xã hội trực tiếp bắt nguồn từ sản xuất và thương mại, đồng thời tạo thành nền tảng của nhà nước và mọi kiến trúc thượng tầng tinh thần khác. Các chế độ độc tài, phát xít Hitler, Mussolini thực hiện chế độ toàn trị, xóa bỏ xã hội dân sự đã bị thất bại. Mô hình xô viết Stalin cũng xóa bỏ xã hội dân sự là nguyên nhân đưa tới quan liêu hóa, khủng hoảng xã hội. Tình trạng đó chúng ta phải khắc phục. Nhiều năm qua các đoàn thể quần chúng đều bị chính trị hóa, hành chính hóa, không đại diện quyền lợi cho đoàn viên, hội viên, hạn chế sáng kiến của họ, quan trọng hơn là triệt tiêu sự góp ý thẳng thắn của họ đối với đường lối của Đảng, chính sách của nhà nước. Thực hiện quyền tự do lập các hội, đoàn, các câu lạc bộ, hoạt động theo hướng ích nước lợi nhà, tương thân, tương ái, tự trang trải về tài chính, đó là chẳng những đáp ứng nguyện vọng chính đáng của quần chúng mà còn khôi phục xã hội dân sự, góp phần xây dựng nhà nước pháp quyền, làm lành mạnh kinh tế thị trường.

Trong môi trường dân chủ, thượng tôn pháp luật, Đảng Cộng sản VN, cũng như mọi tổ chức và cá nhân có điều kiện để phát *triển lành mạnh. Đảng Cộng sản VN có một quá trình lịch sử lãnh đạo cuộc cách mạng giải phóng dân tộc, khởi xướng đổi mới, nay lại mạnh mẽ tự đổi mới mình để trở thành Đảng của dân tộc, không dùng quyền lực thay cho năng lực, trí tuệ. Dân chủ đưa Đảng vào lòng dân tộc. Liệu có Đảng đối lập nào đưa ra cương lĩnh trái với lợi ích dân tộc mà giành được lòng dân đối với Đảng Cộng sản? Chỉ có làm ngược lại, không chịu đổi mới chính trị, cố giữ thể chế độc quyền, trong khi xã hội đã chuyển sang đa nguyên về kinh tế, đa nguyên thành phần xã hội, đa nguyên tư tưởng, văn hóa thì như vậy không khác nào đặt Đảng trong tình thế của một cây cổ thụ đứng đơn độc trước bão tố!*

HỎI: Có nên duy trì cách chỉ đạo báo chí của Ban Tư tưởng – Văn Hóa Trung ương như hiện nay? Thực dân Pháp đã từng chấp nhận quyền tự do báo chí đối với nhân dân nước Việt Nam thuộc địa. Chế độ Việt Nam Dân Chủ Cộng Hòa có hai lần thực hiện tự do báo chí, lần đầu sau Cách mạng Tháng Tám cho đến toàn quốc kháng chiến, lần thứ hai sau 30–4–1975 với báo tư nhân Tin Sáng cho đến tháng 6 năm 1981. Cả 2 lần ấy, báo chí tư nhân đều có những đóng góp rất tích cực cho sự nghiệp xây dựng và bảo vệ Tổ Quốc. Đổi mới chính trị, phải chăng đã đến lúc chuyển tự do báo chí từ quyền "tự do của tập thể" sang quyền "tự do của mỗi người" như Marx, Engels nói, như Nguyễn Ái Quốc đòi hỏi? Trong sách "Đây công lý của thực dân Pháp ở Đông Dương", Nguyễn Ái Quốc viết: "Tôi gọi báo tức là một tờ báo về chính trị, về kinh tế hay văn học như chúng ta đã thấy ở châu Âu và các nước châu Á khác, chứ không phải một tờ báo do chính quyền lập ra". Tại sao chúng ta không thực hiện ước nguyện của Hồ Chí Minh từ năm 1919 về quyền tự do báo chí trong bản yêu sách gửi Hội nghị Hòa bình Versailles?

ĐÁP: *Ngày 24 tháng 9 năm 1982, Việt Nam đã ký kết gia nhập Công ước về các quyền dân sự và chính trị. Công ước này có quy định quyền tự do ngôn luận: Mọi người có quyền giữ quan điểm của mình mà không bị ai can thiệp; được tự do ngôn luận bao gồm tìm kiếm, nhận và truyền đạt mọi loại tin tức, ý kiến bằng các hình thức tuyên truyền miệng, viết ra, in, tự do sáng tạo các hình thức nghệ thuật, hoặc thông qua các phương tiện thông tin đại chúng.*

Công ước đòi hỏi các quốc gia thành viên cam kết không hạn chế hoặc hủy bỏ những quyền tự do có tính phổ biến của nhân loại đã được quy định ở đây. Nhà nước ta sẽ phải sớm sửa đổi luật báo chí, luật lập hội, thực hiện tự do báo chí, tự do ngôn luận, tự do lập hội như các quốc gia dân chủ trên thế giới.

Cuối năm 1989 anh Trần Xuân Bách có bài phát biểu "Chủ nghĩa xã hội thật sự là gì?". Nội dung bài ấy tương tự những điều anh trả lời trên đây. Nhiều người cho rằng anh Trần Xuân Bách chưa bao giờ nói đến "đa đảng". Thật ra chấp nhận đa nguyên chính trị tức là chấp nhận sự có mặt của các tầng lớp, các nhóm có lợi ích khác nhau, có quan điểm chính trị khác nhau, cùng tồn tại, hợp tác và đấu tranh. Chấp nhận đa nguyên chính trị tức là đã chấp nhận đa đảng sẽ diễn ra ngay sau đó.

Dịp Tết 1990, vài tháng trước khi bị kỷ luật ra khỏi Bộ chính trị và Ban chấp hành Trung ương Đảng, anh Trần Xuân Bách có sáng tác bài thơ sau đây.

BÀI THƠ KHAI BÚT 1990

Ngày xuân nhớ cụ Tú Xương,
Cố nhân chính trực, đồng hương nghĩa tình.
Lắng lặng mà nghe tiếng nói dân.
Lấy dân làm gốc phải nghe dân.
Trí khôn thiên hạ không hề thiếu.
Chỉ sợ người ngu thích kẻ đần.

Nhà thơ Hải Như đề nghị thay chữ "mình" cho chữ "người" ở câu cuối. Anh Bách tiếp thu nhưng bảo, lấy làm tiếc vì đã phổ biến cho nhiều bạn bè.

Chiều thứ 5, ngày 22 tháng 3 năm 1990, anh Bách gọi điện bảo tôi, 7 giờ tối đến nhà anh, có chuyện rất cần biết. Cả ba anh em, Lưu Văn Hân, Phạm Văn Nhàn và tôi cùng đến. Trên lề đường trước nhà anh có nhiều người mặc thường phục đứng trên vỉa hè săm soi số xe. Anh Bách vẫn ra tận cổng đón chúng tôi. Chị Thịnh vẫn vui vẻ pha ca phê, gọt táo mời bạn bè. Anh Bách kể chuyện Hội nghị Trung ương lần thứ 8 khai mạc từ ngày 12–3. Anh đã bị phê phán rất dữ dội. Anh cho rằng, mình chắc chắn sẽ bị đưa ra khỏi Bộ chính trị và Ban chấp hành Trung ương, thậm chí có ý kiến đòi khai trừ anh ra khỏi Đảng. Tôi tỏ ý băn khoăn, chẳng lẽ lại có thể xảy ra điều tồi tệ đến mức ấy, hoàn toàn trái với tinh thần đổi mới, nhìn thẳng vào sự thật, nói đúng sự thật của Đại hội 6? Anh Bách kể: "Một đồng chí trong Bộ chính trị cho rằng, việc làm của đồng chí Trần Xuân Bách đã khiến cho đồng chí, bạn bè hết sức lo âu, còn kẻ thù thì vô cùng mừng rỡ". Một người đã bị nhận xét tới mức đó thì làm sao có thể còn trong Bộ chính trị, Ban chấp hành Trung ương"? Anh Bách cho biết nhận xét đó không phải là ý kiến cá biệt, quan trọng hơn, đó là quan điểm của tổng bí thư Nguyễn Văn Linh. Chỉ có hai ủy viên Bộ chính trị, Nguyễn Cơ Thạch và Võ Văn Kiệt cho rằng, từ quan điểm "lấy dân làm gốc", anh Bách muốn công cuộc đổi mới phải "đi hai chân" để đất nước phát triển và Đảng vững mạnh.

Hôm ấy, chia tay anh chị, chúng tôi buồn rười rượi, dù anh động viên: "Cho dù sắp tới sự nghiệp đổi mới có bị khó khăn hơn. Tuy nhiên, cái gì thuộc về quy luật, xu thế thì nó vẫn cứ đi tới, dù có chậm".

Ngày 27-3-1990 Hội nghị Trung ương lần thứ 8, khóa 6, thông qua Nghị quyết có những nội dung quan trọng như sau:

... Nghị quyết đã chỉ ra tác động tiêu cực của cuộc khủng hoảng ở các nước xã hội chủ nghĩa đối với nước ta, trước hết là về các mặt chính trị, tư tưởng: Một số người hoài nghi chủ nghĩa xã hội, giảm lòng tin đối với Đảng và nhà nước; một số cán bộ, đảng viên tiếp nhận những tư tưởng, quan điểm sai lầm về cải tổ, cải cách của nước ngoài một cách máy móc, giáo điều; một số ít phần tử cơ hội bất mãn đang đẩy mạnh hoạt động chống lại sự lãnh đạo của Đảng, đòi đa nguyên chính trị, đa Đảng, đòi dân chủ không giới hạn.

Hội nghị nhận định: Đế quốc Mỹ và các thế lực thù địch đang coi nước ta là một trọng điểm chống phá, ráo riết thực hiện âm mưu diễn biến hòa bình bằng những thủ đoạn kinh tế, chính trị, tư tưởng, văn hóa và quân sự rất thâm độc. Cuộc đấu tranh giai cấp giữa cách mạng và phản cách mạng, giữa hai con đường chủ nghĩa xã hội và chủ nghĩa tư bản, giữa ta và địch trên phạm vi thế giới, ở nước ta và ba nước Đông Dương đang diễn ra gay gắt, quyết liệt và phức tạp.

Việc Bộ chính trị và Ban Bí thư tự phê bình và Trung ương góp ý kiến phê bình Bộ Chính trị, Ban Bí thư được tiến hành một cách nghiêm túc, dân chủ, thẳng thắn, chân thành và thân ái, với tinh thần trách nhiệm và xây dựng, đã góp phần tăng cường sự đoàn kết nhất trí trong Trung ương".

Hội nghị lần thứ 8 Ban chấp hành Trung ương khóa 6 đã quyết định cách chức Ủy viên Bộ chính trị, Bí thư Trung ương, Ủy viên Ban chấp hành Trung ương Đảng đối với đồng chí Trần Xuân Bách vì đã vi phạm nghiêm trọng nguyên tắc tổ chức và kỷ luật của Đảng, gây ra nhiều hậu quả xấu".

Sau khi anh Bách bị cách chức, Bộ trưởng Nguyễn Cơ Thạch xin nhận anh về làm cán bộ nghiên cứu của Bộ Ngoại giao. Nhưng lúc này chính cái ghế của Bộ trưởng ngoại giao Nguyễn Cơ Thạch cũng đang lung lay. Cũng như Trần Xuân Bách, Nguyễn Cơ Thạch hiểu rất rõ nguyên nhân suy sụp của chủ nghĩa xã hội ở Liên Xô và Đông Âu là thiếu dân chủ, vi phạm nhân quyền, trái với xu thế thời đại. Nguyễn Cơ Thạch có quan điểm, về đối nội phải dân chủ hóa xã hội, đối ngoại cần mau chóng quan hệ bình thường với Hoa Kỳ và thế giới dân chủ. Trong khi đó, Tổng bí thư Nguyễn Văn Linh và nhiều người trong Bộ chính trị cho rằng phe xã hội chủ nghĩa suy sụp là do các thế lực thù địch đứng đầu là đế quốc Mỹ âm mưu phá hoại. Do đó, để bảo vệ chế độ xã hội chủ nghĩa, bảo vệ Đảng phải cầu hòa với Trung Quốc. Trung Quốc dù có tư tưởng bành trướng thì cũng vẫn là một nước xã hội chủ nghĩa anh em. Để lấy lòng Bắc Kinh, Bộ chính trị đứng đầu là Tổng bí thư Nguyễn Văn Linh loại bỏ Bộ trưởng ngoại giao Nguyễn Cơ Thạch một cách vô nguyên tắc, không cho tham gia đoàn cấp cao đi hội nghị Thành Đô. Sau khi Nguyễn Cơ Thạch bị loại, anh Bách cũng xin nghỉ việc.

Anh Trần Xuân Bách bị kỷ luật ít lâu thì phó tổng biên tập Bùi Tín của báo Nhân Dân nhân được cử đi dự họp báo Nhân Đạo, đã trả lời phỏng vấn đài BBC về dân chủ hóa, bị báo Nhân Dân thi hành kỷ luật, và xin tị nạn chính trị tại Pháp

Sau 20 năm nhìn lại, thực tế diễn ra trên thế giới và trong nước đã cho thấy ý kiến Trần Xuân Bách là hoàn toàn chính xác.

Tình hình thế giới:

Do duy trì quá lâu mô hình xô viết cho đến ngày sụp đổ đã khiến cho nhân dân các nước Nga và Đông Âu cạn niềm tin đối với các Đảng Cộng sản và cánh tả. Ở Liên bang Nga, suốt 20 năm qua, thời hậu Liên Xô, Đảng cộng sản, tổng bí thư G. Zyuganov chỉ giành được tối đa khoảng 20% số phiếu trong các cuộc bầu cử. Trong khi đó, Đảng nhân dân Campuchia khi chấp nhận "cuộc chơi" đa đảng đã bị "lép vế", nhưng nhờ giương cao ngọn cờ dân tộc, nay đã giành được thế thượng phong trên chính trường đất nước. Hiện nay, đợt sóng dân chủ lần thứ 4 đang cuồn cuộn, nước Miến Điện gần sát Việt Nam đã chuyển từ quân phiệt sang dân chủ.

Sau 20 năm tái lập quan hệ đồng chí, trên cơ sở "16 chữ vàng" và "4 tốt" với Trung Quốc, ta càng ngày càng bị họ dồn ép: Thành lập thành phố Tam Sa bao gồm Hoàng Sa, Trường Sa; mời thầu dầu khí ngay trên vùng đặc quyền kinh tế của ta; xua hằng vạn tàu cá, tàu vũ trang vào vùng biển Trường Sa; đòi "lấy máu người Việt Nam làm lễ tế cờ trong trận chiến Nam Sa"!

Kỷ niệm 10 năm Hiệp định Thương mại song phương Việt Nam – Hoa Kỳ (BTA), Chính phủ Việt Nam tuyên bố: "Việt Nam nhất quán chủ trương sẵn sàng cùng Hoa Kỳ nỗ lực đưa quan hệ hai nước Việt – Mỹ lên tầm cao mới." Ngày 2–8–2012 Thượng viện Hoa Kỳ thông qua Nghị quyết ủng hộ vai trò ASEAN trong vấn đề Biển Đông, ủng hộ Tuyên bố DOC năm 2002 giữa ASEAN – Trung Quốc. Hiện nay, Việt Nam đang tích cực đóng góp vòng đàm phán thứ 13 Hiệp định Đối tác xuyên Thái bình dương (TPP).

Tình hình trong nước:

Nghị quyết Trung ương 4 (khóa 11) nhận định "Tình trạng suy thoái về tư tưởng chính trị, đạo đức, lối sống của một bộ phận không nhỏ cán bộ, đảng viên, nhất là cán bộ lãnh đạo, quản lý các cấp". Tham nhũng đã từ vài "con sâu" trở thành cả "bầy sâu". Sự khiếu kiện đất đai dai dẳng bởi nạn cướp đất, đẩy nông dân tới bước phản ứng bằng bạo lực. Đội quân chủ lực của cách mạng giải phóng dân tộc đã nảy sinh cựu chiến binh Đoàn Văn Vươn làm bom tự tạo chống cưỡng chế phi pháp. Một trăm hộ dân Văn Giang đương đầu với 1000 cảnh sát vũ trang. Giai cấp công nhân được mệnh danh là giai cấp lãnh đạo, có đến 30% số người bị suy dinh dưỡng. Họ đã tổ chức hơn 5.000 cuộc đình công đòi tiền lương, cải thiện bữa ăn, nhiều cuộc huy động từ

5.000 đến 10.000 người, nhưng vẫn bị coi là bất hợp pháp, vì không được sự chỉ đạo của công đoàn! Trí thức bị cấm phản biện bằng Nghị định 97 của Thủ tướng. So sánh tư thế của nhà nước Việt Nam với nhà nước Philippines, Hàn Quốc, Nhật Bản trong cuộc đấu tranh chống Trung Quốc xâm phạm chủ quyền, người Việt Nam không khỏi hổ thẹn. Mỹ sẵn sàng giúp Philippines bảo vệ chủ quyền, trong khi đó đòi hỏi Việt Nam phải thực hiện dân chủ, nhân quyền làm điều kiện "thế chấp"!

Nghĩ về vận nước, không khỏi chua xót nhớ Trần Xuân Bách! Nguyện vọng khoán hộ của Kim Ngọc tuy đã thành hiện thực, từng đưa Việt Nam vào hàng nước xuất khẩu lương thực lớn thứ hai thế giới. Nhưng cho đến nay, giấc mơ về quyền sở hữu ruộng cày và cuộc sống no đủ với hạt gạo do mình làm ra của người nông dân vẫn còn xa ngái! Bao giờ tư tưởng Trần Xuân Bách trở thành hiện thực trong cuộc sống dân tộc?

Ngày 20–5–2002 tại nhà anh Trần Xuân Bách ở Trung Tự (Hà Nội), nhà thơ Hải Như đã viết bài thơ tặng anh:

TRẦN XUÂN BÁCH

Chắc chắn lịch sử sau này sẽ dành một trang về anh,

– khách quan phán xử

Tôi chỉ xin lưu ý nhỏ mai đời:

Cái Trần Xuân Bách mất rõ rồi, nhưng còn cái được,

Tuyệt vời sao!

Chia sẻ tiếng sét giáng xuống đời anh,

Có một người đàn bà nguyện làm ngọn thu lôi vượt qua giông bão.

(Chúng ta từng sống một thời vô luân để 2 chữ "liên quan" đè lên cơm áo).

Trần Xuân Bách. Anh là nạn nhân và cũng là tác giả tội ác.

Đúng không nào?

Trên chục năm dài lê thê con chim bằng gậm nhấm nỗi cô đơn

Tâm hồn vẫn sáng trong không rũ buồn vì khép cánh...

Câu "chúng ta từng sống một thời vô luân để hai chữ 'liên quan' đè lên cơm áo" tôi cảm thấy như chỉ trích riêng mình!

Sau khi anh Trần Xuân Bách bị kỷ luật, tôi còn tiếp tục làm tổng biên tập báo Lao Động 3 năm nữa, nhưng không đến thăm anh một lần nào! Tôi tự bào chữa: Vì thời gian này tôi phải liên tục đối phó với quá nhiều áp lực, chống đỡ cho tờ báo. Vì tôi đặt tòa soạn báo Lao Động ở Sài Gòn; gia đình, vợ con tôi cũng ở Sài Gòn, cho nên thời gian tôi có mặt ở Hà Nội rất eo hẹp. Nhưng mọi lý do vẫn không đủ để cho tôi có thể từ chối cho mình một chữ "Hèn"! Anh Hải Như an ủi: "Mình biết, rất nhiều anh nhờ anh Bách mà leo lên "quyền cao chức trọng", nhưng sau khi anh bị kỷ luật, suốt bao năm có anh nào dám đến thăm ông thầy cũ của họ đâu!

Cũng đừng trách họ hèn, bởi chúng ta phải sống 'một thời vô luân' mà"!

Ngày anh Bách qua đời (1–1–2006), nhà thơ Hải Như viết bài "Vĩnh biệt người bạn cùng quê", có câu này:

"Ngày Anh đi xa, trên báo Nhân Dân, bạn đọc thấy những gì thuộc về anh đều được trả lại"

Tôi nghĩ, Trần Xuân Bách không hiểu rõ Cụ Hồ bằng Nguyễn Văn Linh. Ai thân cận với Cụ Hồ hơn Vũ Đình Quỳnh? Vậy mà Vũ Đình Quỳnh không đòi hỏi "đa nguyên" như Trần Xuân Bách, vậy mà vẫn bị đi tù! Nhà thơ Hải Như cũng đã không chính xác khi vội mừng "những gì thuộc về anh đều được trả lại"! Cho dù điếu văn có nhắc lại tất cả công lao của Trần Xuân Bách, cho dù đã kể ra đủ các loại huân chương mà anh được trao tặng, cho dù cuối cùng, anh đã được nằm trong nghĩa trang Mai Dịch, nơi chỉ dành riêng cho các vị đại công thần của chế độ nhưng tư tưởng cao cả mà Trần Xuân Bách hằng tâm nguyện và dám hiến mình, đâu đã được trả lại?!

ÔNG NGUYỄN HỘ LY KHAI ĐẢNG CỘNG SẢN.

Tháng 3 năm 1990, ông Nguyễn Hộ rời thành phố về sống ở vùng Phú Giáo, miền Đông Nam Bộ. Cuối tháng 8, Phó chủ tịch Hội đồng Bộ trưởng Võ văn Kiệt đến gặp, khuyên ông nên về Sài Gòn. Ông nói: "Phải chi anh bảo tôi sớm hai tháng thì tôi về. Bây giờ đã muộn rồi, vì Tổng bí thư Nguyễn Văn Linh, bí thư Thành ủy Võ Trần Chí và các ông Mai Chí Thọ, Trần Trọng Tân chỉ đạo vu cáo tôi, cho rằng tôi là tên phản động, móc nối với CIA, lập Câu lạc bộ Truyền thống Kháng chiến để chống Đảng. Họ đã đẩy tôi xuống bùn đen. Trong tình hình như vậy, tôi về thành phố làm gì. Tôi chỉ trở về thành phố khi đất nước Việt Nam có dân chủ tự do. Khoảng nửa tháng sau, ngày 7 tháng 9 trong khi ông đang bơi xuồng trên sông hái rau cho bữa cơm thì bị công an bắt, xích tay đưa về Sài Gòn giam giữ ở nhiều nơi, cuối cùng quản thúc ông tại nhà.

Tôi biết tiếng ông Nguyễn Hộ từ thời chống Pháp, khi ông là Bí thư Đảng đoàn Liên hiệp Công đoàn Nam Bộ. Năm 1960 tôi vào báo Lao Động thì ông là Ủy viên Đoàn Chủ tịch Tổng Công đoàn Việt Nam. Năm 1962 nhà nước Việt Nam Dân Chủ Cộng Hòa bắt đầu thực hiện bảo hiểm xã hội và giao cho Tổng Công đoàn quản lý. Ông Nguyễn Hộ làm Trưởng ban Bảo hiểm Xã hội, hai phó ban là Lương Bình Áng, Nguyễn văn Lạc (Lương Bình Áng sau tháng 5–1975 là giám đốc Sở Lao động Quảng Nam – Đà Nẵng. Nguyễn văn Lạc loạn luân, bị Lê Duẩn đòi truy tố, đã tự tử). Tôi được báo Lao Động phân công tuyên truyền hoạt động bảo hiểm xã hội nên thường tiếp xúc với ông. Tôi đã viết quyển sách "Những bài học qua một năm thực hiện Luật bảo hiểm xã hội",nhờ ông đọc trước khi đưa cho Nhà xuất bản Lao Động. Tháng 7–1975, tôi được phân công vào Sài Gòn thành lập tờ báo Lao Động Mới, cơ quan ngôn luận của Liên hiệp Công đoàn Giải phóng miền Nam. Sau đó, tôi là Tổng biên tập đầu tiên của báo Công Nhân Giải Phóng (nay là Người Lao Động) và kiêm Trưởng ban Tuyên giáo của Liên hiệp Công đoàn Giải Phóng Miền Nam do ông làm Chủ tịch.

Ông là người bộc trực, gặp chuyện trái ý thì hay to tiếng. Có lần ông ủng hộ Hợp tác xã Phước Thanh (ở đường Phan Thanh Giản, nay là Điện Biên Phủ) khi cơ sở này xin phép luyện bôxít ra nhôm thỏi. Tôi góp ý với ông: Luyện nhôm không khó. Cái khó là nó tiêu hao lượng điện quá lớn, trong lúc chúng ta cần điện để làm những việc cấp thiết hơn. Thế là ông quát to, "anh đừng có mà thọc gậy bánh xe". Nhưng sau khi nắm rõ mọi chuyện, ông tìm tôi nói lời xin lỗi.

Ông là người rất thoáng trong chuyện dùng người. Ông đưa linh mục Phan Khắc Từ làm Phó chủ tịch Liên hiệp Công đoàn Giải phóng thành phố Sài Gòn– Gia Định, vì việc này mà bị Hoàng Quốc Việt và nhiều vị bảo thủ trong Đảng phản đối dữ dội.

Chính Phan Khắc Từ đã kể với tôi: Trước năm 1975, ông nhận nhiệm vụ làm Chủ tịch Ủy ban bảo vệ lao động, sau đó được ông Trương văn Khâm Ủy viên Thường vụ Liên hiệp Công đoàn Giải phóng thành phố Sài Gòn– Gia Định đưa vào rừng Long Thành gặp ông Nguyễn Hộ lúc đó là Ủy viên Thường vụ Khu ủy Sài Gòn– Gia Định phụ trách dân vận, công vận, hoa vận. Ông Từ kể: "Lúc đó, ông Nguyễn Hộ vô cùng hấp dẫn đối với tôi. Một người cao lớn, tiếng nói trầm ấm, ngồi giữa rừng sâu mà phân tích tình hình trong nước và thế giới đâu ra đó. Đặc biệt ông nói về thái độ của các tầng lớp, đảng phái, giai cấp ở Sài Gòn hết sức sáng tỏ. Tự nhiên tôi cảm nhận đây là bài giảng của một đức "tổng giám mục cách mạng". Tôi muốn sống bên cạnh ông để được truyền thụ đức tin cách mạng. Khi nghe tôi ngỏ ý như vậy, ông nói "cách mạng cần đức cha ở tại thành phố, bởi vì công việc đức cha đang làm không đảng viên nào có thể thay thế được. Đức cha cứ tiếp tục hoạt động thực tế, chính chúng tôi phải học hỏi đức cha".

Một lần, ông triệu tập họp Ban Thường vụ Liên hiệp Công đoàn vào buổi tối và tại nhà riêng của ông ở đường

Trần Quốc Thảo. Hôm đó trời nóng, nhưng tôi đang bị cảm, nên mặc áo len. Ông hỏi, cậu bịnh à, rồi quay vào trong gọi to: "Chánh ơi! Ra đây, ra đây"! Cửa phòng mở, một anh cao lớn, có bộ râu ngoách hiếm thấy bước ra. Ông Nguyễn Hộ chỉ tôi, nói "Cậu giải cảm dùm thằng cha này coi". Chánh bước lại sờ trán tôi, bảo vén áo lên và xoa lưng tôi mấy cái rồi nói "Xong! Sáng mai bác bình phục". Sau khi Chánh đã vào phòng, ông nói: "Nó bị Ủy ban Nhân dân quận 6 cấm hành nghề, dọa bắt. Mình đưa nó về trốn ở đây, nuôi cơm và xem nó có tài thực hay nói dóc. Thấy ra nó có tài thực đấy. Mấy cái ông duy vật nhà mình là chúa đa nghi"! Sáng hôm sau, tôi phải đi nhà thương cấp cứu, nhưng không muốn cho ông biết. Một trường hợp khác là ông Bùi Quốc Châu, người sáng tạo ra môn "Diện chẩn" (xem mặt đoán bệnh như câu ca dao: "Xem mặt mà bắt hình dong. Con lợn có béo thì lòng mới ngon"). Bùi Quốc Châu đang bị nhiều ông thầy đông y có vai vế kích bác. Ông Nguyễn Hộ mời Bùi Quốc Châu tới thuyết trình cho mình nghe "học thuyết diện chẩn". Nghe xong, ông nói "cậu cố gắng nghiên cứu để hoàn chỉnh Diện chẩn, mình sẽ làm mọi cách giúp cậu". Với tư cách phó bí thư Thành ủy, Chủ tịch Mặt trận Tổ Quốc Thành phố, ông gửi văn thư yêu cầu Sở Nhà đất cấp ngôi nhà 17B Trần Quốc Thảo để nhà phát minh Diện chẩn Bùi Quốc Châu có nơi nghiên cứu và thực nghiệm. Năm 1988 tôi ra Hà Nội, phóng viên Liên Xô Kalatnikov hỏi Sài Gòn có gì mới, tôi kể chuyện Diện chẩn của Bùi Quốc Châu cho anh nghe. Kalatnikov báo về Liên Xô, ít lâu sau Bùi Quốc Châu được mời sang Maxcova. Từ Maxcova truyền tin sang Cu Ba. Bùi Quốc Châu được Cu Ba mời sang và phong "tiến sĩ danh dự".

Sau khi nghỉ hưu, ông Nguyễn Hộ xin thành lập Hội Những Người Kháng Chiến Cũ nhằm mục đích "phát huy truyền thống yêu nước, xây dựng và bảo vệ Tổ quốc, đoàn kết giúp nhau trong cuộc sống". Trong đơn xin thành lập hội, ông cho rằng đây là thực hiện quyền công dân đã được Hiến pháp ghi nhận. Nhưng lãnh đạo Thành ủy không chấp nhận việc thành lập hội mà chỉ cho ông thành lập Câu Lạc Bộ Những Người Kháng Chiến Cũ. Ông chất vấn: Vì sao Hiến pháp ghi nhận quyền lập hội mà người dân không được cho phép? Không được trả lời, ông đành phải chấp nhận thành lập Câu Lạc Bộ Những Người Kháng Chiến Cũ và xây dựng nội dung hoạt động như sau:

– Hoạt động bằng các hình thức: Tổ chức hội thảo, mít tinh, kiến nghị, viết báo, xuất bản tờ báo Truyền Thống Kháng Chiến, nhằm các mục tiêu cụ thể như chống tiêu cực, quan liêu, cửa quyền, ức hiếp trù dập quần chúng, tham nhũng, bè phái, bao che lẫn nhau vì đặc quyền đặc lợi trong hàng ngũ cán bộ Đảng và Nhà nước.

– Xây dựng tổ chức, phát triển thành viên, thực hiện đoàn kết, tương trợ, thăm hỏi, chăm sóc gia đình anh chị em có khó khăn, thương binh, liệt sĩ.

– Kiến nghị Bộ Chính trị phải kiểm điểm định kỳ về sự lãnh đạo của mình, ai có tài có đức thì tiếp tục phát huy, ai không đủ tài đức thì phải rút lui, không cho phép "sống lâu lên lão làng".

– Đòi phải thực hiện bầu cử dân chủ,chấm dứt hình thức bầu cử độc diễn. Đòi Quốc hội cách chức những bộ trưởng, thứ trưởng kém năng lực, thiếu trách nhiệm, đưa tới nạn đói trên 10 triệu người năm 1987, và làm cho nhân dân cả nước sống cơ cực kéo dài.

Đảng cộng sản coi những đòi hỏi kể trên đe dọa quyền lãnh đạo của mình, đã làm mọi cách để ngăn chặn: Cấm hội thảo, mít tinh, cấm ra báo, tịch thu báo Truyền Thống Kháng Chiến tại nhà in. Do có quan hệ rộng, ông Nguyễn Hộ đưa số báo thứ 3 xuống Mỹ Tho, Cần Thơ in được 20.000 tờ. Hôm anh em đưa báo Truyền Thống Kháng chiến vừa in xong về Sài Gòn, gặp lúc tôi đến nhà thăm ông. Ông đưa cho tôi 20 tờ và dặn: "Cậu mang báo ra Hà Nội phân phát cho anh em cán bộ Tổng Công đoàn và nghe góp ý, rồi phản hồi lại, để mình rút kinh nghiệm làm cho tờ báo càng ngày càng tốt hơn".

Ngay hôm sau, Sở Văn hóa thành phố ra lệnh tịch thu báo, cấm phát hành. Tổng bí thư Nguyễn Văn Linh, bí thư Thành ủy Võ Trần Chí chỉ đạo kế hoạch đàn áp Câu lạc bộ những người kháng chiến cũ, ra lệnh cấm hoạt động, cấm ra báo. Trước tình hình đó, ngày 21– 3– 1990 ông Nguyễn Hộ rời thành phố, tuyên bố "ly khai Đảng cộng sản, để tiếp tục đấu tranh thực hiện tự do, dân chủ cho nhân dân". Lập tức những thành viên còn lại của Câu lạc bộ bị bắt giam: Tạ Bá Tòng, Hồ Hiếu, Đỗ Trung Hiếu, Lê Đình Mạnh... Trong một lần bơi xuồng hái rau cho bữa cơm chiều, ông bị cảnh sát còng tay bắt đưa về Sài Gòn. Trong thời gian bị quản thúc tại nhà, ông Nguyễn Hộ tự thấy mình hoàn toàn tự do: *"Trên đầu tôi không còn bị kẹp chặt bởi cái "kềm sắt chủ nghĩa Mác – Lê nin". Tôi nhìn thẳng vào sự thật, dám chỉ ra sự thật. Tôi tự phát hiện cho mình nhiều điều lý thú mà bạn đọc sẽ thấy trong bài viết này"*. Ông đã chấp bút tác phẩm "Quan Điểm và Cuộc Sống", rút ra những kết luận nhức nhối về tình trạng đất nước dưới chế độ toàn trị của Đảng cộng sản. Sau đây là những tiêu đề trong quyển sách của ông:

– Dân chủ tự do là thước đo chính xác lòng trung thành của Đảng cộng sản đối với nhân dân.

– Những hệ quả khi các quyền tự do dân chủ của nhân dân bị tước đoạt.

– Đảng cộng sản Việt Nam quy chụp trấn áp những ai có ý kiến khác họ.

– Đảng cộng sản Việt Nam chống đa nguyên, đa đảng.

– Đa nguyên: Biểu hiện muôn màu của mọi sự vật.

– Dân chủ tự do phải trả giá.

– Chuyên chế, độc tài: Thách thức nghiêm trọng của dân tộc Việt Nam.

– Ý thức hệ cộng sản dẫn đến các việc đàn áp tôn giáo.

Xin trích ra một vài đoạn:

"Tôi làm cách mạng trên 56 năm, gia đình tôi có hai liệt sĩ: Nguyễn Văn Đảo, anh ruột, đại tá Quân đội Nhân dân hy sinh ngày 09–1–1966 trong trận ném bom đầu tiên của quân xâm lược Mỹ vào Việt Nam. Trần Thị Thiệt, vợ tôi– cán bộ phụ nữ Sài Gòn, bị bắt và bị đánh chết tại Tổng nha Cảnh sát hồi Tết Mậu Thân, 1968. Nhưng phải thú nhận rằng chúng tôi đã chọn sai lý tưởng cộng sản chủ nghĩa. Bởi vì suốt 60 năm trên con đường cách mạng cộng sản ấy, nhân dân Việt Nam đã chịu sự hy sinh quá lớn lao, nhưng cuối cùng chẳng được gì, đất nước vẫn nghèo nàn, lạc hậu,

nhân dân không có ấm no hạnh phúc, không có dân chủ tự do. Đó là điều sỉ nhục."

Đầu năm 2008, ông đã dành cho anh Nguyễn Tiến Trung –Tập hợp Thanh niên Dân chủ một cuộc phỏng vấn. Ông nói *"Không dân chủ là phản bội! Trời đất ơi! Không dân chủ là phản bội"!* Ông cho rằng không thể chấp nhận chỉ "đổi mới kinh tế" mà "không đổi mới thể chế chính trị". Ông nói: *"Nếu muốn nói cải cách cho đúng nghĩa của nó thì phải toàn diện. Hiện nay chủ yếu chỉ là tập trung giải quyết kinh tế thôi, còn chính trị đã có Đảng có Nhà nước lãnh đạo. Chưa chắc đúng! Bởi vì theo quy luật, thường thường thằng cha nào có quyền trong tay thì nó luôn luôn hướng về độc tài. Nhân dân là chủ chứ không phải anh là chủ. Dân tộc Việt Nam là chủ đất nước. Không phải dân tộc Việt Nam chỉ biết có ăn thôi. Kinh tế là chỉ biết có ăn thôi! Không lẽ dân tộc này chiến đấu xong rồi chỉ biết có ăn thôi, không biết nói, không biết suy nghĩ gì hết? Không phải vậy! Anh hiểu như vậy là không đúng! Anh coi thường dân tộc anh! Không cho phép anh suy nghĩ như vậy".*

Quyển "Quan điểm và Cuộc sống" khiến ông bị bắt lần thứ 2. Tổ chức Theo dõi Nhân quyền đã tặng thưởng cho ông Giải tự do phát biểu Hellman – Hammett.

Hàng tháng, anh Đinh Khắc Cần phó chủ tịch Liên đoàn Lao động thành phố Hồ Chí Minh với danh nghĩa đại diện cơ quan đến thăm thủ trưởng cũ, giúp ông những khó khăn trong đời sống. Một dịp Tết, tôi đến mừng tuổi ông. Ông đưa tôi xem tấm thiệp của Thành ủy thành phố Hồ Chí Minh chúc Tết ông: "Cậu xem này, họ vẫn cứ gọi mình là đồng chí"! Tôi cười nói: "Người ta muốn chiêu hồi anh đó mà". Ông đáp: *"Mình không chiêu hồi họ thì chớ, làm sao họ chiêu hồi mình được. Chính nghĩa thuộc về mình mà"*!

Ông qua đời ngày 2–7–2006 thọ 93 tuổi trong sự bùi ngùi thương tiếc của những người Việt Nam đấu tranh cho tự do dân chủ. Ông Hà Sĩ Phu đã viết câu đối viếng ông:

"Quan điểm tựa Sáu Dân mấy trận sửa sai thành quyết tử

Cuộc sống như Năm Hộ, hai lần kháng chiến để trường sinh."

TỔNG CHỈ HUY ĐƯỜNG DÂY 500 KV VŨ NGỌC HẢI PHẢI VÀO TÙ.

Báo Lao Động ra ngày 6 tháng 5 năm 1990, có bài "Ai chịu trách nhiệm về tình tình điện hiện nay?" của nhà báo Nguyễn Minh Đức. Bài báo cho rằng miền Nam thiếu điện là do lãnh đạo ngành điện thiếu trách nhiệm, câu cuối bài "chúng tôi chờ người có trách nhiệm cao nhất của ngành điện trả lời thẳng thắn và trung thực". Ngay hôm sau, Ban Văn hóa Tư tưởng Trung ương Đảng mời Chủ tịch, Phó chủ tịch Tổng Liên đoàn lao động cùng với Tổng biên tập báo Lao Động lên văn phòng của Ban để đối thoại với Bộ trưởng Bộ Năng lượng Vũ Ngọc Hải. Tôi đến sớm đứng trước khu nhà để đón Chủ tịch Nguyễn Văn Tư và Phó Chủ tịch Cù Thị Hậu vì hai người này chưa từng đến đây. Bộ trưởng Vũ Ngọc Hải đến sớm. Thấy ông, tôi lên tiếng chào, nhưng ông ngoảnh mặt, đi thẳng. Chủ trì cuộc họp là Trưởng ban Văn hóa Tư tưởng Trần Trọng Tân. Mở đầu ông Tân tỏ ý lấy làm đáng tiếc sự việc đã đưa tới bất hòa không đáng có giữa các đồng chí, mong rằng với thiện chí xây dựng trong buổi gặp gỡ này sẽ tháo gỡ được vướng mắc, hai bên thông cảm nhau. Bộ trưởng Vũ Ngọc Hải đặt câu hỏi "tại sao một Trung ủy (chữ ông dùng có ý nói ông là Ủy viên Ban chấp hành Trung ương Đảng), có thể bị bêu rếu trên báo quá dễ dàng như vậy? Anh Công đâu có xa lạ gì đối với tôi, mới hồi đầu năm tôi đã mời anh nâng ly mừng năm mới. Tòa báo của anh cũng đâu có quá xa cơ quan Bộ Năng lượng, thế mà tại sao anh không thèm hỏi tôi một câu"? Chủ tịch Nguyễn Văn Tư đề nghị tôi phát biểu. Tôi cho rằng luật báo chí không quy định những đòi hỏi của bộ trưởng, nhưng tôi cũng nhận là mình có thiếu sót về cách cư xử với anh Hải với tư cách là những người từng có quan hệ thân mật. Bây giờ sự việc đã ra công luận, tôi đề nghị Bộ Năng lượng, hoặc là có bài tiếp thụ phê bình, nói rõ sự chậm trễ của mình do có những khó khăn, hoặc là hoàn toàn bác bỏ bài báo của chúng tôi. Chúng tôi đăng nguyên văn bài của Bộ Năng lượng và sau đó chúng tôi xin phép sẽ có bài đáp lại. Chúng ta cứ đối đáp như thế cho tới khi tìm ra sự thật. Cả hội nghị im lặng mấy phút, sau đó ông Trần Trọng Tân hỏi ý kiến ông Hải và ông Hải trả lời tán thành cách xử lý đó. Cuộc họp kết thúc.

Một tuần sau, chánh văn phòng Bộ Năng lượng thừa lệnh Bộ trưởng Vũ Ngọc Hải mang đến tặng báo Lao Động hai chai rượu ngoại và một lá thư cám ơn bài "phê bình xây dựng ngành năng lượng chúng tôi". Sau đó ít lâu, tôi có dịp gặp lại Bộ trưởng Vũ Ngọc Hải, ông phân trần: "Tôi không thể công khai trả lời trên báo rằng ai phải chịu trách nhiệm về tình trạng miền Nam thiếu điện như hiện nay. Bởi vì đó là cấp rất cao, ở trên Chính phủ, nói như vậy chắc anh đã biết. Do đó, ở thời điểm này, chúng tôi đành chịu tội oan vậy, hi vọng rồi thời gian sẽ minh oan".

Ông Võ Văn Kiệt được bầu Thủ tướng ngày 8 tháng 8 năm 1991, ngay sau đó ông bàn với Tổng bí thư Đỗ Mười việc xây dựng đường dây 500KV tải điện từ Bắc vào Nam. Có người nhắc ông về chủ trương bán điện cho Trung Quốc của nguyên Tổng bí thư Nguyễn Văn Linh. Ông Kiệt nói, "miền Nam đang thiếu điện tại sao không nghĩ cách đưa điện vào Nam? Tôi còn làm thủ tướng thì không bao giờ bán điện ra nước ngoài, trong khi có nơi đồng bào chưa có điện". Ông Đỗ Mười tán thành ý kiến ông Kiệt, nhưng không đưa ra bàn trong Bộ chính trị vì biết sẽ có người phản đối. Sau cuộc mật đàm Thành Đô, ông Linh chủ trương bán điện cho Trung Quốc để tăng cường quan hệ hữu nghị hai nước xã hội chủ nghĩa anh em. Nhưng đến hết nhiệm kỳ, ông vẫn chưa thực hiện được việc bán điện cho Trung Quốc, vì chưa xây dựng được đường dây tải. Lê Đức Anh cái đuôi của Nguyễn Văn Linh, nhân vật thứ 2 trong Bộ Chính trị, Chủ tịch nước, kẻ có mặc cảm từng là cấp dưới của ông Kiệt nên luôn ngấm ngầm chống lại. Ngày 25 tháng 2 – 1992 Chính phủ quyết định xây dựng đường dây 500KV Bắc Nam dài 1487 km có 3000 trụ điện. Bộ trưởng Bộ Năng lượng Vũ Ngọc Hải được giao nhiệm vụ như một tổng công trình sư. Ngày 24 tháng 3–1992, ông Nguyễn Hà Phan đề nghị ông Kiệt dự buổi khai mạc kỳ họp cuối của Quốc hội khóa 8, nhưng ông Kiệt từ chối, để đi ngay lên công trình đường dây 500KV. Khởi công đường dây 500KV trước kỳ họp Quốc hội đã làm mất lòng các vị lãnh đạo Quốc hội. Bà Ngô Bá Thành được ông Nguyễn Văn Linh đưa làm Chủ nhiệm Ủy ban Pháp luật Quốc hội to mồm phán, không có ý kiến của

Quốc hội, sau này trụ điện đổ thì ai chịu trách nhiệm. Tháng 9– 1992, tại cuộc hội nghị cán bộ tổ chức toàn quốc tại Sài Gòn, ông Nguyễn Văn Linh với tư cách "cố vấn Ban chấp hành Trung ương Đảng" đã lên án ông Kiệt "làm đường dây 500KV là một chủ trương phiêu lưu, mạo hiểm, lãng phí tiền của Nhà nước, tiêu tiền của Nhà nước để gây thanh danh cho cá nhân". Trong tình hình như vậy, xuất hiện lá thư của giáo sư Nguyễn Khắc Nhẫn từ Pháp gửi về cho rằng đường dây dài sẽ tạo ra chênh lệch ¼ bước sóng không thể tải điện vào Nam được. Bộ trưởng Vũ Ngọc Hải trả lời bằng "phương án bù ¼ bước sóng". Ông Kiệt khẳng định, "chúng ta nhất định thành công, nếu thất bại tôi xin chịu cách chức".

Ông Hải không biết rằng mình đang ở trong tầm ngắm của những kẻ chống chủ trương xây dựng đường dây, nói cho đúng là của những kẻ quyết chống ông Kiệt. Dịp Tết năm 1992 ông Đoàn Trung Thành tổng giám đốc Công ty Vinapol, thường trực Hội hữu nghị Việt Nam – Ba Lan báo cáo với ông Hải chủ tịch hội này, rằng quỹ của hội đã cạn. Ông Hải vừa được các công ty xây lắp đường dây báo cáo là đến tháng 3 năm 1992 vẫn chưa nhập khẩu kịp số thép cần cho việc thi công đường dây 500K. Do đó, ông Hải gợi ý ông Thành cung ứng 4000 tấn thép trong tháng 3, để kịp đáp ứng cho việc thi công Đường dây 500KV và việc này sẽ giúp Vinapol thu được 3,1 tỉ đồng tiền Việt Nam bổ sung cho quỹ hội. Các báo ở Trung ương rộ lên phê phán vụ này là "mua bán lòng vòng làm thất thoát 3,1 tỉ đồng của đường dây 500KV". Ông Nguyễn Văn Linh và đệ tử ruột Lê Đức Anh coi đây là dịp tốt để hạ thủ ông Võ Văn Kiệt, họ cho đây là vụ rút ruột công trình và quyết liệt đòi phải nghiêm trị. Ông

Kiệt cho rằng việc làm này là sai, nhưng không có động cơ tư lợi, chỉ nên phê bình rút kinh nghiệm. Dịp đó, tôi và anh Phạm Thanh trưởng ban Công nghiệp báo Nhân Dân cùng một số đồng nghiệp bàn với nhau, liệu vụ này sẽ kết cục thế nào? Chúng tôi cho rằng đây không phải là vụ tham nhũng, không phải "lợi dụng chức vụ quyền hạn trong khi thi hành công vụ" theo điều 22 của Bộ Luật Hình sự. Anh Phạm Thanh hạ giọng thì thầm, "luật gì cũng thua ý kiến của các cụ. Ông Kiệt muốn tha, ông Lê Đức Anh quyết chém đầu, chỉ còn chờ ông Đỗ Mười ngã về phía nào. Nếu ông Đỗ Mười ngã về ôngLê Đức Anh thì Vũ Ngọc Hải phải 'bóc lịch'". Tòa án tối cao cũng chỉ cố gắng diễn sao cho thật đẹp "bản án bỏ túi"!

Dự đoán của chúng tôi đúng nhưng chưa đủ: Ông Đỗ Mười không chỉ đứng về phía ông Lê Đức Anh mà là phải thực hiện ý của "cố vấn Nguyễn Văn Linh". Dù đã "cho ý kiến" với ông Mười, nhưng ông Linh còn trực tiếp ra Hà Nội gặp Lê Thanh Đạo, Viện trưởng Viện Kiểm sát Nhân dân Tối cao, cho ý kiến phải đưa ông Hải vào "khung 2" tức là vào tù. Tòa án nhân dân tối cao diễn vượt yêu cầu của ông Linh, ông Mười, ông Anh: Đưa vụ án ra xử một phiên sơ thẩm đồng thời là chung thẩm, tước quyền lợi của bị cáo không được qua phiên phúc thẩm. Ông Vũ Ngọc Hải nhận ra cái gốc của vấn đề quá muộn màng: Người ta cho ông vô tù "vì họ muốn 'chơi' đường dây 500KV"! Báo Lao Động đưa đầy đủ ý kiến bào chữa sắc bén của các luật sư và là tờ báo duy nhất đăng lời phát biểu cuối cùng của ông Vũ Ngọc Hải: "Tôi đã nhận khuyết điểm trước chính phủ. Còn nếu kết tội thì phải theo pháp luật. Chính vì vậy tôi đã trình bày trước tòa các yếu tố cấu thành tội phạm theo Điều 221 của Bộ Luật hình sự, tôi đều không vi phạm. Lấy chứng cứ nào để buộc tội tôi đạo diễn ra vụ này? Trong mấy ngày qua, tôi đã được khích lệ ở sự sáng suốt công minh của Hội đồng xét xử khi đưa những lời 'cung' buộc tội tôi ra cho phân tích, cuối cùng những lời 'cung' vô căn cứ đã bị phủ định. Phần còn lại, tôi hết sức tin tưởng vào Hội đồng xét xử sẽ kết luận tôi vô tội". Lòng tin tưởng của ông vào sự công minh của luật pháp đã bị giáng một đòn nặng: 3 năm tù không cho kháng án! Tết năm 1995 ông Kiệt gợi ý ông Mười ban lệnh đặc xá mấy ngàn phạm nhân. Biết tin này, ông Linh kêu lên "đây là con bài để tha thằng Vũ Ngọc Hải"!

Sau khi ra tù, ông Hải bay vào Sài Gòn nhờ nhà báo Minh Thu mời tôi và hai nhà báo Lý Quý Chung, Trần Trọng Thức gặp nhau ở quán Tip của gia đình Trịnh Công Sơn cùng nâng ly mừng với nhau như những "chiến hữu". Tôi đến muộn, lúc tôi vừa tới, ông Hải từ thềm nhà hàng chạy vội ra đón, ôm chầm lấy, nói như reo lên: "Anh Công, được gặp nhau, vui quá!".

HAI CUỘC PHỎNG VẤN.

Năm 1992, tờ báo đã tích lũy được một số tiền khá lớn, chúng tôi chủ trương trang bị máy móc hiện đại cho Xí nghiệp in Lao Động ở Hà Nội. Sau khi vay thêm tiền ở Ngân hàng Đầu tư Phát triển, tôi mời ông tổng giám đốc bữa cơm. Tôi để máy ghi âm trên bàn, rồi vừa ăn vừa trò chuyện với ông tổng giám đốc về những khó khăn trong hoạt động của ngân hàng đầu tư và phát triển, những đề án vay tiền có kèm theo thư tay của một "ông cốp", tệ "phết phảy" (hưởng tỉ lệ phần trăm khi thực hiện dự án vay). Tôi mở máy ghi âm chép lại cuộc trò chuyện, chuyển cho ông tổng giám đốc xem lại trước khi đăng báo. Bài báo đã gây tác động mạnh trong dư luận. Nhà báo Lý Quý Chung cho rằng bài này có thể làm mẫu cho trường báo chí khi cho sinh viên học thể loại phỏng vấn.

Tết năm 1992 (Nhâm Thân), tôi gọi điện anh Hà Nghiệp trợ lý Tổng bí thư Đỗ Mười đề nghị anh bố trí giúp tôi gặp phỏng vấn Tổng bí thư để đăng báo. Anh Hà Nghiệp bảo tôi: "Anh ơi, Tổng bí thư chỉ trả lời trong cuộc họp báo có phóng viên trong ngoài nước sau Đại hội Đảng thôi. Anh muốn Tổng bí thư nói gì cho tờ báo của Công đoàn thì anh cứ đặt câu hỏi và anh cũng viết nội dung trả lời dùm luôn. Sáng thứ Hai, anh Mười nói chuyện với cán bộ thủ đô tại Hội trường Ủy ban Nhân dân thành phố. Anh đến sớm, khoảng 11giờ 15, chịu khó chờ anh ấy kết thúc cuộc nói, để đưa bài cho ông ấy xem lại và tôi bố trí để chụp bức ảnh anh phỏng vấn Tổng bí thư". Quá ngây thơ, tôi cứ tưởng bở, phen này ta sẽ đưa ý kiến Tổng bí thư giải phóng cho Công đoàn thực sự là một tổ chức thay mặt và bảo vệ quyền lợi của công nhân, không phải là thân phận của một lũ "ăn theo nói leo" nữa. Tôi đã đặt vào miệng ông Tổng bí thư những lời vàng ngọc về trách nhiệm của Công đoàn tham gia xây dựng kế hoạch sản xuất, kèm theo phải có kế hoạch bảo hộ lao động, đảm bảo tiền lương tương xứng với lao động bỏ ra, tổ chức bữa ăn giữa ca đủ dinh dưỡng và hợp vệ sinh; Công đoàn phải căn cứ tình hình thực tế để chủ động đề ra biện pháp giải quyết, không nên chờ Đảng ra Nghị quyết rồi mới dựa theo đó mà lập chương trình hành động (câu này đã "phạm húy" vô cùng nghiêm trọng).

Tôi đến sớm hơn giờ hẹn 15 phút. Tổng bí thư đang nói chuyện với cán bộ Hà Nội. Tôi ngồi với anh Hà Nghiệp đến hơn 12 giờ trưa mà ông ấy vẫn chưa dừng lời! Khi rời hội trường, ông có vẻ rất mệt mỏi, ngồi phịch xuống ghế ngã bật ra sau. Anh Hà Nghiệp bố trí cho tôi ngồi một cái ghế bành ngang với ông qua chiếc bàn nhỏ. Tôi cho ngồi như vậy giống như hai chính khách ngồi đàm luận, không giống nhà báo phỏng vấn, nên chạy tìm một cái ghế khác kiểu đặt chênh chếch phía ngoài ông ấy.

Hôm sau, văn phòng Tổng bí thư gửi lại tòa báo bài phỏng vấn. Tôi đọc, không còn một chữ nào của tôi cả! Tôi đọc mà phát ngượng vì phải đứng tên bài "phỏng vấn" này: Hỏi điều mà ai cũng đã biết. Trả lời y như trích từ Nghị quyết Đại hội Đảng mà suốt năm qua mọi người đã phải nghe đi, nghe lại đến phát chán. Anh em trong ban biên tập an ủi tôi: "Có ảnh Tổng bí thư trả lời tổng biên tập ở trang bìa tờ báo Xuân là sang trọng rồi. Ngày Tết người ta chỉ xem qua chớ có ai đọc đâu. Bài này người ta gọi là loại bài "cúng cụ" mà"!

CÔNG ĐOÀN LÀ TỔ CHỨC CỦA AI?

Tôi có 34 năm làm báo của tổ chức công đoàn. Tôi đã viết nhiều bài báo về công đoàn, có một số bài bị Tuyên huấn Đảng "bắt giò" cho là có "tư tưởng đa nguyên công đoàn". Khi tôi nghỉ hưu, bà Hoàng Thị Khánh chủ tịch Liên đoàn Lao động TP Hồ Chí Minh, Phó chủ tịch Tổng Liên đoàn Lao động gợi ý: "Nếu anh chịu nhận làm tổng biên tập một tạp chí lý luận công đoàn thì tôi sẽ xin phép xuất bản tạp chí đó". Tôi cười đáp: "Chị không sợ nếu tôi làm tổng biên tập thì tạp chí của chị mau bị đóng cửa?". Sở dĩ bà tin cậy tôi là vì tôi thường nêu ra những ý kiến gây tranh cãi về tổ chức và hoạt động của công đoàn. Trong đó có câu chuyện đáng nhớ sau đây.

Trong hệ thống chính trị xã hội chủ nghĩa, tổ chức nào cũng chịu "sự lãnh đạo sáng suốt của Đảng cộng sản", nhưng anh nào cũng muốn được Đảng coi mình quan trọng hơn. Đoàn Thanh niên cộng sản là "cánh tay phải của Đảng", có nhiệm vụ giáo dục đào tạo đội quân hậu bị kế thừa cho Đảng. Công đoàn không chịu kém hơn, bởi là "trường học xã hội chủ nghĩa của giai cấp công nhân", giai cấp có vai trò lịch sử lãnh đạo cách mạng và là đội quân tiên phong tiến hành đồng thời ba cuộc cách mạng là quan hệ sản xuất, khoa học kỹ thuật và tư tưởng, văn hóa. Nhiều chủ tịch công đoàn ngành và địa phương đề nghị Đảng đoàn Tổng Liên đoàn Lao động làm một bản kiến nghị xin Bộ Chính trị của Đảng quy định cụ thể về vai trò, vị trí của cán bộ công đoàn trong hệ thống chính trị. Điều chủ yếu mà những người lãnh đạo công đoàn muốn là: Chủ tịch công đoàn phải đương nhiên được bầu vào Ban thường vụ Đảng ủy. Bí thư Đảng đoàn Nguyễn Văn Tư chủ tọa cuộc họp để thông qua văn bản kiến nghị quan trọng này. Cuộc họp sôi nổi ngay từ đầu. Tôi lặng lẽ ngồi nghe và ghi chép. Khi không còn ai xin phát biểu ý kiến, ông Nguyễn Văn Tư nhìn tôi hỏi "sao không thấy anh Công có ý kiến gì cả?". Tôi đáp: "Ý kiến của tôi chắc không thuận tai tập thể". Ông Tư nói

"Anh không nói thì làm sao biết có thuận tai hay không? Xin mời anh phát biểu." Tôi nói: "Nếu cho tôi được kiến nghị thì tôi kiến nghị cho chủ tịch công đoàn không vào Ban chấp hành Đảng bộ, thậm chí được ở ngoài Ban thường vụ của Đảng. Bởi vì sau khi được vào Ban thường vụ thì ta chỉ là một trong năm, bảy ông ủy viên. Ta ở thế vô cùng thiểu số. Nếu ta cứ liên tục có ý kiến trái với số đông thì khóa tới người ta không bầu mình vào Ban chấp hành hoặc Ban Thường vụ Đảng ủy nữa mà nếu đã đồng ý với quy định Chủ tịch Công đoàn phải là ủy viên Thường vụ Đảng ủy thì khi bị rớt, ắt sẽ không được bầu làm Chủ tịch Công đoàn. Bởi vậy, tốt nhất là mình xin được đứng ở ngoài, nhưng mỗi lần Ban Thường vụ, hoặc Ban chấp hành Đảng bộ họp thì họ phải mời Chủ tịch Công đoàn dự. Tại các cuộc họp đó, Chủ tịch Công đoàn nhân danh đại diện quyền lợi của tập thể công nhân phát biểu ý kiến.

Cuộc họp im lặng. Bởi đây là một ý kiến lạ tai, nhưng là của một nhà báo từng có nhiều bài viết về công đoàn được hoan nghênh. Trước đó ít lâu, ông phó tiến sĩ chính trị ở Liên Xô về làm hiệu trưởng Trường đại học Công đoàn viết bài *"Công đoàn là một nghề cao quý phải được đào tạo bài bản"* đăng trên tạp chí lý luận của Tổng Liên đoàn Lao động. Tôi đáp lại ông trên báo Lao Động: *"Công đoàn không phải là một nghề.Công đoàn là một tổ chức do công nhân bầu ra để đại diện, bảo vệ quyền lợi của mình, nếu không làm tròn chức trách đó, khóa sau công nhân lao động sẽ không bầu nữa. Những vị cán bộ công đoàn kể cả ông chủ tịch, sau khi bị thất cử, phải trở lại với nghề cũ của mình"*. Trong cuộc hội thảo "Đổi mới nội dung và phương thức hoạt động của công đoàn", ông Thừa chủ tịch công đoàn ngành năng lượng đã nêu một vấn đề gây tranh cãi rất sôi nổi. Ông nói, cái khó của công đoàn là giống như một người mà cùng một lúc phải ngồi trên hai cái *ghế*: *Một là thực hiện chức trách "sợi dây của Đảng nối liền với quần chúng công nhân lao động"; hai là "một tổ chức đại diện, bảo vệ quyền lợi cho công nhân lao động"*. Hai việc đó đâu phải lúc nào cũng phù hợp với nhau mà càng ngày càng nảy ra nhiều điều chỏi nhau chan chát, lúc đó biết phải chọn ngồi vào cái ghế nào? Chủ tọa (tức nhiên là người trong cấp ủy Đảng) kết luận rằng: Sau khi thành lập Đảng cộng sản Bắc kỳ, ngày 28 tháng 7 năm 1929, Đảng đã thành lập tổ chức Công đoàn do Nguyễn Đức Cảnh làm chủ tịch, nhằm mục đích vận động công nhân đấu tranh cách mạng giải phóng dân tộc, giải phóng giai cấp. Từ đó đến nay, tổ chức công đoàn luôn luôn xây dựng chương trình hành động cách mạng của mình để thực hiện Nghị quyết của Đảng. Như vậy đã rõ, công đoàn không phải cùng một lúc ngồi trên hai cái ghế cùng một cỡ và đặt ngang nhau như ông Thừa nói mà, có một cái ghế to hơn đặt lên phía trước. Tổ chức Công đoàn do ông Tôn Đức Thắng thành lập năm 1920 ở xưởng Ba Son không được công nhận là tổ chức đầu tiên trong lịch sử Công đoàn Việt Nam, bởi vì công đoàn ấy không được Đảng cộng sản lãnh đạo.

Bà Hoàng Thị Khánh nói, ý kiến của đồng chí Công nghe cũng có lý. Ông Trưởng ban Tổ chức lập tức có ý kiến bác bỏ: *"Chúng ta phải căn cứ vào thực tế phong trào công nhân đang đòi hỏi những gì, nguyện vọng của cán bộ trong hệ thống công đoàn hiện nay thế nào để đáp ứng. Chủ tịch Công đoàn được bầu vào Ban Thường vụ Đảng ủy để có tiếng nói, có vai vế trong hệ thống chính trị thì hoạt động mới đạt hiệu quả cao. Đó là đòi hỏi của phong trào và là nguyện vọng của cán bộ công đoàn chúng ta. Ý kiến của đồng chí Công chắc chắn sẽ bị 100% cán bộ công đoàn phản đối"*. Nghe đến đây, tất cả mọi người dự họp nghiêng hẳn về ý kiến của ông Trưởng ban Tổ chức. Bí thư Đảng đoàn Nguyễn văn Tư kết luận theo ý kiến đó.

Sau cuộc họp, ông Trưởng ban Tổ chức rỉ tai tôi: "Tôi không nói trong cuộc họp, nhưng thấy cần nói riêng với anh Công, ý kiến của anh có tính đa nguyên đấy! Chủ tịch Công đoàn đứng bên ngoài cấp ủy là bắt đầu thoát ly sự lãnh đạo của Đảng rồi"!

Lúc ấy tôi rất khó chịu, nhưng không hình dung hậu quả từ chuyện này sẽ rất khủng khiếp cho công nhân. Từ năm 2009 đến năm 2013 có hơn 5000 cuộc đình công của công nhân bị coi là bất hợp pháp. Bởi vì theo Luật lao động thì đình công phải do Công đoàn tổ chức,lãnh đạo. Từ 25 đến 27 tháng 2 năm 2016, hơn 90.000 công nhân Công ty Pou Chen của Hàn Quốc ở thành phố Hồ Chí Minh đình công. Trả lời phóng viên Tường An của Đài Á châu Tự do, chị Nga công nhân công ty này cho biết: *"Công nhân chúng tôi tự động đình công không qua tổ chức công đoàn. Tổng Liên đoàn Lao động Việt Nam cho tới nay chưa thực hiện vai trò bảo vệ quyền lợi công nhân như họ tuyên bố. Mặc dù hàng tháng, công nhân chúng tôi vẫn phải đóng tiền cho công đoàn hoạt động, nhưng về hiệu quả giúp đỡ công nhân thì hầu như không có gì"*.

Hiện nay mức lương tối thiểu nhà nước quy định doanh nghiệp trả cho công nhân chỉ đủ cho 60% mức sống tối thiểu. Do đó hơn 5000 cuộc đình công là để đòi tăng lương, vì lương tối thiểu chỉ đủ cho 60% mức sống tối thiểu. Năm

2012, Thủ tướng Nguyễn Tấn Dũng yêu cầu Tổng Liên đoàn Lao động phải "phấn đấu để hạ số vụ đình công xuống 50%". Phía công đoàn đề nghị "để giảm 50% số vụ đình công thì phải nâng lương tối thiểu đảm bảo cho mức sống tối thiểu." Cũng năm 2012, Đảng cộng sản Việt Nam đã có Nghị quyết 20 NQ–TW xác định giai cấp công nhân là giai cấp lãnh đạo cách mạng, phải "đảm bảo hài hòa lợi ích giữa công nhân và người sử dụng lao động". Khốn nỗi, người sử dụng lao động giờ đây phần lớn là "tư bản đỏ" hoặc "tư bản thân hữu" họ gắn chặt với cán bộ các cấp của Đảng, không thể chấp nhận những chính sách làm lưng hầu bao của mình. Bộ Lao động– Thương binh và Xã hội trả lời Tổng Liên đoàn Lao động "nếu điều chỉnh lương tối thiểu đảm bảo mức sống tối thiểu thì rất nhiều doanh nghiệp, đặc biệt là các doanh nghiệp thuộc ngành dệt may, da giày gia công sẽ phá sản". Quan điểm này hoàn toàn trái ngược với lý luận kinh tế theo học thuyết Mác Lê nin mà từ lâu Đảng cộng sản dùng để lôi kéo công nhân theo mình vùng lên cướp chính quyền "giá trị sức lao động được quyết định bởi giá trị của những tư liệu sinh hoạt cần thiết để nuôi sống người công nhân khiến họ có thể làm việc bình thường và nuôi sống những người trong gia đình họ, cùng những phí tổn cần thiết để công nhân học tập" (từ điển kinh tế, nhà Xuất bản Sự thật 1976, trang 516). Đảng cộng sản Việt Nam cố bám vào lợi thế lao động giá rẻ mà không nhận thức được nó không có tương lai cho đất nước. Có 59% doanh nhân Nhật Bản kêu rằng họ rất khó tìm được người lao động Việt Nam quản lý giỏi và lao động có kỹ năng.

Hiệp định TPP đang mở ra cơ hội cho công nhân lao

động thoát khỏi thứ công đoàn công cụ của Đảng, giành quyền thành lập Công đoàn bảo vệ quyền lợi chính đáng của mình. Từ mấy tháng nay nội bộ công đoàn có nhiều phiên họp tìm hình thức mị dân để chống đỡ với quyền tự do công đoàn. Giữa lúc đó Phòng Thương mại Công nghiệp Việt Nam (VCCI) xúc tiến việc bình chọn các quy định pháp luật tốt nhất và tồi nhất. Nhiều doanh nhân cho rằng điều luật quy định trích 2% quỹ tiền lương cho kinh phí công đoàn là tồi nhất(Luật Công Đoàn). Bởi vì khoản tiền trích 2% từ quỹ lương làm căn cứ đóng bảo hiểm xã hội của toàn bộ người lao động là chi phí xã hội rất lớn, nhưng không mang lại hiệu quả xã hội rõ ràng. Nếu số tiền đó được chủ sử dụng lao động giữ lại thì có thể giúp tăng lương cho người lao động hoặc đầu tư cho tư liệu sản xuất giúp tăng năng suất lao động. Hơn nữa, việc yêu cầu doanh nghiệp đóng "công đoàn phí" sẽ làm giảm tính độc lập của công đoàn. Quỹ tiền lương của doanh nghiệp chiếm khoảng 20% cơ cấu giá thành sản phẩm, khi chi phí tăng thêm 2% thì giá thành sản phẩm tăng 0,4%.Về lý thuyết, công đoàn là tổ chức đối đầu với giới chủ,vậy việc buộc giới chủ đóng tiền cho một tổ chức đối đầu với mình là không hợp lý!

Tổng Liên đoàn Lao động phản ứng vô cùng gay gắt, kiến nghị lãnh đạo Đảng cộng sản ra lệnh cho Phòng Thương mại– Công nghiệp phải chấm dứt việc bình chọn này. Báo Lao Động đăng cả trang ý kiến phản đối việc bình chọn nói trên. Ông Nguyễn Văn Pha phó chủ tịch Mặt trận Tổ quốc Việt Nam cho rằng: "Không thu kinh phí công đoàn thì thiệt thời nhất là người lao động". Nhưng nhiều người, trong đó có công nhân cho rằng: Mọi người có quyền bày tỏ nhận xét của mình về những quy định mà mình cho rằng không hợp lý.Tổng Liên đoàn Lao động thay vì phản ứng thì nên công khai báo cáo kết quả quản lý sử dụng tài chính công đoàn, vào mục đích gì, hiệu quả ra sao, để chứng tỏ quy định trên là tốt. Nhiều công nhân cho rằng *"Công đoàn là của Đảng chứ không phải của công nhân. Đảng này là của những "tư bản đỏ", "tư bản thân hữu", "tư bản hoang dã". Công nhân chúng ta phải đòi hỏi một công đoàn độc lập, do mình bầu ra để bảo vệ quyền lợi của mình!"*

HẦU BAN TUYÊN HUẤN.

Làm báo trong chế độ xã hội chủ nghĩa ngán nhất là phải hầu Ban tuyên huấn. Lâu nay khi bàn về tự do báo chí, người ta thường cho rằng vấn đề chủ yếu là được phép ra báo tư nhân. Không đúng! Sau tháng 4 năm 1975, Đảng cộng sản đã từng cho phép Tin Sáng và Đứng Dậy (Đối Diện của Chân Tín Nguyễn Ngọc Lan trước 1975) tái xuất bản. Nhưng cả hai tờ báo này hoàn toàn không có quyền tự do ngôn luận, tự do báo chí. Bởi vì hàng tuần họ phải đến nghe đại diện Ban Tuyên huấn của Đảng chỉ đạo: Việc nào được phép nói, và nói to hay nói nhỏ; việc nào tuyệt đối không được đụng tới, không được nói bóng nói gió. Đó là biện pháp "siêu kiểm duyệt". Vậy mà cuối cùng Đảng vẫn không yên tâm, đã cho họ "hoàn thành nhiệm vụ". Do đó, tự do báo chí trước hết là không bị Đảng cầm quyền chỉ đạo. Suốt đời "làm báo cách mạng" tôi phải chịu sự chỉ đạo và nhiều lần phải đi "hầu ban tuyên huấn". Xin kể vài chuyện.

Báo Xuân năm 1990, Hội Nhà báo tổ chức chấm giải báo

đẹp có thưởng. Báo Lao Động được giải B, không có giải A. Ban tổ chức cho biết lẽ ra Lao Động được giải A, nhưng vì đăng quảng cáo ở trang bìa, dù là bìa phụ, làm mất tính trang nghiêm nên bị hạ xuống giải B. Tôi nói, nếu vì lý do đó thì tôi không nhận giải, vì không chấp nhận cái gọi là mất tính trang nghiêm ở đây. Sau chuyện này, phó ban Tuyên huấn Hữu Thọ đưa ra góp ý trong cuộc họp đầu năm, lấy báo Nhân Dân để so sánh, coi đăng quảng cáo như dấu hiệu chạy theo thương mại. Khi lên Trưởng ban Tuyên huấn, Hữu Thọ nhiều lần góp ý với tôi là nên đưa hai mục "Nói hay đừng" do Ba Thợ Tiện viết và "Tranh biếm liên hoàn" của Chóe ở trang nhất vào bên trong, với lý do là "phải giữ cho trang nhất một không khí trang nghiêm". Tôi trả lời ông, bạn đọc cần nghiêm túc, chính xác, bổ ích chứ không cần trang nghiêm. Sau vụ tố cáo âm mưu diễn biến hòa bình, tôi bị cho về hưu, Hữu Thọ lại nhắc nhở Tổng biên tập Phạm Huy Hoàn điều này, hai mục trên được đưa vào trong cho tới nay.

Năm 1992 nhà báo Lưu Trọng Văn đặt câu hỏi với nhạc sĩ Trần Kiết Tường rằng "bài hát 'Hồ Chí Minh đẹp nhất tên người' ông sáng tác trong hoàn cảnh nào?". Nhạc sĩ Trần Kiết Tường trả lời: "Sở dĩ sáng tác được bài này là nhờ tôi ở ngoài Đảng." Đọc câu này tổng thư ký tòa soạn Lý Quý Chung và phó tổng biên tập Hồng Đăng đều ngạc nhiên và thích thú, nhưng lại sợ bị quy "quan điểm, lập trường" nên chờ tôi đọc và yêu cầu, nếu tổng biên tập đồng ý thì xin cho một chữ ký dưới hai chữ "đã duyệt".

Đọc câu trả lời của nhạc sĩ Trần Kiết Tường tôi nhớ ngay

đến chuyện Ban giám khảo văn nghệ Nam Bộ thời chống Pháp do ông Hà Huy Giáp phó bí thư kiêm Trưởng ban tuyên huấn Trung ương Cục miền Nam phê phán bài "Tiểu đoàn 307" của Nguyễn Hữu Trí đảng viên, đại đội phó, trưởng ban quân nhạc khu 8 là một bài hát lai căng cả nhạc và lời. Ý kiến phê bình vô lý đó đã khiến Nguyễn Hữu Trí rời bỏ quân ngũ về ở ẩn tại Cần Thơ quê nhà, còn Nguyễn Bính thì ra bờ sông ven Huyện Sử, mở quán bán sách báo. Ở vùng mỏ Quảng Ninh năm 1967, tại cuộc triển lãm tranh của các họa sĩ trong tỉnh, ông Ủy viên Ban thường vụ Tỉnh ủy đã to tiếng phê bình một bức tranh vẽ cây cổ thụ cành lá quấn quýt xum xuê: "Tác giả bức tranh này không quán triệt nhiệm vụ phát triển ngành than, nền kinh tế chủ yếu của tỉnh nhà. Nếu trồng toàn những cây có cành lá uốn éo cong queo thế này thì làm sao có gỗ ngay thẳng để chống lò? Tất cả các mỏ hầm lò chắc chắn phải ngừng khai thác?". Ý kiến trên đã được tờ báo địa phương in chữ đậm và tác giả của nó được suy tôn là "vị Các– mác của tỉnh nhà!". Nhà văn Sơn Nam, người đã từng được Ban giám khảo do Hà Huy Giáp lãnh đạo chấm giải nhất những tác phẩm "Bên rừng Cù lao Dung" và "Tây đầu đỏ", nhưng sau 20 năm "sống trong lòng địch" đã bị "tự diễn biến" cho nên nhiều lần "nói lén" với tôi: "Ông Công này, bao giờ còn dưới sự lãnh đạo của Đảng các ông thì không thể có tác phẩm 'ra hồn' được đâu". Do đó, tôi quyết định phải công bố ý kiến của Trần Kiết Tường.

Quả nhiên báo in bài này vừa phát hành đã bị Bộ Văn hóa Thông tin phê bình trong Bản thông báo hằng tuần, tiếp theo là Ban Tư tưởng– Văn hóa chất vấn trong cuộc họp với các

Tổng biên tập do Trưởng ban Trần Trọng Tân chủ trì.

Trả lời câu hỏi tại sao lại cho đăng "ý kiến oái oăm này", tôi đáp: Theo tôi được biết, bản nhạc này vừa ra đời đã bị Tố Hữu phê bình là ủy mị không thể hiện đúng đắn tình cảm lành mạnh của nhân dân anh hùng ca ngợi lãnh tụ anh minh của mình. Trước nguy cơ bản nhạc sắp bị cấm, một số người đã đưa nó vào đêm nhạc giải trí của Chủ tịch Hồ Chí Minh. Cụ Hồ nghe bài hát ca tụng mình, đã rưng rưng xúc động. Một lúc sau, Cụ hỏi "chú nào là tác giả bài hát này?". Câu hỏi ấy đã cứu bài hát khỏi bị bức tử và sau đó được xuất hiện trên các sân khấu ca nhạc nhiều hơn hẳn so với các bài ca ngợi Cụ Hồ trước kia. Tôi đã trả lời chất vấn của Ban văn hóa Tư tưởng rằng, đăng ý kiến trung thực của nhạc sĩ Trần Kiết Tường tác giả bài hát là để ngăn chặn những người lãnh đạo bảo thủ dùng quyền lực giết chết sự sáng tạo của nghệ sĩ đã từng xảy ra nhiều lần. Tôi kể từ bài "Tiểu đoàn 307" thời chống Pháp đến tiểu thuyết "Vào đời" của Hà Minh Tuân, tiểu thuyết "Mùa hoa giẻ" của Văn Linh, thơ "Trò chuyện với Thúy Kiều" của Lý Phương Liên... đã bị bức tử ở thời xã hội chủ nghĩa.

Ông Trần Trọng Tân im lặng hồi lâu rồi nói: "Tuy vậy những ý kiến này chỉ nên trao đổi trong nội bộ, chưa nên phổ biến trên truyền thông đại chúng gây những suy diễn không có lợi cho sự lãnh đạo của Đảng ta trên mặt trận văn hóa văn nghệ vốn rất phức tạp đã từng xẩy ra Nhân văn Giai phẩm". Sau đó ông chuyển sang vấn đề khác.

Năm 1991 trong vòng một tháng báo Lao Động có 4 bài phê bình 4 vị Bộ trưởng.(Bộ trưởng Bộ Y tế Phạm Song lem nhem giành nhà cửa; Thống đốc Ngân hàng Nhà nước Cao Sĩ Kiêm không nghiêm túc thực hiện sắc lệnh đổi mới ngân hàng; Bộ trưởng Lâm nghiệp Phan Xuân Đợt phá rừng mà không trồng rừng bù lại; Bộ trưởng Năng lượng Vũ Ngọc Hải chậm xây dựng nhà máy điện). Tôi được Ban Tư tưởng Văn hóa mời riêng để góp ý. Lúc này ông Trần Trọng Tân đã vào Sài Gòn làm Phó bí thư Thành ủy. Ông Hữu Thọ lên Trưởng ban. Tôi nói, tất cả các bài báo đều rất chính xác. Nếu các Bộ trưởng không đồng ý thì xin cứ gửi bài phản biện, chúng tôi sẽ trả lời đúng quy định của pháp luật. Trưởng ban Hữu Thọ cười đáp: "Hôm nay Ban không mời Tổng Biên tập Tống Văn Công mà mời đảng viên Tống Văn Công, cho nên chúng ta không nói chuyện pháp luật mà chỉ nói về ý thức trách nhiệm của đảng viên đối với Chính phủ do Đảng mình lãnh đạo". Tôi nói, dù chỉ xét về trách nhiệm đảng viên cũng vẫn phải căn cứ theo luật pháp chứ anh. Hữu Thọ cười, rồi thân tình nói bỗ bã theo kiểu bạn bè: "Tao hỏi mày, một Chính phủ mà chỉ trong một tháng bị mày phê phán te tua tới bốn vị Bộ trưởng thì còn đâu uy tín với trong, ngoài nước?" Tôi đáp, nếu Chính phủ chân thành tiếp thu phê bình và có cách sửa chữa tốt thì uy tín không hề giảm mà càng tăng cao, và quan trọng hơn là đất nước phát triển, nhân dân được lợi.

Trong số báo 96–97–98 năm 2012 báo Lao Động tôi có kể lại câu chuyện trên. Trong dịp gặp nhau ở Hà Nội, Hữu Thọ vui vẻ nói "tao có đọc bài mày chửi tao. Thù dai thế!"

VU CÁO ÂM MƯU DIỄN BIẾN HÒA BÌNH.

Ở thập kỷ 80 hầu hết các báo ở Trung ương trong đó có báo Lao Động đều được bù lỗ từ tiền của ngân sách. Ban Tài chính Tổng Liên đoàn Lao động giao khoán cho Ban biên tập báo Lao Động "định mức số tiền được phép lỗ". Cuối năm nếu số tiền bị lỗ thấp hơn định mức thì được coi là "lãi" và được thưởng vì đã "có lãi"! Tờ báo được mua từ quỹ công đoàn, hoàn toàn không bán được ở các sạp báo ngoài thị trường.

Tôi đề nghị với Chủ tịch Tổng liên đoàn lao động Phạm Thế Duyệt 2 điều và được ông chấp nhận:

– Nếu báo Lao Động thoát khỏi bù lỗ thì được phép chi trả nhuận bút vượt quy định của Bộ Thông tin – Văn hóa và trả phụ cấp cho phóng viên không theo quy định của ban Tài chính Tổng Liên đoàn Lao động Việt Nam.

– Tổng biên tập có quyền sắp xếp lại nhân sự của cơ quan báo Lao Động: giảm biên chế, bãi chức vụ những người không đủ năng lực; sau khi có đủ khả năng tài chính tự trang trải chi thu thì có quyền tăng biên chế theo sự cần thiết để phát triển tờ báo

Khi tôi nhận làm tổng biên tập, tổ chức nhân sự của báo là một hệ thống thứ bậc "sống lâu lên lão làng", hoặc "kinh qua trường Đảng". Tất cả các trưởng ban, trưởng phòng đều là đảng viên "4 tốt", đã học qua trường Đảng, nhưng không đủ năng lực để đảm đương chức vụ. Có những trường hợp kỳ quặc như: Anh V. là lái xe lâu năm được đề bạt làm Chánh văn phòng, anh Q. chữa morat lâu năm được đề bạt làm Tổng thư ký tòa soạn, cô B. đánh máy lâu năm được lên phóng viên đặc biệt (phóng viên có 6 bậc, trên bậc 6 là phóng viên đặc biệt ngang với bậc chuyên viên của công chức). Có ba phóng viên có năng lực hơn hẳn các trưởng ban, nhưng do chưa vào Đảng nên không được đề bạt là: Phạm Huy Hoàn, Trần Đức Chính, Nguyễn An Định. Đảng ủy cơ quan báo Lao Động (đều là các trưởng ban, trưởng phòng) viện mọi lý do để không cho 3 người này vào Đảng vì sợ họ vượt qua mình: Anh Chính bị cho là tự cao, tự đại; anh Hoàn bị loại vì xuất thân từ gia đình tư sản; anh Định có bố theo đạo công giáo. Tôi quyết định đề bạt 3 anh này lên trưởng ban. Sau khi họ làm tốt chức trách của trưởng ban, Đảng ủy không có lý do chính đáng để ngăn họ vào Đảng. Sau này Phạm Huy Hoàn kế nhiệm tôi. Sau khi nghỉ hưu, anh làm Tổng biên tập báo mạng Dân Trí cho đến nay. Anh Trần Đức Chính làm Phó Tổng biên tập báo Lao Động, sau đó là Tổng biên tập báo Nhà báo và Công luận, hiện nay anh vẫn đều đặn có bài trào lộng ở mục "Nói hay đừng" trên báo Lao Động với bút danh Lý Sinh Sự nổi tiếng. Nguyễn An Định là cây bút tài hoa, nhưng mất sớm. Trong số hơn 30 phóng viên đã phải loại ra 10 người không biết viết! Để anh em này yên tâm ra đi, chúng tôi nâng lương cho mỗi người lên hai bậc. Việc tinh giản bộ máy như thế này là chưa từng có. Đồng thời với việc tinh giản bộ máy, chúng tôi tuyển dụng những cây bút có nghề.

Lúc ấy Sài Gòn đã có ba tờ báo ngày và đều tỏ ra có sức sống ở thị trường hơn hẳn các tờ báo ở Trung ương. Trong đó có tờ Tuổi Trẻ, trước năm 1981 còn là tờ báo yếu nhất (năm 1981, báo Sài Gòn Giải phóng 90.000 tờ/kỳ; Báo Phụ nữ

Thành phố và Công nhân giải phóng 25.000tờ/kỳ; Tuổi Trẻ 10.000 tờ/kỳ). Sau khi báo Tin Sáng bị đình bản, các nhà báo Lý Quý Chung, Trần Trọng Thức, Võ Văn Điểm về báo Tuổi Trẻ, biến tờ báo này trở thành tờ báo đi đầu đổi mới. Lẽ ra các nhà báo này phải được quý trọng, nhưng ngược lại Thành đoàn và ban biên tập Tuổi Trẻ thường tỏ ra không mặn đối với họ, những người xuất thân từ chế độ cũ thường bị BanTuyên huấn Đảng và cơ quan an ninh săm soi. Đó là thời cơ để chúng tôi "trải thảm" mời các bạn ấy về báo Lao Động. Anh Hữu Tính trưởng cơ quan miền Nam được giao nhiệm vụ tiếp xúc mời mọc các anh. Nhiều nhà báo giỏi muốn rời Tuổi Trẻ sang với chúng tôi: Lý Quý Chung, Trần Trọng Thức, Hoàng Thoại Châu, Huỳnh Dũng Nhân, Quang Đồng, Kim Phi, Phan Tùng. Tất cả các anh nàyđều yêu cầu tôi nhận thêm anh Hồng Đăng vừa rời nhiệm vụ trợ lý báo chí của Tổng bí thư Nguyễn Văn Linh. Anh em đề nghị như vậy có lẽ vì họ biết tôi có chỗ rất yếu về chính trị là không được lòng Tổng bí thư Nguyễn Văn Linh. Tôi bảo họ ở đây đang thừa cán bộ chính trị, chỉ cần người giỏi nghề như các anh. Anh Lý Quý Chung bảo: "Hồng Đăng không phải chỉ là cán bộ chính trị mà cũng rất giỏi nghề. Chúng tôi cần có anh ấy". Anh Hoàng Thoại Châu thuyết phục tôi gần một tiếng đồng hồ để tôi tin rằng Hồng Đăng tương lai sẽ là một "ngôi sao lãnh đạo báo chí cách mạng". T ôi miễn cưỡng nhận Hồng Đăng vì chiều ý anh em. Tôi không lường được anh này rất có ý thức lợi dụng "gót chân Achile" của tôi là bị Nguyễn Văn Linh ghét và các anh giỏi nghề đều có vấn đề về lý lịch: Lý Quý Chung là Bộ trưởng Chính phủ Dương văn Minh, Trần Trọng Thức là sĩ quan, biên tập viên Việt

Tấn xã, nhà thơ Hoàng Hưng đã bị tù 3 năm, họa sĩ Chóe vừa ra tù sau 10 năm...

Bằng sự từng trải nghề nghiệp, Lý Quý Chung nhận xét theo ngôn ngữ bóng đá: "Báo Lao Động là một đội hình đẹp như mơ"! Lý Quý Chung thiết kế tờ báo Lao Động Chủ Nhật với sự góp ý của Trần Trọng Thức. Trong buổi họp trước khi in báo, ông Nguyễn Văn Dòng giám đốc Nhà in chân thành góp ý: "Tờ báo ăn khách hay không chủ yếu là do nội dung, chứ không phải hình thức Các anh chủ trương in 4 màu thì giá thành tờ báo rất cao, bán mắc, khó lòng được bạn đọc chấp nhận". Trái lại, tất cả chúng tôi tin rằng với nội dung hấp dẫn, bạn đọc sẽ vui lòng bỏ thêm tiền để nó có hình thức đẹp, làm một bó hoa trao cho bạn đọc ngày chủ nhật.

Số báo thứ 8 ra ngày 11–3–1990 đưa tới bước ngoặt khi đăng bài "Xưởng nước hoa Thanh Hương tồn tại đến bao giờ?" nói về chuyện huy động vốn 19 tỉ đồng với lãi suất 14% trong khi sản xuất thu lãi chưa tới 2 triệu đồng/ tháng của Nguyễn Văn Mười Hai. Loạt bài về nước hoa Thanh Hương đã đưa số lượng in của tờ báo tăng vọt. Lao Động Chủ Nhật thắng lớn đưa tới quyết định xuất bản ba kỳ báo / tuần, cũng rất thành công. Cả ba kỳ báo đều phát hành ra sạp trên toàn quốc với số lượng cao nhất trong các báo Trung ương. Tôi từ chối ứng cử vào Ban chấp hành Tổng Liên đoàn Lao động, để đề cử người trẻ tuổi Hồng Đăng. Hồng Đăng đắc cử vào Ban chấp hành Tổng Liên đoàn Lao động với số phiếu rất cao. Cuối năm 1993, tôi nói với Hồng Đăng, mình rất yên tâm để nghỉ hưu vì đã có chú kế nhiệm.

Vẫn biết quyền lực làm tha hóa con người, nhưng ở

trường hợp Hồng Đăng thì vừa "đỗ ông nghè đã đe hàng tổng." Sau Đại hội Công đoàn toàn quốc khoảng hai tháng, tôi vào Sài Gòn thì hôm sau, bốn anh Lý Quý Chung, Trần Trọng Thức, Hoàng Thoại Châu, Nguyễn Hữu Tính yêu cầu gặp riêng. Mỗi người kể một số biểu hiện không hay của Hồng Đăng. Nói chung là hách dịch, độc đoán, không minh bạch trong thu, chi. Cuối buổi gặp, anh Lý Quý Chung lại đề nghị, khi góp ý với Tám Đăng xin anh giữ kín chuyện bốn anh em chúng tôi gặp anh hôm nay. Trong "Hồi ký Không tên", khi nhắc lại chuyện đổ vỡ của tập thể chủ chốt báo Lao Động, anh Lý Quý Chung viết "tôi cho rằng trong cương vị tổng biên tập, anh Tống Văn Công thiếu sự quyết đoán và không kịp thời chận đứng những lệch lạc trong nội bộ, khiến cho con đường phát triển độc đáo của tờ báo – một tờ báo mang tính đột phá về nghề nghiệp ở thời điểm đó – bị khựng lại giữa lúc đầy hưng phấn". Cái lỗi "không kịp thời chận đứng" của tôi có một phần từ yêu cầu "giữ kín" của anh!

Cuối năm 1993 tôi cao hứng làm một bài thơ và nộp bài cho nhà thơ Hoàng Hưng Trưởng ban Văn hóa – Văn nghệ, trước khi ra Hà Nội. Trong khi làm báo Xuân, Lý Quý Chung vẫn hay gọi điện cho tôi tán chuyện. "Tán" với nhau một lúc, tôi chợt hỏi, bài thơ của mình có được Hoàng Hưng duyệt cho vào báo Xuân không? Lý Quý Chung đáp có, nhưng không phải vào báo Xuân mà là báo Tết. Ngưng mấy giây, anh hỏi thêm, anh thấy sao? Tôi nói, được vô báo Tết cũng khoái, nhưng vô báo Xuân thì khoái hơn. Chung nói, thế à? Không ngờ sau đó anh đưa bài thơ vô báo Xuân. Trong cuộc họp cuối năm, Hồng Đăng đã gay gắt phê bình

Lý Quý Chung là "vô tổ chức, vô kỷ luật, tùy tiện đưa bài thơ đã được người chủ biên xếp vào báo Tết chuyển qua báo Xuân mà không xin ý kiến". Lý Quý Chung trả lời, anh thấy không cần xin ý kiến là vì: 1/ bài đã được duyệt, tức là nội dung không có vấn đề; 2/ bài không hề kém những bài đã được chọn cho trang thơ báo Xuân. Đến đây thì Hồng Đăng nổi nóng, dùng những từ ngữ mà Lý Quý Chung gọi là "xài xể". Sở dĩ Lý Quý Chung quá bức xúc là vì trước đó một tuần có một việc xảy ra khi Hồng Đăng đi vắng, anh Chung trực tiếp báo cáo ra Hà Nội cho tôi. Biết chuyện này, Hồng Đăng đã to tiếng phê bình anh Chung ngay giữa sân cơ quan, "từ nay ông đừng làm việc với tôi mà cứ trực tiếp với Hà Nội"!

Tết năm 1994, từ Hà Nội tôi vừa về tới Sài Gòn thì các anh Lý Quý Chung, Trần Trọng Thức, Hoàng Thoại Châu, Nguyễn Hữu Tính yêu cầu gặp và đưa ra yêu cầu: Cả bốn người không thể cộng tác với Hồng Đăng, nếu tổng biên tập chọn Hồng Đăng thì ngay ngày mai cả bốn người xin thôi việc. Tôi gặp Hồng Đăng bàn cách hòa giải. Không ngờ vừa nghe nửa chừng, anh đứng lên nói to, "anh bảo cho bốn anh đó biết để họ yên tâm, ngay bây giờ, tôi thôi việc"! Nói xong, anh bước nhanh ra cửa. Tôi gọi giật lại, "Chú Tám, chú nên bình tĩnh cùng tôi hòa giải với anh em". Hồng Đăng xua tay rồi đi nhanh không ngoái lại. Mồng 4 Tết, tôi phải ra Hà Nội để kịp dự cuộc họp do Ban Tư tưởng Văn hóa triệu tập. Hai hôm sau, khoảng 9 giờ tối, Hồng Đăng gọi điện thoại: "Anh ơi, tôi gọi để báo với anh một tin quá bất ngờ. Bên an ninh người ta phát hiện là ở cơ quan mình có một âm mưu chính trị diễn biến hòa bình nhằm vô hiệu hóa tôi, người mà họ cho là có vai trò 'gác cổng chính trị'! Theo cơ quan an ninh thì người chủ mưu vụ này là Lý Quý Chung". Tôi không thể ngờ Hồng Đăng có thể phản đòn bằng cách vu khống chính trị bẩn thỉu như vậy. Dù rất tức giận, nhưng tôi cũng cố ôn tồn: "Chú Tám à, mấy anh em này vốn là những người rất quý chú. Chú cũng là người nhiều năm qua có nhận xét rất tốt về họ khi làm việc với cơ quan an ninh. Nay dù họ bất mãn, có phản ứng quá đáng, nhưng chú là người lãnh đạo, trước hết nên tự xét mình và nên rộng lượng đối với anh em, không nên đánh lại anh em bằng đòn chính trị! Tôi không thể đồng tình với chú trong chuyện này". Hồng Đăng đáp: "Anh ơi, tại sao anh lại nói như vậy, tôi xin nhắc lại, đây là phát hiện của cơ quan an ninh. Tôi vừa mới biết đã vội báo ngay cho anh". Tôi nói, chúng ta dừng câu chuyện ở đây để hai anh em mình cùng suy nghĩ, sau 30 phút tôi sẽ gọi lại chú. Sau này tôi mới biết, ngay hôm tuyên bố bỏ việc về nhà, Tám Đăng gọi hai anh cán bộ báo Quân Đội Nhân Dân ở bộ phận phía Nam đã nhiều năm làm công việc chữa morat cho tờ Lao Động Chủ Nhật, bàn cách tố giác "âm mưu chính trị" tới Cục 2 (từ năm 1995 là Tổng cục 2) và ông Lê Khả Phiêu, Thường trực Ban Bí thư Trung ương Đảng và ông Nguyễn Văn Linh cố vấn Ban chấp hành Trung ương Đảng. Từ đó đưa tới cuộc họp của Bộ Chính trị do Tổng bí thư Đỗ Mười chủ trì, đưa ra kết luận 4 điểm: "1– Đội ngũ báo Lao Động do Tống Văn Công tập hợp không đảm bảo an ninh chính trị. 2– Từ ngày Tống Văn Công làm tổng biên tập có nhiều loạt bài làm Bộ Chính trị không yên tâm. 3– Báo Lao Động là cơ quan ngôn luận của Tổng Liên đoàn Lao động Việt Nam tại sao Tống Văn Công đặt phòng thư ký tòa soạn ở Sài Gòn?

4– Hiện nay có tố giác đang xảy ra âm mưu diễn biến hòa bình.

Dừng nói với Hồng Đăng, tôi gọi điện thoại cho anh Khổng Minh Dụ, Cục phó A 25. Gia đình cho biết anh Dụ còn ở cơ quan. Tôi gọi lên cơ quan. Sau khi nghe tôi kể, anh nói, giờ này tôi còn ở cơ quan là để giải quyết những chuyện chính trị, nhưng không phải của báo Lao Động. Ở báo Lao Động chỉ là mất đoàn kết nội bộ, chứ chả có chính trị chính em gì cả. Nghe vậy tôi có phần yên tâm, nhưng lại nghĩ, Hồng Đăng có thể đã đánh động tới Chủ tịch Tổng Liên đoàn Lao động Nguyễn Văn Tư, tôi liền đến nhà ông. Ông Tư mở cửa, dưới ánh điện, mặt ông đỏ rực vẻ hết sức căng thẳng nói, tôi định gọi anh thì may quá, anh đã tới. Tôi hỏi lại, chú Tám Đăng vừa gọi cho anh phải không? Anh yên tâm, anh Khổng Minh Dụ cục A 25 vừa cho tôi biết, ở báo Lao Động chỉ là mất đoàn kết, chẳng có vấn đề chính trị chính em gì cả. Ông Tư lắc đầu, không phải từ A 25! Đây là Cục 2 tình báo quân đội, họ đã báo cáo với Bộ chính trị! Anh gọi điện ngay cho Hồng Đăng để tôi nói chuyện. Tôi quay điện thoại trên bàn ông Tư. Vợ Hồng Đăng trả lời, anh Công à, anh Tám đi vắng, sáng mai anh hẳn gọi nha. Tôi bảo, cô đi tìm chú Tám ngay, bảo anh Tư cần nói chuyện. Nghe vậy vợ Hồng Đăng vội vã gọi to, anh Tám ơi, dậy, dậy nói chuyện với anh Tư. Thì ra, sau khi bắn mũi tên "chính trị", chú ta đi ngủ, không cần nói gì với tôi nữa. Ông Tư chỉ nói một câu: Sáng mai chú phải đến cơ quan, ngày kia, tôi với anh Công sẽ vào. Ông Tư họp cơ quan miền Nam báo Lao Động, cho biết ông đã nhận được nhiều dấu hiệu mất đoàn kết trong anh em, nên muốn được nghe ý kiến từng người. Sau hai tuần, nghe ý kiến tất cả anh em, ông Tư họp cơ quan nói rõ nhận xét của mình: Không có âm mưu chính trị nào cả mà chỉ do mất đoàn kết nội bộ. Nguyên nhân là do anh Tống văn Công quá tin tưởng, giao quyền cho anh Hồng Đăng rộng quá mà thiếu sự kiểm soát. Anh Hồng Đăng lạm quyền, độc đoán, không tôn trọng anh em, hoạt động kinh doanh ngoài tờ báo không minh bạch. Từ ngày mai, anh Công phân công lại tòa soạn, sau đó từng thành viên trong ban biên tập phải tự kiểm điểm trách nhiệm của mình về tình trạng mất đoàn kết nghiêm trọng hiện nay.

Tôi nói với Hồng Đăng, vì mấy anh em ở ban thư ký tòa soạn không chịu cộng tác với chú, nên tạm thời chú làm việc ở vòng ngoài, bao giờ hòa giải với nhau xong tôi sẽ đưa chú trở lại vị trí cũ. Tám Đăng phản ứng rất ngớ ngẩn, anh ạ, tôi xin nhắc anh, chức vụ của tôi là do Tổng Liên đoàn Lao động Việt Nam bổ nhiệm đấy. Tôi bảo, chức vụ của chú là do tôi đề nghị Tổng Liên đoàn Lao động bổ nhiệm, phó tổng biên tập là người giúp việc cho tổng biên tập, có đúng thế không? Hồng Đăng cười gượng. Nhưng sau đó, anh ta tiếp tục xui giục một số người thân cận gây rối. Loan truyền tin tức về Cố vấn Nguyễn Văn Linh đang rất quan tâm đến người trợ lý cũ của mình bị vô hiệu hóa. Ngấm ngầm vận động anh em ký tên vào bản kiến nghị gửi lên Trung ương Đảng yêu cầu khôi phục vai trò người "gác cổng chính trị" ở báo Lao Động. Phan Tùng trưởng ban Quốc tế (nhân vật mà trước đó 2 năm nhà văn Bùi Việt Sĩ cho là có nhân tướng phản phúc) viết lá thư hướng dẫn cô Thanh Vân nhân viên ban thư ký tòa soạn cách gài bẫy Tổng thư ký Tòa soạn Lý Quý Chung bằng bản tin về vụ Thiên An Môn. Cô Thanh

Vân xem thư xong đã xé nhỏ ném vào sọt rác. Anh Trần Thức (nguyên giảng viên Trường Đại học Sư phạm Huế, lúc đó làm công việc sửa morat) nhìn thấy, đã moi từng mảnh nhỏ của lá thư, dán lại trên trang giấy, nộp cho Tổng biên tập. Tôi gọi Phan Tùng, đưa lá thư bị xé đã được dán lại, yêu cầu anh viết bản tự kiểm điểm nói rõ anh viết lá thư này nhằm mục đích gì. Phan Tùng không tự kiểm điểm mà viết bản tường trình kể rằng mình nhận nhiệm vụ do Đảng cấp trên giao nhằm phát hiện bọn âm mưu diễn biến hòa bình trong tờ báo. Tôi bảo, Phan Tùng ghi rõ tên người thay mặt Đảng cấp trên chỉ đạo anh làm việc này, tôi sẽ xem anh là người có công làm nhiệm vụ đặc biệt cho Đảng, tuy có sơ suất. Nếu anh không nói được tên người chỉ đạo thì ngay ngày mai tôi mời họp chi bộ đuổi anh ra khỏi Đảng, sau đó cho anh hưởng ba tháng lương để đi tìm việc nơi khác. Phan Tùng không thể tin rằng tôi là một kẻ có tên trong sổ đen vì âm mưu diễn biến hòa bình, lại có thể đuổi ra khỏi "Đảng quang vinh" một người có lý lịch như anh ta: Nguyên chiến sĩ quân tình nguyện Việt Nam ở Campuchia, con rể ông Phan Văn Dỉnh Tổng cục trưởng Tổng cục thuế, cánh tay phải của nguyên trợ lý báo chí Tổng bí thư Nguyễn Văn Linh! Phan Tùng nộp bản tường trình mới khẳng định: "không thể công khai tên của đồng chí cấp trên, vì đó là nguyên tắc của Đảng". Tôi họp đảng bộ báo Lao Động cả miền Bắc và miền Nam, chỉ trừ 3 phiếu của Phan Tùng, Tám Đăng, Tư Hạnh (vợ Tám Đăng), còn lại đều biểu quyết khai trừ Phan Tùng ra khỏi Đảng. Sau đó, Phan Tùng xin về Liên hiệp Hợp tác xã thành phố Hồ Chí Minh.

Đoàn kiểm tra của Ủy ban kiểm tra thuộc Tổng Liên đoàn

Lao động kết luận các hoạt động kinh tế ở cơ quan báo Lao động thường trú Miền Nam do Hồng Đăng trực tiếp điều hành có 5 sai phạm nghiêm trọng: Mua bán đất Cầu Tre vi phạm luật đất đai; mua bán ở phòng kinh doanh và thu chi tiền quảng cáo không minh bạch. Đảng bộ báo Lao Động quyết định khai trừ Hồng Đăng ra khỏi Đảng và được Đảng ủy cơ quan Tổng Liên đoàn Lao động Việt Nam chấp nhận. Chủ tịch Tổng Liên đoàn Lao động quyết định cách chức phó tổng biên tập và buộc thôi việc đối với Hồng Đăng. Suốt hai tháng thực hiện việc "kiểm điểm", số đông anh em, nhất là các cán bộ chủ chốt của tờ báo quan tâm cách xử lý đối với tôi. Lãnh đạo Tổng Liên đoàn Lao động biết điều đó nên đã luôn trấn an là "anh Công sẽ còn tiếp tục làm việc" và tổ chức thăm dò xem những ai sẽ nghỉ việc nếu tôi bị buộc phải nghỉ hưu. Ngày 9 tháng 10 năm 1994, anh Nguyễn Hữu Tính trưởng cơ quan miền Nam báo Lao Động có thư báo cáo Tổng Liên đoàn Lao động là đã có 19 người gặp anh "bày tỏ sẽ nghỉ việc ngay". Trong đó có Lý Quý Chung tổng thư ký tòa soạn, Trần Trọng Thức trưởng ban kinh tế, Hoàng Thoại Châu (bút danh Ba Thợ Tiện), họa sĩ Chóe, Lê Xuân Tiến trưởng ban thể thao, Đinh Quang Hùng trưởng ban in ấn và phát hành báo, Lưu Trọng Văn cây bút phóng sự điều tra sắc bén. Từ danh sách này bà Hoàng Thị Khánh phó chủ tịch Tổng Liên đoàn Lao động chọn mời 4 người mà bà cho là quan trọng nhất đối với chất lượng tờ báo là Lý Quý Chung, Trần Trọng Thức, Chóe, Ba Thợ Tiện để "công tác tư tưởng". Bà nói tờ báo không phải của riêng anh Tống Văn Công mà nó là của giai cấp công nhân và tổ chức Công đoàn.

Tổng Liên đoàn Lao động vừa muốn bảo vệ tôi để giữ

được những nhà báo giỏi, vừa muốn chứng tỏ đã tôn trọng các kết luận của Bộ chính trị. Phương án giải quyết được chọn là: Tôi không còn là tổng biên tập mà là "cố vấn" hoặc "phó tổng biên tập", nhưng vẫn là người thực sự điều hành tờ báo y như trước. Các nhà báo có vai trò chủ chốt đứng đầu là Lý Quý Chung không chịu như vậy. Lý Quý Chung nói: "Chỉ thêm chữ Q. trước ba chữ tổng biên tập tôi cũng thôi việc, chứ chưa cần hạ xuống phó tổng biên tập" (thêm chữ Q. tức là "quyền tổng biên tập").

Ngày tôi nhận quyết định nghỉ hưu, cầm vé máy bay để hôm sau về Sài Gòn, thì bất ngờ có giáo sư Nguyễn Lân Dũng đến thăm. Tôi phân trần, mình lu bu quá nên không báo cho Nguyễn Lân Dũng biết chuyện mình nghỉ hưu và về Sài Gòn. Nguyễn Lân Dũng trố mắt ngạc nhiên hỏi "vì sao"? Tôi nói, mình phải chịu trách nhiệm về nội bộ lục đục và bị tố cáo có âm mưu "diễn biến hòa bình". Lân Dũng bảo, anh nào tố cáo bậy bạ vậy? Anh không quen với một ông Bộ Chính trị nào hay sao? Tôi nói, mình quen ít nhứt ba bốn ông chứ, nhưng để làm gì? Chẳng lẽ chạy đến xin được giúp đỡ? Dũng hỏi, anh Phạm Thế Duyệt có biết chuyện này không? Không chờ tôi trả lời, Nguyễn Lân Dũng quay chiếc điện thoại trên bàn tổng biên tập. "Thưa anh Duyệt, tôi Nguyễn Lân Dũng đây! Tôi đang ở chỗ anh Công. Tại sao anh Công nói ngày mai anh ấy về Sài Gòn, không ra nữa, anh đã biết chuyện này chưa ạ? Vâng, vâng, anh Công đang ở đây, anh Duyệt muốn nói với anh". Tôi bước lại cầm ống nghe. Anh Duyệt hỏi, hai giờ chiều nay anh Công đến nhà mình được không? Tôi nghĩ, đến từ giã người đã đưa mình ra Hà Nội là phải lẽ. Khi anh Phạm Thế Duyệt từ chỗ là chủ tịch công đoàn mỏ Mạo Khê, do "cơ cấu" đã vọt lên làm phó chủ tịch Tổng Liên đoàn Lao động, tôi đang kiêm nhiệm phó tổng biên tập báo Lao Động phụ trách miền Nam. Tôi đã đưa anh đi thăm các tỉnh Nam Bộ và Tây Nguyên gần một tháng do đó đã nảy nở một tình thân. Dù là cấp trên, nhưng anh kém tôi bốn tuổi, tham gia cách mạng và vào Đảng đều sau tôi gần mười năm cho nên tôi cũng được anh nể trọng. Khi tôi bị Thành ủy Sài Gòn cách chức, anh đã vào xin Thành ủy cho chuyển tôi về cơ quan miền Nam của báo Lao Động.

Anh Phạm Thế Duyệt ra tận cổng đón tôi vào. Từ ngày anh rời Tổng Liên đoàn Lao động, làm bí thư Thành ủy Hà Nội cho đến nay tôi mới tới nhà anh. Chỉ có hai anh em trong phòng khách, nhưng anh hạ giọng thầm thì: Bộ chính trị có một phiên họp đặc biệt về báo Lao Động. Tống Văn Công bị kết luận bốn "vấn đề": Một là anh tổ chức nhân sự báo Lao Động làm cho cơ quan an ninh không yên tâm; hai là từ ngày anh làm tổng biên tập có nhiều loạt bài khiến Bộ chính trị lo lắng; ba là báo Lao Động, cơ quan ngôn luận cấp Trung ương, theo nguyên tắc phải ở Hà Nội mà anh tự tiện để tòa soạn ở thành phố Hồ Chí Minh; bốn là anh có trách nhiệm trong việc để xảy ra lục đục trong cơ quan và bị tố cáo có âm mưu diễn biến hòa bình. Bộ chính trị kết luận, anh và một số anh ở báo Lao Động không đảm bảo tiêu chuẩn chính trị để tiếp tục làm báo trong giai đoạn này.

Nếu không có Nguyễn Lân Dũng đưa đến cuộc gặp Phạm Thế Duyệt thì tôi cứ nghĩ mình "về vườn" vì chuyện lục đục nội bộ! Chỉ cần một tội là để "lục đục nội bộ" cũng

333 ĐẾN GIÀ MỚI CHỢT TỈNH

đủ cho tôi về vườn rồi, do đó Đảng đoàn Tổng Liên đoàn Lao động không công khai ba tội kia vì nó quá "nhạy cảm chính trị". Về tội thứ nhất: Người ta muốn nói về hai người có vị trí trong làng báo thời Việt Nam Cộng hòa là Lý Quý Chung (Bộ trưởng Thông tin Chiêu hồi trong chính phủ Dương Văn Minh), Trần Trọng Thức cán bộ Việt tấn xã. Họa sĩ Chóe bị tù do vẽ bức biếm họa ông Lê Đức Thọ chìa răng hô (vẩu) xé toẹt Hiệp nghị Paris. Nhà thơ Hoàng Hưng đi tù vì giữ tập thơ "Về Kinh Bắc" của Hoàng Cầm. Cả hai anh này vừa ra tù, tôi đã mời về báo Lao Động. Về tội thứ 2, trong một tháng báo Lao Động có 4 bài phê bình 4 Bộ trưởng của Chính phủ (Bộ trưởng y tế Phạm Song, Bộ trưởng Bộ Năng Lượng Vũ Ngọc Hải, Bộ trưởng Bộ Lâm nghiệp Phan Xuân Đợt, Thống đốc Ngân hàng Nhà nước Cao Sĩ Kiêm). Về tội thứ 3, thì phải nói tôi không hề vụng trộm đặt tòa soạn ở Sài Gòn. Người có trách nhiệm cao nhất của Đảng về tuyên huấn, báo chí là ông Nguyễn Đức Bình đã nhiều lần tới thăm Cơ quan miền Nam báo Lao Động ở 120 Nam Kỳ Khởi nghĩa, nghe tôi giới thiệu mạng thông tin kỹ thuật số (sớm nhất các báo Trung ương) đã làm cho văn phòng Hà Nội và văn phòng Sài Gòn như ngồi chung trong một gian phòng, có thể cùng thảo luận,tranh cãi với nhau. Tội thứ tư là có trách nhiệm của tôi đối với tình trạng nội bộ đấu đá nhau. Thực ra nguồn gốc của tình trạng này có nguyên nhân chủ yếu từ sự phân biệt đối xử của Đảng đối với những người từng làm việc trong chế độ cũ, dùng họ nhưng không bao giờ tin họ! Chị Kim Hạnh nguyên Tổng biên tập báo Tuổi Trẻ đã cảnh báo điều đó với tôi khi tôi nhận các anh Lý Quý Chung, Trần Trọng Thức về báo Lao Động.

VỤ ĐÀN ÁP BÁO CHÍ Ở KIÊN GIANG.

Tết năm 1986 sang 1987 cả hai tờ báo xuân, Văn nghệ Kiên Giang và báo Kiên Giang, đều bị thu hồi, ban biên tập và những người viết bài phê bình việc xây dựng cảng Hòn Chông đều bị đình chỉ công tác, làm bản kiểm điểm, chờ xử lý. Hai tờ báo Trung ương là Đại Đoàn Kết và Lao Động đã đưa tin này, cho rằng cách xử lý như vậy là quá nặng nề, không đúng luật báo chí. Tháng 4 năm 1987, đáp thư mời của Ban Thường vụ Tỉnh ủy Kiên Giang, anh Đặng Ngọc Nam thay mặt báo Đại Đoàn Kết và tôi, Tống Văn Công, thay mặt báo Lao Động đã đến Kiên Giang. Chúng tôi được Ban Thường vụ Tỉnh ủy có mặt Bí thư Lâm Kiên Trì và Phó Bí thư Nguyễn Tấn Dũng trao đổi ý kiến.

Anh Đặng Ngọc Nam và tôi cho rằng những bài đăng trên Văn nghệ Kiên Giang và Kiên Giang phê bình chủ trương xây dựng Cảng Hòn Chông rất tốn kém, nhưng không đem lại hiệu quả; các cơ quan có trách nhiệm nên xem xét lập luận của các bài báo, tiếp thu những điểm đúng, chỉ ra những điểm chưa thỏa đáng, nếu sai thì yêu cầu đăng bài đính chính. Chúng tôi đề nghị Ban Thường vụ xem "báo chí vừa là công cụ của Đảng, vừa là diễn đàn của nhân dân" như ý kiến Tổng Bí thư Nguyễn Văn Linh, để có cách quản lý báo thích hợp, không nên đình chỉ công tác, truy bức, quy chụp các nhà báo trong vụ này. Ban Thường vụ Tỉnh ủy, đặc biệt là Bí thư và Phó Bí thư đều nhất trí với đề nghị của chúng tôi. Phó Bí thư Nguyễn Tấn Dũng, được Ban Thường vụ giao nhiệm vụ đưa hai chúng tôi đi ăn, nghỉ, giúp chúng tôi biết những đổi mới của thị xã Rạch Giá và tỉnh Kiên

Giang. Việc xử lý hai tờ báo ở Kiên Giang tưởng đã xong ngay sau đó. Nhưng sau khi chúng tôi rời Kiên Giang sự việc lại trở nên phức tạp. Xin đọc bài viết của nhà văn Hà Văn Thùy, nguyên cán bộ báo Văn nghệ Kiên Giang, in trong tập "Hồi ký số 5 của các nhà báo cao tuổi":

"... Lâu lắm chúng tôi mới làm được tờ Văn nghệ Kiên Giang ưng ý như vậy. Báo đẹp đầy đặn, bài vở phong phú, đầy sức sống. Mặt báo hội đủ những người viết chủ lực của phong trào: Lão tướng Năm Thạnh, rồi Anh Động, Khoa Đăng, anh bạn giáo viên Nguyễn Thiện Cân tận ngoài Phú Quốc, nhà kinh doanh Hà Văn Nam cống hiến truyện vui, cười ra nước mắt...

... Báo ra được một ngày, sáng 27 Tết có điện thoại từ văn phòng Tỉnh ủy gọi tới, kêu anh Chín Sĩ, Chủ tịch Hội Văn nghệ lên. Lúc này có tin báo Kiên Giang đã bị thu hồi. Chúng tôi đưa anh Chín Sĩ đi mà lòng dạ bồn chồn, nét mặt anh Chín cũng không giấu nổi vẻ lo lắng. Cuối giờ làm việc, anh về. Nhìn anh chúng tôi biết là có chuyện! "Mấy anh trên không chịu một số điểm – Anh Chín Sĩ nói – Nhưng anh Năm Trì đồng ý cho bôi đi những chỗ đó rồi phát hành". Khỏi cần biết trúng trật, chúng tôi ngoan ngoãn lao vào bôi xóa những dòng chữ từ Tỉnh ủy đưa về, có gạch chân. Phải nói thật là trong bụng cũng mừng thầm vì tờ báo bị không đến nỗi nào. Bọn tôi còn may mắn hơn bên anh Tư Châu, Tổng Biên tập báo Kiên Giang (cơ quan ngôn luận của tỉnh Đảng bộ). Có thể khẳng định thế này: Có sai sót về cách trình bày, những sơ hở về câu chữ nhưng cả hai tờ báo không có sai sót về chính trị! Yên tâm về nội dung báo, nhưng tôi lo lắng ở mặt khác: Tình hình xấu có thể xảy ra, trước hết là uy tín của cấp ủy bị đe dọa và sau đó, hoạt động báo chí sẽ rất khó khăn! Điều mấu chốt là phải biết

cơ chế nào đã tạo ra tình trạng trông gà hóa cuốc này? Và phải tác động vào nó thế nào để gỡ rối? Sáng hôm sau lại có điện thoại triệu anh Chín Sĩ vô Tỉnh ủy!

... Trở về cơ quan, mặt anh Chín xạm lại. Anh im lặng nặng nề. Lúc lâu anh bước vào văn phòng nơi anh em đang bày đồ nghề dập xóa, bảo: "Thôi dẹp bỏ luôn"! Rồi quay sang nói với chúng tôi: "Ý anh Năm Trì như vậy nhưng anh Ba Hương không chịu. Ảnh nói tội báo mình còn nặng hơn báo Tư Châu. Nhưng chẳng lẽ thu hồi cả hai tờ một lúc. Vậy phải bỏ tờ này, làm gấp tờ khác thế vô".

... Có cách nào cứu vãn tình hình? Tôi lo lắng thực sự. Không phải lo cho riêng mình! Tuy có dính cả hai tờ báo nhưng tôi tin chắc bài của tôi hoàn toàn vô tội. Tôi cũng đọc rất kỹ những bài bị coi là có vấn đề. Tôi nhớ lại vụ báo Xuân hồi năm 1982. Tờ báo tuy có sai sót không lớn, nhưng nếu bị lợi dụng suy diễn thì sẽ vô cùng nguy hiểm. Chúng tôi báo với anh Hai Huỳnh, Tỉnh ủy viên, Trưởng ban Khoa giáo, Chủ tịch Hội Văn nghệ. Anh Hai gặp đồng chí Tám Quýt, Bí thư Tỉnh ủy khóa đó và cùng thống nhất: Để tờ báo phát hành không bàn gì thêm cho rối chuyện, sau đó sẽ kiểm điểm nội bộ. Chính quyết định tỉnh táo này đã cứu nguy một bàn thua trông thấy. Tôi tìm anh Hai. Tuy khóa này anh rút khỏi Tỉnh ủy và cũng không còn phụ trách Hội Văn nghệ, nhưng anh vẫn lo lắng cho chúng tôi. Anh đọc kỹ hai tờ báo rồi bàn với đồng chí Tám Quýt (khóa này anh Tám Quýt là ủy viên Thường vụ, phụ trách Dân vận) và hai người cùng vào gặp Thường trực tỉnh ủy để bày tỏ ý kiến. Nhưng khi gặp anh Năm Trì đưa cho coi quyết định thu hồi báo thì còn nói gì được nữa. Anh Hai ra hiệu cho anh Tám, hai người ăn vài miếng bánh Tết rồi về. Anh trách chúng tôi: "Mấy chú dốt quá, viết mà không biết lách". Những ngày Tết *nặng nề qua đi. Anh em chúng tôi có người mất ăn mất ngủ. Không có báo đọc dân chúng xôn xao. Có người mua trước được báo đem bán lại giá cao gấp chục lần. Biết rằng sau Tết có cuộc họp giải quyết tờ báo, chúng tôi chờ đợi trong lo âu thấp thỏm.*

... Ngày mồng 5 Tết, cuộc họp xử hai tờ báo được triệu tập. Không thể xài chữ nào đúng hơn chữ xét xử. Một số người ngỡ ngàng với tâm trạng rờn rợn. Nói là để kiểm điểm nội bộ mà không có mặt anh em viết bài. Trong khi đó xuất hiện Ban Tổ chức tỉnh ủy, Ban Kiểm tra Đảng, Đảng ủy các cơ quan cấp tỉnh và công an bảo vệ nội bộ. Anh Tư Châu, Tổng biên tập báo Kiên Giang trơ trọi giữa cuộc họp, bị chất vấn, bị quy kết mà không có quyền bào chữa, không được tranh luận. Những điều anh trình bày bị coi là ngoan cố, không thành khẩn, thậm chí là chống đối. Khoảng 9 giờ một chàng trai trẻ bước vào phòng họp. Đặt cặp lên bàn, anh ta nói: "Tôi được giao trách nhiệm truyền đạt ý kiến đồng chí Bí thư tỉnh ủy tới cuộc họp của các đồng chí". Nói rồi anh đưa tờ giấy lên đọc. Tất nhiên không thể nhớ hết nguyên văn, nhưng sau này anh Tư Châu kể với bọn tôi:

"Trước hết, bài 'Xuân về trên cảng Hòn Chông', nói 'bây giờ Đảng ta mới biết lấy dân làm gốc' là xuyên tạc lịch sử lãnh đạo của Đảng. Còn nói: 'Dựa trên cảm hứng chủ trương xây dựng cảng Hòn Chông' là xuyên tạc sự lãnh đạo của cấp ủy. Chúng ta làm công trình kinh tế có giá trị lớn mà lại là dựa vào cảm hứng hay sao?"

"Bài 'Phía sau người lính' là khuyến khích độc canh, trái với chủ trương phát triển nông nghiệp toàn diện của Tỉnh ủy. Nói năng suất lúa cao như thế trên bắt nộp thêm thì sao?"

"Bài 'Gặp gỡ cuối năm' nói Nghị quyết 306 của Bộ Chính trị là

vật cản. Lại nói từ nhà máy đay tới công ty thủy sản. Như vậy là xúc phạm Bộ Chính trị và đả kích sự lãnh đạo của cấp ủy. Bài 'Mùa xuân đổi mới' là nói móc Tỉnh ủy xây dựng công trình thế kỷ, báo cáo màu hường, quan liêu".

Truyền đạt xong những lời có gang có thép ấy, anh ta cắp cặp chào mọi người ra đi.

Ngay sau cuộc họp mồng 5, Tư Châu bị đình chỉ công tác. Cũng lúc này có đơn tố cáo Tư Châu gây mất đoàn kết nội bộ, bê bối về tài chính, được thu thập chữ ký gửi lên Tỉnh ủy. Một đoàn kiểm tra tài chính báo Kiên Giang được thành lập cùng với quyết định ngưng công tác Ba Yến, Trưởng phòng Trị sự. Công an về tận tỉnh Thái Bình kiểm tra lý lịch anh Khoa Đăng, những việc này nhắc chúng tôi về chuyện đã xảy ra năm 1983.

Năm 83, sau khi Đài phát thanh Kiên Giang phát hai bài điều tra về phong trào thi đua dỏm của trường phổ thông cơ sở 3 Vĩnh Thanh Vân và trường mẫu giáo thị xã Rạch Giá, Phó Giám đốc, Tổng biên tập Đài, anh Ba Sáng bị đình chỉ công tác, bị gọi lên Ban Tổ chức Tỉnh ủy, không được ra ngoài, không ai được vào thăm, quần áo lót phải nhờ người tới nhà lấy giúp. Đêm có người bồng súng gác cho ngủ! Từ cơ quan kiểm tra Đảng một tin sét đánh loan ra: Ba Sáng làm tình báo cho Nhật, khi vô Đảng không báo cáo tổ chức! Lập tức căn nhà 12 Nguyễn Đình Chiểu của anh bị cô lập hoàn toàn. Người ta tránh xa anh như tránh ôn hoàng dịch lệ. Tiếp đó là quyết định khai trừ Đảng đối anh với những tội:

– Chống đường lối của Đảng bộ địa phương một cách có hệ thống;

– Dùng Đài phát thanh đả kích sự lãnh đạo của Đảng bộ địa

phương;

– Gây khó khăn cho phong trào xây dựng địa phương;

– Nói không đúng sự thật.

"Còn một tội rất nghiêm trọng không được ghi vào quyết định kỷ luật là nghe theo luận điệu chiến tranh tâm lý nói xấu Bí thư Tỉnh ủy". Nguyên do như sau:

Vốn là con nhà nòi tuyên huấn, anh Ba Sáng được Phó Bí thư Tỉnh ủy Võ Quang Trinh giao nhiệm vụ tập họp dư luận xã hội hàng tháng báo cáo cho Tỉnh ủy. Trong một báo cáo loại đó, anh Ba Sáng thực thà ghi: "Có dư luận nói đồng chí Bí thư Tỉnh ủy Lâm Văn Thê trên đường về Kiên Giang, có ghé Hậu Giang uống rượu Tây, mấy ngàn đồng một chai. Chính vì việc này khiến Bí thư nổi xung và anh Ba Sáng chịu trận.

Với một cán bộ 30 tuổi Đảng, lâu năm trong ngành truyền thông đại chúng, quen biết nhiều cơ quan và nhân vật có cỡ nên cơ quan Thanh Tra Trung ương nhiều lần đến làm việc căng thẳng cuối cùng đã xác định rõ sự vô tội của anh Ba. Vậy mà cũng phải mất 4 năm tới tháng 10 năm 1987, anh Ba Sáng mới được phục hồi Đảng tịch!

Thân phận của Dương Tôn Hưng, người viết những bài báo trên thì cay đắng hơn. Học xong tú tài, như nhiều thanh niên khác, Hưng không thể thoát khỏi quân dịch, phải lo lót để làm lính kiểng. Tới năm 1974, theo lời kêu gọi của Mặt trận Giải phóng miền Nam, Hưng trốn vào vùng giải phóng làm quân y. Sau giải phóng, cách mạng cho Hưng đi học, học xong về công tác bên đài. Thời gian làm lính kiểng Hưng không ghi vào lý lịch. Sau sự cố mấy bài báo, anh bị đình chỉ công tác. Ít lâu sau bị bắt về tội khai man lý lịch, trước đây "là sĩ quan ác ôn", "từng là cai ngục". Hơn một năm trời anh bị giam ở Cầu Ván.

Và giờ đây năm 1988, chuyện cũ diễn lại. Dường như buộc tội Tư Châu về tờ báo có gì đó chưa thật sự yên tâm, những biện pháp tổ chức được khẩn cấp thi hành. Ban kiểm tra tài chính hoạt động căng thẳng hai tháng. Trong lúc đó bạn bè làm báo hỏi thăm về vụ báo bị thu hồi, về Lê Hồng Châu bị cách chức, những người có quyền có chức giải thích: Chuyện tờ báo sai sót thì có, nhưng là chuyện nhỏ, Tư Châu bị kỷ luật về tài chính! Nghe thế mọi người tránh xa Tư Châu. Mãi hơn năm sau, trong cuộc họp bàn lại về việc thu hồi báo, tội trạng của Tư Châu mới được công bố:"Có trách nhiệm để tờ báo bị thu hồi và để nội bộ mất đoàn kết". Như vậy Tư Châu không có chuyện gì về tài chính!

Còn với Ngô Văn Tước người ta cũng có cách. Biết chẳng có thể xoay xở được gì ở anh chàng cựu chiến binh xuất thân từ gia đình cách mạng ở đất Quảng Trị nên biện pháp khác được áp dụng. Tước bị cơ quan, bị Đoàn Thanh niên kiểm điểm kỷ luật vì vạ báo. Tước cũng bị Tuyên huấn gọi lên kết những tội tày đình: Chống lại chủ trương của Đảng! Tước khăng khăng: "Có thể bài viết của tôi chưa đạt, nhưng dứt khoát tôi không sai. Tôi cũng không chống Đảng". Tội trạng của Tước được chuyển hướng: "Sai lầm về bài báo là rõ ràng nhưng chúng tôi không đánh giá chuyện đó nặng lắm. Cái quan trọng là cậu ta ngoan cố, không chịu nhận sai lầm, lại còn tỏ ra kiêu căng, coi thường lãnh đạo, coi thường tập thể. Nhân sự như thế không thể làm báo được". Tước bị thải hồi về quê sản xuất. Biện pháp cuối cùng là không cho viết báo, không được công tác trong khối tư tưởng. Vậy là bắt đầu năm tháng thất nghiệp chạy ăn chạy việc của nhà báo... hại này!

"... Sau sự việc này, một số nhà báo sống rất vất vả. Tư Châu như người chết rồi, sau cú đòn báo chí. Anh hầu như không nói, thỉnh thoảng chỉ mỉm cười cay đắng. Ngô Văn Tước lang thang trên những nẻo đường Rạch Giá, chiếc xe đạp duy nhất không còn, tay ẵm con, tay xách giỏ rau kéo lê đôi dép mòn vẹt gót, đi xin việc năm lần bảy lượt đều bị bật ra, bởi có lệnh không thành văn ban xuống: "Không cho viết báo". Đầu bạc của anh Ba Sáng bạc thêm, trong những ngày bị truy bức vu khống. Dương Tôn Hưng nằm trên nền xi măng lạnh của trại giam. Có người giữ lại những bài viết chưa in của tôi để tính! Có thể chúng tôi sẽ còn gặp chuyện này chuyện khác nhưng làm sao có thể không nói lên sự thật? Và dù có thế nào đi nữa, thì đâu có bằng nỗi khổ chồng chất mà bà con đang phải chịu đựng? Có thể từ chối nhiều điều, nhưng không thể nào không viết và càng không thể nào bẻ cong ngòi bút. Tôi đã viết bài nói lên sự nghiệt ngã đó. Do bài của tôi được đăng trên báo Văn Nghệ mà tôi bị xóa tên ở Hội Văn nghệ Kiên Giang và bị mất việc, lâm vào cảnh nghèo đói từ năm 1988 đến nay. Vì tố cáo sự nghiệt ngã đối với làng báo Kiên Giang mà tôi lâm vào tình cảnh nghiệt ngã, khốn cùng.

Không quốc gia nào có nhiều đầu báo so với số dân như Việt Nam: hơn 800 tờ báo, gần một trăm đài phát thanh truyền hình cho 90 triệu dân. Ông Bộ trưởng Thông tin Truyền thông nói bộ phải chọn tổng biên tập cho các báo. Báo Tuổi Trẻ ngày 11 tháng 10 năm 2012 đăng ý kiến của ông Nguyễn Thế Kỷ phó Trưởng ban tuyên huấn Trung ương Đảng phát biểu tại cuộc Hội thảo Đạo đức nghề báo trong khai thác và xử lý nguồn tin: *"Phải nâng chất lượng đầu vào đối với sinh viên báo chí, thậm chí phải xét cả yếu tố nhân thân, tương tự với sinh viên vào các trườngcông an, quân đội."*

Ông muốn nhà báo phải có những tiêu chuẩn giống như cảnh sát.

Quá bức xúc trước tình trạng báo chí công cụ ngày càng bị siết chặt, tôi viết bài "Xa lộ thông tin chỉ còn lề phải".

XA LỘ THÔNG TIN CHỈ CÒN LỀ PHẢI.

Báo chí vô sản định hình ở Liên Xô sau Cách mạng tháng Mười. Năm 1920, trong thư gửi Emma Goldman, nữ chính trị gia Hoa Kỳ, Lenin cho tự do ngôn luận là một thiên kiến tư sản. Như vậy có thể hiểu báo chí vô sản tách ra khỏi trào lưu giành quyền tự do ngôn luận mà nhân loại đã đeo đuổi từ những năm 40 của thế kỷ 19.

Báo chí vô sản, theo Lenin, có chức năng tuyên truyền, giáo dục, cổ động và tổ chức phong trào hành động cách mạng thực hiện thắng lợi các nghị quyết của Đảng Cộng sản. Để làm tốt chức năng đó, báo chí vô sản phải theo định hướng tuyên truyền trong từng thời kỳ, do Ban Tuyên huấn Trung ương Đảng chỉ đạo. Theo định hướng, tức là phải chọn sự thật nào có lợi và loại bỏ sự thật nào không có lợi cho mục đích tuyên truyền. Để làm tốt việc tuyên truyền theo định hướng, báo chí cách mạng liên tục đưa tin, bài về những điển hình người tốt việc tốt nảy sinh từ phong trào thi đua trên các mặt trận chiến đấu, lao động sản xuất, học tập rèn luyện để trở thành những con người mới vì lý tưởng xã hội chủ nghĩa.

Nội dung nói trên cho thấy mấy điều:

– Đó là nền báo chí của một xã hội khép kín. Báo chí thực

chất chỉ là công cụ truyền đạt mệnh lệnh từ trên (Đảng, Chính phủ) dội xuống, không có chức năng thông tin, không chấp nhận phản biện, không tự do ngôn luận.

– Các bộ biên tập không xuất phát từ thực tiễn cuộc sống, không nhằm đáp ứng quyền được thông tin của bạn đọc để chuẩn bị nội dung tờ báo. Họ căn cứ vào tiến độ tuyên truyền do cấp trên chỉ đạo để lập kế hoạch minh họa bằng các bài báo. Linh mục Nguyễn Ngọc Lan viết: "Họ chỉ chịu trách nhiệm trước Đảng chứ không phải trước độc giả. Và chỉ quan tâm tới mục tiêu hơn là nội dung các bài báo." (*Nhật ký 1990*, ngày 5–11)

– "Không có tự do ngôn luận thì mọi truy tìm sự thật là bất khả" (Charles Bradlaugh – nhà cải cách xã hội Anh). Báo chí vô sản tước bỏ, bóp méo và bưng bít sự thật nhằm phục vụ cho mục đích tuyên truyền. Do đó, lẽ ra là "công cụ tốt nhất cho việc mở mang trí tuệ con người" thì ngược lại nó là công cụ ngu dân!

Trong cuộc họp báo đầu tiên sau khi nhậm chức, Tổng thống Mỹ Obama nói: "Một chính phủ lấn lướt báo chí, một chính quyền không phải đối mặt với giới truyền thông cương trực và mạnh mẽ không phải là sự lựa chọn của nước Mỹ". Đối chiếu với câu nói đó, chúng ta thấy các nền báo chí vô sản ngược hẳn lại.

Báo chí cách mạng Việt Nam theo hình mẫu báo chí vô sản của Lenin. Do đó chúng ta cùng xét xem nó đã gây những hậu quả gì cho xã hội và người đọc?

Cách mạng và sự thật

Trong các tập nhật ký, linh mục Nguyễn Ngọc Lan nhiều lần châm biếm các báo cách mạng cắt xén sự thật. Nhà xuất bản Tin (Paris) giới thiệu "Nhật ký 1988" của ông đặt câu hỏi: "Cái gì làm cho chúng ta tuy cùng một tiếng mẹ đẻ nhưng không cùng một ngôn ngữ? Cái gì làm chúng ta sợ sự thật"?

Người viết bài này luôn dằn vặt bởi câu hỏi đó.

Ở Việt Nam (cũng giống như các nước do Đảng cộng sản lãnh đạo) để buộc cỗ xe báo chí đi đúng định hướng, có đến bốn tay lái: Lái chính là Ban Tuyên huấn Đảng, 3 lái phụ là Bộ Thông tin Truyền thông, Cục An ninh Văn hóa Bộ Công an và cơ quan chủ quản tờ báo. Để làm tốt việc tuyên truyền theo định hướng, báo chí cách mạng liên tục đưa tin những người và việc điển hình xuất hiện trong quần chúng để cổ vũ phong trào cách mạng.

Trong bài giảng về viết tin, ông Hoàng Tuấn, Tổng Giám đốc Thông tấn xã Việt Nam kể: Hồi đầu cuộc kháng chiến chống Pháp, khi chưa tìm ra một điển hình nông dân giỏi hưởng ứng lời kêu gọi tăng gia sản xuất của Chủ tịch Hồ Chí Minh, ông đã cho bịa ra câu chuyện về một người nông dân gương mẫu vỡ hoang trồng khoai sắn. Không ngờ Chủ tịch Hồ Chí Minh đọc tin đó, đã hỏi địa chỉ người nông dân để tặng thưởng huy hiệu. Ông Tuấn đành phải báo cáo thật là mình cho bịa ra "điển hình" để cổ vũ phong trào.

Trong chiến tranh rất cần có những điển hình xả thân vì chiến thắng. Nhiều tên tuổi được báo chí loan truyền theo sự hướng dẫn của các chính ủy và Ban Tuyên huấn Đảng đã đi vào lịch sử. Có nhiều chuyện nghe cứ lung linh như huyền thoại, nhưng không mấy ai muốn (hoặc dám) nghi vấn. Ví dụ như tại sao anh Phan Đình Giót không dùng vật gì mà lại lấy thân mình lấp lỗ châu mai?

Gần 30 năm sau chiến tranh, nhân kỷ niệm lần thứ 50 chiến thắng Điện Biên Phủ nhà báo Lưu Trọng Văn đã hết sức công phu sưu tầm tài liệu viết một loạt bài đăng trên 5 kỳ tạp chí *Kiến thức Gia đình* (phụ bản báo *Nông nghiệp Việt Nam*) chứng minh rằng:

– Không có chuyện Phan Đình Giót lấy thân mình lấp lỗ châu mai;

– Không có chuyện Tô Vĩnh Diện lấy thân chèn pháo;

– Cũng không có chuyện (thời chống chiến tranh phá hoại miền Bắc bằng không quân của Mỹ) giữa trận địa pháo Nguyễn Viết Xuân hô to: "Hãy nhằm thẳng quân thù mà bắn"! Câu này chỉ là một câu được ghi trong nghị quyết của chi bộ đại đội pháo cao xạ!

Tất cả các chiến sĩ nói trên đều chiến đấu rất ngoan cường, hi sinh rất anh dũng, góp phần cho chiến thắng. Tuy nhiên trước lúc hy sinh tất cả họ đều không có ai làm cái việc mà sau này các nhà báo đã tô vẽ.

Những bài báo của Lưu Trọng Văn đăng trên một tạp chí ít người đọc nhưng đã làm cho ông Nguyễn Khoa Điềm, Uỷ viên Bộ Chính trị, Trưởng Ban Tuyên huấn Trung ương tức giận phê phán gay gắt.

Cũng năm đó, Lưu Trọng Văn trích *"Hồi ký không tên"* của

Lý Quý Chung, đoạn kể ông Dương Văn Minh chủ động đầu hàng như là thực hiện một nhiệm vụ cao cả, đăng trên Nhà Báo và Công Luận cuối tháng (của Hội Nhà báo Việt Nam), số kỷ niệm ngày 30 tháng 4. Báo này vừa phát hành đã bị thu hồi nhưng không cho đưa tin lý do bị thu hồi và bị đình bản. Lý do thu hồi thực sự là ở thời điểm đó chưa cho phép đề cao vai trò ông Dương Văn Minh, mà đề cao sức mạnh của các quân đoàn buộc ông Minh phải đầu hàng. (Dù đã được ông Võ Văn Kiệt đọc, ông Trần Bạch Đằng viết lời giới thiệu, quyển hồi ký này vẫn buộc phải biên tập và in lại).

Mới đây, trong cuộc góp ý kiến cho một tờ báo đang sa sút, ông Xuân Cang nguyên Tổng Biên tập báo Lao Động tâm sự: Ngay khi bước vào nghề làm báo ông đã dặn mình, bất cứ hoàn cảnh nào cũng phải nói cho được sự thật. Nhưng rồi thực tế đã dạy ông điều còn quan trọng hơn là phải biết cách nói sự thật. Ông kể, năm 1986 ông cho đăng bài viết của ông Lê Giản, nguyên Giám đốc Nha Công an đầu tiên của nước Việt Nam Dân Chủ Cộng Hòa, trong bài có câu "nhà đã dột từ nóc rồi". Vì câu đó, ông bị Ban Tuyên huấn Trung ương Đảng giũa te tua. Người ta hỏi, ông không biết nói "nóc nhà" là ám chỉ Bộ Chính trị hay sao? (thực ra nhà thơ Việt Phương là người đầu tiên có ý nghĩ này trong câu thơ "Bùn đã vấy đến chín tầng mây". Ông đã phải trả giá bằng những năm rời khỏi bàn viết trong dinh thủ tướng để lao động cải tạo tư tưởng). May cho ông Xuân Cang, thời điểm này vừa bắt đầu "Đổi mới" cho nên ông được Tổng Bí thư Nguyễn Văn Linh thông cảm cho làm bản kiểm điểm, tránh không được tái phạm. Ông Xuân Cang kết luận: "Cho đăng bài viết đó là không biết cách nói sự thật!" Người nghe lấy làm tiếc vì ông không cho biết trước cái sự thật "nhà đã dột từ nóc rồi" thì phải biết dùng cách nói nào để không bị giũa te tua? Chẳng lẽ cách tốt nhất là... cất bút?

Trong tập "Hồi ký của các nhà báo lão thành" ở Thành phố Hồ Chí Minh xuất bản năm 2003 có bài "Làm báo không dễ" của tôi đã bị cắt sửa te tua. Tôi than "có lẽ mình phải viết thêm bài 'Viết hồi ký cũng không dễ'! Ông Đinh Phong (nguyên chủ tịch Hội nhà báo thành phố Hồ Chí Minh) là người biên tập thanh minh: Ông phải thông cảm cho cái khó khăn của tôi. Khi ông Phạm Dân chủ nhiệm Câu lạc bộ Nhà báo Cao tuổi đưa bài này sang cho tôi đã có lời răn đe: 'Cậu muốn ở tù thì đăng nguyên văn bài này'! Mình phải cố cắt bỏ, sửa chữa để đăng được bài cho ông đấy"!

Bài hồi ký nói trên kể lại mấy bài báo viết những sự thật không được nhà cầm quyền bằng lòng:

Một là chuyện ông La Ngọc Toàn, chủ nhiệm hợp tác xã cơ khí Đông Tâm tham nhũng và đánh đập những xã viên dám tố cáo ông ta. Đảng bộ quận Gò Vấp bao che cho ông và giới thiệu ứng cử vào Hội đồng Nhân dân Thành phố khóa đầu tiên. Chuyện thứ hai là ông Nguyễn Văn Tài, giám đốc xí nghiệp hóa màu Tân Bình phơi nắng công nhân và cắt tiêu chuẩn gạo của họ, nhưng được Nguyễn Văn Linh bao che.

Nói về tác hại của việc kiểm duyệt, cắt xén sự thật, nhà văn Nga vĩ đại A. Solzhenitsyn đã viết: *"Đây không chỉ đơn thuần là bóp nghẹt tự do mà là sự gắn xi vào trái tim dân tộc đó, xóa bỏ ký ức của dân tộc đó"*. Vì vậy rất cần phục hồi những bài viết đã bị kiểm duyệt cắt bỏ, nếu còn có thể tìm lại.

Một lần, tôi đem vấn đề "báo chí cách mạng và sự thật" bàn với ông Trương Tịnh Đức, nguyên ủy viên Ban Biên tập Đài Phát thanh Giải phóng và là giảng viên Trường Báo chí Giải phóng. Ông Trương Tịnh Đức kể: Sau Mậu Thân 1968, các cơ quan lãnh đạo của Mặt trận Giải phóng miền Nam không còn đất để trú đóng an toàn đã phải kéo sang ở nhờ đất nước bạn Campuchia. Ban Tuyên huấn Trung ương Cục miền Nam đã có sáng kiến chỉ đạo Đài Phát thanh Giải phóng soạn bài tường thuật về một cuộc hội nghị đã được tổ chức rất hoành tráng ở giữa vùng giải phóng miền Nam. Lúc ấy ông Trương Tịnh Đức tỏ ý băn khoăn, làm như vậy là vi phạm quá nghiêm trọng tính chân thật của báo chí. Ông Võ Nhân Lý, giám đốc Thông tấn xã Giải phóng thuyết phục: *"Ông đừng quá trung thành với lý thuyết. Trong hoàn cảnh chiến tranh chúng ta phải đặt lợi ích của cách mạng lên trên tính chân thật ông ạ. Báo chí cũng là một mặt trận mà"*!

Dù ở hoàn cảnh nào, khi đã một lần đặt lợi ích lên trên sự thật thì từ đây các lợi ích sẽ có nhiều lý do để đòi phải tiếp tục được đặt lên trên sự thật. Đầu tháng 6/2009, trong cuộc hội nghị về "Định hướng thông tin", ông Đặng Khắc Thắng, phó giám đốc Sở Thông tin Truyền thông tỉnh Nghệ An đã cho rằng: *"Báo định hướng thông tin phù hợp với lợi ích xã hội, thật ra là phù hợp với ý kiến của lãnh đạo chứ không hẳn phù hợp với lợi ích của nhân dân"*! Cứ xem cách chỉ đạo thông tin về Dự án Bauxite, vấn đề mà cả nước đang quan tâm hiện nay thì quả đúng như phát biểu của ông Thắng. Báo chí chỉ đăng ý kiến của những người hùa theo Bộ Chính trị, tất cả những phản biện của các nhà khoa học không báo nào đăng. Nhà thơ Bùi Minh Quốc có hai câu chua xót về tình trạng này:

"Khí trời mỗi ngày ta thở,
Bị ô nhiễm bởi bao lời dối trá!"

Báo chí nói tiếng nói của ai?

"Báo chí là công cụ của Đảng"! Nguyên lý đó những người làm báo Việt Nam đều phải thuộc nằm lòng. Kỷ niệm ngày nhà báo Việt nam, trước một tuần,trên truyền hình HTV, ra rả bài hát tuyên truyền: *Nhà báo nhà báo Việt Nam, một lòng trung thành với Đảng.* Sau "Đổi mới", ông Tổng Bí thư Nguyễn Văn Linh đã có sáng kiến quan trọng thêm cho báo chí Việt Nam mệnh đề thứ hai: *"Là diễn đàn của quần chúng".* Một vài cán bộ báo chí quá say sưa với "Đổi mới" cứ tưởng cái "diễn đàn" của ông Linh đã hoàn toàn chấp nhận tự do tư tưởng, nhà báo có thể phản biện mọi chính sách đã ban hành. Nhầm lẫn đó khiến không ít người phải trả giá.

Trong cuộc hội nghị "quán triệt nghị quyết Hội nghị Trung ương" (khóa 6) ở buổi thảo luận tổ, ông Bùi Tín, khi đó là phó Tổng Biên tập báo Nhân Dân kể, ông rất khó trả lời khi các đồng nghiệp phương Tây hỏi vì sao Đảng Cộng sản Việt Nam không chấp nhận đa nguyên? Ông Bùi Tín cho rằng Đảng nên chấp nhận đa nguyên để thực hiện dân chủ. Theo ông, thực tế Việt Nam đã có những yếu tố đa nguyên: Đảng Cộng sản, Đảng Dân chủ và Đảng Xã hội hợp tác với nhau rất tốt đẹp; Mặt trận Tổ quốc gồm nhiều đoàn thể có những tiếng nói khác nhau; các tờ báo của mọi giới, mọi từng lớp thể hiện những mong muốn rất đa dạng. Ông Bùi Tín nói dài hơn 30 phút, được toàn tổ gồm những tổng biên tập báo, đài phát thanh, đài truyền hình lắng nghe. Tổ trưởng tổ này là ông Thái Ninh, Phó trưởng ban Tuyên huấn

Trung ương không ngắt lời mà có vẻ khuyến khích ông Bùi Tín. Không ai ngờ trong buổi tổng kết hội nghị, ông Đào Duy Tùng, ủy viên Bộ Chính trị, phụ trách cả khối Tuyên huấn, Báo chí, Văn nghệ đã cao giọng phê phán: *"Thật đáng chê trách là tại cuộc họp gồm toàn cán bộ cốt cán của Đảng mà lại có một đồng chí nồng nhiệt cổ vũ thực hiện đa nguyên! Đồng chí đó không biết rằng đa nguyên là hình thức dân chủ mị dân của chủ nghĩa tư bản. Đòi đa nguyên được, rồi sẽ đòi đa đảng"*!

Hôm đó ông Bùi Tín ngồi ở hàng ghế gần cuối hội trường, rất ít người nhìn thấy ông hai tay chống cằm, mặt cúi gằm, mớ tóc dài rũ xuống hai vai, không biết ông đang bực tức hay ngượng ngùng, nhưng vẻ thiểu não thì lộ rõ.

Ít lâu sau, nhân có cơ hội đi công tác sang Pháp, ông Bùi Tín đã trình bày một cách có hệ thống quan điểm của mình trong bài trả lời đài BBC Việt ngữ. Thật ra, trước đó ở trong nước đã có nhiều người từng nói những điều ông Bùi Tín nêu ra (như các ông Trần Xuân Bách, Hoàng Minh Chính, Nguyễn Kiến Giang, Nguyễn Hộ, Phan Đình Diệu...).

Năm 1989, nhân dịp đi công tác ở Bắc Triều Tiên, bà Kim Hạnh tổng biên tập báo Tuổi Trẻ đã viết một bài bút ký miêu tả rất sinh động tệ sùng bái cá nhân ở đất nước này đối với lãnh tụ Kim Nhật Thành. Tờ Tuổi Trẻ đăng bài bút ký của bà vừa phát hành thì Bắc Triều Tiên lập tức gửi công hàm phản đối Việt Nam bôi nhọ lãnh tụ và nhân dân họ.

Cuối năm đó, trong cuộc hội nghị tổng kết rút kinh nghiệm hoạt động báo chí do ông Đào Duy Tùng chủ trì, chuyện phản ứng của Bắc Triều Tiên được đem ra mổ xẻ. Ông Hà Xuân Trường, ủy viên Trung ương Đảng, Tổng Biên tập Tạp *chí Cộng Sản* xin hiến kế. Ông Trường cho rằng sở dĩ Bắc Triều Tiên có cớ phản ứng bài báo của Kim Hạnh là do cơ chế quản lý báo chí của Đảng ta: *"Báo là công cụ của Đảng, báo nói tiếng nói của Đảng"*. Để tránh bị phản ứng kiểu này, Đảng nên thay đổi cơ chế quản lý báo chí: *Đảng lãnh đạo báo chí, nhưng mỗi tờ báo có tiếng nói riêng của mình, chứ không phải chỉ nói tiếng nói của Đảng"*. Hình như ông Trường chưa nói hết ý mình nhưng tiếng đập bàn khá mạnh của ông Tùng đã cắt ngang lời ông. Ông Tùng với vẻ mặt giận dữ cố nén, gằn từng tiếng: *"Đồng chí phụ trách cơ quan lý luận của Đảng, chẳng lẽ đồng chí quên rằng báo chí là công cụ của Đảng là một vấn đề có tính nguyên tắc? Tôi xin nhắc lại cho tất cả các đồng chí phải ghi nhớ: Báo chí là công cụ của Đảng, nói tiếng nói của Đảng! Nguyên tắc đó là bất di bất dịch, không bao giờ được phép thay đổi, không có đổi mới ở chỗ này"*! Ông Hà Xuân Trường đỏ bừng mặt, im lặng. Ông Đào Duy Tùng hạ giọng: *"Vấn đề của chúng ta là phải chọn những người có trình độ chính trị vững vàng làm tổng biên tập để không phạm phải những lỗi quá ấu trĩ"*.

Ông Hà Xuân Trường im lặng suốt buổi họp còn lại. Trước đây, ông Trường đã một lần bị hụt chân khi cùng với các ông Hoàng Minh Chính, Đặng Kim Giang, Nguyễn Kiến Giang tán thành quan điểm "xét lại hiện đại" của Tổng Bí thư Khruchchev. Tất cả các ông kia đều phải vô tù, chỉ ông Trường mau mắn xin sám hối cho nên được thăng quan tiến chức.

Lần này, Đảng không bỏ qua cho ông. Đại hội Đảng khóa 7, mặc dù ông hãy còn trẻ, khỏe hơn nhiều người khác, nhưng đã không được đề cử vào Ban Chấp hành Trung ương và phải trao lại chiếc ghế Tổng Biên tập *Tạp chí Cộng Sản* cho ông Hà Đăng, dù ông này không có nhiều lý luận bằng ông.

Bà Kim Hạnh lại phạm một lỗi mới không thể tha thứ, đó là đưa lên *Tuổi Trẻ* một tin rất cũ: Bác Hồ đã từng có vợ! Toàn thế giới đã biết chuyện này, nhưng người Việt Nam chưa được phép biết. Lần này bà bị cấm làm báo vô thời hạn! Nhưng thật đáng khen, bà đã có sáng kiến đẻ ra tờ *Sài Gòn Tiếp Thị* bằng cách nhẫn nại âm thầm đứng sau lưng một người khác.

Thực hiện Nghị quyết Đại hội 6 Đổi mới của Đảng, Quốc hội Việt Nam xây dựng Luật Báo chí. Tại cuộc họp này, giáo sư Lý Chánh Trung, một cây bút báo chí nổi tiếng trước 1975 (với những bài viết chống Mỹ và chính quyền Sài Gòn, đặc biệt có bài viết ca tụng Chủ tịch Hồ Chí Minh là bậc vĩ nhân khi cụ từ trần) đề nghị cho xuất bản báo chí tư nhân, đúng tinh thần của Hiến pháp và phù hợp với xu thế mở rộng dân chủ, hội nhập. Có lẽ giáo sư không thể ngờ vấn đề ông đặt ra lại gây bực tức cho các nhà lãnh đạo của Đảng đối với ông, đặc biệt là Tổng Bí thư Nguyễn Văn Linh. Người chống lại ông mạnh mẽ nhất không phải các đảng viên là đại biểu quốc hội mà là bà luật sư Ngô Bá Thành, người đồng đội của ông ở nội thành ngày nào. Cũng khoảng thời gian này, với tư cách Phó Chủ tịch Liên hiệp các Hội Khoa học Kỹ thuật, giáo sư Trung tổ chức cho nhà văn trẻ Dương Thu Hương nói về quyển tiểu thuyết *"Những thiên đường mù"* đang gây xôn xao dư luận bởi động tới một đề tài cấm kỵ trước "Đổi mới". Ông đã không ngờ, quyển sách này bị coi là vượt xa ranh giới "Đổi mới", một quyển sách chống Đảng! Giọt nước tràn ly. Giáo sư không được Mặt trận Tổ quốc đề cử vào danh sách Quốc hội khóa kế tiếp. Tệ hại hơn, đây đó râm ran rằng lợi dụng tình hình Liên Xô và các nước xã hội chủ nghĩa Đông Âu sụp đổ, một số phần tử thuộc lực lượng thứ 3 đang âm mưu diễn biến hòa bình, cụ thể là giáo sư Lý Chánh Trung tạo diễn đàn cho nhà văn phản động Dương Thu Hương chửi Đảng, rồi dùng diễn đàn Quốc hội đòi cho ra báo tư nhân. Tại Trường cán bộ cao cấp quân đội, Bộ trưởng Bộ Quốc phòng Lê Đức Anh đến nói toẹt câu chuyện trên nhằm nâng cao tinh thần cảnh giác cho các sĩ quan. Ông bộ trưởng đang hùng hồn thì bất ngờ một sĩ quan trẻ đập bàn hét lớn: "Nói láo!" rồi đứng lên rời khỏi hội trường. Lập tức cảnh vệ đuổi theo đưa anh gặp đại tá phó Hiệu trưởng. Đó là đại úy Lý Tiến Dũng, quân nhân có quân hàm thấp nhất cuộc họp, vừa mới từ chiến trường chống bọn diệt chủng Pol Pot trở về. Trả lời ông đại tá, Lý Tiến Dũng nói: *"Nếu ban nãy ngồi đối diện với ông ấy, tôi đã cho một cái tát! Bởi vì tôi không thể ngồi nghe kẻ nào chửi cha mình"*. Sau đó, anh cởi áo lính, đi tập viết báo. Hơn 10 năm sau, anh trở thành một cây bút chính luận sắc bén, rồi trở thành Tổng Biên tập báo *Đại Đoàn Kết* và nổi tiếng vì dám quyết định đăng thư của Đại tướng Võ Nguyên Giáp yêu cầu không phá bỏ Hội trường Ba Đình, sau khi đã có lệnh cấm của Ban Tuyên huấn Trung ương Đảng (có 9 tờ báo không dám đăng lá thư này). Anh bị bãi chức tổng biên tập bởi đi không đúng "lề phải" của ông Lê Doãn Hợp, lại còn viết bài xài xể phó trưởng Ban Tuyên huấn Trung ương Hồng Vinh là người thiếu năng lực và không có tư cách (Hồng Vinh cũng là người không cho báo *Quốc Tế* của Bộ Ngoại giao đăng bài của ông Võ Văn Kiệt. Ông Kiệt chất vấn, nhưng không được Trưởng ban Tuyên huấn Nguyễn Khoa Điềm trả lời).

Trong cuộc họp Hội đồng Nhân quyền năm 2009, nhiều quốc gia yêu cầu Việt Nam cho xuất bản báo chí tư nhân, đã bị Việt Nam bác bỏ. Thật ra, dù cho ra báo chí tư nhân mà vẫn phải chịu sự chỉ đạo của Ban Tuyên huấn Đảng Cộng sản thì cũng không thực sự có tự do báo chí, không thoát khỏi chiếc "kim cô" công cụ. Những năm vận hành của tờ *Tin Sáng* sau 1975 đã chứng minh điều ấy. Tin Sáng không phải là tờ báo được thông tin tự do, bởi thường xuyên phải nhận chỉ thị "định hướng". Thế mà Đảng vẫn không yên tâm, vẫn buộc nó sớm "hoàn thành nhiệm vụ".

Nhà báo là "chiến sĩ"

Nhà báo được Đảng Cộng sản vinh danh là *"những chiến sĩ xung kích trên mặt trận văn hóa tư tưởng"*. Vinh dự này khiến cho nhiều người không tích cực trau dồi nghề nghiệp mà chỉ cố nâng cao lập trường tư tưởng. Cứ đọc lại báo chí Việt Nam hồi Cải cách Ruộng đất và chống *Nhân văn – Giai phẩm* sẽ thấy các "chiến sĩ xung kích" đã bóp méo sự thật, vu khống trắng trợn như thế nào để biến hằng ngàn người dân vô tội trở thành bọn cường hào gian ác, biến ông Nguyễn Hữu Đang, nhà yêu nước lão thành (người thiết kế và chỉ đạo thi công lễ đài Ba Đình cho kịp buổi lễ Tuyên ngôn Độc lập 2/9/1945), nhà báo, học giả Phan Khôi, một nhà báo lỗi lạc, nhà văn Thụy An trở thành những tên gián điệp nguy hiểm!

Những cây bút không "xung kích" theo đúng mục tiêu của Ban Tuyên huấn Đảng đều bị loại bỏ từng thời kỳ. Sau giải phóng miền Bắc, nhà báo Hiền Nhân và nhiều cây bút của Hà Nội trước kia phải cất bút. Sau khi báo *Tin Sáng* "hoàn thành nhiệm vụ", đội ngũ này được phân loại, chỉ cho một số ít người được tiếp tục làm báo. Chủ nhiệm báo Ngô Công Đức, Tổng Biên tập Hồ Ngọc Nhuận được mời một cách lịch sự đi làm công việc khác. Ông Nhuận được làm Phó chủ tịch Mặt trận Tổ quốc TPHCM, nghe có vẻ sang trọng nhưng là để vô hiệu hóa cây bút báo chí sắc bén và trung thực này. Nhiều cán bộ báo chí từ "phong trào" nhưng trong quá trình làm việc tỏ ra không tuân thủ sự chỉ đạo của Tuyên huấn Đảng cũng bị loại khỏi "đội ngũ xung kích" như Hoàng Phủ Ngọc Tường, Kim Hạnh, Thế Thanh…, nhà văn Nguyên Ngọc, vì viết bản "Đề dẫn" đòi mở rộng tự do sáng tác và cho đăng Nguyễn Huy Thiệp phơi bày ung bướu trong cơ thể "xã hội chủ nghĩa tốt đẹp", phải bị bãi chức. Chỉ vì bênh vực ông Nguyên Ngọc, nhà thơ kiêm nhà báo Bùi Minh Quốc đã bị khai trừ khỏi Đảng và treo bút.

Năm 1994, làng báo Việt Nam xảy ra chuyện ầm ĩ ở báo *Lao Động*. Bốn cán bộ cốt cán của báo là Tổng thư ký tòa soạn Lý Quý Chung, Trưởng ban Kinh tế – Xã hội Trần Trọng Thức, Chánh văn phòng Nguyễn Hữu Tính, cây bút phiếm luận Ba Thợ Tiện (tức Hoàng Thoại Châu từng được giải nhất về thơ thời đệ nhất Việt Nam Cộng Hòa) đề nghị Tổng Biên tập chọn giữa bốn người họ, hoặc ông Hồng Đăng phó Tổng biên tập, vì ông này hách dịch tới mức anh em không chịu nổi. Hồng Đăng phản công lại bằng cách bắn tin với Tổng cục 2 (Tình báo thuộc Bộ Quốc phòng) rằng ở báo *Lao*

Động có một nhóm âm mưu thực hiện "diễn biến hòa bình". Vậy mà Bộ chính trị sợ hãi, ra quyết định không cho một số người, trong đó có tổng biên tập tiếp tục làm báo!

Có những người đã được coi là đạt tiêu chuẩn làm báo, nhưng sau đó vì có quan hệ với người không được tin cậy thì cũng phải bị loại. Ông Nguyễn Ngọc Lan không cùng quan điểm với Đảng về vụ Phong thánh Tử Đạo thì vợ ông, bà Thanh Vân, dù đang là cây bút đắc lực của tờ Tin Quận 5 cũng phải bị sa thải. Trong *"Nhật ký 1990– 1991"*, Nguyễn Ngọc Lan viết theo lời chị Thanh Vân: Chỗ làm vẫn cần, nhưng có quyết định cho nghỉ việc của Ủy ban Nhân dân quận và Quận ủy. Tru di tam tộc đó mà. Ông trưởng phòng và bà phó phòng đùn đẩy nhau việc đưa tờ quyết định nghỉ việc cho nhà báo Thanh Vân, vì thấy nó kỳ cục quá, không mở miệng được. Các bạn đồng nghiệp thì được một bữa khóc.

Ông Trần Trọng Thức nhiều năm là giáo viên thỉnh giảng của khoa báo chí Trường Đại Học Khoa Học Xã Hội và Nhân Văn TP Hồ Chí Minh nhận xét nội dung đào tạo người làm báo như sau: Chương trình đại học báo chí không coi trọng đúng mức phần nghiệp vụ báo chí. Trong 194 đơn vị học trình, chỉ có 30 đơn vị học trình cho các môn tác nghiệp báo chí. Các thể loại thông tấn chỉ có 4 đơn vị học trình. Chính vì phải đào tạo "Nhà báo là chiến sĩ sắc bén về tư tưởng", cho nên các học phần về triết học, chính trị Mác– Lê được đặt cao hơn các bài học về nghiệp vụ. Học viên báo chí được tuyển với tiêu chuẩn chính trị (lý lịch gia đình, quan điểm lập trường), cao hơn nghề nghiệp, cho nên có 50% học viên không có năng khiếu làm báo, có 20% số người tốt nghiệp đại học báo chí không viết được bài.

Từ sau 30/4/1975, báo chí cách mạng có gì mới?

Xin nói rằng: Có! Báo chí miền Bắc trước 1975 là hóa thân của loại truyền đơn tuyên truyền. Những sự kiện lớn như Đại hội Đảng, Kỳ họp Quốc hội, các báo chỉ được phép đăng lại đúng bản tin của Thông tấn xã Việt Nam.

Điều đặc biệt mới mẻ sau 1975 là sự có mặt của tờ nhật báo *Tin Sáng* và tạp chí *Đứng Dậy*. Mặc dù cũng phải lựa lời mà nói theo cái khuôn của Ban Tuyên huấn Đảng đưa ra, *Tin Sáng* có cách viết mới mẻ gần với sự thật hơn những đứa con ruột của Đảng. Đương nhiên tờ *Tin Sáng* có số phát hành cao hơn báo Đảng. Đó là điều chế độ không thể chấp nhận.

Sau khi *Tin Sáng* "hoàn thành nhiệm vụ", Ban Tuyên huấn của Đảng sàng lọc những người ít gai góc, đưa về tăng cường cho hai tờ báo *Sài Gòn Giải Phóng* và *Tuổi Trẻ*. Nhóm về *Tuổi Trẻ* nhanh chóng biến tờ báo này từ một tờ "nội san của Thành đoàn" trở thành một tờ báo thông tin đa dạng, sinh động. Sở dĩ nhóm này làm được điều đó là do có hai nhà báo giỏi là Lý Quý Chung, Trần Trọng Thức. Nguyên nhân thứ hai không kém quan trọng là ông Tổng Biên tập Võ Như Lanh (vào nghề từ việc làm nội san của phong trào sinh viên) đã mạnh dạn giao việc cho các anh có nghề. Trái lại, bên báo *Sài Gòn Giải Phóng*, Tổng Biên tập vốn là Tổng Giám đốc Thông tấn xã Giải Phóng, đương nhiệm phó trưởng ban thứ nhất Ban Tuyên huấn Thành ủy, người từng có lý thuyết "lợi ích cách mạng cao hơn sự thật", đâu có thể để cho các nhà báo chế độ cũ dạy mình phải làm báo như thế nào!

Tờ *Tuổi Trẻ* không lâu sau đã được bạn đọc vồ vập. Ban đầu bạn đọc của nó là sinh viên, học sinh, dần dần nó giành cả bạn đọc là cán bộ, đảng viên của báo Đảng, khiến báo chí cả nước nhìn vào nó để học hỏi đổi mới nội dung và hình thức. Tuy vậy những "ông thầy" ở đây vẫn không được quý trọng. Chị Kim Hạnh, Tổng Biên tập báo *Tuổi Trẻ* (sau ông Võ Như Lanh), đã từng thổ lộ: Quản lý các anh này luôn bị trên đe dưới búa. Cấp trên thì lo ngại dò xét, còn các anh thì hay đấu tranh khi có những bài bị gác không thỏa đáng. Cuối cùng số đông trong Ban biên tập muốn tòa báo khỏi bị xoi mói vì sự có mặt của các nhà báo chế độ cũ. Thế là xảy ra cuộc "di cư" của hai ông thầy Lý Quý Chung, Trần Trọng Thức và kéo theo họ có bảy học trò từ *Tuổi Trẻ* xin sang *Lao Động*, đưa tới sự ra đời báo *Lao Động Chủ Nhật* năm 1990 nổi tiếng một thời. Trước đó, báo *Lao Động* chỉ bán cho các tổ chức công đoàn mua bằng tiền "kinh phí". Sau khi nhóm anh em này về, nhiều cây bút xuất sắc cũng kéo nhau về, biến *Lao Động* trở thành tờ báo mạnh nhất của báo chí ở cấp trung ương của Việt Nam, tấm gương đổi mới cho báo chí cả nước. Tiếc thay nó bị nghiêng đổ bởi một lý do không đâu như đã kể ở trên.

Hai người góp phần to lớn đổi mới báo chí cách mạng Việt Nam là Lý Quý Chung, Trần Trọng Thức không được ghi nhận. Ngay ở *Tuổi Trẻ* những ngày kỷ niệm thành lập tờ báo cũng không ai đánh giá đúng công lao của họ.

Tuy nhiên, khi tự do báo chí chỉ là hình thức thì những cố gắng đổi mới thật ra cũng chỉ là hình thức, không có mấy thực chất. Cái được nổi bật nhất trong những năm đầu đổi mới là đấu tranh chống tiêu cực, tham nhũng, quan liêu. Tuy nhiên quan liêu, tham nhũng không hề yếu đi mà càng ngày càng mạnh lên. Sau năm 2000, báo chí lép vế dần trước tham nhũng, cho tới khi xảy ra sự kiện hai nhà báo chống tham nhũng bị bắt, bị xử tù thì thế thượng phong của báo chí chống tham nhũng đã chấm hết.

Qua 20 năm đổi mới, báo chí cách mạng Việt Nam đang đứng trước hiện trạng sau đây:

1. "Báo chí công cụ" đã làm cho những người làm báo Việt Nam càng ngày càng thụ động, không có suy nghĩ độc lập, thui chột năng lực sáng tạo. Người viết xã luận thì nhai đi nhai lại nghị quyết của Đảng, bài năm nay na ná bài năm ngoái. Người viết điều tra thì chỉ dựa vào kết luận của cơ quan công an. Một lớp nhà báo thiếu lòng yêu nghề chỉ hám chức tước, bổng lộc. Miệng thì nói phục vụ lý tưởng xã hội chủ nghĩa, thực bụng là nhằm mục tiêu trở thành những ông "quan báo".

Trong tình trạng đạo đức băng hoại, có không ít nhà báo móc ngoặc làm tiền, trở thành giàu có một cách phi pháp.

Từ chỗ chỉ làm công cụ của Đảng, báo chí bắt đầu làm công cụ cho các "đại gia", bị họ sai khiến và khinh rẻ. Một phóng viên Thông tấn xã Việt Nam đã bị con rể bà Tư Hường (một đại gia và là bạn của nhiều nhân vật lãnh đạo cao nhất nước) tát giữa tiệc chiêu đãi mừng thành công cuộc thi Hoa hậu Thế giới. Chủ tịch Hội Nhà báo Việt Nam Đinh Thế Huynh có công văn yêu cầu phải làm rõ, xử lý nghiêm vụ này trước pháp luật để bảo vệ nhà báo. Nhưng vụ việc đến nay hơn một năm đã lặng lẽ chìm xuống.

2. Hội nhập quốc tế sâu rộng, bị tấm gương của nhiều nền báo chí tự do tương phản làm cho báo chí Việt Nam lộ rõ sự lạc hậu rất tệ hại trước trào lưu dân chủ, nhân quyền. Một đất nước có hơn 800 tờ báo mà luôn luôn bị các tổ chức nhân quyền quốc tế lên án là không có tự do báo chí. Hiện có gần trăm tờ báo của các Đảng bộ tỉnh, thành phố in ra đem phát không, rồi đem bán ve chai. Nhà báo cộng sản lão thành, ông Nguyễn Văn Trấn, nguyên Vụ trưởng Vụ Tuyên truyền Ban Tuyên huấn Trung ương Đảng đã phải kêu lên trong quyển sách ông viết có tựa đề *"Kính gửi Mẹ và Quốc hội"*: *Xin cho được tự do báo chí bằng với thời đô hộ của thực dân Pháp!*

3. Tự do kinh tế đã tạo ra lớp doanh nhân đông đảo. Càng ngày càng có nhiều con em của người có tiền được gửi đi du học ở các nước tiên tiến. Xã hội Việt Nam đang hình thành một từng lớp trí thức trung lưu có yêu cầu cao về quyền được thông tin kịp thời, chính xác, đa dạng. Lớp người này phải tìm đến các nguồn thông tin của báo, đài nước ngoài, các tờ báo mạng, các blog. Họ sẽ là lực lượng ngày càng lớn mạnh đòi hỏi một nền báo chí tự do. Trong bài viết "Vì sao đạo đức băng hoại", tôi cho rằng đạo đức cách mạng xung khắc với "Đổi mới". Nay lại xin nói: Báo chí cách mạng cũng xung khắc với Đổi mới!

4. Để thoát khỏi sự kềm kẹp tự do báo chí, một phong trào viết blog xuất hiện. Các địa chỉ blog được đông đảo người đọc tin cậy tìm đọc như Blog Osin của nhà báo Huy Đức. Tiếp theo đó là các mạng xã hội, một luồng gió tự do từ các blogger, từ mạng xã hội, như Facebook của Hương Trà (Cô Gái Đồ Long), Nhạc sĩ Tuấn Khanh..., đang thổi bùng

lòng khát khao quyền được thông tin của nhân dân từ lâu bị bưng bít, khiến cho nỗi bức xúc căng lên. *"Đây chính là một thứ quyền lực thứ năm"*. *(Thế giới phẳng*, Thomas L. Friedman).

"Hoàn toàn có tự do, nếu đi đúng lề đường bên phải"!

Nói như vậy không khác nào bảo hãy vào nhà giam đi, ở trong đó sẽ tha hồ mà tự do!

Có lẽ, trong công cuộc "Đổi mới" ở Việt Nam, báo chí là một ngành vận hành theo chiều ngược, tức là càng ngày càng bị siết lại.

Giữa năm 2008, Thủ tướng Nguyễn Tấn Dũng truyền đạt ý kiến Bộ Chính trị, gồm mấy ý lớn sau đây:

– Kiên quyết không để tư nhân hóa báo chí dưới mọi hình thức và không để tổ chức hoặc cá nhân nào lợi dụng chi phối báo chí để phục vụ lợi ích riêng, gây tổn hại lợi ích đất nước.

– Kiên quyết đình chỉ các cơ quan báo chí không chấp hành đúng pháp luật, không thực hiện đúng tôn chỉ mục đích.

– Việc xem xét xử lý sai phạm của các cơ quan báo chí phải được thực hiện đồng bộ giữa xử lý kỷ luật về chính quyền đi đôi với xử lý kỷ luật về Đảng, xử lý người trực tiếp có sai phạm gắn với xử lý trách nhiệm của người đứng đầu và người có liên quan.

Từ tư tưởng chỉ đạo ấy mà có sự lựa chọn Bộ trưởng. Ông Lê Doãn Hợp là mẫu người thích hợp. Ông này ăn nói thô bạo không cần giữ ý: *"Tổng biên tập là người của Bộ Thông tin và Truyền thông sau này cắm ở từng tờ báo".* (Nhà thơ Hoàng Hưng gọi đây là dòng ý nghĩ đen). Ông tuyên bố sẽ quản lý chặt cả báo mạng và các blog cá nhân. Là người chỉ huy đạo quân chữ nghĩa của một đất nước ngàn năm văn hiến, nhưng ông ăn nói không cần chọn từ ngữ chuẩn xác, cứ nói văng mạng như một kẻ vô học. Trong cuộc "giao lưu trực tuyến với nhân dân", ông Bộ trưởng đã giải thích quản lý báo chí là: *"Quản một cách có lý, bao gồm cả đạo lý và nguyên lý. Đạo lý là ủng hộ người tốt, răn đe người không tốt. Nguyên lý là tạo hành lang cho người ta hành động".*

Nhiều ý kiến trên mạng cho rằng ông nói nghe thật dốt nát và buồn cười.

Sự "quản lý" của ông Hợp theo tư tưởng chỉ đạo của Bộ Chính trị đã làm cho báo chí cách mạng Việt Nam mấy năm qua có nhiều biểu hiện không bình thường.

– Vụ báo chí Nhật Bản đưa tin Công ty PCI của họ hối lộ quan chức Việt Nam Huỳnh Ngọc Sĩ, sau mấy tuần lễ, báo chí Việt Nam vẫn im như thóc không dám đưa tin vì chưa có lệnh Tuyên huấn! Bạn đọc châm biếm hỏi: "Phải chăng công khai sự thật tức là đi ra ngoài hành lang của ông Lê Doãn Hợp"?

– Vụ khởi tố nữ phóng viên Lan Anh của báo *Tuổi Trẻ* là mở đầu đánh vào nhà báo chống tiêu cực, đối tượng từ lâu được khuyến khích và bảo vệ. Bị dư luận phản đối dữ dội, vụ án phải đình chỉ, phóng viên Lan Anh thoát nạn. Năm 2008, vụ án khởi tố hằng loạt phóng viên của nhiều tờ báo đưa tin về vụ tham nhũng ở PMU 18 với tội danh "làm lộ bí mật nhà nước và lợi dụng quyền tự do dân chủ".

– Cũng như Lan Anh, các nhà báo trong vụ án này đều là những người trung thành với "lý tưởng làm báo cách mạng", quyết lôi bọn tham nhũng ra ánh sáng, làm trong sạch bộ máy Đảng và nhà nước. Nhà báo Nguyễn Việt Chiến ra trước tòa vẫn khăng khăng rằng mình không có tội mà chỉ có quyết tâm chống tham nhũng. Các ban biên tập báo *Tuổi Trẻ, Thanh Niên* và nhiều đồng nghiệp của họ đã hăm hở viết bài bảo vệ họ. Việc làm đó đã bị dập tắt ngay lập tức. Tất cả báo chí cả nước im phắc cùng một ngày. Tiếp theo là án tù ngồi cho người không tự biết mình có tội (Nguyễn Việt Chiến), tù treo cho người biết nhận tội (Nguyễn Văn Hải). Tiếp theo nữa là tước quyền hành nghề của các phó tổng biên tập, tổng biên tập của các báo *Thanh Niên*, báo *Tuổi Trẻ*, những người đã viết bài hoặc duyệt bài bảo vệ những người bị bắt. Nhà báo Uyên Vũ cho rằng vụ tước quyền hành nghề của bảy nhà báo một lúc có thể so sánh với vụ Nhân văn – Giai phẩm, chỉ có điều khác xưa là họ không bị "đấu tố" và "ném đá" bởi các đồng nghiệp!

– Phó Tổng biên tập Bùi Thanh của *Tuổi Trẻ*, một nhà báo đầy "lý tưởng cách mạng" bị cách chức trong vụ này đã ngơ ngác hỏi "Vì sao?", khi nhìn các đồng nghiệp tử tế và trong sáng của mình bị xe cảnh sát đưa vào nhà giam. Ông lại tiếp tục ngây thơ khi viết trên blog: "Đừng nản lòng, hãy vì những trang báo sống động ngày mai, vì bạn đọc của mình"! Trong khi đó, trả lời câu hỏi "Liệu vụ án này có làm sa sút ý chí chống tham nhũng của các nhà báo"? Ông Đinh Thế Huynh ủy viên Trung ương Đảng, chủ tịch Hội Nhà báo Việt Nam, kiêm Tổng Biên tập báo *Nhân Dân* tỉnh bơ trả lời: "Làm sao lại có thể sa sút được! Bởi vì chống tham nhũng là một kênh của báo chí cách mạng"!

Có hai nhận định đáng lưu ý về vụ này là:

– Nhà báo Huy Đức cho rằng vụ án cho thấy các nhà báo Việt Nam không có nghiệp vụ báo chí để tiến hành điều tra độc lập mà chỉ dựa vào cơ quan điều tra và tin rằng đó là tư liệu hoàn toàn chính xác. Vụ án cũng cho thấy tư pháp Việt Nam bất cập khi kết tội các nhà báo viết bài bởi động cơ trong sáng không vụ lợi và tin chắc rằng tư liệu mình có trong tay là sự thật.

– Ký giả Trần Tiến Dũng cho rằng vụ án này là "Dấu chấm hết của báo chí lý tưởng", bởi nó đã đánh vào những nhà báo tự nguyện làm công cụ của Đảng để thực hiện lý tưởng cách mạng! Ngẫm ra nhận định này không phải không có cơ sở. Thực tế cho thấy tham nhũng đã xâm nhập vào các cấp cao nhất của guồng máy Đảng và Nhà nước khiến cho họ không có cách nào khác là phải bẻ gãy những cây bút công cụ đang chĩa vào chính những ông chủ!

Năm 2008, báo chí Việt Nam vốn ngoan ngoãn với chức năng công cụ, đã bị trừng phạt nặng nề: 6 cơ quan báo chí bị cảnh cáo, 252 trường hợp bị khiển trách, 15 nhà báo bị thu thẻ hành nghề, trong đó có 2 tổng biên tập, 4 phó tổng biên tập, 6 nhà báo bị khởi tố, 2 nhà báo vào tù.

Mới đây, nhà báo, văn nghệ sĩ lại bị trấn áp với tội danh mới, "tội yêu nước"! Đó là vụ ông Nguyễn Trung Dân, phó Tổng Biên tập báo *Du Lịch Việt Nam*, bị cách chức, thu thẻ nhà báo vì đăng tin bài chống Trung Quốc xâm chiếm Hoàng Sa, Trường Sa. Một số nhà báo, văn nghệ sĩ bị bắt, bị thẩm vấn và gây khó khăn trong cuộc sống vì đã tham gia biểu tình chống Trung Quốc xâm chiếm đảo biển Tổ quốc. Đạo diễn Song Chi, một bloger có nhiều bài viết mạnh mẽ đã phải rời đất nước xin tị nạn chính trị ở Na Uy, được nước này tiếp nhận như là một guest writer (khách văn). Bà Song Chi cho biết sau khi bị bắt vì tội biểu tình chống Trung Quốc bà bị gây khó không thể làm việc được.

Đây quả là một bi kịch của "báo chí cách mạng" Việt Nam!

Mới đây nhà báo Nguyễn Chính trong bài viết "Báo và Blog và Bầu trời" kể rằng 15 năm trước khi ông nói báo *Nhân Dân* là tờ báo mà nhân dân ít đọc nhất đã bị ông Đinh Thế Huynh, chủ tịch Hội đồng Khoa học báo *Nhân Dân*, bực dọc vặn lại: "Nói thế là không được! Xin hỏi anh Nguyễn Chính, đó là nhân dân nào"? Nay ông Huynh đã lên tổng biên tập và kiêm nhiệm nhiều chức vụ quan trọng khác. Nhưng báo *Nhân Dân* thì vẫn giữ vững kỷ lục là tờ báo ít nhân dân mua nhất! Nhà báo Trương Duy Nhất cho rằng không chỉ báo *Nhân Dân* không có người đọc mà nói chung ngày nay "đọc báo giấy chán bỏ mẹ"! Bạn đọc Việt Nam, nhất là số người có học, đang tìm thông tin trên các mạng xã hội,các blog.

"Đọc báo giấy chán bỏ mẹ"! Đó chính là hậu quả của cách quản lý "hoàn toàn có tự do nếu đi đúng lề bên phải" của ông Lê Doãn Hợp! Hậu quả đó được giảng viên Đại học Sư phạm kiêm nhà báo Hà Văn Thịnh miêu tả như sau: "*Còn nếu quý vị có ai đó đã từng viết báo sẽ biết là rất nhiều câu chữ người ta đọc qua điện thoại cho tôi, và chúng phải có. Vấn đề là 'lách' như thế nào để rồi người đọc hiểu đến đâu là câu chuyện quá dài. Nói là bồi bút thì cũng phải, không sai. Thế nhưng cần phải lật ngược vấn đề rằng có ai ăn lương hiện nay mà không từng một lần làm bồi bút"?*

Chao ơi, có đau đớn không, khi chính sách của Đảng cầm quyền từng được tung hô "quang vinh muôn năm" lại biến những người cầm bút của báo chí cách mạng vốn được giao thiên chức "xung kích trên mặt trận văn hóa tư tưởng" trở thành những tên bồi bút! Và càng đáng sợ hơn là người ta có thể nói ra điều nhục nhã đó một cách thản nhiên. Vậy thì người đọc của dân tộc anh hùng này đang đi theo cái định hướng để trở thành những tên bồi gì đây?

Điều 19 của ICCPR?

Năm 1946 khi phải chấp nhận chính phủ liên hiệp đa đảng, Hồ Chí Minh định nghĩa "Dân chủ là người dân được mở miệng". Đó chính là tự do ngôn luận. Điều mà cách đây hơn 150 năm, ông Rober Lowe, chính khách người Anh đã miêu tả cụ thể: "*Chúng ta nhất định phải nói lên sự thật, đúng như chúng ta thấy, không sợ mọi hậu quả, nhất định không cung cấp chỗ ẩn náu thuận tiện cho những hành vi bất công hay áp chế mà phải lập tức giao chúng cho sự phán xét của thế giới.*" Hiến pháp đầu tiên năm 1946 do quốc hội có 70 đại biểu Việt Nam Thanh niên Cách mạng Đồng chí hội và Quốc Dân Đảng đã ghi nhận tinh thần đó. Luật Báo chí hiện hành cũng có ghi nhận tuy không thật cụ thể: "Thông tin trung thực về mọi mặt của tình hình đất nước và thế giới". Vậy thì tại sao thực tế vận hành của báo chí Việt Nam lại không phải như vậy? Tại sao cứ tiếp tục rập khuôn theo thứ báo chí phản thông tin của Lê nin mà ngày nay chính đồng bào Nga của ông cũng kiên quyết từ bỏ? Tại cuộc họp của Hội đồng Nhân quyền hồi tháng 5/2009 có hằng chục đại diện các quốc gia đề nghị Việt Nam thực hiện một phần, hoặc phù hợp, hoặc trùng khớp với Điều 19 Công ước Quốc tế về các quyền dân sự và chính trị, như: Gia tăng sự độc lập của truyền thông, cho phép ra báo tư nhân, dỡ bỏ hạn chế internet... , tất cả đều bị Việt Nam bác bỏ. Lạ thay, Việt Nam là quốc gia đã ký cam kết gia nhập Công ước Quốc tế này từ ngày 24 tháng 9 năm 1982! Tại sao vậy? Xin hãy đọc kỹ nội dung điều 19 của Công ước này xem nó chứa đựng những gì nguy hiểm đến nỗi các nhà lãnh đạo Việt Nam phải kiên quyết chối bỏ?

Điều 19

1. Mọi người đều có quyền giữ quan điểm của mình mà không bị ai can thiệp vào.

2. Mọi người có quyền tự do ngôn luận. Quyền này bao gồm cả quyền tự do tìm kiếm, nhận và truyền đạt mọi loại tin tức, ý kiến, không phân biệt ranh giới, hình thức tuyên truyền miệng, hoặc bằng bản viết, in, hoặc bằng hình thức nghệ thuật, hoặc thông qua mọi phương tiện đại chúng khác tùy theo sự lựa chọn của họ.

3. Việc thực hiện những điều quy định tại khoản 2 của điều này kèm theo những nghĩa vụ và trách nhiệm đặc biệt. Do đó có thể dẫn đến một số hạn chế nhất định, tuy nhiên những hạn chế này phải được pháp luật quy định và cần thiết để:

– Tôn trọng các quyền hoặc uy tín của người khác;

– Bảo vệ an ninh quốc gia hoặc trật tự công cộng sức khỏe

hoặc đạo đức của công chúng.

("*Các văn kiện quốc tế về quyền con người*", do Học viện Chính trị Quốc gia Hồ Chí Minh, Trung tâm Nghiên cứu Quyền Con người biên soạn, Nhà Xuất bản TP Hồ Chí Minh phát hành năm 1997, trang 117).

Bạn đọc Việt Nam có thấy Điều 19 có gì đáng sợ? Tôi thấy nó rất cao quý, tin ở con người, tôn trọng con người và tạo điều kiện cho con người đóng góp trí tuệ cho cuộc sống. Đảng và Nhà nước Việt Nam luôn luôn hô hào tìm những biện pháp "đi trước đón đầu" trong các lĩnh vực khoa học công nghệ, trong khi đó lại từ chối không chịu đi kịp những vấn đề của dân chủ, nhân quyền, không chịu thực hiện tự do báo chí, điều mà Thomas Jefferson đánh giá là "Công cụ tốt nhất cho việc mở mang trí tuệ của con người, nâng con người lên trở thành có lý trí, phẩm hạnh và mang tính xã hội"!

Khi tôi chép vừa xong điều 19 thì bạn tôi điện thoại cho hay, báo *Dân Trí* vừa đưa tin: Sở Giáo dục Quảng Nam buộc thôi việc cô giáo dạy văn cấp 3 Nguyễn Thị Bích Hạnh, bởi cô đã chỉ cho học sinh cách tự học, tìm tòi phân tích thông tin trên các trang web của talawas, Tiền Vệ. Như vậy là *"quyền tự do tìm kiếm, nhận và truyền đạt mọi loại tin tức"* ở điều 19 đã không được chấp nhận!

Có phải lý do chính là "không để tổ chức hoặc cá nhân nào lợi dụng chi phối báo chí để phục vụ lợi ích riêng, gây tổn hại lợi ích đất nước"? Có lẽ toàn dân Việt Nam đều đồng ý với Bộ Chính trị là phải ngăn chặn mọi hành vi "gây tổn hại lợi ích đất nước". Nhưng tại sao tất cả các quốc gia tiên tiến, hiện đại trên thế giới đều thực hiện điều 19 ấy mà vẫn không bị "gây tổn hại lợi ích đất nước" của họ? Dân tộc ta kém thiên hạ điều gì chứ lòng yêu nước thì đâu có thua ai? Nếu luật pháp Việt Nam chưa đủ chặt chẽ để ngăn chặn các hành vi "lợi dụng chi phối" ấy thì chúng ta nên gấp rút hoàn thiện luật pháp để thực thi cho được Điều 19, sẽ tốt hơn gấp trăm lần cấm đoán! Hay là chúng ta sợ mình không đủ lý lẽ chống lại sự ngụy biện xuyên tạc của kẻ xấu? Trong lịch sử không có chính nhân quân tử nào lại sợ kẻ xấu cả! Ngụy biện xuyên tạc là hành vi mờ ám, chỉ cần soi ánh sáng của sự thật vào là nó sẽ vỡ vụn ngay. Chẳng lẽ chúng ta sợ những ý kiến phản biện? Tôn trọng ý kiến khác biệt thì phải chấp nhận tranh luận, để tìm ra chân lý! Người lớn, cấp cao chịu làm như vậy không hề hạ thấp mình mà càng được "khẩu phục tâm phục". Nếu như vụ Bauxite được cho công khai tranh biện trên tất cả các báo thì trí tuệ Việt Nam được nhân lên, mọi ngờ vực tan biến và uy tín của lãnh đạo sẽ nâng cao, rất cao. Tại sao Bộ Chính trị không làm như vậy?

Bộ Chính trị của khóa 10 này đã có những hành xử rất đáng lo ngại. Các vị chẳng những không coi trọng nguyện vọng của người dân mà còn nhiều lần bỏ ngoài tai những góp ý, kiến nghị của các bậc đại công thần, đại trí tuệ của chế độ, những người mới hôm qua còn là những bậc thầy cao không với tới đối với họ như Võ Nguyên Giáp, Võ Văn Kiệt. Đáng nói hơn là những kiến nghị của các cụ được nhân dân cả nước đánh giá là rất sáng suốt, hết lòng vì nước vì dân. Hàng ngàn trí thức, hàng vạn người dân hưởng ứng những lá thư tâm huyết của Đại tướng, vậy mà các vị vẫn phớt lờ. Cách hành xử đó tồi tệ và độc đoán nhiều lần so với việc các vua Trần, vua Nguyễn bác bỏ "Thất trảm sớ" của Chu Văn An, "Tám điều cấp cứu" của Nguyễn Trường Tộ.

Mặc dù vậy, tôi vẫn không muốn tin câu nói này của Frederick Douglass có thể đang ám những người lãnh đạo của nước Việt Nam đã trải qua 64 tuổi "dân chủ": *"Trong các quyền con người, quyền biểu tỏ ý kiến là nỗi kinh hoàng của các hôn quân bạo chúa, là thứ quyền mà chúng phải ra tay triệt hạ đầu tiên."*

Tôi vẫn cứ muốn tin rằng thời của bạo chúa đã qua từ lâu rồi và chính Đảng Cộng sản Việt Nam từng tự hào góp phần chôn vùi nó ở đất nước này! Tôi vẫn muốn tin rằng nhân dân ta đang thực sự xây dựng một chế độ "dân giàu, nước mạnh, xã hội công bằng, dân chủ và văn minh". Tôi vẫn muốn tin rằng từ Dân chủ trong câu trên có ý nghĩa thực chất chứ không phải để làm cảnh. Nhưng đã có quá nhiều sự thật nhơ nhớp xếp đầy trí nhớ tôi, giờ đây thêm sự thật Bauxite khổng lồ sặc mùi máu mê của những con bạc, lộ nhiều toan tính gian manh, lại đầy nghi vấn âm mưu "cõng rắn"! Làm sao tin được đây?

"Không có tự do báo chí thì sẽ chẳng còn gì ngoài sự tồi tệ" (Albert Camus). Nếu Đảng tự tin rằng mình đang nắm được chân lý và rất trong sáng trước nhân dân thì hãy đường hoàng thực hiện tự do báo chí. Đó là lửa thử vàng, là cơ sở tạo niềm tin nơi nhân dân.

(Tôi viết bài này với bút danh Thiện Ý gửi đăng trên Talawas nhân ngày 21–6 ngày báo chí cách mạng của nước Việt Nam cộng sản năm 2009).

TRĂN TRỞ CÙNG CHỦ TỊCH NƯỚC

Vào dịp Tết Tân Mão, tâm sự với bạn đọc báo Sài Gòn tiếp thị, Chủ tịch Nguyễn Minh Triết nhắc chuyện người thầy của mình thời đại học đã gửi gắm kỳ vọng vào anh học trò Nguyễn Minh Triết giỏi toán, nay là Chủ tịch nước, chắc chắn sẽ giải được bài toán khó của đất nước: Quốc nạn tham nhũng! Chủ tịch nói những lời ân hận: "Chống tham nhũng là mong mỏi tha thiết và chính đáng của những người dân. Nhưng cho đến hôm nay tôi tự thấy nhiệm vụ đó tôi chưa làm xong".

Rất tiếc, ngày Chủ tịch về làm Bí thư Thành ủy, anh Năm Tân, bạn tôi (tức Triều, cán bộ Ban Dân vận Trung ương Cục, người thay mặt ban tổ chức Trung ương Cục miền Nam tiếp nhận sinh viên Nguyễn Minh Triết mới từ thành phố vào bưng), rủ tôi cùng đến thăm nhà tân Bí thư Thành ủy nhưng tôi không chịu đi. Anh nói: "Chúng mình thường xuyên cung cấp chứng cứ tham nhũng để đồng chí Bí thư quan tâm xử lý". Tôi từ chối ngay: "Tôi không tham gia đâu. Ngày còn là Tổng Biên tập báo Lao Động, tôi đã quyết liệt chống tham nhũng, quan liêu và đã bị Ban Tư tưởng Văn hóa nhiều lần góp ý. Có lần không phải góp ý với tổng biên tập mà với "đảng viên có trách nhiệm". Khi tôi trả lời chúng tôi làm không sai luật, đồng chí Hữu Thọ tươi cười nói khéo theo kiểu bạn bè: "Một Chính phủ mà trong hơn một tháng bị mày chỉ trích đến 4 ông Bộ trưởng thì sẽ ra sao trước dư luận quốc tế và trong nước"? (bốn Bộ trưởng bị báo Lao Động chỉ trích là Phạm Song, Bộ trưởng Y tế, Cao Sĩ Kiêm Thống đốc Ngân hàng Nhà nước, Vũ Ngọc Hải Bộ trưởng

Bộ năng lượng, Phan Xuân Đợt Bộ trưởng Bộ Lâm nghiệp).

Tôi đã trả lời anh: Một chế độ chấp nhận cho báo chí liên tục chỉ trích chính phủ là một chế độ dân chủ, vững mạnh và Chính phủ tiếp thụ sự chỉ trích, sẽ đổi mới phục vụ nhân dân đắc lực hơn. Nhưng Hữu Thọ nhân danh đại diện Trung ương Đảng không chấp nhận quan điểm của tôi. Huống hồ ngày nay, trong tay tôi không có quân, cũng chẳng có quyền, thôi tôi chẳng chơi dại! Anh Năm Tân nổi cáu: "Mày bạc nhược đến thế à? Vậy thì mày còn ở trong Đảng để làm gì"? Anh Năm Tân đã một mình tới nhà Bí thư Thành ủy Nguyễn Minh Triết. Hai tháng sau đó, có chuyện không vui xảy ra cho anh Năm Tân: Bà Kim Em – Phó Bí thư, Trưởng Ban Tổ chức quận 7 thành phố Hồ Chí Minh – gửi công văn "yêu cầu đồng chí Năm Tân rút tên ra khỏi bản đăng ký đi tham quan Hà Nội, để ở lại làm ngay bản kiểm điểm, vì theo công văn của Tỉnh ủy Long An, đồng chí đã kích động nhân dân khiếu kiện về đất đai, chống lại chính quyền Long An" (trước khi về hưu, anh Năm Tân là Chủ tịch Liên hiệp Công Đoàn tỉnh Long An, lúc đó đã có Huy hiệu 50 tuổi Đảng, hiện giờ thì đã 60). Trước việc trớ trêu này tôi đã nói đùa với anh Năm: "Dù anh đã lớn tiếng đòi đuổi tôi khỏi Đảng, tôi vẫn cầu mong cho anh không bị đuổi ra trước tôi"!

Xin lỗi Chủ tịch, tôi đã dài dòng, để nói rằng bài toán chống tham nhũng rất khó, và thực ra nó cũng không phải chỉ thuộc trách nhiệm của Chủ tịch nước với quyền hạn chế theo Hiến pháp. Cho nên dù có tiếp tục thêm một nhiệm kỳ nữa (việc đó không thể có rồi)! Chủ tịch cũng không thể làm xong được. Do đó tôi muốn Chủ tịch cùng suy ngẫm vấn đề trọng đại này với đất nước, dù đã muộn lắm!

Trước hết tôi muốn được cùng Chủ tịch nhớ lại những ý kiến của chủ tịch Hồ Chí Minh. Năm 1946 do phải chấp nhận đại diện các đảng phái tham gia chính phủ liên hiệp, Hồ Chí Minh đã có những phát biểu tiến bộ:

– "Chống tham ô, lãng phí, quan liêu là dân chủ" (Hồ Chí Minh toàn tập, Nhà xuất bản Sự thật, 1986, tập 6, trang 271).

– Pháp luật phải trừng trị những kẻ bất liêm bất kỳ kẻ đó ở địa vị nào, làm nghề nghiệp gì" (sách đã dẫn, tập 5, trang 245).

– Hồ Chí Minh cho rằng bọn quan liêu, tham nhũng "xa nhân dân, khinh nhân dân, sợ nhân dân, không tin cậy nhân dân, không hiểu biết nhân dân, không thương yêu nhân dân" (sách đã dẫn, tập 6, trang112).

– Nếu Chính phủ làm hại dân thì dân có quyền đuổi Chính phủ" (Hồ Chí Minh toàn tập, Nhà xuất bản Sự thật, 1984, tập 4, trang 283).

– Nghị quyết gì mà dân chúng cho là không hợp thì để cho họ đề nghị sửa chữa" (Hồ Chí Minh toàn tập, Nhà xuất bản Sự thật, 1984, tập 5, trang 297).

Hồ Chí Minh cho rằng phải có dân chủ mới chống tham nhũng được. Nhưng rất tiếc là Cụ Hồ chưa nói rạch ròi là thứ dân chủ nào? Từ sau năm 1954, Cụ Hồ chỉ nói về dân chủ xã hội chủ nghĩa. Năm 1959, Hồ Chí Minh chính thức vứt bỏ Hiến pháp 1946, ban hành Hiến pháp 1959, không chấp nhận nhà nước pháp quyền với tam quyền phân lập,

Đảng nhất định phải lãnh đạo Tư pháp. Nhiều năm qua cho thấy "dân chủ xã hội chủ nghĩa" dưới sự lãnh đạo của Đảng không thể chống nổi tham nhũng. Bởi vì nếu Đảng chống tham nhũng là tự chặt tay mình. Hãy nhìn lại cách chống tham nhũng của chúng ta, xem vì sao không thể đạt hiệu quả như các nước dân chủ.

Tham nhũng đã sang thế hệ thứ tư

Từ năm 2006, Tổng Bí thư Nông đức Mạnh cũng đã thừa nhận: *"Tham nhũng là một trong những nguy cơ lớn đe dọa sự sống còn của chế độ"*. Đến nay đã qua 4 năm, năm nào ta và các cơ quan của Liên Hiệp Quốc cũng có tổng kết về vấn đề này. Xin chỉ nêu những kết luận gần nhất:

– Ngày 1–12–2010, Hội nghị tổng kết do Ban Bí thư Trung ương chủ trì kết luận: *Hiện nay tham nhũng vẫn nghiêm trọng và diễn biến phức tạp, xảy ra ở nhiều lĩnh vực, nhiều ngành, nhiều cấp. Tham nhũng chưa được ngăn chặn và từng bước đẩy lùi như mục tiêu Nghị quyết Trung ương 3 đề ra. Tham nhũng vẫn là vấn đề bức xúc, mối quan tâm lớn của toàn xã hội"*.

– Ngày 6–4–2011, Thủ tướng chủ trì phiên họp tổng kết quý 1–2011 của Ban chỉ đạo Trung ương về phòng, chống tham nhũng nhận định: *"Số vụ tham nhũng được phát hiện và xử lý giảm do nhiều nguyên nhân, trong đó có nguyên nhân thiếu quyết tâm, ngại đưa ra xử lý các vụ việc ở thời điểm nhạy cảm về chính trị"*. Nhận xét như vậy có điều tốt là trung thực, nhưng bộc lộ chỗ yếu rất khó khắc phục: Đó là che giấu bớt vì sợ nhạy cảm chính trị!

Về nhận xét của quốc tế:

– Năm 2008, Chương trình Hỗ trợ Phát triển của Liên Hiệp Quốc (UNDP) có một báo cáo khá chi tiết. Báo cáo nêu: *"Tham nhũng ở Việt Nam hiện nay đã xảy ra dưới 3 hình thức: Hối lộ còn được gọi là bôi trơn; tư nhân hóa tài sản Nhà nước trong việc thực hiện chính sách cổ phần hóa; và mua bán quyền lực"*!

Báo cáo của bà Lê Hiền Đức (giáo viên hưu trí ở Hà Nội, người được Tổ chức Minh bạch Quốc tế tặng Giải thưởng Liêm Chính năm 2009) minh họa cho nhận định nói trên. Bà nói "Ở cấp nào bọn tham nhũng cũng có ô dù cả"!

– Chỉ số thứ hạng tham nhũng của Việt Nam từ năm 1997 đến nay hầu như không thay đổi. Năm 2009, Tổ chức Tư vấn rủi ro xếp ta là nước tham nhũng đứng thứ 3 châu Á, khá hơn Indonesia, Philippin, nhưng tham nhũng trong lĩnh vực bất động sản thì ta đứng trên hai nước này!

Nhiều nhà nghiên cứu trên thế giới đã rút ra kết luận: Bọn tham nhũng lộng hành khi nguy cơ bị phát hiện thấp và nếu bị phát hiện thì hình phạt nhẹ mà mối lợi thu được thì quá lớn. Cơ chế để phòng, chống tham nhũng hiệu quả cần phải có hai điều kiện thiết yếu là: tính minh bạch và khả năng kiểm soát. Từ đó người ta rút ra công thức:

Tham nhũng = Nhà nước độc quyền + Quyền quyết định của viên chức thừa hành quá rộng + Khả năng kiểm soát yếu kém.

Chúng ta có thể dùng công thức này để tìm thấy nguyên nhân bất trị của nạn tham nhũng ở nước mình. Bạn đọc Phan Châu Thành đã lần tìm và so sánh tình trạng tham những qua các thời kỳ đã diễn ra như sau:

– Tham nhũng từ năm 1945–1975 gọi là thế hệ thứ nhất.

Thời ấy, kẻ tham nhũng hành động đơn lẻ, lợi dụng chức quyền chiếm trực tiếp những gì chúng ham muốn. Đội quân chống tham nhũng thời ấy rất hùng hậu bao gồm một xã hội tốt đẹp có đông đảo dân chúng có đạo đức và noi theo tấm gương cần kiệm liêm chính trong sáng của lãnh tụ.

– Từ 1976–1999, tham nhũng bước qua thế hệ thứ hai.

Bọn tham nhũng buộc mọi người phải "mua" từ công việc, chức vụ, tất cả các quyền lợi chính đáng lẽ ra người dân đương nhiên được hưởng. "Văn hóa chạy chọt" xuất hiện. Cái gì cũng "chạy" được, từ quan hệ, chức tước, đặc quyền, sở hữu đất đai, bằng cấp. Chúng chiếm đoạt những thứ không có giá trị vật chất, nhưng lại dễ dàng thu được tài sản, vật chất. Người trong các lực lượng chống tham nhũng bắt đầu tham gia tham nhũng ngày càng công khai! Tham nhũng trở thành "hiện tượng xã hội bình thường".

Hai vụ tham nhũng vang dội là PMU 18 và Đại lộ Đông Tây cũng chỉ mới ở "trình độ" cấp hai này.

– Từ năm 2000 đến nay, tham nhũng đã sang thế hệ thứ ba. Tham nhũng thiết kế, bố trí, xây dựng và đầu tư, đằng sau mỗi đường dây của chúng là vài ông trùm chủ chốt có quyền thế rất cao. Không thể tìm ra, bắt bẻ tính bất hợp pháp của chúng. Chúng chỉ có thể bị lộ khi có một đường dây tham nhũng khác cạnh tranh, nhưng chưa chắc đã có thể đưa được chúng ra tòa.

– Tham nhũng thế hệ thứ tư xuất hiện từ khoảng năm

2005, đó là các "nhóm lợi ích" thông đồng nhau can thiệp vào hệ thống làm ra chính sách. Những nhà lý luận về kinh tế như Bà Phạm Chi Lan, ông Lê Đăng Doanh, ông Nguyễn Trung đã có nhiều bài viết nói về những "nhóm lợi ích" cài cắm ngay khi soạn thảo luật, cơ chế.

Xin dẫn chứng quá trình lớn mạnh của tham nhũng ở ngành đóng tàu để minh họa:

– Cách đây 17 năm, ngày 27 tháng 5 năm 1993 các báo đồng loạt đưa tin sau: Tại Quảng Ninh, cơ quan điều tra đã khởi tố bắt giam ông Ngô Đình Quý – Tổng Giám đốc Liên hiệp Đóng tàu Việt Nam – về hành vi tham ô. Khi là Giám đốc nhà máy đóng tàu Hạ Long, ông Quý bán con tàu Ăngco Vat 01, trọng tải 3000 tấn với giá 1.031.000 USD, thanh toán bằng 3 khoản: 95.700 USD; 1000 tấn thép; 200 kiện đầu lọc thuốc lá. Ông Quý bán thép được 2 tỉ tiền đồng, chỉ nộp quỹ 1, 5 tỉ. Số ngoại tệ ông chỉ nộp 525 triệu đồng (tương đương 50.000USD)...

– Tối ngày 4 tháng 8 năm 2010, Cơ quan An ninh Điều tra Bộ Công an thực hiện lệnh bắt giam ông Phạm Thanh Bình – Chủ tịch Hội đồng Quản trị Tập đoàn công nghiệp Tàu thủy Việt Nam (Vinashin) – về tội cố ý làm trái gây hậu quả nghiêm trọng. Sau đó, cơ quan an ninh điều tra khám xét nơi làm việc và hai nhà riêng của ông Bình ở số 10 Ngô văn Sở và 17T6 Khu Trung Hòa, Nhân Chính. "Thiệt hại nghiêm trọng" được biết là khoảng 86.000.000.000.000 đồng.

Như vậy, nếu so sánh vụ án ở ngành đóng tàu năm 1993 thì thấy nó ở cấp tham nhũng thế hệ thứ hai, còn vụ Vinashin năm 2010 đã vọt lên thế hệ thứ ba, và trách nhiệm xử lý đã từ cấp tỉnh vọt lên cấp Bộ Chính trị!

Đồng chí lão thành cách mạng, Tướng Nguyễn Trọng Vĩnh có thơ than rằng:

"Quan tham ăn hối lộ,
Sống như bậc đế vương"

...

"Công lý luôn thuộc kẻ cầm quyền.
Tai họa đều đổ đầu dân đen".

Từ năm 2010, một nhà lý luận hàng đầu của Đảng – Giáo sư Tiến sĩ Mạch Quang Thắng đã viết: "Thật đáng tiếc là cho đến nay vẫn còn một bộ phận không nhỏ cán bộ đảng viên suy thoái một cách nghiêm trọng"!

Nguyên nhân của việc không thể ngăn chặn tham nhũng đã được nhiều nhà lý luận của Đảng phân tích khéo léo, nhưng cũng khá rõ ràng. Tiến sĩ Hồ Bá Thâm, trong bài viết "Dân chủ hóa, phân quyền hóa cơ cấu hệ thống quyền lực Nhà nước theo tư duy pháp quyền biện chứng" đăng trên Tạp chí Nghiên cứu lập pháp tháng 11–2009 đã viết: *Với thực tế nảy sinh tràn lan và kéo dài ngày càng trầm trọng tệ nạn tham nhũng, cửa quyền, quan liêu và lãng phí hiện nay trong hệ thống chính trị và trong xã hội ta, càng thấy thiếu sót lớn trong một cơ chế thiếu giám sát và kiềm chế quyền lực tệ hại như thế nào. Đó là chỗ hổng và yếu kém nhất trong hệ thống tam quyền của Nhà nước, phải được khắc phục sớm bằng cả nhận thức và thể chế".* Hình như ông còn quá e ngại đụng chạm đến khái niệm pháp quyền xã hội chủ nghĩa, một sáng tạo của Tổng Bí thư Đỗ Mười, nên đã dè dặt đưa ra giải pháp gọi là "Tam quyền phân hợp giám, gọi tắt là Tam quyền phân giám"!

Là người quan tâm đến cải cách tư pháp, chắc Chủ tịch cũng thấy việc "phân công ba quyền" đã không cân đối. Chánh án Tòa án nhân dân tối cao, đối với trong Đảng, trước đây chỉ là Ủy viên Trung ương, nay mới vào Ban Bí thư. T òa án nhân dân tối cao không có quyền xem xét những luật pháp vi hiến, không có quyền mời thủ tướng ra tòa.

Trong cuộc Hội thảo do Bộ Giáo dục – Đào tạo tổ chức ngày 25–7–2010, Đại sứ Thụy Điển nói, Việt Nam có nhiều văn bản luật và nhiều tổ chức chống tham nhũng hơn Thụy Điển. Lời nói của vị đại diện một đất nước gần như không có tham nhũng cho ta nhiều suy ngẫm. Trong khi đó cuộc họp mới nhất cho tới khi tôi viết bài này là 6–4–2011, cả Thủ tướng và Bộ trưởng Bộ Công an đều cho rằng điều lúng túng nhất là khó phân rõ trách nhiệm của người đứng đầu! Tôi xin phép được nói thẳng rằng: Trong khi tham nhũng đã sang thế hệ thứ tư mà chúng ta còn loay hoay tìm chưa ra cách bổ sung để củng cố công cụ chống tham nhũng của thế hệ thứ nhất! Vừa qua ở Ninh Bình, ông Bí thư Tỉnh ủy, Ủy viên Trung ương Đảng, là kẻ đại tham nhũng, nhưng lại là cấp trên của Trưởng Ban chống tham nhũng. Nếu cơ chế chỉ sửa bằng cách giao cho Bí thư Tỉnh ủy làm Trưởng Ban chống tham nhũng thì có hơn gì?

Từ 2.500 năm trước, nhà hiền triết Platon đã nói: *"Tôi nhìn thấy sự sụp đổ nhanh chóng của Nhà nước ở nơi nào pháp luật không có hiệu lực và nằm dưới quyền của một ai đó. Còn nơi nào mà pháp luật đứng trên các nhà cầm quyền và các nhà cầm quyền chỉ là nô lệ của pháp luật thì, ở đó tôi nhìn thấy có sự cứu thoát của Nhà nước"*. Học trò xuất sắc nhất của ông là Aristote, người được Karl Marx coi là nhà tư tưởng vĩ đại nhất thời cổ đại đã cụ thể hóa tư tưởng của thầy mình, cho rằng quyền lực phải chia làm 3 lĩnh vực: Lập pháp, Tư pháp và Liên hợp. Suốt 2.000 năm, những đầu óc lớn của nhân loại không ngừng tiếp tục khám phá, cụ thể hóa tư tưởng phân quyền mà hai người đánh những cột mốc lớn nhất là J. Locke và Montesquieu. Cho tới nay đã có hàng trăm quốc gia dân chủ vận dụng cách tổ chức Nhà nước theo Tam quyền phân lập và trở nên ổn định và giàu mạnh. Nội dung chủ yếu của nó như Montesquieu viết là:

"Khi mà quyền Lập pháp và Hành pháp nhập lại trong tay một người hay một Viện nguyên lão thì sẽ không còn gì là tự do nữa, người ta sợ rằng chính ông ta hoặc Viện ấy chỉ đặt ra Luật độc tài để thi hành một cách độc tài. Cũng không có gì là tự do nếu như quyền Tư pháp không tách rời quyền lập pháp và hành pháp. Nếu quyền Tư pháp được nhập với quyền Lập pháp thì người ta sẽ độc đoán với quyền sống và quyền Tự do của công dân. Quan tòa sẽ là người đặt ra luật. Nếu quyền Tư pháp nhập lại với quyền hành pháp thì quan tòa của kẻ có sức mạnh của kẻ đàn áp. Nếu một người hay một tổ chức của quan chức, hoặc của quý tộc, hoặc của dân chúng nắm luôn cả ba quyền lực nói trên thì tất cả sẽ mất hết"! Do đó, theo ông, "trong bất cứ quốc gia nào đều có ba thứ quyền: Quyền lập pháp, quyền thi hành những điều hợp với quốc tế công pháp và quyền thi hành những điều phù hợp với luật dân sự". Điều nổi bật là ông nhấn mạnh quyền Tư pháp phải nhất thiết được tách ra, độc lập với hai quyền lập pháp và hành pháp. Điều này rất quan trọng, hiện nay nhân loại coi "Tòa án là pháo đài của Tự do"! Trong thế giới văn minh, Dân chủ và Nhân quyền đã trở thành xu thế của thời đại, người ta đề cao những Chính quyền, Nhà nước nào nhằm thực hiện các mục tiêu:

– Xã hội tự do khi Chính phủ bị kiểm soát bởi luật pháp mà mục đích chính là để bảo vệ con người.

– Xã hội được quản lý bởi một chính phủ của luật pháp. Một cá nhân có thể làm bất cứ điều gì luật pháp không cấm; còn quan chức chính phủ chỉ được làm những gì luật pháp cho phép.

Nếu chúng ta thực hiện tam quyền phân lập, thì như Hồ Chí Minh thời trẻ đã nói "Trăm điều phải có thần linh pháp quyền" và đúng với Karl Marx và Engels. Chúng ta đều biết, từ năm 1866, tại Đại hội Quốc tế ở Giơ-ne-vơ, K. Marx đã thảo ra Chỉ thị gửi các đại biểu của Hội đồng Trung ương lâm thời về một vài vấn đề", đã chấp nhận đấu tranh nghị trường với các nhà nước tam quyền phân lập lúc bấy giờ để đòi ngày làm 8 giờ, cấm lao động trẻ em, quy định cho lao động phụ nữ, lao động hợp tác, hội công liên và quân đội (Tuyên ngôn Đảng Cộng sản, Nhà xuất bản Sự thật, 1974, trang 109). Nội dung chỉ thị này mở đầu cho việc Engels thành lập Quốc tế II năm 1889.

Nếu thực sự có nhà nước pháp quyền thì có thể:

– Tham nhũng đã không lặp lại ở ngành đóng tàu với mức độ lớn hơn gấp 10 lần mà không truy cứu được trách nhiệm người đứng đầu (cũng như nhiều vụ án khác).

– Không có những vụ án kéo dài như Đại lộ Đông – Tây, không có những vụ làm ngắt ngứ như vụ in tiền polime.

– Chúng ta sẽ không có vụ án bà Ba Sương do Thành ủy Cần Thơ chỉ đạo cơ quan điều tra mà cố Thủ tướng Võ văn Kiệt không đồng tình. Và hiện nay, nhân dân cũng đang hết sức băn khoăn vì cuộc điều tra lại mà cơ quan điều tra cũng vẫn đặt dưới quyền chỉ đạo của những người cần có bản án kết tội bà Ba Sương để thực hiện một dự án đất đai đẻ ra tiền!

– Sẽ không có vụ án mới nhất, chẳng những gây phản ứng xấu trong dư luận mà còn vô cùng nguy hiểm. Đó là vụ án Cù Huy Hà Vũ, khiến nhiều đảng viên lão thành không đồng tình và nhiều người dân phản đối. Giáo sư Ngô Bảo Châu, một trí thức lớn được Đảng và nhân dân ta vinh danh là trí tuệ Việt Nam đã phải nhận xét rằng, những người thực hiện vụ án này, dù có ai đó muốn *"cố tình làm mất thể diện quốc gia chắc cũng khó mà làm hơn"*. Giáo sư đã tế nhị không muốn nói xa hơn, nhưng người nghe chắc chắn có nhiều cách hiểu xa! Để tránh "nguy cơ đe dọa sự sống còn của chế độ" cũng tức là của Đảng, chúng ta cần thực hiện tam quyền phân lập, với nền tư pháp độc lập, đưa Đảng ra khỏi cái bẫy tham nhũng, lấy lại sự tín nhiệm và niềm tin của nhân dân. Từ đó, Tổng Bí thư, Chủ tịch nước, Thủ tướng sẵn sàng và ung dung đối thoại trực tuyến, hoặc trong phòng họp rực rỡ ánh sáng văn minh với những Cù Huy Hà Vũ, để toàn thể nhân dân nhìn vào mà "tâm phục khẩu phục". Trong khi chờ đợi có lẽ Chủ tịch nên bàn với Bộ chính trị làm một việc vô cùng quang minh chính đại là: Trả tự do ngay cho Cù Huy Hà Vũ.

"NGẪM NHÂN SỰ CƠ CHI RA THẾ"
(Nguyễn Gia Thiều)

Biết tôi đang làm thủ tục nghỉ hưu, nhà văn Nguyễn thị Ngọc Hải góp ý: "Anh nên bàn với anh em báo Lao Động cho tiếp tục sinh hoạt Đảng ở chi bộ cơ quan, với điều kiện không dự những buổi họp bàn công việc. Nếu chuyển về địa phương, anh sẽ mất rất nhiều thời gian hội họp". Lúc này Tổng bí thư Đỗ Mười đang kêu gọi hướng về cơ sở, xây dựng cơ sở vững mạnh. Tôi nghĩ, mình nên cùng sinh hoạt với cơ sở Đảng ở địa phương để biết rõ "sức khỏe" của Đảng, của chế độ.

Hai vợ chồng tôi gom góp tiền tiết kiệm xin hóa giá ngôi nhà nhỏ xíu diện tích 30m2 bên cạnh chùa Thiện Hạnh, đường Đinh Tiên Hoàng. Phòng nhà đất quận 1 bảo con hẻm trước nhà tôi theo quy hoạch sẽ mở rộng 10 mét. Do đó, nếu muốn được hóa giá, chúng tôi phải viết bản cam kết khi nào mở rộng hẻm thì tự nguyện để cắt sâu vào sân 3 mét, tức là gần mất cái sân nhỏ dưới giàn hoa ti gôn! Ngày 20 tháng 6 năm 1996, chúng tôi treo bảng rao bán nhà, lập tức được nhà bên cạnh mua ngay và cho chúng tôi được ở lại 3 tháng. Khi tôi viết những dòng này, 25 năm đã qua, con hẻm ấy vẫn còn y như cũ. Đây là một nét minh họa tình trạng quy hoạch treo làm khổ nhân dân cả nước mấy chục năm qua.

Sau đó,các con chúng tôi cho mảnh đất ruộng 200 mét ở Khu phố 4, phường Tân Kiểng, quận 7 để xây ngôi nhà mới.Dò hỏi bà con quanh vùng, được biết: Nếu xin giấy phép xây dựng thì phải lót tay và chầu chực không biết đến bao giờ. Tất cả bà con ở đây đều xây chui, không có giấy phép. Anh bạn trẻ tên là Cường đã xây ngôi nhà bên cạnh miếng đất của tôi, truyền kinh nghiệm: Khi có đoàn kiểm tra tới thì đưa cho họ một phong bì "trà nước",vậy là sẽ được "thông cảm" cho tiếp tục thi công. Tôi tìm đến nhà anh Tư, trưởng ấp (lúc này chưa gọi là khu phố) hỏi ý kiến. Anh Tư bảo cứ làm như bà con là được, vì từ khi anh làm trưởng ấp tới nay, chưa có ai xây nhà có giấy phép cả!

Tháng 10 năm 1997 chúng tôi ký hợp đồng với ông thầu Thạnh (ở quận 10). Công việc suôn sẻ khoảng hai tuần thì một buổi trưa, thầu Thạnh tới. Ông cho xem "Biên bản đình chỉ thi công" do ông Dương văn Gấu, chủ tịch Phường Tân Kiểng ký. Tôi hết sức lo lắng, vì lần đầu tiên trong đời mình đã làm một việc không đúng pháp luật. Thầu Thạnh bình thản nói: "Tôi báo tin là để anh chị biết có chuyện như vậy thôi, chứ không có gì đáng lo đâu. Tôi nhận thầu xây nhà khắp thành phố này và nhiều tỉnh khác nữa, ở đâu cũng vậy thôi. Chiều nay, tôi sẽ giải quyết xong, sáng mai tiếp tục thi công bình thường. Anh chị đừng lo lắng"! Tôi ngạc nhiên hỏi: "Anh định giải quyết cách nào"? Ông Thạnh đáp: "Anh chị cứ yên tâm. Xong việc, tôi sẽ kể đầu đuôi với anh chị". Suốt buổi chiều lòng bứt rứt tôi ngồi chờ tin ông thầu Thạnh. Khoảng 5 giờ chiều, thầu Thạnh gỏ cửa, bước vào với nụ cười và báo tin sáng mai tiếp tục thi công bình thường và đảm bảo từ nay cho tới khi hoàn thành công trình, sẽ không còn bị dòm ngó gì nữa. Tôi ngạc nhiên hỏi anh làm sao xong chóng vánh như vậy. Thầu Thạnh vui vẻ kể: "Tôi đến trụ sở phường, gặp thằng Nguyễn Hoài Phong phụ trách quản lý đô thị, đưa cho nó cái phong bì nặng, vậy là xong". Tôi vẫn thắc mắc: "Biên bản đình chỉ thi công là do Chủ tịch Dương

Văn Gấu ký mà"? Thầu Thạnh nói với giọng miệt thị: "Tôi chẳng cần biết thằng Dương Văn Gấu mặt tròn hay méo! Chỉ cần đưa thằng Nguyễn Hoài Phong cái phong bì nặng, cho cha con nhà nó chia nhau". Tôi hiểu ra: Thầu Thạnh đến báo chuyện bị lập biên bản đình chỉ thi công, không phải vì lo sợ việc xây dựng bị ách tắc mà chỉ là để tôi biết ông đã phải chi "một phong bì nặng" ngoài hợp đồng. Dù vậy, lòng tôi vẫn áy náy không yên: Mình là một cán bộ, đảng viên suốt đời trau dồi đạo đức cách mạng, nay lại theo đuôi quần chúng, xây nhà không xin giấy phép! Còn đau hơn nữa khi được biết, chỉ cần bỏ ra một phong bì nặng thì cái chính quyền cách mạng ở cơ sở dễ dàng "cha con nhà nó chia nhau", vứt bỏ luật pháp! Đây chỉ là chuyện cá biệt hay đã là hình ảnh thu nhỏ của cả nước?

Nhà xây xong, tôi chuyển sinh hoạt Đảng về nơi ở mới. Mấy tháng sau, chi bộ khu phố đến kỳ Đại hội. Biết tôi là nhà báo, anh Ba Lợi (nguyên phó chủ tịch huyện, sau khi về hưu được bầu làm bí thư chi bộ khu phố) gợi ý tôi đọc tham luận tại Đại hội. Tôi nhận lời, đọc bản tham luận có nội dung: Mọi sai trái, vi phạm luật pháp xảy ra ở địa phương không phải vì quản lý lỏng lẻo. Từ chuyện lấn chiếm lòng lề đường, đến đá gà ăn tiền, đánh bạc, xây nhà không giấy phép... đều có sự thỏa thuận ngầm giữa cán bộ phụ trách với người dân bằng một khoản lót tay nhỏ, hoặc lớn. Khi tôi dứt lời, thật bất ngờ cả hội trường vỗ tay hoan nghênh. Tôi ngước nhìn, ông Dương Văn Gấu đang ngồi trên Đoàn chủ tịch Đại hội, mặt bợt bạt. Lúc nghỉ giải lao, một đồng chí mái tóc muối tiêu, đến bắt tay tôi, tự giới thiệu: "Tôi là Xuân bí thư chi bộ khu phố 3, là khách mời của Đại hội chi bộ khu phố 4, tôi rất tán thành bài phát biểu của đồng chí. Lâu nay ai cũng biết, nhưng lờ đi như không biết". Nghe vậy, tôi chột dạ: "Vậy là mình động vào tổ ong rồi"! Ít lâu sau, tôi được biết, bí thư Xuân thích bài phát biểu của tôi là vì anh cũng đã từng bị anh Nguyễn Hoài Phong vòi tiền khi làm giấy tờ đất đai và xây nhà. Bí thư Xuân mua được miếng đất ruộng rất lớn với giá rẻ, anh nhờ Phong giúp thủ tục chuyển "mục đích sử dụng" thành đất thổ cư. Phong bảo, muốn được giải quyết chuyện này phải qua một đường dây gồm rất nhiều người, do đó bí thư Xuân phải trao tay đợt đầu 300 triệu đồng. Bí thư Xuân không chịu, vì cho rằng mức vòi vĩnh đó quá đáng. Sau đó, bí thư Xuân tìm được người có máu mặt làm môi giới, bán đất cho Công ty HA. Công ty này ngay lập tức thực hiện dự án xây dựng chung cư trên khu đất ruộng ấy. Bí thư Xuân cho biết, Công ty HA đã phải chi một khoản tiền lớn để mua "đường dây gồm nhiều người", trong đó tức nhiên có phần của Phong.

Bên cạnh nhà tôi, anh Thông người láng giềng mới, vừa xây xong nhà (cũng không giấy phép, nhưng không bị đình chỉ thi công, vì anh luôn có mặt kịp đưa phong bì). Gặp tôi ở trụ sở Phường, anh khoe đã tới kho bạc quận nộp phạt về việc xây nhà không giấy phép và đã đóng thuế trước bạ xong. Tôi hỏi " kinh nghiệm" của người đi trước. Anh cười đáp, cũng không có gì phức tạp lắm đâu, anh cứ đặt trên cặp giấy tờ một phong bì chừng vài trăm, thì nó sẽ chạy nhanh, xong sớm. Phong đứng cạnh đấy nghe chuyện, đã thân mật gợi ý tôi: "Bác ạ, mai cháu có việc đến hai nơi đó. Bác đưa tiền nộp phạt, tiền thuế và các giấy tờ, cháu đi đóng thuế dùm bác, không cần phong bì đâu". Sở dĩ Phong tử tế như vậy vì anh đã biết tôi là một đảng viên lão thành, giúp tôi để "làm hòa" chuyện đã cầm "phong bì nặng".

Hai tháng sau, trong cuộc họp thường kỳ, bí thư chi bộ báo tin: Đảng ủy phường gửi anh Nguyễn Hoài Phong, một cán bộ xuất sắc phụ trách quản lý đô thị, xuống cho chi bộ khu phố chúng ta bồi dưỡng kết nạp vào Đảng! Bí thư nói thêm ý nghĩa của việc này: "Đó là Đảng ủy giúp chúng ta có điều kiện thực hiện được chỉ tiêu phải phát triển một đảng viên mới trong nhiệm kỳ này như Nghị quyết Đại hội chi bộ đã ghi". Cả chi bộ đều tỏ ra vui mừng đối với việc này, chỉ riêng tôi băn khoăn: Một anh nhận "phong bì nặng" bán rẻ luật pháp lại là cán bộ xuất sắc của phường ư? Mình có thể giơ tay tán thành cho một kẻ lợi dụng chức quyền, tham nhũng vào Đảng ư? Nhưng dính với anh ta còn có cả phó bí thư đảng ủy kiêm chủ tịch phường Dương văn Gấu nữa thì làm sao đây? Suốt cuộc họp lòng tôi rối bời vì chuyện này.

Tan cuộc họp, tôi hẹn gặp anh Căn, trung úy quân tình nguyện Campuchia, người tôi quen đầu tiên khi về đây, để trao đổi chuyện này. Nghe tôi kể xong, anh Căn nói ngay: "Tôi xin anh hãy im lặng trong chuyện này, vì hai lý do. Một là, chuyện như anh kể không phải cá biệt, ở đâu cũng có, ngày nào cũng có. Có lẽ vì đồng lương cán bộ thấp quá? Anh nghĩ xem, lương Nguyễn Hoài Phong chỉ vài trăm ngàn, anh ta có vợ, có con, làm sao mà sống? Hai là, chuyện đưa phong bì đâu có làm biên nhận, vậy không có bằng cớ buộc tội được! Nếu đưa chuyện này ra là anh tuyên chiến với cả Đảng ủy, Ủy ban phường này, có thể là cả quận này, thành phố này. Chắc chắn anh thua và phải bán nhà mà đi".

Anh Căn, một trung úy về hưu, đang ngày ngày ngồi bên vệ đường bán thuốc lá kiếm thêm để sống. Ý kiến của anh hoàn toàn vô tư. Vợ tôi nói, anh Căn nói đúng đấy! Đây là sản phẩm của "cơ chế" nói cho đúng là của chế độ. Chống Nguyễn Hoài Phong không giải quyết được gì, mà chỉ làm rối tung lên, rối tung ngay cả cuộc sống của chính mình"! Tôi chợt nghĩ, hay là gửi thư báo cho anh Phạm Thế Duyệt, đang là thường trực Bộ chính trị, người tôi quen thân, xem anh ấy có ý kiến gì? Tôi đem ý định này bàn với mấy người bạn, người nào cũng cười ngất: "Ông ơi, đừng phí công vô ích! Các vị ấy họ có thông tin còn nhiều hơn ông gấp trăm lần"!

Hôm chi bộ thông qua lý lịch và đơn xin vào Đảng của Nguyễn Hoài Phong, tất cả những người phát biểu ý kiến đều khen anh ta là một cán bộ tốt, chịu khó, đi sâu, đi sát, giải quyết kịp thời những vướng mắc của nhân dân về nhà đất. Anh Chín Thành, một trong hai người giới thiệu Nguyễn Hoài Phong vào Đảng đọc lý lịch của mình trước chi bộ, tôi nhận ra anh là bạn đồng ngũ từ năm 1950 ở Đại đội Thông tin Liên lạc Bộ tư lệnh Phân liên khu miền Tây Nam Bộ thời chống Pháp. Sau cuộc họp, tôi kéo anh Chín Thành ra ngoài để nhận đồng đội: "Tôi với anh là đồng ngũ mà qua nửa năm sinh hoạt chung chi bộ, chẳng nhận ra nhau! Đố anh nhớ tên ông đại đội trưởng của tụi mình"? Anh Chín Thành cười đáp: "Làm sao quên được! đại đội trưởng Đặng Ngọc Tấn"! Tôi đem chuyện cái "phong bì nặng" kể cho anh Chín Thành nghe để xem ý anh thế nào. Lạ thay, anh Chín Thành không hề ngạc nhiên: "Cậu ơi, với đồng lương chết đói, nó phải kiếm chác chút đỉnh để sống mà"! Anh còn thân tình tỉ tê: "Tiếc quá, lúc mình còn làm bí thư đảng ủy xã Tân Thuận Tây, sao cậu không về! Nếu cậu về lúc đó, mình sẽ cấp cho cậu vài ba trăm mét đất làm nhà đỡ tốn tiền mua".

Tôi vô cùng ngạc nhiên, chao ơi, ông bí thư đảng ủy một xã đã có thể cấp đất cho đồng đội cũ một cách dễ dàng vậy sao! Mấy ngày sau, đồng chí Út Kỷ đảng viên trong chi bộ (nguyên phó chủ tịch huyện Nhà Bè) mời tôi đến nhà chơi. Trò chuyện với anh, tôi mới biết tất cả những đồng chí lão thành cách mạng ở chi bộ này đều được chia đất. Họ so kè với nhau, bới móc nhau, anh này bảo anh nọ được miếng đất rộng hơn mình. Anh nọ bảo anh kia lấn ranh đất của mình. Có hai cặp ở sát nhau, tranh chấp ranh đất, đến nỗi coi nhau như kẻ thù. Nhiều lần họ đưa nhau ra chi bộ yêu cầu phân xử. Anh Út Kỷ mời tôi tới nhà là để kéo tôi về phe anh, giành một phiếu trong cuộc họp chi bộ sắp tới. Để nghe cả hai phía, tôi ghé thăm anh Lê Duyên Hải đảng viên, nhà bên cạnh Út Kỷ. Tôi không cần gợi chuyện, Lê Duyên Hải đã dắt tôi ra đầu nhà xem bức tường đầu hồi bị nứt một đường dài. Anh cho biết, do bên Út Kỷ đào móng gần sát, gây chấn động mạnh làm nứt. Anh đã yêu cầu anh Út Kỷ cho thợ sửa vết nứt, nhưng bị từ chối với lý lẽ: Móng nhà của Út Kỷ đào bên đất của Út Kỷ, vậy tại sao Ut Kỷ phải chịu trách nhiệm về tường nhà Lê Duyên Hải bị nứt?! Nghe chuyện tranh chấp đôi co giữa hai đảng viên cộng sản sao mà giống như hai đứa trẻ lên ba! Trong chi bộ có chuyện lủng củng của đôi vợ chồng anh Tám Mon, chồng có huy hiệu 60 tuổi đảng, vợ huy hiệu 50 tuổi đảng. Họ lục đục nhau liên miên chỉ vì chị chê anh: "Chồng người ta khôn ngoan biết chạy chọt, cho nên được nhà cao, đất rộng, còn ông quá đụt, cho nên nhà ở trong hẻm lại hẹp, không có sân". Đôi lần họ đòi đưa nhau ra tòa ly dị. Chi bộ hòa giải không xong, nhưng chỉ khi bí thư chi bộ dọa: "Hai đồng chí đưa đơn ra tòa là làm mất tư cách đảng viên, không xứng đáng với vinh dự 60, 50 tuổi đảng". Nghe vậy cả hai đều sợ, ra tòa xin cho rút đơn, không ly dị nữa!

Trong các cuộc họp chi bộ khu phố 4, tôi để ý anh Lê Ngọc Tưởng, nguyên ủy viên Ban thường vụ quận ủy quận này từ sau tháng 5–1975. Anh là người có những ý kiến công tâm, xác đáng. Anh Lê Ngọc Tưởng xin nghỉ hưu trước tuổi, lập Hợp tác xã Chiếu Cói xuất khẩu, giải quyết việc làm cho hơn 100 lao động nghèo trong khu phố. Chi bộ coi anh như một điển hình tiên tiến trong thời kỳ mới. Khoảng tháng 3 năm 2001, xảy ra chuyện căng thẳng giữa anh với Quận ủy và UBND quận 7. Chuyện bắt đầu khi Công ty trách nhiệm hữu hạn Kim Nam sắp chấm dứt hợp đồng thuê nhà xưởng của Hợp tác xã Chiếu Cói vào ngày 30–9–2001, nhưng không chịu thanh lý hợp đồng mà gửi thư cho UBND quận, xin thuê lại, hoặc mua trực tiếp với chính quyền quận. Anh Lê Ngọc Tưởng đề nghị UBND quận 7 xử lý vụ này. Quận không đồng ý phân xử mà yêu cầu anh Tưởng nếu không thỏa thuận được với Công ty Kim Nam thì khởi kiện để tòa án phân xử. Anh Lê Ngọc Tưởng thay mặt HTX Chiếu Cói đưa đơn lên tòa án Quận7 ngày 8–5–2002, nhưng đơn kiện bị ngâm đến 14–10–2002, mới trả lại đơn với lý do "giá trị hợp đồng thuê nhà xưởng trên 50 triệu đồng, vượt thẩm quyền xét xử của tòa án quận". Anh Lê Ngọc Tưởng phải gửi đơn lên tòa án thành phố. Gần hai tháng sau, tòa án thành phố lại chuyển đơn kiện về cho tòa án quận, với lý do: "Ở thời điểm ký hợp đồng thuê nhà,Công ty Kim Nam chưa đăng ký kinh doanh". Tòa án quận lại yêu cầu anh Lê Ngọc Tưởng phải có văn bản cam kết "không tranh chấp nhà đất với nhà nước" trước khi tòa xử Công ty Kim Nam. Sở dĩ có yêu cầu đó là vì sau khi anh Lê Ngọc Tưởng nộp đơn kiện Công ty Kim Nam thì UBND quận đã ra quyết định thu hồi khu nhà đất nói trên. Thay mặt HTX Chiếu Cói anh Lê Ngọc Tưởng gửi đơn khiếu nại với UBND quận, cho rằng việc quận ra quyết định thu hồi đất của HTX đang thuê của nhà nước là trái thẩm quyền, yêu cầu UBND quận rút quyết định. Ủy ban Nhân dân quận không đồng ý rút lại quyết định. Anh Lê Ngọc Tưởng lại gửi đơn khiếu nại lên UBND thành phố Hồ Chí Minh. Nay, trước yêu cầu của tòa án quận, anh Tưởng thay mặt HTX nêu rõ: "Không tranh chấp đất với nhà nước, chỉ yêu cầu thu hồi đất đúng luật". Thế nhưng, ngày 7–5–2003, tòa án quận ra quyết định tạm đình chỉ giải quyết vụ án, với lý do "cần đợi UBND TP HCM giải quyết khiếu nại đối với quyết định thu hồi đất của UBND quận". Anh Lê Ngọc Tưởng nhận định: Tòa án quận tạm đình chỉ vụ án không phải vì tuân thủ pháp luật mà chỉ để tạo điều kiện cho Công ty Kim Nam chiếm giữ trái phép nhà xưởng của HTX Chiếu Cói. Vì sao họ ưu ái Công ty Kim Nam? Đó là điều phải hiểu ngầm chứ không thể có văn bản. Anh Lê Ngọc Tưởng tiếp tục gửi nhiều đơn cho rằng việc khiếu nại về thu hồi đất hoàn toàn không dính đến nội dung vụ kiện Công ty Kim Nam không thanh lý hợp đồng, tiếp tục chiếm dụng nhà đất của hợp tác xã một cách phi pháp.

Để đối phó lại, ngày 24–7–2003, UBND quận gửi báo cáo

lên UBND TP HCM, có những đoạn như sau: "UBND quận đã có công văn trả lời bà giám đốc Công ty may Kim Nam dự kiến sử dụng phần đất này làm công trình phúc lợi cho quận", do đó ý kiến của ông Lê Ngọc Tưởng cho rằng quận can thiệp vào hợp đồng kinh tế với Công ty Kim Nam là không có cơ sở. Và "thực chất ông Lê Ngọc Tưởng cố tình không thực hiện quyết định của UBND TP đồng thời không chấp hành quyết định thu hồi đất của chủ tịch UBND quận".

Anh Lê Ngọc Tưởng và các xã viên Hợp tác xã Chiếu Cói đặt câu hỏi: Các ban ngành của Thành phố Hồ Chí Minh và quận 7, đùn đẩy, cố trì hoãn không chịu xử lý khiếu nại, tiếp tục để Công ty Kim Nam chiếm dụng nhà đất là nhằm mục đích gì? Câu trả lời phải được lý giải bằng một bài toán: Khu đất 1AB đường Trần Xuân Soạn có diện tích 2500 m2, có 3 mặt tiền, tính theo giá nhà nước sẽ là 13.250.000.000 đồng. Nếu tính theo thời giá thị trường sẽ là 75.000.000.000 đồng. Khoản chênh lệch này có sức mạnh đổi trắng thay đen ghê gớm trong cuộc tranh chấp mà tình trạng pháp lý không minh bạch. Bài toán này làm cho hơn 100 con người thấp cổ bé họng của HTX Chiếu Cói phấp phỏng lo âu!

Như sét đánh, cuộc đấu bỗng chuyển sang khúc quanh mới: Anh Lê Ngọc Tưởng thủ lĩnh của HTX Chiếu Cói từ chỗ là người khiếu nại, tố cáo bỗng nhiên trở thành người bị khiếu nại, "bị cáo"! Công an phường Tân Thuận Tây gửi giấy mời ông Lê Ngọc Tưởng đúng 14 giờ ngày 2 tháng 2–2004 đến công an phường để "hỏi một số việc có liên quan đến ngôi nhà 29M". Sau đó, ngày 16–2, chủ nhiệm Ủy ban kiểm tra quận ủy, gửi "thư mời đồng chí Lê Ngọc Tưởng đến để trao đổi một số vấn đề có liên quan đến đơn khiếu nại của công dân đối với đồng chí".Ngày 20 tháng 2 thường trực Quận ủy và UBND quận do bí thư Quận ủy Nguyễn Hoàng Năng chủ trì "gặp và làm việc với đảng viên Lê Ngọc Tưởng. Ngày 23-2 quận ủy ra Thông báo 568–TB kết luận cuộc họp. Điều 3 của Thông báo này viết: "Việc thực hiện thương lượng giao nhà 29M và nhận tiền (200 triệu) của đồng chí Lê Ngọc Tưởng và bà Vinh là bất hợp pháp và yêu cầu đồng chí Lê Ngọc Tưởng trả lại tiền cho bà Vinh" Trong buổi làm việc nói trên, bí thư quận ủy Nguyễn Hoàng Năng đã to tiếng khi anh Lê Ngọc Tưởng tố cáo ông ta dùng hồ sơ giả để kết tội mình. Ông Nguyễn Hoàng Năng, nguyên là bí thư Thành đoàn thanh niên cộng sản HCM, loại người leo nhanh lên nấc thang quan chức không phải do tài năng mà do "cơ cấu". Bí thư Thành đoàn thì đương nhiên phải được là Ủy viên Thành ủy, như giám đốc các sở, ban ngành quan trọng. Do được hưởng quyền lợi béo bở không cần công sức, tài năng cho nên đấy là con đường rất tốt của những kẻ cơ hội.(Hiện nay Nguyễn Hoàng Năng là Chủ tịch Mặt trận Tổ quốc Thành phố Hồ Chí Minh).

Tôi đã được anh Lê Ngọc Tưởng cho xem hai văn bản gốc về việc anh trả lại ngôi nhà 29M. Đúng là bản mà bí thư Nguyễn Hoàng Năng dùng để làm việc với anh Lê Ngọc Tưởng là bản bị sửa chữa ngày, tháng, năm, và xóa bỏ ý kiến ghi nhận của cán bộ quản lý hôm giao nhà. Tôi gợi ý anh Lê Ngọc Tưởng đưa đơn kiện bí thư Nguyễn Hoàng Năng vì ông ta đã dùng tài liệu giả để kết tội anh. Anh Lê Ngọc Tưởng không kiện, có lẽ vì anh có kinh nghiệm về vụ kiện giám đốc Công ty Kim Nam tốn công sức mà chẳng đi đến đâu. Cũng có thể là do trong vụ này anh Lê Ngọc Tưởng tự thấy mình cũng không hoàn toàn chính đáng và trong sạch? Bởi vì theo quy định của Quận ủy và UBND quận thì những cán bộ nào được cấp đất đủ để xây biệt thự thì phải trả lại gian nhà đang ở trong các khu tập thể. Thực ra quy định như vậy chỉ là để báo cáo lên cấp trên, tỏ ra Quận ủy, UBND quận này quản lý nhà đất rất chặt chẽ, cán bộ đảng viên ở đây rất liêm khiết. Và hàng trăm cán bộ, đảng viên quận này sau khi được cấp đất không có một ai trả lại nhà. Nhưng họ không có ai bị lôi ra bôi nhọ như anh Lê Ngọc Tưởng, vì tất cả đều ngoan ngoãn, không có ai dám gây khó cho lãnh đạo quận!

Anh Lê Ngọc Tưởng nêu câu hỏi thắc mắc với quận ủy: "Tại sao vụ bà giám đốc Công ty Kim Nam chiếm dụng tài sản hợp pháp chính đáng và rất lớn của hơn 100 xã viên HTX Chiếu Cói thì UBND quận 7 không giải quyết, bảo phải đưa ra tòa xử; còn vụ này, chỉ có 200 triệu đồng giữa hai cá nhân thì lại được Quận ủy và cả UBND quận do bí thư Quận ủy đích thân chủ trì lên tiếng đòi tiền hộ cho bà Vinh? Câu hỏi không được trả lời, bởi vì mục đích của họ là nhằm đánh gục uy tín của Lê Ngọc Tưởng thủ lĩnh của hơn 100 xã viên HTX Chiếu Cói, dám đương đầu với lãnh đạo quận!

Ngày 31 tháng 8 năm 2004, Ủy ban kiểm tra Thành ủy TP HCM đưa ra kết luận đồng ý với quận, chỉ thị phải tổ chức kiểm điểm đảng viên Lê Ngọc Tưởng. Khi chi ủy triệu tập chi bộ họp kiểm điểm, anh Lê Ngọc Tưởng cảm thấy mình đang bị cả một hệ thống Đảng và chính quyền trù dập. Do đó anh đến cuộc họp với lá đơn xin ra khỏi Đảng. Cả chi bộ bối rối. Vốn rất quý anh, tôi gặp riêng anh, khuyên nên rút đơn: "Ra Đảng trong tình hình này không làm tăng thêm sức mạnh đấu tranh mà chắc chắn sẽ làm cho anh và hơn 100 con người lao động nghèo của HTX Chiếu Cói lâm vào thế yếu hơn! Vì vậy chúng ta nên tiếp tục ở trong Đảng, đoàn kết nhau kiên trì đấu tranh làm cho chân lý được sáng tỏ"! Mặc dù khuyên anh Lê Ngọc Tưởng như vậy, nhưng trong lòng tôi vang lên những câu của nhà thơ Bùi Minh Quốc:

"Đồng chí – tiếng ấm nồng máu đỏ,
Sao có lúc vang lên lạnh rợn thế này?
Đồng chí, dao đã nằm ém nhẹm dưới lòng tay!
Và mọi ngã đường đã giăng cạm bẫy."

Năm 2015, giáo dân giáo xứ Thuận Phát (cũng là những xã viên Hợp tác xã Chiếu cói trước đây) làm đơn xin Chính quyền quận 7 trả lại cho nhà thờ Thuận Phát ba phòng học nằm trong khuôn viên nhà thờ để con em học giáo lý. Quận ủy quận 7 không chấp nhận. Đảng viên lão thành Lê Ngọc Tưởng gửi thư kiến nghị Quận ủy nên trả lại ba phòng học cho giáo xứ, bởi vì giáo dân là công dân, được trả lại phòng học, họ sẽ thấy chính quyền này là của mình. Quận ủy (gồm những người mà 40 năm trước, khi Lê Ngọc Tưởng là Ủy viên Ban Thường vụ Quân ủy thì họ còn là những đứa trẻ được ông đưa vô Đội thiếu nhi quàng khăn đỏ để giáo dục lý tưởng xã hội chủ nghĩa) không trả lời thư mà cho công an đến nhà chất vấn ông: "Vì sao một lão thành cách mạng mà theo đuôi quần chúng giáo dân lạc hậu chống lại nghị quyết của Đảng"?

Tôi cho rằng tình trạng khu phố 4, phường Tân Kiểng,

quận 7 nơi tôi cư ngụ là sự thu nhỏ hiện trạng của cả nước: Đảng độc quyền, thoái hóa tham nhũng, đàn áp những người trung thực.

NIỀM TIN CẠN KIỆT.

Tiến sĩ Matt Killings Worth, người có nhiều công trình nghiên cứu các nước cộng sản Trung và Đông Âu cho rằng *"Chế độ cộng sản tồn tại ở Tiệp Khắc hơn 40 năm là một chế độ mà ở đó niềm tin được giả định đóng vai trò trung tâm. Đến năm 1968, niềm tin mà Prague đặt vào Moscou đã hoàn toàn bị xói mòn khi quân đội khối Hiệp ước Warsawa xâm lược nước này"*. Như vậy là niềm tin cộng sản tồn tại ở đây 20 năm và khi đã "hoàn toàn bị xói mòn" nó vẫn tiếp tục tồn tại thêm 20 năm nữa bằng sức mạnh của cảnh sát, mật vụ. So sánh với chế độ cộng sản Tiệp Khắc và Đông Âu thì niềm tin cộng sản ở Việt Nam theo tôi nghĩ, vững mạnh hơn rất nhiều, bởi vì nó không phải là "giả định" mà đã "mọc rễ" trong lòng số đông người Việt Nam!

Đó là niềm tin mà thực dân Pháp đã tạo ra cho Hồ Chí Minh và Đảng cộng sản: Lãnh đạo cuộc nổi dậy Tháng Tám 1945. Thay dân tộc nói lời thề Độc lập: *"Toàn thể dân tộc Việt Nam quyết đem tất cả tinh thần và lực lượng, tính mạng và của cải để giữ vững nền độc lập ấy"*. Mỹ viện trợ hơn 80% chiến phí cho Pháp nhằm ngăn chặn làn sóng Đỏ. Nhưng Hồ Chí Minh và Đảng cộng sản không hô hào *"Vô sản toàn thế giới liên hiệp lại"* mà kêu gọi *"Không có gì quý hơn độc lập, tự do"*. Xin nhắc lại một đoạn trong hồi ký *"Con rồng Việt Nam"* của cựu hoàng Bảo Đại do Nguyễn Phước Tộc xuất bản ở

Paris năm 1990. Cuối tháng 10 năm 1948 tại Cannes, cựu hoàng Bảo Đại gay gắt bảo Cao ủy Đông Dương Léon Pignon: *"Vậy thì chính nước Pháp đã củng cố vị trí cho Hồ Chí Minh, cho đến ngày mà quý quốc hiểu thấu được những yêu sách của họ. Hơn nữa, nếu chính phủ Pháp có đoạn giao với 'Bác Hồ', chính là bởi lý do sự đòi hỏi về độc lập và thống nhất của họ nhiều hơn là vì lý do họ là cộng sản quốc tế. Không còn giải pháp nào khác, nước Pháp đành phải quay sang tôi, hy vọng rằng tôi sẽ dễ dàng thỏa hiệp hơn họ, nhưng nước Pháp lại vấp phải sự đòi hỏi của tôi y như họ vậy. (trang 333 và 334). Vài ngày sau, Bảo Đại lên Paris gặp tân thủ tướng Henri Queuille, nhắc lại với ông này câu chuyện đã nói với Léon Pignon. Thủ tướng Henri Queuille nghe xong đã tỏ đồng tình: Hoàng thượng rất có lý, nhưng cần phải chú trọng đến hiện tình nước Pháp, và chính chỗ đó mới là điều rắc rối. Chúng tôi sắp mở một hội nghị bàn cãi về Đông Dương trước Hội đồng. Tôi không dám chắc là đạt được đa số, vì tôi vừa bị phe cộng sản phản đối, không chịu nghe gì nếu không nói đến Hồ Chí Minh, lại vừa bị phe De Gaulle kịch liệt bỏ ngoài tai khi đem sáp nhập xứ Nam Kỳ vào Việt Nam, bởi họ coi như bỏ rơi một phần đất đai của Pháp. Bảo Đại liền mặc cả: Thưa thủ tướng nếu tôi lấy được phiếu của Đảng Cộng hòa Dân chủ cho ngài thì ngài có đền đáp lại tôi sự trở về của Nam Kỳ cho nước tôi? Henri Queuille cười láu lỉnh, bảo không dám hứa. Bảo Đại gặp hai người thân cận của De Gaulle là Guillain de Benouville và Terrenoire bàn tiếp chủ đề này. Ông Terrenoire được coi là tai mắt của De Gaulle khen Bảo Đại nói rất hợp lý, 'nhưng tôi còn phải gặp Đại tướng, chỉ Đại tướng mới có quyền quyết định'. Hai hôm sau, ông ta xác nhận với Bảo Đại: Đại tướng không chịu, không thể bỏ một phần đất của lãnh thổ quốc gia Pháp. Xứ Nam Kỳ là đất thuộc địa từ 1884, đây là đất Pháp. Đây chính là điểm quan trọng nhất mà Đại tướng tỏ ra rất cứng rắn, không gì lay chuyển được".*

Cho đến ngày phải rời khỏi Việt Nam, chính phủ Pháp vẫn chưa chịu trao đầy đủ quy chế của một quốc gia độc lập cho chính quyền Bảo Đại! Năm 1955, chính quyền Ngô Đình Diệm có đủ quy chế của một quốc gia độc lập, nhưng lại do người Mỹ (quốc gia đã chi hơn 80% chiến phí cho Pháp tái chiếm Việt Nam và Đông Dương) trao cho và chi phối mọi chính sách đối nội, đối ngoại. Đó chính là "tử huyệt" của Việt Nam Cộng Hòa và đường lối chiến tranh Việt Nam của Mỹ. Chẳng những thế, hai cuộc chiến tranh còn tạo ra niềm tin của nhân dân vào Đảng Cộng sản VN gắn kết như một chiến lũy vững chắc, ngăn chặn làn sóng dân chủ, nhân quyền tràn vào.

Quý 2 năm 2012, nguyên phó chủ tịch nước Nguyễn Thị Bình phát hành quyển hồi ký, có đoạn như sau:

"Tình hình thế giới cũng như trong nước đã tác động đến tư tưởng tình cảm của nhân dân ta. Bên cạnh một số đông dù có những lo lắng này khác vẫn tin rằng những gì nhân dân ta đã làm là hết sức đúng đắn, cần phải tiếp tục con đường đã lựa chọn với những điều chỉnh và giải pháp phù hợp, cũng có không ít người hoang mang giảm lòng tin, bi quan tiêu cực, thậm chí chống đối".

Bà Bình không nhận thấy còn có một loại người thứ ba, họ cũng giảm niềm tin, thậm chí không còn chút niềm tin nào, nhưng họ không hoang mang, mà biết rõ nguyên nhân của tình trạng thối nát, tham nhũng là do không chịu đổi mới chính trị, cố duy trì chế độ toàn trị để giữ độc quyền lãnh đạo của Đảng cộng sản. Tuy tỏ ý không đồng tình với những người hoang mang, giảm lòng tin, nhưng chính bà Bình lại hé lộ sự suy giảm lòng tin của chính mình khi đặt ra câu hỏi: *"Và đến bao giờ chúng ta mới có được một xã hội thực sự dân chủ, công bằng, văn.minh"*? Thật ra, niềm tin bắt đầu suy giảm từ những người có điều kiện nhìn ra thế giới văn minh, cảm nhận thân phận của dân tộc mình trong ngục tù của chế độ cộng sản toàn trị. Tướng Trần Độ và nhà lãnh đạo Công hội đỏ Nguyễn Hộ là hai người có hành động quyết liệt khi nhận ra chân lý tự do, dân chủ. Nhà văn Nguyễn Khải âm thầm chịu đựng khi niềm tin cạn kiệt, nhưng đã để lại "Đi tìm cái tôi đã mất" có sức công phá mạnh mẽ đối với sự dối trá nhân danh sự thật và niềm tin. Bộ chính trị Đảng cộng sản tổ chức cuộc vận động "Đẩy mạnh học tập và làm theo tấm gương đạo đức Hồ Chí Minh" là nhằm "ăn mày dĩ vãng"(ý của nhà văn Phạm Đình Trọng) khôi phục niềm tin đang cạn kiệt.

Triết gia Osho cho rằng: *"Thời điểm mà mà bạn tin một cái gì đó thì bạn cũng bắt đầu dừng tìm hiểu. T in là một thứ độc hại nhất hủy hoại trí thông minh của con người. Tất cả mọi tôn giáo đều dựa trên niềm tin; chỉ có khoa học là dựa trên sự nghi ngờ"*.

Đảng cộng sản một mặt cho rằng học thuyết, đường lối chính trị của mình là khoa học tiên tiến nhất thời đại, nhưng trong thực tế thì lại khuyến khích đảng viên và nhân dân xây dựng niềm tin tôn giáo đối với Đảng và lãnh tụ. Nhân dân ta sống trong bầu khí quyển tuyên truyền suốt nửa thế kỷ, mọi sinh hoạt xã hội đều bị chính trị hóa, làm cho người dân mất dần khả năng suy nghĩ độc lập, ngày ngày tụng niệm giáo điều "niềm tin". Tuy nhiên có hai hiểm họa cứ mỗi ngày một phình to lấn át xô đổ niềm tin vào Đảng cộng sản già cỗi đã cạn kiệt: Giặc nội xâm tham nhũng do Đảng đi đầu và giặc ngoại xâm là bọn bành trướng Bắc Kinh. Về hiểm họa tham nhũng thì tôi đã có dịp "trăn trở cùng Chủ tịch nước" đã kể ở trên. Còn hiểm họa ngoại xâm thì Đảng cộng sản Việt Nam cố bưng bít. Một cán bộ lãnh đạo "báo chí cách mạng" như tôi mà không hề hay biết chuyện bị mất Hoàng Sa năm 1956 và 1974. Sau hòa nghị nhục nhã ở Thành Đô, người ta buộc nhân dân phải quên cuộc xâm lược 6 tỉnh biên giới phía Bắc năm 1979. Họ che giấu chuyện ngư dân bị bắn giết, bị cướp tàu đòi tiền chuộc. Bộ phim Hoàng Sa nỗi đau Việt Nam của André Menras Hồ Cương Quyết làm cho đến nay vẫn chưa được chiếu.

Đặc biệt là những cuộc biểu tình chống Trung Quốc xâm lược năm 2009 bị đàn áp dã man.Đạo diễn Song Chi sau khi bị bắt bớ trù dập đã phải xin tị nạn chính trị ở Na Uy. Khi nhận thức hai hiểm họa nói trên đang kiềm hãm sự phát triển của đất nước, tôi quyết định phải lên tiếng đòi Đảng Cộng sản phải đổi mới chính trị bằng bài viết "Đổi mới Đảng tránh nguy cơ sụp đổ" với bút danh Thiện Ý đăng trên mạng Talawas ngày 19–9–2009.(*Trước đó, ngày 17–9–2009 các mạng Diễn Đàn, Viet–Studies đã đăng bản thảo chưa hoàn chỉnh*).

ĐỔI MỚI ĐẢNG, TRÁNH NGUY CƠ SỤP ĐỔ!

I. *Tổ quốc trước hai hiểm họa*

Tổ quốc Việt Nam đang đứng trước hai hiểm họa: giặc

ngoại xâm và giặc nội xâm. Mọi người Việt Nam yêu nước có trách nhiệm tìm đường đưa dân tộc thoát khỏi hai hiểm họa đó.

Chúng ta đã từng gọi một cách chính xác "bọn bành trướng bá quyền Bắc Kinh là kẻ thù trực tiếp nguy hiểm". Những hành động lấn lướt khiêu khích gần đây ở Biển Đông chứng tỏ bản chất của chúng không hề thay đổi. Ngày 2-7-2009 trả lời ký giả Mặc Lâm của Đài Phát thanh RFA, nhà ngoại giao Dương Danh Dy từng làm việc nhiều năm ở Trung Quốc nhận định: Trung Quốc là anh láng giềng to, khỏe, tham, lại xấu tính và "sau thời điểm 2010 trở đi chưa biết họ làm cái gì đâu. Họ kinh khủng lắm".

Hai mươi năm qua, Đảng Cộng sản Việt Nam đã hết sức cố gắng xây dựng với Bắc Kinh mối quan hệ "đồng chí" kèm theo "16 chữ vàng" (do Giang Trạch Dân đặt ra, Lê Khả Phiêu tán thành đưa vào Tuyên bố chung tháng 2-1999): "Láng giềng hữu nghị, hợp tác toàn diện, ổn định lâu dài, hướng tới tương lai". Mấy năm sau lại bổ sung "tinh thần 4 tốt" là "Láng giềng tốt, bạn bè tốt, đồng chí tốt, đối tác tốt". Để tỏ lòng trung thành với mối quan hệ đó, Nhà nước Việt Nam đã bắt bớ những công dân của mình xuống đường biểu tình với khẩu hiệu "Hoàng Sa– Trường Sa là của Việt Nam". Đó là thủ đoạn ngoại giao khôn khéo hay chỉ là sự đớn hèn? Tình trạng này còn kéo dài bao lâu? Rồi bằng cách nào để có thể thực hiện được di chúc thiêng liêng của Đức Trần Nhân Tôn: "Một tấc đất của tiền nhân để lại cũng không được để lọt vào tay kẻ khác". Không làm được điều đó, Đảng Cộng sản Việt Nam không thể thoát khỏi trách nhiệm trước lịch sử là đã để đất đai thấm máu cha ông lọt vào tay giặc.

Sáu mươi năm trôi qua, tham nhũng hồi ấy chỉ như ruồi muỗi, ngày nay đã trở thành hùm beo, mặc dù ở mọi cấp mọi ngành đều có cơ quan chống tham nhũng! Cứ xem chế độ tiền lương, Chủ tịch Nước cũng chưa đạt mức phải đóng thuế thu nhập, thế mà cán bộ nào cũng nhà cao cửa rộng tiêu xài hoang phí thì có thể biết tham nhũng là bệnh của cả hệ thống! Nguyên nhân nào đẻ ra tình trạng đó? Biện pháp nào để ngăn chặn đây?

Có người có thể nêu thêm hiểm họa về môi trường, nhưng thực tế cho thấy vụ Vedan và nhiều vụ khác đều là con đẻ của quan liêu tham nhũng.

Chúng ta hãy nhìn lại lịch sử 80 năm của Đảng Cộng sản Việt Nam để đánh giá chỗ mạnh, chỗ yếu của Đảng và tìm lại sức sống cho Đảng, hòng cứu dân tộc thoát khỏi hai hiểm họa nói trên.

II. Ba thế mạnh của Đảng Cộng sản Việt Nam

1– Mọi đảng viên cộng sản kể cả Chủ tịch Hồ Chí Minh đều bắt đầu từ chủ nghĩa yêu nước mà đến với chủ nghĩa cộng sản. Bây giờ nhiều người cho đó là chọn nhầm đường, lạc đường, hoặc nặng lời hơn, có người lên án Đảng Cộng sản lợi dụng lòng yêu nước của nhân dân, rằng nhân dân theo Việt Minh, theo Mặt trận Dân tộc Giải phóng, chớ không phải theo cộng sản. Có người cho rằng con đường cộng sản không phải là một tất yếu lịch sử để giải phóng dân tộc, rằng nếu...

Tiếc rằng lịch sử không cho chúng ta chữ "nếu"! Tôi thích

câu nói của cựu Bí thư Đảng Cộng sản Nam Tư Milovan Djilas: *"20 tuổi mà không theo cộng sản là không có trái tim, đến 40 tuổi mà không từ bỏ cộng sản là không có cái đầu."* Và cũng ông ấy đã nói: *"Không thể nói rằng họ (người cộng sản) đã cố tình lừa dối, rồi sau đó không chịu thực hiện. Sự thật là họ không thể thực hiện được những điều mà họ đã nhiệt liệt tin tưởng".* Dù gì thì lịch sử cũng phải ghi nhận việc Đảng Cộng sản Việt Nam đã lãnh đạo nhân dân làm nên Cách mạng tháng Tám và đưa cuộc kháng chiến chống Pháp đến "Điện Biên chấn động địa cầu".

Tất cả những điều ấy làm cho số đông người Việt Nam tin theo Đảng Cộng sản, từng thật lòng khi nói "ơn Bác, ơn Đảng", thật lòng gọi hai tiếng "Đảng ta"! Tuy nhiên, vào đầu những năm 50 trở đi đã nảy mầm tai họa:

– Nhầm đồng minh thể chế, đồng minh giai đoạn, là đồng minh chiến lược, lâu dài; trong khi Bắc Kinh từ đầu đã có ý đồ bành trướng của chủ nghĩa Đại Hán.

– Đường lối cách mạng uốn dần theo ý thức hệ cộng sản.

Hậu quả là niềm tin của nhân dân đối với Đảng nhiều lần bị hẫng hụt. Nhà văn Đào Hiếu nhận xét: *"Trừ một số tư sản mại bản, tư sản đỏ, thì đại đa số nhân dân Việt Nam đều căm ghét chế độ hiện nay".* Nếu nhận định đó là đúng thì sự sụp đổ của chế độ đã không thể cưỡng được.

2– Chính giai đoạn "Đổi mới" đã giúp Đảng Cộng sản Việt Nam gượng dậy.

Ông Lê Hồng Hà, nguyên cán bộ cao cấp Bộ Công an nhận định về tình hình đất nước 20 năm qua: *"20 năm qua, cuộc đấu tranh giữa một bên là Đảng Cộng sản và một bên là toàn dân Việt Nam, kết quả là dân thắng Đảng trên hai mặt trận kinh tế và tư tưởng, nhưng dân chưa thắng về chính trị, vì hệ thống chuyên chính vô sản vẫn còn nguyên".* Cũng phải nhìn lại,nếu không có những đảng viên như Kim Ngọc, Trần Xuân Bách, Trần Độ, Võ Văn Kiệt, Nguyễn Cơ Thạch thì không có "Đổi mới". Chúng ta có thể lấy Bắc Triều Tiên, Cuba làm đối chứng cho nhận định này! Đảng Cộng sản Việt Nam cho rằng Đảng đã khởi xướng và lãnh đạo sự nghiệp đổi mới, điều ấy không ngoa. Nhưng dùng hai chữ "Đổi mới" là thủ đoạn đánh tráo khái niệm, thực ra phải nói là *trở lại như cũ trên con đường văn minh của nhân loại".*

Chính vì chỉ "đổi mới" chứ không chịu "trở lại như cũ" cho nên những người lãnh đạo Đảng Cộng sản luôn luôn ngập ngừng, cứ hai bước tiến lại một bước lùi, chỉ vì sợ bị mất độc quyền lãnh đạo. Ở đây xẩy ra cuộc đấu tranh giữa những người muốn Đổi mới toàn diện mạnh mẽ như Trần Xuân Bách, Trần Độ với lực lượng bảo thủ muốn ghìm lại, nhất là ở lĩnh vực chính trị. Dù gì thì "Đổi mới" đã trở thành một xu thế không thể đảo ngược. Hệ thống chuyên chính vô sản cũng mềm đi chứ không cứng rắn được như trước. Ví dụ, trong vụ giới trí thức kiến nghị dừng dự án Bauxite Tây Nguyên, ban đầu đã có ý đe dọa, gán cho tội chịu ảnh hưởng của bọn phản động, nhưng rồi đã phải lùi lại. Một trang Web Bauxite Việt Nam có danh sách gần 3000 người ký tên trong 8 đợt kiến nghị, có hằng trăm ý kiến phản biện sắc bén, được hằng triệu người truy cập, quả là một hiện tượng chưa từng có.

Tự do kinh tế đem lại một số công ăn việc làm, cuộc sống vật chất của người dân dễ chịu hơn, bộ mặt đất nước cũng có phần thay đổi. Do đó số đông tầng lớp trung lưu và trí thức chưa quá bức xúc đòi hỏi tự do dân chủ. Công nhân đình công, nông dân biểu tình đều vì quyền lợi vật chất cụ thể chứ chưa phải đòi được tự do lập Hội, lập Công đoàn. Có tài liệu cho rằng trung bình mỗi người dân Việt Nam có chân trong 2,33 tổ chức Hội, Đoàn, làm cho họ cứ tưởng rằng mình đã được nhiều tổ chức của một xã hội dân sự bảo vệ lợi ích khi cần thiết.

3. Đảng Cộng sản Việt Nam nắm chắc lực lượng quân đội và công an bằng một hệ thống tổ chức chặt chẽ từ trên xuống tận cơ sở và buộc họ đồng nhất Đảng với Tổ quốc. Nhận định của ông Lê Hồng Hà rất đúng khi cho rằng không thể dùng bạo lực để lật đổ chế độ này.

Tuy nhiên ba thế mạnh kể trên đang bị "ba điểm yếu" bào mòn từng ngày. Nếu không kịp thời có giải pháp sáng suốt và mạnh mẽ để Đổi mới, Đảng cộng sản Việt Nam, về lâu dài nguy cơ sụp đổ khó tránh khỏi.

III. Ba điểm yếu của Đảng Cộng sản

1- Do "ngu trung" với ý thức hệ, Đảng Cộng sản Việt Nam không rút được bài học nhầm lẫn chọn bạn đồng minh, đã tiếp tục phạm sai lầm lớn hơn ở cuộc gặp Thành Đô năm 1990, cầu hòa với Bắc Kinh trong thế yếu. Từ đó, hai kẻ thù mang mặt nạ "đồng chí", giả vờ kết giao trên "16 chữ vàng". (Do quá phẫn nộ trước hành động ngang ngược gần đây của nhà cầm quyền Bắc Kinh, nhân dân đã nhại lại thành 16 chữ đen là *"Láng giềng khốn nạn, cướp đất toàn diện, cướp biển lâu dài, thôn tính tương lai".*) Nhầm lẫn trước năm 1954 còn có thể thông cảm, nhưng từ khi Bắc Kinh liên tục gây chiến tranh biên giới với tất cả quốc gia láng giềng Ấn Độ, Liên Xô, Việt Nam mà vẫn còn cho rằng "từng là xã hội chủ nghĩa với nhau vẫn tốt hơn" thì thật là mù quáng. Năm 1974 chúng đã chiếm Hoàng Sa, năm 1984 chúng bất ngờ tập kích Lão Sơn giết chết 3700 chiến sĩ Việt Nam, năm 1988 chúng chiếm đảo Gạc Ma thuộc Trường Sa, giết chết 64 chiến sĩ hải quân Việt Nam. Chúng liên tục lấn tới, lập cơ quan hành chính Tam Sa gồm hai quần đảo Hoàng Sa và Trường Sa, liên tiếp bắn giết, cướp thuyền, bắt ngư dân chúng ta đánh cá trên vùng biển của mình. Những ai có trái tim yêu nước đều cảm nhận chúng chỉ chực chờ thời cơ để đánh úp chiếm đoạt cả Trường Sa của chúng ta!

Từ tháng 3 năm 2009 đến nay, cả nước sôi sục một phong trào đòi hủy bỏ dự án Bauxite mở đường cho hùm dữ vào nhà. Các bậc đại công thần của chế độ, Đại tướng Võ Nguyên Giáp, Trung tướng Đồng Sĩ Nguyên, các Thiếu tướng Nguyễn Trọng Vĩnh, Lê Văn Cương và hằng ngàn trí thức đã lên tiếng cảnh báo những người có trách nhiệm lãnh đạo đất nước phải thức tỉnh. Kỹ sư Doãn Mạnh Dũng, trong "Bài học bất ngờ từ Trung Quốc" đã viết: *"Năm 2008, tập đoàn Tân Tạo đưa Trung Quốc vào quần đảo Nam Du xây dựng cảng than. Cũng năm 2008, Đài Loan thành công với dự án xây dựng khu luyện thép bên vịnh Sơn Dương. Cuối năm 2008, việc xây dựng nhà máy luyện nhôm Tân Rai, Nhân Cơ giúp Trung Quốc gài quả bom bùn độc trên thượng nguồn sông Đồng Nai. Nếu một ngày nào đó thực hiện kịch bản chiến tranh bất ngờ như năm 1979, họ sẽ nổ quả bom bùn đã gài sẵn ở Tân Rai làm các tỉnh miền Đông và thành phố Hồ Chí Minh chết khát. Họ chiếm Sơn Dương– Hà Tĩnh, chặn cả đường biển lẫn đường bộ từ Nam ra Bắc. Họ chiếm quần đảo Nam Du cắt đường biển quốc tế đến Việt Nam. Một tình huống vô cùng nguy khốn đang hiện ra trước mắt ta đó"!*

Báo chí và người phát ngôn Việt Nam không dám nêu tên tàu Trung Quốc mà gọi là "tàu lạ". Trong khi đó, báo mạng Hoàn Cầu thuộc Tân hoa Xã bình luận rằng: Trung Quốc nên giải quyết tranh chấp biển đảo bằng biện pháp quân sự! Vậy mà Nhà nước Việt Nam vẫn sợ mất lòng Trung Quốc, không dám đưa vụ bắt ngư dân của mình ra Hội đồng Bảo an Liên hiệp quốc. Dư luận trong và ngoài nước đều chê trách những người lãnh đạo Việt Nam quá ngờ nghệch đã tự chui vào thế kẹt rồi đâm ra hèn nhát trước sức ép của Bắc Kinh. Nhà nghiên cứu văn học Nguyễn Hưng Quốc có bài viết tựa đề "Sao bỗng dưng họ lại hèn vậy?" trong đó ông nhắc lại nhiều hành xử anh hùng của người cộng sản Việt Nam trước đây, nhưng không lý giải câu hỏi mới đặt ra.

Ở những cuộc chiến tranh cứu nước trước đây, chúng ta luôn luôn có đồng minh thân thiết và được nhiều quốc gia khác ủng hộ. Trong cuộc chiến tranh chống Trung Quốc xâm lược biên giới phía Bắc 1979, chúng ta còn có đồng minh Liên Xô. Trái lại trong cuộc đối đầu với bọn bành trướng Bắc Kinh hiện nay, Việt Nam hoàn toàn không có đồng minh chiến lược! Tiến sĩ Storey chủ biên tạp chí Đông Nam Á Đương *đại* cho rằng: "Vấn đề Biển Đông là chủ đề nan giải" (ý nói đối với Việt Nam) và nhận định: *"Các nhà lãnh đạo Ba*

Đình không thể dựa vào một quốc gia nào khác ngoài bản thân mình trong việc bảo vệ chủ quyền lãnh thổ. Không thể dựa vào Mỹ, không thể dựa vào Nga và càng không thể dựa vào khối ASEAN". Tại sao ông nhận định như vậy? Bởi vì Cộng sảnViệt Nam đã tự xếp mình là đồng minh thân thiết nhất của Trung Quốc. Khi Tổng Bí thư Nông Đức Mạnh tiếp Lý Nguyên Triều, Trưởng ban Tổ chức Đảng Cộng sản Trung Quốc, cám ơn họ đào tạo cán bộ cho Việt Nam thì cơ quan an ninh Việt Nam bắt luật sư Lê Công Định. Khi Thượng nghị sĩ Mỹ Jim Webb đến Hà Nội thì Đài Truyền hình Việt Nam phát lời thú tội của bốn nhà hoạt động dân chủ, trong đó lời khai bổ sung của Lê Công Định là có gặp nhiều quan chức Mỹ, đại sứ Mỹ cho rằng tổ chức tư pháp cần tách khỏi sự lãnh đạo của Đảng Cộng sản Việt Nam. Nhiều tờ báo và đài truyền hình bình luận rằng, những người hoạt động dân chủ bị bắt đều có liên hệ với các thế lực thù địch chống phá Việt Nam. Các động thái kể trên đã cho thế giới hiểu rằng Đảng Cộng sản Việt Nam đang đứng về phía nào trên bàn cờ khu vực và toàn cầu!

Ông Lê Tuấn Huy trong bài "Bài ngửa ở Biển Đông và bài bản về tư duy", nhận xét rất đúng rằng: *"Trong tương quan Biển Đông đã bị đặt vào thế phải tranh chấp, Việt Nam lại không có đồng minh cơ hữu lẫn đồng minh thể chế, khi mà đồng minh lớn nhất về chính trị lẫn văn hóa chính là chủ thể muốn tước đoạt biển đảo. Việt Nam cũng hầu như không có được sự hậu thuẫn của công luận thế giới trong vấn đề này và đó cũng là một phần hậu quả từ việc thiếu vắng tương tác đồng minh".* Ông nhận định: *"Chần chừ, với Việt Nam lúc này đồng nghĩa với việc tiếp tục đẩy mình vào cảnh thân cô thế cô"!*

Tổ quốc cấp thiết đòi hỏi Đảng Cộng sản Việt Nam phải lựa chọn giữa hai con đường: Tìm đồng minh cho dân tộc hay là giữ "đồng chí" cho Đảng. Thật ra thì bọn bành trướng Bắc Kinh đâu có xem Đảng Cộng sản Việt Nam là đồng chí. Cách hành xử trịch thượng của họ đối với ta thật sự như minh chủ đối với chư hầu! Nếu không mau chóng trả lời dứt khoát câu hỏi trên, Đảng Cộng sản Việt Nam sẽ càng ngày càng bị mất niềm tin của dân tộc và càng lâm vào thế kẹt.

2– Hệ thống chính trị xã hội chủ nghĩa chỉ thích hợp cho một xã hội có nền kinh tế công hữu và tập thể, phân phối bao cấp từ hạt gạo đến bó rau và đóng cửa với thế giới bên ngoài. Đổi mới kinh tế đã làm cho hệ thống chính trị không còn tương hợp, trở thành chiếc áo cũ rách. Các giá trị hôm qua đặt vào thực tế hôm nay hóa ra khôi hài.

Suốt 20 năm "Đổi mới", các kỳ Đại hội Đảng cứ khất lần khất lữa việc định nghĩa "*cơ chế thị trường theo định hướng xã hội chủ nghĩa có nội dung gì*"? Và "*vai trò vị trí của giai cấp công nhân, giai cấp tiên phong lãnh đạo cách mạng*" có gì thay đổi? Nếu chỉ nêu mục tiêu "Dân giàu, nước mạnh, xã hội công bằng, dân chủ, văn minh" thì không có gì khác các quốc gia dân chủ, nhưng so ra mình không làm được như họ! Đến khóa 10 này, Bộ Chính trị Đảng Cộng sản Việt Nam thấy không thể kéo dài mãi, đã tìm cách giải đáp ở Hội nghị Ban Chấp hành Trung ương Đảng lần thứ 6 từ ngày 14 đến 22 tháng 1 năm 2008 như sau:

"Nền kinh tế thị trường định hướng xã hội chủ nghĩa ở Việt Nam là một nền kinh tế vừa tuân theo quy luật của kinh tế thị trường vừa chịu sự chi phối bởi các quy luật kinh tế của chủ nghĩa

xã hội" (tài liệu học tập các nghị quyết Hội nghị Trung ương 6, khóa 10, Nhà xuất bản Chính trị Quốc gia năm 2008, trang 33). Các nhà lý luận của Đảng quên rằng: *"Quy luật kinh tế cơ bản của chủ nghĩa xã hội ra đời và bắt đầu phát sinh tác dụng cùng với việc xây dựng thành phần kinh tế xã hội chủ nghĩa; phạm vi hoạt động của nó được mở rộng theo đà củng cố và phát triển thành phần kinh tế xã hội chủ nghĩa. Tư liệu sản xuất trở thành sở hữu công cộng làm cho nền sản xuất không phải để phục vụ cho việc phát tài và làm giàu của cá nhân hay một giai cấp"* (từ điển kinh tế, Nhà xuất bản Sự thật, Hà Nội 1976, trang 455). Trong nền kinh tế thị trường, kinh tế tư nhân phát triển, xung khắc với quy luật kinh tế cơ bản của chủ nghĩa xã hội như nước với lửa, làm sao chịu được sự chi phối của nó?

Giai cấp công nhân đang nơm nớp lo bị mất việc làm. Nghe nói mình có sứ mệnh lãnh đạo cách mạng thông qua Đảng Cộng sản Việt Nam, họ bảo nhau: *"Mấy ông này hay thiệt, vừa đại diện cho công nhân lại vừa là tư bản đỏ"*! Hơn 2500 cuộc đình công (chỉ tính đến giữa năm 2008) của công nhân không có sự chỉ đạo của tổ chức công đoàn do Đảng lãnh đạo, đã nói lên niềm tin của họ đang đặt vào đâu.

Nói về chính sách của Đảng Cộng sản Trung Quốc, nhà nghiên cứu chủ nghĩa Marx Kornai János người Hungary cho rằng: *"Đảng Cộng sản Trung Quốc trình bày ý thức hệ giả mạo khi dẫn chiếu đến chủ nghĩa Marx. Cái hệ thống mà Đảng Cộng sản ngự trị về cơ bản mang tính tư bản chủ nghĩa, vì sở hữu tư nhân đã trở thành hình thức sở hữu áp đảo, và bởi vì cơ chế điều phối chính là cơ chế thị trường"*. Nhận định đó hoàn toàn đúng đối với đường lối kinh tế của Đảng Cộng sản Việt

Nam. Do không chịu công nhận "Đổi mới" là vứt bỏ những nguyên lý về kinh tế của chủ nghĩa xã hội và do tiếp tục duy trì hệ thống chính trị xã hội chủ nghĩa theo mô hình Stalin, Đảng đã làm cho xã hội đầy dẫy những hiện tượng thực giả lẫn lộn, nói một đằng hiểu một nẻo, đạo đức xuống cấp trầm trọng!

Nói "Đảng lãnh đạo, Nhà nước quản lý, nhân dân làm chủ", người dân thắc mắc: "*Trong lịch sử chưa có ai làm chủ mà không được lãnh đạo, lại còn bị người khác lãnh đạo*"!

Nói "thông qua dân chủ bầu cử Quốc hội", người dân bảo: "*Lâu nay vẫn là Đảng cử, Dân bầu*"!

Nói "Quốc hội là cơ quan quyền lực Nhà nước cao nhất", người dân bảo: "*Quốc hội bao giờ cũng họp sau khi Đảng đã họp và đề ra nghị quyết chỉ đạo cho Quốc hội phải làm gì. Vừa qua Bộ Chính trị quyết định đại dự án Bauxite đâu có cần thông qua Quốc hội*"!

Nói đảng viên cán bộ là đày tớ của nhân dân, mấy ông "hai lúa" cười: "*Cả đời mình làm chủ mệt mỏi quá rồi, cầu mong mấy đứa nhỏ sau này có đứa được làm đày tớ cho cả dòng họ được nhờ!*"

Nói "Sống và làm việc theo pháp luật", "Mọi người bình đẳng trước pháp luật", người dân bảo: "*Pháp chế xã hội chủ nghĩa, tư pháp do Đảng lãnh đạo. Người có chức có quyền mới tham nhũng, mà có chức có quyền thì phải là đảng viên, vậy tư pháp làm sao dám xét xử tham nhũng? Hãy coi Tòa án Hà Nội, rồi Tòa án Tối cao cứ như gà mắc tóc trước vụ luật sư Cù Huy Hà Vũ khởi kiện Thủ tướng Nguyễn Tấn Dũng thì biết tư pháp Việt Nam được độc lập cỡ nào"!*

Nói chúng ta đã thực hiện tốt quyền tự do báo chí, người dân hỏi, không nghe ông Lê Doãn Hợp, Bộ trưởng Thông tin Truyền thông bảo: *"Phải đi đúng lề phải mới có tự do báo chí"* đó sao? Mới đây ông Nguyễn Mạnh Cầm cho rằng Mặt trận Tổ quốc Việt Nam được Đảng giao cho nhiệm vụ vận động nhân dân phản biện các chính sách của Đảng, nhưng suốt mấy năm, Mặt trận vẫn chưa làm tốt. Xin hỏi, có cách nào để làm tốt được đây, khi mà phản biện chỉ được phép nói trong cái "vòng kim cô" của nghị quyết Đảng? Ai chẳng sợ lỡ miệng ra ngoài vòng sẽ bị thiệt thân? Các ông Nguyễn Mạnh Tường luật sư Ủy viên Trung ương Mặt trận Tổ quốc Việt Nam, Kim Ngọc Bí thư Tỉnh ủy Vĩnh Phú, Trần Xuân Bách Ủy viên Bộ Chính trị, là những nhà phản biện dũng cảm đã bị trừng phạt như thế nào, ai chẳng biết!

Mới đây, Viện Nghiên cứu Phát triển IDS do giáo sư Hoàng Tụy làm Chủ tịch Hội đồng, Tiến sĩ Nguyễn Quang A làm Viện trưởng, đã phải tuyên bố tự giải thể để phản đối Quyết định 97 của Thủ tướng Chính phủ hạn chế quyền được nghiên cứu và phản biện. Ngày 15 tháng 9 năm 2009, Mặt trận Tổ quốc họp báo về Đại hội lần thứ 7, có nội dung "tăng cường đồng thuận xã hội, xây dựng đại đoàn kết toàn dân". Làm sao đồng thuận được khi không có phản biện dân chủ mà chỉ có quyết định từ trên dội xuống?

Các giá trị tự do, dân chủ, nhân quyền của nhân loại tiến bộ khi vào Việt Nam đều phải co lại cho vừa cái khung xã hội chủ nghĩa. Cách hiểu, cách làm của Việt Nam trái với các văn kiện quốc tế về quyền con người mà Nhà nước Việt

Nam đã cam kết thực hiện. Năm nào Việt Nam cũng bị lên án vi phạm tự do dân chủ, nhân quyền và bị xếp hạng vào cuối bảng của các nước trên thế giới. Phản ứng của Nhà nước Việt Nam luôn luôn là "Nhận thông tin sai lạc với thực tế Việt Nam", hoặc "can thiệp vào nội bộ Việt Nam", nặng nề hơn nữa là "âm mưu của các thế lực thù địch hòng chống phá Việt Nam"! Chúng ta chấp nhận hội nhập với cộng đồng nhân loại, làm bạn với tất cả các nước, nhưng lại không đồng ý với người ta về những giá trị phổ biến của nền văn minh nhân loại là: xã hội công dân, sở hữu tư nhân, nhà nước pháp quyền và chế độ dân chủ đại nghị. Chủ nghĩa xã hội thế giới đã thất bại vì phủ định những giá trị phổ biến đó, cố tìm những giá trị khác (xã hội toàn trị, công hữu, kế hoạch hóa quan liêu bao cấp, chuyên chính vô sản, dân chủ tập trung xã hội chủ nghĩa) hòng thay thế, rồi lâm vào ngõ cụt và bị sụp đổ!

Trong bài phát biểu với Hội đồng Lý luận Trung ương của Đảng Cộng sản Việt Nam (ngày 30-6-2009) ông Đặng Quốc Bảo cho rằng: *"Quá trình cầm quyền với hình thức quản lý chuyên chính vô sản, với nguyên tắc tập trung dân chủ, xã hội chưa bao giờ được hưởng quyền tự do dân chủ đích thực"*. Và ông lưu ý: *"Nếu xã hội... họ cảm thấy áp lực chuyên chế nặng nề lắm thì không thể tránh được những biến động xấu, rất xấu có thể xảy ra bất cứ lúc nào"*. Chính hệ thống chính trị xã hội chủ nghĩa theo mô hình Stalin đã làm suy yếu các khả năng chống tham nhũng, hiểm họa nội xâm của đất nước.

3. Nhiều người già ở Sài Gòn cho rằng tham nhũng hiện nay đã vượt xa chế độ Sài Gòn cũ. Có thể bào chữa rằng

tham nhũng là vấn đề toàn cầu chứ có riêng gì mình. Vâng, nhưng tham nhũng ở các quốc gia dân chủ có nhiều thứ thuốc trị mà ta không có. Khi báo chí đưa tin Hoa Kỳ vừa bắt 44 người tham nhũng thì các ông già thạo tin bảo: *"Nếu nước ta có cơ quan tư pháp độc lập như họ thì chỉ riêng quận mình thôi, số tên tham nhũng bị bắt cũng vượt xa con số của cả nước Mỹ"*!

Có lẽ trên thế giới không nước nào có nhiều cơ quan có chức năng chống tham nhũng bằng nước ta. Đảng có Ủy ban Kiểm tra, Nhà nước có Tổng Thanh tra, các Bộ, các ngành, các đoàn thể, ở từng cấp đều có tổ chức thanh tra, kiểm tra. Có rất nhiều nghị quyết chỉ đạo chống tham nhũng. Một ủy viên Bộ Chính trị, Thủ tướng làm Trưởng ban Chống Tham nhũng Trung ương. Các Đảng ủy được nhắc nhở phải coi chống tham nhũng là trách nhiệm lớn. Thế nhưng, tham nhũng đã xảy ra ở ngay các Đảng bộ đạt tiêu chuẩn "4 tốt", danh hiệu "Đảng bộ trong sạch vững mạnh" như: Văn phòng Chính phủ, Đảng ủy Bộ Giao thông Vận tải, Đảng ủy PM18, Đảng ủy dự án Đại lộ Đông – Tây. Vì sao tham nhũng ở Việt Nam "kháng thuốc" ghê gớm vậy?

Có 3 nguyên nhân:

(a) Ở các quốc gia dân chủ họ có nền tư pháp độc lập, có thể buộc tội cả tổng thống, còn pháp quyền xã hội chủ nghĩa do Đảng lãnh đạo là "vừa đá bóng vừa thổi còi". Tay này sao nỡ chặt tay kia!

Trả lời sao đây khi bao nhiêu vụ án lớn không nhúc nhích:

– Vụ PMU 18 còn đó mà các nhà báo viết về nó đã phải đi

tù;

– Vụ PCI dù người Nhật đã khai hối lộ cho Huỳnh Ngọc Sĩ, nhưng sau nửa năm, Sĩ chỉ bị khởi tố về tội cho thuê nhà! Dư luận tin rằng Sĩ không thể nuốt trôi khối đô la khổng lồ nếu không chia cho các vị thượng cấp có liên quan trách nhiệm đối với công trình này;

– Năm 2006, cảnh sát Đức phát hiện Siemens chuyển hơn 241.000 Euro vào tài khoản ở Singapore của một quan chức Việt Nam. Đến nay cảnh sát Việt Nam chưa động đậy;

– Năm 2008, một Việt kiều bị truy tố "hối lộ 150 nghìn đô la để bán được thiết bị cho một dự án ở Vũng Tàu". Đến nay phía Việt Nam chưa có ý kiến gì;

– v.v...

(b) Ở các nước dân chủ có hệ thống báo chí được gọi là "quyền lực thứ tư". Báo chí "lề phải" của chúng ta luôn luôn phải chờ được phép mới dám đưa tin. Trước đây các phóng viên viết bài chống tham nhũng cứ chờ cơ quan điều tra của Bộ Công an cung cấp tài liệu. Từ khi hai phóng viên của báo *Tuổi trẻ* và báo *Thanh niên* dùng tài liệu của công an để viết bài mà vẫn bị xử tù thì những cây bút chống tham nhũng của báo chí Việt Nam càng co lại giữ mình.

B Các quốc gia dân chủ đều có các đảng đối lập luôn luôn săm soi mọi hành vi sai trái của đảng cầm quyền. Do đó các đảng cầm quyền phải có nhiều biện pháp quản lý đảng viên giúp họ tránh các cạm bẫy. Còn ở nước ta, Đảng một mình một chợ, đảng viên chẳng cần giữ ý, không sợ bất cứ ai!

IV. Nêu bốn câu hỏi, trước khi nêu giải pháp

1– Ông Lý Quang Diệu cho rằng năm 1975, Sài Gòn có tiềm lực kinh tế ngang với Băng Cốc, nhưng 20 năm sau Sài Gòn tụt hậu so với Băng Cốc (thủ đô của Thái Lan) 20 năm. Vì sao? Có phải chỉ vì Băng Cốc có nhiều chính sách khuyến khích phát triển công thương nghiệp tư bản, trong khi đó Sài Gòn ra sức cải tạo công thương nghiệp tư bản? Nhìn rộng ra, tại sao tất cả các nước theo chủ nghĩa xã hội đều nghèo đói so với các nước phát triển tư bản? Nhiều nhà lý luận Mác – Lê sang các nước tư bản phát triển thừa nhận rằng ở các nước này có nhiều "xã hội chủ nghĩa" hơn Liên Xô, Đông Âu! Cứ xem hai quốc gia bị chia cắt là Đức và Triều Tiên, bên theo chủ nghĩa xã hội thì nghèo đói, bên phát triển tư bản chủ nghĩa thì dân giàu, nước mạnh, xã hội dân chủ, văn minh. Nước ta từ khi "Đổi mới", tức là từ bỏ những nguyên lý kinh tế xã hội chủ nghĩa, thực hiện chủ nghĩa tự do kinh tế thì sức sản xuất có được giải phóng đôi chút, đời sống nhân dân có từng bước cải thiện.

Như vậy làm sao có thể nói đường lối kinh tế xã hội chủ nghĩa là ưu việt? Lê nin từng cho rằng trong cuộc cạnh tranh "ai thắng ai", chiến thắng sẽ thuộc về bên nào có năng suất lao động cao hơn. Nếu chủ nghĩa xã hội có năng suất cao hơn thì đâu đã bị "hạ gục" (chữ của Tổng thống Mỹ Obama)? Có phải chế độ công hữu triệt tiêu động lực cá nhân trong lao động sáng tạo làm cho năng suất lao động xã hội sa sút?

2– Ngày nay, toàn thế giới đều biết trước đây ở Liên Xô, chính quyền Xô– viết đã thủ tiêu hằng vạn cán bộ cao cấp, hằng triệu dân lành, cấm phát hành nhiều tác phẩm tiến bộ và đày ải các tác giả của nó, kể cả những người đoạt giải Nobel. Ở Trung Quốc, Đại Cách mạng Văn hóa vô sản đã giết hằng triệu người, trong đó có cả Chủ tịch Nước,nhiều ủy viên Bộ chính trị, bộ trưởng và các nhà văn hóa lớn. Ở Campuchia, Đảng cộng sản (từng là đồng minh của Đảng cộng sản Việt nam trong thời chống Mỹ) đã gây ra họa diệt chủng chưa từng có trong lịch sử nhân loại. Tất cả các Đảng cộng sản ở Đông Âu, Cu ba,Bắc Triều Tiên đều có những trang sử đen về nhân quyền. Ở nước ta cũng đâu có thiếu những ngày tháng nhắc tới không khỏi nhói đau: Cải cách ruộng đất ; chống Nhân văn– Giai phẩm; cải tạo công thương nghiệp ở miền Bắc; chỉnh đốn tổ chức; thanh trừ bọn xét lại chống Đảng; cải tạo tư sản miền Nam và những cán binh của chính quyền Sài Gòn, gây ra cảnh hàng triệu người vượt biển, một thảm họa "thuyền nhân"! Có phải vì ý thức hệ cộng sản, độc quyền tư tưởng, triệt tiêu tư duy độc lập tự do sáng tác, phát minh, lấy đấu tranh giai cấp làm động lực tiến bộ, coi lập trường giai cấp, một khái niệm rất mơ hồ là nền tảng đạo đức, từ đó đẻ ra tình trạng tay phải chặt tay trái, đồng chí giết nhau, Lương– Giáo nghi ky, con tố cha, vợ tố chồng?

3– Qua hơn 20 năm đổi mới, một lớp doanh nhân (Đảng muốn gọi tránh, chứ đúng ra phải gọi đúng tên là giai cấp tư sản) đã hình thành, trong đó có khá đông đảng viên cộng sản và con em họ.

Dù cho rằng phải đổi mới nội dung cách mạng xã hội chủ nghĩa, nhưng đổi mới thế nào cũng không thể vượt khỏi các nguyên lý của nó. Trước "Đổi mới", chỉ cần diễn đạt khác các với các nguyên lý giáo điều chút xíu đã bị lên án là xét lại, chống Đảng, đã phải đi tù. Đó là "tội" của các đồng chí Đặng Kim Giang, Vũ Đình Huỳnh, Nguyễn Kiến Giang. Đổi mới đến mức không còn các nguyên lý cũng tức là từ bỏ chủ nghĩa xã hội! Đường lối kinh tế của Đảng Cộng sản Việt Nam bắt đầu từ Đại hội 6 đến nay thực sự đã từ bỏ hết các nguyên lý về kinh tế của chủ nghĩa xã hội. Bởi vì Marx và Engels đã viết: *"Chủ nghĩa cộng sản phải xóa bỏ buôn bán, xóa bỏ chế độ sản xuất tư sản, xóa bỏ ngay cả giai cấp tư sản nữa"* (*Tuyên ngôn của Đảng Cộng sản*, Nhà xuất bản Sự Thật năm 1974, trang 70) và *"giai cấp vô sản sẽ dùng sự thống trị của mình để từng bước một đoạt lấy toàn bộ tư bản trong tay giai cấp tư sản, để tập trung tất cả công cụ sản xuất vào trong tay nhà nước"* (sách trên, trang 78).

Vậy nếu không phải là từ bỏ vĩnh viễn chủ nghĩa xã hội mà chỉ là sách lược, cho phép giai cấp tư sản tồn tại trong "giai đoạn quá độ" thì có nghĩa là rồi đây Đảng sẽ có chính sách "từng bước một đoạt lấy" như đã từng làm trong quá khứ? Nhưng lần này liệu những đảng viên cộng sản (số rất đông) và con em họ, những "tư sản đỏ" có chấp nhận chính sách đó hay chống lại? Và toàn dân Việt Nam liệu có đồng ý thực hiện cái chính sách từng kéo lùi Sài Gòn tụt hậu 20 năm so với Băng Cốc? Nếu tính chung cả nước ta thì sự tụt hậu và nỗi đau đớn do chủ nghĩa xã hội theo mô hình Stalin gây ra còn ghê gớm hơn nhiều!

4– Vậy thì vì lý do gì Bộ Chính trị Đảng Cộng sản Việt Nam quyết kiên trì chủ nghĩa xã hội?

Rốt lại, chỉ vì hệ thống chính trị xã hội chủ nghĩa bảo vệ quyền lãnh đạo độc tôn của Đảng Cộng sản Tháng 7 năm 2009, ông Nguyễn Văn An, nguyên Ủy viên Bộ Chính trị, nguyên Chủ tịch Quốc hội, có 4 bài viết và trả lời phỏng vấn của *Tuần Việt Nam*, nêu những tiêu đề: *"Giờ là lúc phải đổi mới toàn diện"*; *"tôi mong lãnh đạo quốc gia có tầm nhìn của Lý Quang Diệu"* (Ông Lý Quang Diệu từng có ý kiến cho rằng việc hoạch định chính sách phát triển đất nước đừng để ảnh hưởng của ý thức hệ); *"Dân là gốc, pháp luật là tối thượng"*; *"Dân là gốc thuộc phạm trù vĩnh viễn, Đảng và Nhà nước thuộc phạm trù lịch sử"*; *"Không ai độc quyền chân lý"*, *"Qua tranh luận, thử thách trong cuộc sống có khi phải thay đổi nhận thức tới 180 độ"*. Những ý kiến trên đây của ông Nguyễn Văn An gợi ra nhiều điều quan trọng cho nội dung đổi mới toàn diện.

Thiết nghĩ, đổi mới toàn diện cần theo những nguyên tắc sau đây:

"Đổi mới phải phù hợp với trào lưu thời đại của nhân loại ở thế kỷ 21; phải có tác dụng tăng cường đại đoàn kết toàn dân tộc nhằm đóng góp tích cực cho sự nghiệp xây dựng và bảo vệ Tổ quốc; phải đổi mới tất cả các mặt: kinh tế, văn hóa, giáo dục, xã hội và chính trị".

1– Đổi mới Đảng, từ bỏ ý thức hệ cộng sản sẽ là phép màu san bằng rào cản, hòa giải hòa hợp với 3 triệu đồng bào ở nước ngoài, những người yêu nước, có tri thức, có tấm lòng, nhưng không tán thành chủ nghĩa cộng sản và bị ám ảnh rất nặng nề bởi nỗi oán hận từ quá khứ. Từ đây sẽ không còn những cuộc biểu tình chống đối chính quyền trong nước, ngăn cản bà con muốn về xây dựng quê hương. Từ đây các em sinh viên ưu tú du học ở các nước tiên tiến, tiếp thụ các lý tưởng dân chủ không còn nỗi bức xúc, quay ra hoạt động chính trị đối lập với Nhà nước rồi lâm vào cảnh tù tội oan uổng.

Sức mạnh toàn dân tộc sẽ tăng lên gấp bội giúp cho sự nghiệp canh tân đất nước có hiệu quả hơn bao giờ hết. Lịch sử sẽ ghi nhận hành động dũng cảm triệt để đổi mới của Đảng Cộng sản Việt Nam là mở ra con đường đại phúc cho dân tộc!

2– Đặt lợi ích của Tổ quốc lên trên, liệu sự chọn lựa này có làm mất quyền lãnh đạo của Đảng Cộng sản Việt Nam (sau khi đã là Đảng của dân tộc) hay không? Đã đặt lợi ích của Tổ quốc lên trên thì không nên tính toán hơn thiệt Là một Đảng lãnh đạo công cuộc giải phóng dân tộc, rồi chủ xướng đổi mới, cuối cùng dám từ bỏ ý thức hệ lỗi thời để tự biến mình hoàn toàn thành Đảng của Dân tộc. Vậy thì trong tâm tưởng người Việt Nam yêu nước còn có thế lực nào đáng gửi gắm niềm tin là có đủ tài, đủ đức lãnh đạo đất nước hơn một Đảng như thế?

3– Khi đã có cương lĩnh đề ra mục tiêu và nội dung đổi mới, Đảng sẽ định một lộ trình thật khoa học để từng bước thực hiện sự nghiệp trọng đại này một cách chắc chắn.

Nhà thơ Thanh Thảo cho rằng: Nên trở về với Hiến pháp 1946, đó là Hiến pháp tiến bộ và dân chủ nhất từ trước tới nay ở Việt Nam; nên trở về với tên gọi Đảng Lao động Việt Nam, là đảng của người lao động cũng là của nhân dân Việt Nam. Như vậy không phải tạo ra đảng mới nào cả mà vẫn là mới so với hiện nay. Nên khôi phục lại hai Đảng Xã Hội và Dân Chủ đã từng có, để tập hợp những người trí thức yêu nước và giữ vai trò phản biện dân chủ

Tuy nhiên, có nhiều người cho rằng nên từ thực tế hôm nay mà tìm lối ra thích hợp hơn là quay lại cái cũ. Ví dụ, bắt đầu luật hóa Điều 4 để sự lãnh đạo của Đảng không là đảng trị. Xây dựng luật bầu cử đảm bảo quyền tự do ứng cử bầu cử của nhân dân, để Quốc hội thực sự là cơ quan quyền lực Nhà nước cao nhất, hệ thống chính quyền thực sự là của dân, do dân, vì dân. Xây dựng một hệ thống tư pháp độc lập để Chính phủ điều hành việc nước bằng pháp luật và chịu sự giám sát của nhân dân theo pháp luật. Cuối cùng khi đến lúc đủ điều kiện sẽ soạn lại Hiến pháp theo đúng tinh thần Dân chủ Cộng hòa, đáp ứng nguyện vọng của toàn dân và phù hợp với lương tri của đa số các dân tộc trong thời đại ngày nay.

Đảng Cộng sản Việt Nam có thể theo cách của Đảng Xã hội Pháp hồi 1920: Những người muốn đảng trở thành đảng của dân tộc và những người muốn giữ nguyên Đảng Cộng sản tách nhau ra thành hai đảng. Sau đó, tổ chức trưng cầu ý dân bằng một cuộc bỏ phiếu kín chọn đảng lãnh đạo từ hai đảng này. Đảng không được nhân dân chọn làm lãnh đạo sẽ trở thành đảng đối lập. Tôi muốn nhắc lại bài học của Đảng Nhân dân Cách mạng Campuchia trước đây để càng thêm tin tưởng việc triệt để Đổi mới Đảng:

Khi chấp nhận hình thức Chính phủ Liên hiệp, Đảng Nhân dân Cách mạng Campuchia đã mở đại hội để ra cương lĩnh mới, tuyên bố từ bỏ con đường xã hội chủ nghĩa, đổi tên đảng thành Đảng Nhân Dân Campuchia (bỏ từ Cách mạng với ngụ ý trở thành đảng của dân tộc). Đại diện Đảng Cộng sản Việt Nam dự đại hội này là ông Lê Đức Anh, nguyên cố vấn cho đảng bạn, đã tức giận cho rằng "chưa thua mà đã cuốn cờ (ý nói cờ cộng sản) lúc ấy, thế và lực của Đảng Nhân Dân Campuchia rất yếu so với Đảng Bảo Hoàng của Ranariddh được uy tín của Sihanuck và Nhà nước Vương quốc yểm trợ. Vậy mà từ vị thế chia đôi quyền lực Nhà nước (2 ông thủ tướng, 2 ông Bộ trưởng cho tới các cấp dưới...) Đảng Nhân Dân Campuchia đã vươn lên sau mỗi nhiệm kỳ và ngày nay hoàn toàn ở thế thượng phong so với các đảng đối lập.

Đảng Cộng sản Việt Nam có những ưu thế tuyệt đối mà Đảng Nhân dân Campuchia ngày ấy không thể sánh. Do đó giải pháp triệt để đổi mới Đảng, từ bỏ chủ nghĩa xã hội, trở thành đảng của dân tộc, không hề là phiêu lưu mà là một hành động sáng suốt, bắt đúng nhịp của thời đại, đáp ứng đúng nguyện vọng của dân tộc, nhất định Đảng sẽ cùng Dân tộc đồng hành tới tương lai vô cùng xán lạn.

Bài trên được đăng trên mạng Diễn Đàn ngày 17 – 9 – 2009. Lập tức báo Quân đội Nhân dân (ngày 19 – 9 – 2009) đăng bài "Mưu đồ thâm hiểm sau lời góp ý" của Tâm Việt (nghe nói là một phó tổng biên tập). Sau khi khẳng định *"mục tiêu hết sức thâm độc toát lên từ bài góp ý đó là hạ bệ Đảng cộng sản Việt Nam"*, *"cắt xén và cố tình xuyên tạc những yếu tố lịch sử, để phục vụ cho ý đồ chính trị đen tối"*, Tâm Việt kết luận: *"Sự tàn bạo và xảo trá chưa bao giờ là hệ giá trị của văn minh nhân loại. Mưu đồ xấu xa đằng sau những lời 'góp ý' của những người tự cho là có 'thiện ý' đó nhất định sẽ bị vạch trần. Không khó để những người Việt Nam nhận rõ chân tướng và mưu đồ đen tối của họ."* Bài của Tâm Việt làm cho người đọc nghĩ người viết là một kẻ trong lực lượng thù địch ở nước ngoài.

Tôi bàn với nhà thơ Hoàng Hưng, tình thế này đòi hỏi mình phải công khai danh tính. Hoàng Hưng chấp bút bài "Về tác giả bài viết Đổi mới Đảng tránh nguy cơ sụp đổ", đăng trên Talawas, cho biết đó là nhà báo Tống Văn Công đang ở trong nước.

HOÀNG HƯNG – VỀ TÁC GIẢ BÀI VIẾT "ĐỔI MỚI ĐẢNG ĐỂ TRÁNH SỤP ĐỔ"!

Tôi lấy làm vinh dự được tác giả Thiện Ý gửi gắm việc giới thiệu nhân thân của anh sau khi bài "Đổi mới để Đảng khỏi sụp đổ" được công bố trên talawas blog. Việc công khai này đánh dấu một bước ngoặt lớn của anh trên con đường phản biện với những người lãnh đạo Đảng của mình, tổ chức mà anh gắn bó suốt 50 năm nay, và thực lòng hy vọng vào sự thay đổi của nó để nó tự cứu vãn và cứu vãn cả tương lai dân tộc.

Thiện Ý chính là Tống Văn Công, nguyên Tổng Biên tập một số tờ báo của hệ thống công đoàn: báo Lao Động Mới (Liên hiệp Công đoàn Giải phóng miền Nam Việt Nam), báo Công nhân Giải phóng (tiền thân của báo Người Lao Động, Liên đoàn Lao động TPHCM) báo Lao Động (Tổng Liên đoàn Lao động Việt Nam), cũng là ngòi bút bình luận sắc bén một thời của báo này với bút danh Thuận Lý. Xuất thân từ một gia đình cách mạng, cha là Tống Văn Thêm bút hiệu Tăng Ích, tham gia Đảng Cộng sản từ 1929, dịch giả của Tạp chí Tân Trung Hoa thời kháng chiến chống

Pháp, Tống Văn Công sinh năm 1932, tham gia Vệ quốc Đoàn chống Pháp (1950– 1959), được giải ba cuộc thi viết truyện ngắn về miền Nam 1959, làm báo Lao Động từ 1960, huy hiệu 50 năm tuổi Đảng.

Con đường phản biện với Đảng của đảng viên kỳ cựu Tống Văn Công bắt đầu từ thời gian sau "Đổi mới", chủ yếu với công việc lãnh đạo báo Công nhân Giải phóng và sau đó báo Lao Động trong những cuộc đấu tranh dũng cảm chống quan liêu tham nhũng, bênh vực quyền lợi công nhân và nhân dân lao động, đặc biệt là trong mấy năm huy hoàng của tờ Lao động Chủ nhật mà lịch sử báo chí Việt Nam sẽ phải ghi nhận như người xung kích của báo chí "cách mạng" (đúng nghĩa là báo chí trong vòng kim cô của đường lối tuyên giáo cộng sản) đã phá rào để nói lên những tiếng nói trung thực với đời sống và "khác" với ý của lãnh đạo Đảng. Và tất nhiên anh phải trả giá, may mà cái giá cũng không quá đắt: bị cho về hưu (xem bài "Xa lộ thông tin chỉ còn lề phải" của Thiện Ý trên talawas blog). Điều đáng ghi nhận là chính ở tờ báo này, Tống Văn Công đã thể hiện không "ngu trung" với ý thức hệ, thực lòng đoàn kết mọi lực lượng của dân tộc để xây dựng một nước Việt Nam mới – ở đây là một tờ báo mới (bao gồm những nhà báo đảng viên trung thực, những nhà báo tay nghề cao của Sài Gòn cũ, những cựu– tù– chính– trị của chế độ, những người trẻ có tâm huyết). Và quả nhiên là tất cả mọi người trong tờ báo cũng thực lòng đoàn kết dưới sự lãnh đạo của những đảng viên cấp tiến và có trình độ như anh, mong được dùng ngòi bút phục vụ công cuộc "Đổi mới". Chính đó là sức mạnh khiến mọi người chấp nhận san sẻ thu nhập ít ỏi như nhau (80.000 VND/tháng vào năm 1990) say sưa làm báo như đi "làm cách mạng". Tình cảm giữa anh Công và tôi nảy nở trong những ngày tháng không quên ấy. Tôi là một người vừa đi cải tạo vì thơ văn "phản động" về chưa bao lâu, lại được giao toàn quyền nắm trang Văn hóa– Văn nghệ của một tờ báo lớn, đó là chuyện chưa từng có và không thể hình dung (ngày hôm nay thì lại càng không thể). Nhờ sự kiên quyết của anh, báo Lao Động đã là tờ báo đầu tiên giới thiệu các nhân vật Nhân văn– Giai phẩm (Nguyễn Hữu Đang, Hoàng Cầm, Đặng Đình Hưng...), ủng hộ những khuynh hướng sáng tác mới, hiện đại còn bị kỳ thị của giới chính thống (đặc biệt trong mỹ thuật và văn học). Qua nhiều thử thách, tình đồng nghiệp giữa chúng tôi đã biến thành tình bạn, tình đồng chí.

Một thời gian dài sau khi nghỉ hưu, Tống Văn Công hầu như không xuất hiện trong đời sống báo chí, hoặc chỉ xuất hiện dưới bút danh nào đó với những bài vô thưởng vô phạt, dường như anh đã an phận thủ thường. Nhưng anh lại vẫn luôn luôn theo dõi, trao đổi bàn bạc với bạn bè thân hữu về mọi tình hình đang diễn ra trên đất nước. Những ai quen biết anh đều nghĩ sẽ đến lúc Tống Văn Công tái xuất giang hồ, không thể khác.

Không phải vì anh là anh hùng hảo hớn gì, mà đơn giản là tình hình đất nước dần dần đi đến chỗ hiểm nguy mà nếu không quá hèn nhát, quá giá áo túi cơm hay nhất quyết mũ ni che tai thì những người có hiểu biết, có lương tri, có tâm huyết buộc phải bước ra khỏi nơi trú ẩn an toàn để bày tỏ thái độ. Với những người đã trót mang nghiệp "ngôn luận", im lặng trước cái sai, cái xấu, cái lỗi thời lúc này là mang tội đồng lõa không thể biện minh.

Và bắt đầu xuất hiện bút danh Thiện Ý trên talawas blog, với những bài viết rất được chú ý vì sự thẳng thắn, cái nhìn mang tính tổng quát, lập trường triệt để nhưng tỉnh táo và chân thành xây dựng của một người trong cuộc. Từ bài viết đầu tiên về khủng *hoảng văn hóa đạo đức, tác giả đã nêu rõ nguyên nhân sâu xa, nền tảng của nó là khủng hoảng ý thức hệ; đến bài mới nhất, anh vẫn triển khai lập luận ấy đến cùng, và mở nó ra thành cái nhìn toàn diện về thể chế. Cuối cùng việc phải đến đã đến: anh đặt thẳng vấn đề về hệ thống chính trị và tính chính đáng của đảng cầm quyền. Chính ở bài này, anh quyết định công bố tên thật đằng sau cái bút danh mà anh muốn giữ vì đã quen với bạn đọc và có thể chuyển tải "thiện ý" của mình.*

Anh đã giải phẫu vào cái đệ nhất yếu huyệt, gót chân Achille của Đảng Cộng sản Việt Nam. Vì thế, nếu như với việc công bố bài này cùng tên thật, mặc dù đầy "thiện ý", Tống Văn Công có bị những thành phần cứng rắn trong Đảng của mình làm khó thì cũng là chuyện dễ hiểu.

Tôi là một công dân Việt Nam ngoài Đảng, nhưng nhận thức rõ rằng trong một thời gian còn dài, tương lai của đất nước, của dân tộc phụ thuộc chủ yếu vào những biến chuyển trong nội bộ đảng cầm quyền. Từ lâu tôi đã đặt câu hỏi: Ngoài những kẻ thoái hóa biến chất, đặc quyền đặc lợi đang múa tay trong bị trước tình trạng hỗn loạn của xã hội hiện nay, Đảng CSVN còn được bao nhiêu đảng viên chân chính, không bám quyền bám lợi mà thật sự nghĩ đến dân đến nước? Tại sao họ im lặng thế? Vì sợ hãi kỷ luật Đảng? Vì luyến tiếc một quá khứ oai hùng? Vì chưa tìm được lối ra? Vì lo lắng một sự sụp đổ nguy hiểm?

Bài viết mới nhất của Thiện Ý – Tống Văn Công là một câu trả lời cho tôi. Vẫn có không ít đảng viên mang trong đáy sâu lòng mình phẩm chất của người yêu nước thực sự, và không phải không có những người nghĩ được "lối ra" khá an toàn cho cuộc "khủng hoảng" ("Khủng hoảng và lối ra" là tên một luận văn của Nguyễn

Kiến Giang). Và họ đã lên tiếng, ngày càng đông, ngày càng thẳng thắn. Tôi tin rằng những ý kiến của Tống Văn Công hôm nay về căn bản đã nói đúng suy nghĩ của đa số người dân Việt Nam hôm nay, cả đảng viên lẫn không đảng viên, kể cả những quan chức đang hưởng lợi từ cơ chế hiện hành nhưng có tầm nhìn xa về tương lai của con cháu họ. Và tôi vẫn chưa hết hy vọng ở sự biết lắng nghe của những người có quyền trong Đảng Cộng sản Việt Nam, ít ra là một số và con số này sẽ ngày càng tăng. Nếu không, thì thảm họa cho đất nước.

CHI BỘ PHƯỜNG TÂN KIỂNG
TRIỆU TẬP HỘI NGHỊ BẤT THƯỜNG.

Hai ngày sau khi Talawas đăng bài của nhà thơ Hoàng Hưng cho biết Thiện Ý là Tống Văn Công, tôi được triệu tập đến hội nghị chi bộ bất thường. Cuộc họp có ông Danh phó Bí thư Quận ủy quận 7, ông Luân chủ nhiệm Ủy ban kiểm tra Quận ủy quận 7 dự. Tôi vừa ngồi lên ghế, thì ông An một đảng viên già từ hàng ghế đầu chạy xuống nói: "Anh Công à, cái đơn thuốc anh cho, tôi không dùng, vì tôi đã được bác sĩ cho đơn thuốc". Tôi không kịp hiểu ông nói điều ấy là có ý gì. Vào cuộc họp tôi mới hiểu, ông muốn tỏ thái độ không nhờ cậy, không mang ơn một tên chống Đảng và do đó ông hoàn toàn có đủ tư cách để mạt sát hắn.

Ông Thường bí thư chi bộ tuyên bố lý do cuộc họp là "*để góp ý với đồng chí Tống Văn Công về bài viết có tựa đề 'Đổi mới Đảng tránh nguy cơ sụp đổ'. Bài này có nhiều điều trái với cương lĩnh, đường lối, chính sách của Đảng. Rất đáng tiếc là trước khi viết bài này đồng chí Công không tham khảo ý kiến của Chi ủy.*

Tuy vậy nếu bài không đưa lên mạng thì không có cuộc họp này. Mời các đồng chí góp ý với đồng chí Công".

Ông An "phát pháo" đầu tiên:

– Viết bài xuyên tạc đường lối của Đảng, lại còn trả lời đài nước ngoài mà không xin phép là vi phạm 19 điều cấm đảng viên không được làm. Theo tôi chúng ta cứ chiếu theo Quyết định 47– QĐ/TW mà xử lý thôi, có gì phải bàn. Đây là "chống phá" chứ có phải là sai phạm bình thường đâu mà góp ý!

Tôi trả lời:

Như câu mở đầu bài viết, Tổ quốc Việt Nam đang đứng trước hai hiểm họa: Giặc nội xâm và giặc ngoại xâm. Đó là điều thôi thúc tôi phải lên tiếng, hi vọng Đảng kịp trở về với dân tộc. Từ khi còn làm việc, tôi đã trả lời với đài, báo trong và ngoài nước, không xin phép. Các anh chị thử hình dung, khi ký giả nước ngoài hỏi, tôi bảo họ "xin quý vị chờ tôi xin ý kiến cấp trên đã, rồi sẽ trả lời quý vị sau nhé". Người ta sẽ nghĩ thế nào về một chế độ bóp nghẹt tự do ngôn luận đến thế?

Ông Hiền phó bí thư chi bộ:

"Hồi vào Đảng đồng chí Công đã giơ tay thề suốt đời chiến đấu vì độc lập dân tộc và chủ nghĩa xã hội. Nay không tán thành đường lối xã hội chủ nghĩa nữa thì xin ra Đảng đi. Tại sao còn nhận Huy hiệu 50 tuổi Đảng? Việc cấp Huy hiệu 50 năm tuổi Đảng cho đồng chí Công cũng là một sai lầm rất đáng tiếc.

Tôi trả lời:

Như đã nói, tôi muốn Đảng đồng hành cùng dân tộc, từ

bỏ ý thức hệ lỗi thời mà nhân loại đã vượt qua. Nếu không, sẽ nguy hiểm cho Đảng và cho cả dân tộc. Nhiều đảng viên cao tuổi Đảng đã thấy điều ấy, mỗi người có cách ứng xử khác nhau. Nhà văn Nguyễn Khải, 60 tuổi Đảng, nhận giải thưởng Hồ Chí Minh về văn học nghệ thuật đợt đầu tiên, năm 2006 đã viết tùy bút chính trị "Đi tìm cái tôi đã mất" cho rằng chế độ xã hội theo mô hình của Stalin đã đưa tới: *"Một xã hội mà công dân không có quyền sống thật, nói thật"*. Nhưng ông dặn con chỉ công bố bài này sau khi ông qua đời. Cách làm của Nguyễn Khải thì an toàn cho bản thân, nhưng tỏ ra không tin Đảng biết lắng nghe và không dám vì Đảng. Người thứ hai là nhạc sĩ Tô Hải cũng hơn 60 tuổi Đảng đã viết "Hồi ký của một thằng hèn", phủ nhận sạch trơn. Đọc bài "Đổi mới Đảng", ông chê trách: *"Tôi vô cùng thất vọng, tại sao Tống Văn Công còn cố tìm đường cho Đảng hoàn thiện để tiếp tục độc quyền lãnh đạo, lẽ ra chỉ nên tuyên bố ra khỏi Đảng và không chịu trách nhiệm gì về mọi đường lối, chủ trương của Đảng cầm quyền"*. Tôi chọn cách khác hai người ấy. Tôi đã ở trong Đảng hơn 50 năm, tôi phải chịu trách nhiệm về những sai lầm của Đảng. Tôi phải nói thẳng điều mình đã nhận thức được ngay khi đang còn sống. Nếu Đảng cho rằng tôi có quan điểm sai trái không thể chấp nhận thì tôi sẵn sàng nhận kỷ luật khai trừ ra khỏi Đảng. Về ý kiến cho rằng quyết định cấp Huy hiệu 50 tuổi Đảng cho tôi là sai lầm. Tôi cho rằng với cách nghĩ đó thì cũng có thể nói việc kết nạp tôi vào Đảng cũng là một sai lầm và việc nhận tôi vào Vệ quốc đoàn thời chống Pháp càng là sai lầm. Dù gì thì việc cấp Huy hiệu 50 tuổi Đảng của tôi không phải là của chi bộ mà là Ban Thường vụ Thành ủy thành phố Hồ Chí Minh. Do đó nếu

Ban Thường vụ Thành ủy có quan điểm giống như anh Hiền thì tôi xin nộp lại Huy hiệu ấy.

Ông Ba Náo, nguyên bí thư chi bộ, đương nhiệm ủy viên chi ủy:

"Hai mươi năm chiến tranh chống Mỹ cứu nước đồng chí Công được ở ngoài Bắc hưởng hòa bình. Chúng tôi hy sinh xương máu, giải phóng miền Nam cho đồng chí được trở về, vậy thì cứ ngồi mà hưởng, tại sao lại 'ăn cháo đá bát'? Tôi hỏi đồng chí: Ai giúp vũ khí cho mình đánh Pháp? Rồi ai giúp vũ khí cho mình đánh Mỹ? Vậy mà nay đồng chí nghe theo luận điệu của bọn thù địch nhằm chia rẽ hai nước xã hội chủ nghĩa anh em. Nói thật, đọc bài này tôi cho rằng không phải một mình đồng chí Công viết, đằng sau đồng chí là những kẻ nào, vì toàn là những luận điệu của bọn phản động. Hoàng Sa, Trường Sa là bãi hoang chim ỉa. Ta nói là của ta. Trung Quốc nói họ có chứng cứ là của họ. Hai nước láng giềng tranh chấp với nhau như vậy là chuyện bình thường, cũng như trong chi bộ mình có hai đảng viên bất hòa không nhìn mặt nhau là Út Kỷ với Lê Duyên Hải. Chi bộ có hòa giải họ được đâu. Ta trải qua hàng chục năm chiến tranh, tại sao đồng chí lại đem sự phát triển nhanh của Băng Cốc so với Sài Gòn?

Tôi trả lời:

Để chi bộ không phải lo vì có bọn phản động nào xui giục tôi phát ngôn, tôi xin kể lại một số ý kiến của các bậc "trưởng thượng" của Đảng.

Ủy viên Bộ chính trị, Thủ tướng Võ Văn Kiệt trong thư góp ý với Đảng về bài học từ 20 năm đổi mới: "Lúc nào chúng ta cũng khẳng định rằng chủ nghĩa Mác – Lê nin là nền tảng tư tưởng của Đảng, là kim chỉ nam của cách mạng Việt Nam, vậy tại sao chúng ta vẫn mắc sai lầm, tại sao vẫn có những giai đoạn lạc hướng? Vậy cần nghiên cứu, phân tích xem, trong chủ nghĩa Mác – Lê nin điều gì trước đây đúng nay vẫn đúng, điều gì trước đây đúng nay không còn phù hợp nữa, điều gì ngay từ trước đã có sai sót. Từ năm 1951 trở đi xu hướng tả khuynh phát triển mạnh do có sự tác động của các chuyên gia Trung Quốc. Sự sụp đổ các nước Đông Âu, sau đó là sự sụp đổ Liên Xô thì xu hướng giáo điều, tả khuynh trong Đảng lại phục hồi. Đã xuất hiện quan điểm không thuận cho Việt nam gia nhập ASEAN, bảo lưu ý kiến không tham gia năm 1995. Không ít người tự coi mình có quan điểm vững gây không ít cản trở cho sự phát triển bằng những lời phát biểu như "coi chừng chệch hướng", "đổi mới,không đổi màu", "hòa nhập không hòa tan". Nhiều đồng chí mắc sai lầm tả khuynh nghiêm trọng nhưng không bị kỷ luật vẫn giữ được quyền uy vì được đánh giá là "kiên định lập trường". Ngược lại, những người mạnh dạn đổi mới không bằng lòng với cái đã đạt được thì lại rất dễ bị chụp mũ là mất lập trường, chệch hướng xã hội chủ nghĩa, ăn phải bả của chủ nghĩa tư bản bị ảnh hưởng cả sinh mạng chính trị. Về khái niệm diễn biến hòa bình cũng vậy. Các nước phương Tây điều chỉnh chính sách của họ hằng tháng, hằng năm. Không nên dùng một khái niệm chung chung trừu tượng như thế để định lượng những nguy cơ từ các nước phương Tây. Một nền kinh tế nhiều thành phần mà thành phần nhiều khuyết tật nhất, kém hiệu quả nhất lại là chủ đạo. Vậy thì nền kinh tế đó phát triển thế nào? Cấp dưới tuân theo mọi quyết đoán từ bên trên, tạo ra tâm lý lựa gió xoay chiều cốt cho được việc theo ý trên. Sự dối trá cũng khởi nguồn từ đấy.

Người thứ hai tôi muốn nhắc tới là ông Trần Độ, nguyên ủy viên Trung ương Đảng, Phó chủ tịch Quốc hội. Ông đã viết "Nhật ký Rồng Rắn", một di chúc chính trị: "Trên thế giới hiện nay có hơn 100 nước đã phát triển với trình độ văn minh cao. Vậy mà họ không cần đến chủ nghĩa Mác – Lê nin, chủ nghĩa xã hội với chuyên chính vô sản, độc quyền tư tưởng và độc quyền lãnh đạo của Đảng cộng sản. Bây giờ chỉ còn lại bốn nước xã hội chủ nghĩa. Tuy nhiên Trung Quốc đã mặc nhiên giã từ chủ nghĩa Mác – Lê nin và theo chủ nghĩa thực dụng "có màu sắc trung Quốc", được chứng nghiệm từ thời Đặng Tiểu Bình với "Mèo trắng, mèo đen, mèo nào bắt được chuột cũng tốt, miễn là bắt được chuột." Bắc Triều Tiên buộc phải quan hệ với Nam Triều Tiên vì quá nghèo đói.

Người thứ ba tôi muốn nhắc tới là đồng chí Đặng Quốc Bảo, nguyên ủy viên Trung ương Đảng, nguyên Trưởng ban khoa giáo Trung ương trình bày với Hội đồng lý luận Trung ương: *"Mô hình xã hội chủ nghĩa kiểu xô viết qua thực nghiệm đã thất bại. Nếu có mô hình của cái gọi là chủ nghĩa xã hội thì phải có màu sắc khác chứ không thể là mô hình lấy đấu tranh giai cấp làm động lực, lấy công hữu làm hình thức sở hữu chi phối, lấy chuyên chính vô sản làm hình thức quản lý duy nhất"*

Nhà văn Nguyễn Khải 60 tuổi Đảng, Giải thưởng Hồ Chí Minh đợt đầu viết "Đi tìm cái tôi đã mất" có đoạn *"quả thật dân tộc Việt nam đã thắng lớn trong phong trào giải phóng, nhưng lại thua đậm trong công cuộc xây dựng một xã hội tự do, công bằng và dân chủ. Thoát ách nô lệ của thực dân lại tự nguyện tròng vào cổ cái ách của một học thuyết đã mất hết sức sống. Dân mình sao mà phải chịu một số phận nghiệt ngã đến thế*"! Ông Nguyễn Văn Trấn làm báo thời Nguyễn An Ninh, đại biểu Đảng bộ Nam Bộ đi dự Đại hội 2 của Đảng, nguyên Vụ trưởng Vụ tuyên truyền đã viết quyển "Kính gửi mẹ và Quốc hội", trong đó có yêu cầu "*xin Quốc hội cho tự do báo chí bằng chế độ thực dân Pháp*".

Xin trả lời câu hỏi: *Vì sao ta phải trải qua bao nhiêu năm chiến tranh lại đem so sánh sự phát triển của Băng Cốc với Sài Gòn?* Ông Lý Quang Diệu so sánh Sài Gòn và Băng Cốc ở thời điểm 30–4–1975. Xin nhớ cho, ở thời điểm đó, người miền Bắc vào Sài Gòn đã cho rằng Sài Gòn phát triển hơn rất xa Đông Âu, Liên Xô. Ông Võ Văn Kiệt đã phân tích nguyên nhân dẫn tới sa sút, khủng hoảng, tụt hậu ở thời điểm này như sau: *Đại hội 4 của Đảng xu hướng tả khuynh, chủ quan duy ý chí thắng thế, đã đưa ra những quyết định về đường lối và chủ trương sai. Cải tạo công thương nghiệp ồ ạt, cải tạo nông nghiệp vội vã, cải tạo sĩ quan của chính quyền cũ kéo dài quá lâu, đưa dân đi kinh tế mới bằng biện pháp cưỡng bức. Đó là những nguyên nhân dẫn tới khủng hoảng và ách tắc gây những thiệt hại rất lớn cho kinh tế kể từ năm 1977 trở đi. Thật đau đớn khi nghĩ lại, sự nghiệp giải phóng được hoàn thành trọn vẹn, thành phố Sài Gòn và nhiều thành phố khác ở miền Nam vẫn còn nguyên vẹn kết cấu hạ tầng và tiềm năng về kinh tế hàng hóa, thế nhưng hằng vạn người phải bỏ nước ra đi. Hiện tượng di tản, thuyền nhân cần được nhìn nhận như những vết thương trên cơ thể đất nước, để lại những di chứng trong tâm hồn của không ít đồng bào ta*".

Nhân đây tôi muốn nói về khoảng cách giữa nền kinh tế

nước ta với các nước xung quanh vẫn đang ngày một tăng sau 20 năm đổi mới. Chúng ta xây dựng, phát triển bằng tiền vốn ODA, nhưng quản lý kém và tham nhũng, nên mỗi công trình bị thất thoát từ khoảng 20 đến 30 %. Ông Trần Đức Nguyên nguyên thành viên Ban ngiên cứu của Chính phủ đã phân tích trên báo mạng Tuần Việt Nam như sau: *Nền kinh tế nước ta tăng trưởng kém hiệu quả. Hệ số ICOR của nước ta tệ nhất so với các nước xung quanh. ICOR là hệ số cho biết muốn có tăng trưởng 1 đồng thì phải bỏ ra bao nhiêu đồng vốn đầu tư. Hệ số ICOR của nước ta trong các năm 2001–2007 là 5,2. Trong khi đó, ICOR của Đài Loan là 2,7,của Hàn Quốc là 3, của Thái Lan là 4,1, của Trung Quốc là 4. Năm nay (2009) của Việt Nam tăng lên 8, do đó hiệu quả cạnh tranh của nền kinh tế Việt Nam rất yếu kém.*

Về câu chất vấn: *Ai giúp vũ khí cho ta đánh Pháp, đánh Mỹ mà nay nói theo luận điệu thù địch nhằm chia rẽ hai nước xã hội chủ nghĩa anh em?* Tôi xin nhắc những câu danh ngôn về sự quan hệ giữa các nước: "không ai cho không ai một cái gì", "không có đồng minh vĩnh viễn; cũng không có kẻ thù vĩnh viễn". Trung Quốc từng là đồng minh với Liên Xô, chống Mỹ đã chuyển sang hòa với Mỹ để chống Liên Xô. Nhật Bản bị Mỹ đánh bại, nay là đồng minh số một của Mỹ ở châu Á. Ta cũng từ chỗ coi họ là kẻ thù nhưng nay đang nâng quan hệ đối tác chiến lược với họ lên tầm cao mới. Ta cũng coi Hàn quốc là đối tác chiến lược chứ không phải bắc Triều Tiên. Sau khi giải phóng lục địa, Trung Quốc coi phương Tây là kẻ thù ngăn trở họ giải phóng Đài Loan. Họ trao súng cho ta bắn kẻ thù của họ. Giúp ta là họ tự bảo vệ bằng máu Việt Nam. Họ đã gây áp lực buộc ta ký hiệp định Geneve chia đôi đất nước. Năm 1974, họ tiếp tổng thống Nixon mặc cả trên lưng chúng ta, để đổi lấy việc chiếm đoạt Hoàng Sa. Tháng 4 năm 1975, đại sứ Pháp ở Sài Gòn Jean Marie Merillon đã gặp Dương Văn Minh gợi ý, muốn cứu chế độ Việt Nam Cộng Hòa thì nơi duy nhất có thể cầu cứu là Bắc Kinh. Không được ông Dương Văn Minh cầu cứu, không ngăn chặn được Việt Nam thống nhất, lập tức họ dùng Khơ Me Đỏ tấn công chúng ta trên toàn biên giới Tây Nam. Ta đưa quân cứu dân tộc Khơ Me trước họa diệt chủng thì họ đưa 600.000 quân tấn công 6 tỉnh biên giới phía bắc, giết cả đàn bà trẻ con, đập phá từ cái nồi cái chén.

Trước sự sụp đổ của Liên Xô, lẽ ra phải sáng suốt chọn con đường dân chủ hóa đất nước, dựa vào sức mạnh của nhân loại tiến bộ để bảo vệ đất nước, ông Nguyễn Văn Linh do quá khiếp nhược và ngu trung với ý thức hệ lỗi thời đã cho rằng *Trung quốc bành trướng, nhưng dù sao cũng là nước xã hội chủ nghĩa*, đã vô hiệu hóa Bộ trưởng ngoại giao Nguyễn Cơ Thạch, đi cầu hòa trong thế yếu ở hội nghị Thành Đô. Bắc Kinh đã lừa mị bằng "16 chữ vàng", rồi "4 tốt", nhưng tìm mọi cách lấn chiếm đất liền và biển đảo. Tháng 2 năm nay họ kỷ niệm 30 năm *dạy cho Việt Nam một bài học*, in sách, báo ca ngợi quân đội của họ. Họ tổ chức kỷ niệm ngày hải quân Trung Quốc, chiếu phim đánh chiếm đảo Gạc Ma thuộc Trường Sa năm 1988, giết chết 64 chiến sĩ hải hải quân Việt Nam. Không biết họ làm cách nào mà còn được báo Hà Nội Mới viết bài ca ngợi Hứa Thế Hữu, viên Tư lệnh chỉ huy xâm lược 6 tỉnh biên giới phía Bắc. Trong khi đó chúng ta hoàn toàn không dám nhắc đến sự hi sinh của các chiến sĩ bảo vệ biên giới phía bắc, tội ác của chúng ở đảo Gạc Ma! Trong cơn bão số 9 vừa qua, giữa lúc ba tàu hải quân Việt Nam được huy động để cứu một tàu cá Trung Quốc gặp nạn thì 17 tàu cá Việt Nam vào tránh bão ở Hoàng Sa bị tàu hải quân Trung Quốc đánh đập ngư dân và cướp sạch hải sản và ngư cụ. Mới đây, Thủ tướng Ôn Gia Bảo tươi cười hứa hẹn với Thủ tướng Nguyễn Tấn Dũng hãy cùng nhau khai thác Thác Bản Giốc (trước là của Việt Nam, nay một nửa thuộc Trung Quốc) và giải quyết hòa bình biển Đông mà họ tuyên bố cả cái "lưỡi bò" gồm 80% là của họ!

"Hoàng Sa, Trường Sa là bãi hoang chim ỉa"? Tôi hết sức kinh ngạc trước lời phát biểu của một ủy viên Chi ủy. Đây là một thiếu sót vô cùng nguy hại của công tác giáo dục đảng viên của Đảng về vấn đề cốt tử của đất nước, là những kiến thức tối thiểu để biết thiết tha yêu từng tấc đất thiêng liêng của Tổ Quốc. Mấy tháng qua đồng bào ở trong và ở ngoài nước sục sôi tức giận vì thái độ vô trách nhiệm của những đảng viên có chức quyền đối với chủ quyền biển đảo. Ví dụ trên báo điện tử của Đảng cộng sản Việt Nam do Đào Duy Quát làm Tổng biên tập cho đăng lại bài của báo chí Trung Quốc tường thuật về cuộc tập trận trên Biển Đông và các quần đảo Hoàng Sa, Trường Sa để bảo vệ chủ quyền của họ! Thông tấn xã Việt Nam đưa tin 12 ngư dân Việt Nam đã từ Trung Quốc trở về đến Quảng Ngãi. Đúng ra phải nói là 12 ngư dân của Việt Nam bị giam trên quần đảo Hoàng Sa của Việt Nam bị Trung Quốc chiếm trái phép.

Tôi xin trình bày tóm tắt về quá trình xác lập chủ quyền của Việt Nam đối với hai quần đảo Hoàng Sa và Trường sa. Người Việt Nam phát hiện và chiếm giữ hai quần đảo này từ lâu đời. Nhiều tài liệu lịch sử để lại chứng minh việc xác lập chủ quyền của Việt Nam trên các đảo này là từ thời chúa Nguyễn, vào thế kỷ 17. Từ đó cho đến ngày bị Pháp đô hộ các triều đại kế tiếp trị vì nước ta đều thực sự nắm chủ quyền và quản lý hai quần đảo này mà không hề có nước nào tranh chấp. Tại hội nghị 51 nước ở San Francisco (Mỹ) tháng 9–1951, ông Thủ tướng Quốc gia Việt Nam Trần văn Hữu tuyên bố *"chúng tôi xác nhận chủ quyền đã có từ lâu đời của chúng tôi trên quần đảo Trường Sa và Hoàng Sa"*. Tất cả đại diện các quốc gia có mặt không người nào có ý kiến khác. Hội nghị này đã ghi vào biên bản Hoàng Sa, Trường Sa là của Việt Nam. Ngày 18– 9– 1951 Bộ trưởng Ngoại Giao Trung Cộng Chu Ân Lai có ra một thông cáo ngoại giao, nhưng không nhắc gì đến hai quần đảo Hoàng Sa và Trường Sa. Năm 1974, sau khi mặc cả được với Mỹ, Trung Quốc dùng vũ lực tấn công quân đội Việt Nam Cộng Hòa chiếm toàn bộ Hoàng Sa. Năm 1988 Trung Quốc đánh chiếm Đảo Gạc Ma giết 64 chiến sĩ hải quân Việt Nam. Năm 2007 họ đưa Hoàng Sa, Trường Sa vào hệ thống chính trị của họ. Họ công bố chủ quyền chiếm 80% Biển Đông. Báo chí nước ngoài bình luận, nếu Việt Nam chấp nhận đòi hỏi của Trung Quốc thì chỉ còn biển ở ven bờ để bơi tắm, muốn ra khơi phải xin phép họ.

Tóm lại Hoàng Sa, Trường Sa đã được các chúa Nguyễn lập bản đồ,đưa vào hệ thống hành chánh quốc gia. Các vua Nguyễn luôn cử quân tuần tiểu, lập đồn trại bảo vệ. Hoàng Sa, Trường Sa đã thấm máu cha ông chúng ta. Đừng buông những lời xúc phạm vong linh của tổ tiên, xúc phạm lòng yêu nước của đồng bào và làm nhục Đảng cộng sản.

Ông Thường bí thư chi bộ chất vấn: *"Sai lầm trong cải cách ruộng đất, cải tạo công thương nghiệp thì Đảng ta đã nhận rồi. Đảng đã xác định nội dung xã hội chủ nghĩa là 'dân giàu, nước mạnh, xã hội công bằng, dân chủ, văn minh'. Tại sao đồng chí Công không tán thành chủ nghĩa xã hội"?*

Tôi trả lời: Ngày 20 tháng 10–1956 Trung ương Đảng ra lệnh chấm dứt cải cách ruộng đất và mở chiến dịch sửa sai. Ngày 30–10–1956 Mặt trận Tổ Quốc họp để triển khai công tác này. Tại đây tiến sĩ Nguyễn mạnh Tường ủy viên Đoàn chủ tịch Mặt trận Tổ Quốc, người từng được chủ tịch Hồ Chí Minh chọn làm thành viên Đoàn Việt Nam thương lượng với Pháp tại Hội nghị Đà Lạt năm 1946, đã đọc một bài tham luận với mục đích tìm nguyên nhân sai lầm để tránh không bao giờ phạm lại những sai lầm tương tự. Ông phân tích ba nguyên nhân cơ bản là: Quan điểm của chúng ta về địch và ta, thù và bạn rất mơ hồ. Chúng ta tiến hành một công việc quan trọng ảnh hưởng đến sinh mạng của hằng triệu người mà bất chấp luật pháp, chỉ lấy chính trị làm thống soái. Tiến hành công việc bởi những người không có chuyên môn và không coi trọng chuyên môn. Bản thuyết trình đầy thiện chí cuả ông chẳng những không được lắng nghe mà còn bị quy chụp là phản động, chống chế độ, chống Đảng. Ông bị loại ra khỏi Mặt trận Tổ Quốc, khỏi biên chế. Mãi đến sau Đổi mới ông mới không còn bị quản chế. Do không khắc phục được nguyên nhân gây ra sai lầm cho nên sau đó lại xảy ra vụ đàn áp Nhân văn – Giai phẩm. Mãi tới 50 năm sau Chủ tịch nước Nguyễn Minh Triết ký quyết định tặng Giải thưởng cấp Nhà nước cho 4 văn nghệ sĩ Nhân văn – Giai phẩm mà không chính thức thừa nhận sai lầm. Sai lầm về cải tạo công thương nghiệp ở Hà Nội, 20 năm sau đã lặp lại ở Sài Gòn một cách nghiêm trọng hơn. Chúng ta mới từ bỏ cách làm đó sau "đổi mới", tức là từ bỏ những nguyên lý về kinh tế của chủ nghĩa xã hội.

Đảng đã định nghĩa nội dung xã hội chủ nghĩa là "dân giàu, nước mạnh, xã hội công bằng, dân chủ, văn minh. Vâng, đó là trong khi chờ đợi các nhà lý luận đưa ra một định nghĩa mới. Bởi vì nếu chỉ định nghĩa như vậy thì hằng trăm nước khác sẽ bảo mình nói theo họ nhưng làm thì kém hơn. Hai mươi năm qua chúng ta đã từ bỏ hầu hết những nguyên lý kinh tế của chủ nghĩa xã hội và làm theo các nguyên lý kinh tế thị trường của chủ nghĩa tư bản hiện đại. Nhờ đó mà kinh tế phát triển, đời sống nhân dân được cải thiện, nhiều nước vào đầu tư. Nhưng về chính trị vẫn giữ nguyên cơ cấu của hệ thống xã hội chủ nghĩa theo mô hình Stalin. Do đó đã đẻ ra nhiều khuyết tật khi vận hành mà tôi đã kể trong bài góp ý với Đảng. Ở đây tôi muốn kể thêm những điều vừa được đọc trong bài viết của ông Nguyễn Văn An nguyên Ủy viên Bộ chính trị, nguyên Chủ tịch Quốc hội: "Ai là người có tư tưởng 'đổi mới,, có tư tưởng hội nhập theo đường lối của Đảng thì người đó là 'hồng'. Như vậy 'hồng' không nhất thiết phải là đảng viên". Nhưng xin nhìn lại hệ thống chính trị các cấp có người nào giữ trọng trách mà là người ngoài Đảng không? Kể cả ở cấp khu phố, xóm. Vì sao như thế? Nhân đang kỳ họp Quốc hội, tôi xin đọc mấy bài trên Việt Nam net (cơ quan của Bộ Thông tin – Truyền thông). Một bài có tựa đề *Muốn hết nghị gật, Đảng phải đổi mới phương thức lãnh đạo*. Nội dung bài này có những ý kiến như sau:

Ông Dương Trung quốc, đại biểu Đồng Nai nói: "*Quốc hội có tới 92 % là đảng viên mà đã là đảng viên thì khi quyết định các vấn đề phải tuân thủ theo định hướng của tổ chức Đảng*".

Ông Đinh Xuân Thảo Viện trưởng Viện nghiên cứu lập pháp nói: "*Ở các nước thông qua gói kích cầu phải mấy vòng mới có được quyết định. Ta thì không! Quy định chuyển mục đích sử dụng rừng 1000 ha thì phải xin ý kiến Quốc hội, nhưng thời gian qua chuyển đổi 100.000 ha cũng chẳng cần thông qua Quốc hội*".

Ông Bùi Ngọc Sơn, giảng viên khoa luật Đại học Quốc gia Hà Nội nói: "*Quốc hội sẽ hành động hiệu quả hơn, nếu được ấn định những quyền lực thực chất*".

Những dẫn chứng kể trên cho thấy, cấp bách phải đổi mới chính trị thì mới có thể giải quyết những ách tắc của đất nước. Đảng không phải chỉ đổi mới phương thức lãnh đạo mà phải đổi mới tư tưởng sao cho hợp với trào lưu tự do, dân chủ của nhân loại.

Ngày nay, chủ nghĩa tư bản hiện đại đã khác xa chủ nghĩa tư bản ngày Marx, Engels quan sát. Nhận định chủ nghĩa tư bản đang giãy chết của Lê nin hoàn toàn sai lầm. Ngày nay, ở các nước phát triển, "lao động áo xanh" mà Marx– Engels quan sát chỉ còn khoảng 5%. Thế giới đã bước sang nền kinh tế tri thức, người lao động là những trí thức mặc áo trắng vào nơi làm việc. Các Đảng Xã hội – Dân chủ phải luôn điều chỉnh cương lĩnh chính trị để được là đại diện cho cả dân tộc, tuy vậy không phải lúc nào cũng được thắng cử.

Các Đảng cộng sản theo Quốc tế 3 thì ngay ở nước Nga cũng ngày càng bị mất phiếu, thất cử trước các Đảng theo chủ nghĩa dân tộc. Nước ta thuộc nhóm nước nghèo đang công nghiệp hóa, giai cấp công nhân phần lớn là lao động chân tay. Tuy nhiên, chủ nghĩa xã hội theo mô hình Stalin không có tương lai. Đảng cộng sản Việt Nam cần phải đổi mới chính trị thực hiện tự do, dân chủ, nhân quyền theo xu thế của thời đại, từ bỏ ý thức hệ lỗi thời để trở thành Đảng của dân tộc.

Bí thư chi bộ nhiều lần muốn ngăn lại, nhưng tôi cứ phát biểu hết ý mình. Chi bộ có hơn 50 đảng viên. Năm người tỏ thái độ gay gắt đối tôi như một kẻ chống Đảng. Cô Liên sĩ quan công an đã nghỉ hưu cho rằng tôi là một người hiền hòa dễ mến, nhưng có lẽ do tuổi già, cho nên đã bắt đầu lẩm cẩm! Năm người cho rằng tôi là người nhận nhiều thông tin, muốn xây dựng Đảng. Số còn lại không tỏ rõ thái độ.Chi ủy phân công chị Hà chi ủy viên ghi biên bản các buổi họp kiểm điểm, nhưng chị ghi rất sơ sài. Tôi đã ghi chép đầy đủ và gửi cho nhà thơ Thanh Thảo. Từ biên bản tôi gửi, Thanh Thảo viết bài "Hoàng Sa, Trường Sa là bãi hoang chim ỉa ư?" trên Bauxit Việt Nam và Blog Quê Choa của Bọ Lập ngày 30– 10– 2009.

Bí thư chi bộ truyền đạt chỉ thị của "cấp trên yêu cầu đồng chí Công tự đề xuất một hình thức kỷ luật vì đã vi phạm 19 điều cấm đảng viên không được làm". Tôi trả lời, tôi viết bài này với ý thức xây dựng Đảng, do đó tôi không thể tự nhận kỷ luật. Trong khi tôi đang bị chi bộ kiểm thảo, Tổng biên tập Vietnamnet Nguyễn Anh Tuấn từ Hà Nội bay vào, tặng rượu vang, hoan nghênh bài "Đổi mới Đảng" và yêu cầu tôi viết bài cho Vietnamnet. Tôi đã gửi cho Vietnamnet bài "Học và không học những gì từ Trung

Quốc". Bài này chủ yếu nhằm bác bỏ quan điểm "dù bành trướng Trung Quốc vẫn là nước xã hội chủ nghĩa anh em" của Nguyễn Văn Linh, chỉ rõ Trung Quốc đã vứt bỏ ý thức hệ Marx – Lê nin, đề cao chủ nghĩa dân tộc cực đoan, bên trong thì đàn áp phong trào nhân dân đòi dân chủ (vụ Thiên An Môn), bên ngoài thì thực hiện bá quyền, bành trướng xâm lược. Ngày 25–2–2010 Vietnamnet đăng bài viết này. 11 giờ ngày 25–2–2010, nhà báo Huy Đức gọi điện hỏi nghe nói Vietnamnet đăng bài "Học và không học những gì từ Trung Quốc" nhưng tìm hoài chẳng thấy? Một giờ sau, Tổng biên tập Nguyễn Anh Tuấn cho biết, bài vừa đăng đã bị hai bộ, Bộ Ngoại Giao và Bộ Công An yêu cầu gỡ xuống ngay. Nguyễn Anh Tuấn gửi bài lên ông Trương Tấn Sang, Thường trực Ban bí thư Trung ương Đảng xin ý kiến và được trả lời "cắt bỏ khoảng 150 chữ thì đăng được". 150 chữ bị cắt là lời khuyên không nên học cách đàn áp đẫm máu ở Thiên An Môn! Một bạn đọc bình luận: bài bị cắt 150 chữ phê phán Thiên An Môn giống như bị Trung quốc kiểm duyệt.

Tháng 9–2011 xảy ra nhiều vụ thảm sát ghê rợn ở cả hai miền. Báo chí "lề phải" đăng nhiều bài từ nguyên Phó chủ tịch nước Nguyễn Thị Bình đến các giáo sư, tiến sĩ tâm lý phân tích nguyên nhân. Nhận thấy không ai nói đúng nguyên nhân cốt lõi của vấn đề nghiêm trọng này, tôi viết bài "Vì sao tội ác lên ngôi"? Đến nay, những nguyên nhân để ra tội ác mà bài này chỉ ra vẫn không được khắc phục, do đó tình trạng bạo lực trong xã hội Việt Nam thật kinh hoàng. Mỗi ngày trên chương trình "60 giây" của HTV 9 hầu như đều có đưa tin một vài vụ giết người, đáng lo nhất là người thân, người trong gia đình giết nhau!

VÌ SAO TỘI ÁC LÊN NGÔI?

Suốt mấy tuần qua, báo chí trong nước đăng nhiều bài phân tích nguyên nhân của hai vụ giết người cướp của ghê rợn xảy ra cùng thời gian ở Bắc Giang và Bình Dương. Nguyên Chủ tịch nước Nguyễn Thị Bình vốn là nhà giáo, bà bức xúc "rung chuông về giáo dục nhân cách". Nhiều vị tiến sĩ tâm lý vào cuộc. Tiến sĩ Thạch Ngọc Yến có bài viết "Thiếu vách chắn trước cơn bốc đồng", cho rằng các vụ này có "mẫu số chung" là: Họ có một quá khứ không bình thường. Có thể là sự xáo trộn trong gia đình, là tuổi thơ bị bỏ rơi. Phó giáo sư, tiến sĩ Lê Trọng Ân có bài "Người lớn hãy làm gương", với mở đầu "Ông bà ta dạy: Con dại cái mang. Do đó con cái hư hỏng, cha mẹ phải xem lại mình". Nhà báo Cao Tuấn có bài "Sức mạnh kháng thể", "khái quát hơn cái ác có vẻ như đang ẩn hiện khắp nơi". Thế nhưng ông lại nhận định: "Nó là sản phẩm 'quái gở' (nhưng không nhiều) của một xã hội đang vận động đi lên – các yếu tố cũ, lạc hậu chưa mất hẳn và yếu tố mới, tiến bộ chưa định hình. Xét về mặt triết học, đây là thời kỳ chuyển tiếp không dễ dàng đối với bất cứ xã hội nào". Lạ lùng là ông khuyên đừng "quá chú tâm truy tìm gốc rễ của những hiện tượng quái gở, hãy dành nhiều thời gian hơn để thúc đẩy xã hội phát triển theo hướng lành mạnh". Thật không khác nào trước con bệnh ngặt, lại khuyên thầy thuốc chớ chẩn đoán bệnh, mà hãy khuyến khích họ vui chơi chạy nhảy!

Tôi không phải nhà nghiên cứu tâm lý, nhưng có lưu tâm đến vấn đề đạo đức xuống cấp, khi nghe anh Thái Duy (tức nhà văn Trần Đình Vân tác giả "Sống như anh") từ miền Nam trở ra Hà Nội tâm sự: "Cậu ạ, Đảng mình có trách nhiệm *đã làm xuống cấp đạo đức người dân Hà Nội. Hồi tớ đi học, mỗi khi thấy đám ma từ xa, cả bọn xuống xe đạp, giở mũ cúi đầu, chờ xe đi qua. Còn nay, bọn trẻ ngang nhiên phóng xe, lại còn lớn tiếng chửi thề, tại sao xe tang đi chậm cản đường"!*

Tôi nghĩ đạo đức xuống cấp bắt đầu từ chuyện lớp trẻ chửi xe tang cản đường đã phát triển dần từng năm một! Tết Nguyên đán năm 2009, Hà Nội xảy ra vụ hằng trăm người xô đạp nhau tranh cướp hoa anh đào, tôi đã viết bài *"Vì sao đạo đức băng hoại?"* tặng nhà thơ Hoàng Hưng và giáo sư Nguyễn Huệ Chi là hai người quan tâm vụ việc này. Gần ba năm qua, tình trạng xã hội và con người Việt Nam đã đi tới câu hỏi bức thiết hơn: Vì sao tội ác lên ngôi?

I. Đảng cộng sản đoạn tuyệt với đạo đức truyền thống!

Xin đọc Tuyên ngôn của Đảng Cộng sản của Marx–Engels, Phần 2, "Những người vô sản và những người cộng sản" (Nhà xuất bản Sự thật Hà Nội, năm 1974, trang 77):

"Có người sẽ bảo, cố nhiên những quan điểm tôn giáo, đạo đức, triết học, chính trị, pháp quyền… đã biến đổi trong tiến trình phát triển lịch sử. Nhưng tôn giáo, đạo đức, triết học, chính trị, pháp quyền vẫn luôn được bảo tồn qua những biến đổi ấy.

Vả lại, còn có những chân lý vĩnh cửu như tự do, công lý vv… chung cho mọi chế độ xã hội. Thế mà chủ nghĩa cộng sản lại xóa bỏ những chân lý vĩnh cửu, nó xóa bỏ tôn giáo và đạo đức chứ không đổi mới tôn giáo và đạo đức; làm như thế là trái ngược với tất cả sự phát triển lịch sử trước kia?

Lời buộc tội ấy rốt cuộc là gì? Lịch sử của tiến bộ xã hội từ trước tới nay đều diễn ra trong đối kháng giai cấp, những đối kháng mang những hình thức khác nhau tùy thời đại. Nhưng dù những đối kháng mang hình thức gì đi nữa, hiện tượng một bộ phận này của xã hội bóc lột một bộ phận khác cũng vẫn là hiện tượng chung cho tất cả các thế kỷ trước kia. Vậy không có gì đáng lấy làm lạ khi thấy rằng ý thức xã hội của mọi thế kỷ mặc dù có muôn màu muôn vẻ và hết sức khác nhau vẫn vận động trong một số hình thức chung nào đó, trong những hình thái ý thức chỉ hoàn toàn tiêu tan khi hoàn toàn không còn có đối kháng giữa các giai cấp nữa.

Cách mạng cộng sản chủ nghĩa là sự đoạn tuyệt một cách triệt để nhất với tư tưởng cổ truyền".

Từ những năm 50 của thế kỷ 20, người Việt Nam bắt đầu được nghe, *"nhà nước Việt Nam Dân Chủ Cộng Hòa là nhà nước công nông đầu tiên ở Đông Nam Á"*. Nhà nước này sắp xếp thứ tự của "tứ dân" từ sĩ, nông, công, thương phải thay đổi: Giai cấp công nhân lãnh đạo cách mạng; giai cấp nông dân là quân chủ lực cách mạng, nhưng lại chia thành: cố nông, bần nông, trung nông. Cố nông, bần nông là cốt cán tin cậy. Trung nông kém tin cậy hơn, chia ra trung nông lớp dưới và trung nông lớp trên. Phú nông vừa lao động vừa bóc lột, phải tước bỏ tính bóc lột của họ. Địa chủ không còn nằm trong lực lượng yêu nước mà là đối tượng phải tiêu diệt. Tầng lớp trí thức có cái đuôi là tiểu tư sản, được gọi đùa là "tạch tạch xè", bị xem là có lập trường bấp bênh, dễ bị dao động, cần được theo dõi, uốn nắn. Thương nhân là hạng người xấu xa nhất. Giai cấp tư sản là đối tượng phải tiêu diệt, nhưng tư sản thương nghiệp, gọi là bọn mại bản phải tiêu diệt đầu tiên. Nhiều người cho rằng sự sắp xếp lại "tứ dân" như trên là đem tay chân thay thế cho bộ não của xã hội (đến nay, ở thời đại kinh tế tri thức việc gọi giai cấp công nhân là giai cấp lãnh đạo thì sự vô lý càng trở nên bức xúc)! Từ lúc ấy, "đại đoàn kết" đã nhường bước cho "đấu tranh giai cấp", đạo đức bắt đầu đảo lộn, chữ "tố" lên ngôi thành một loại hoạt động xã hội được tôn vinh, đẻ ra thành ngữ mới "con tố cha, vợ tố chồng"!

Đạo đức cao nhất là trung thành với chủ nghĩa Marx– Lénin. Với nguyên tắc dân chủ tập trung, lãnh tụ Đảng cộng sản trở thành Thượng đế. Lãnh tụ quốc tế cộng sản đáng kính yêu hơn cả cha mẹ mình: *Vui biết mấy khi con học nói. Tiếng đầu đời con gọi Stalin*" (Tố Hữu). Chữ trung, chữ hiếu truyền thống cũng thay đổi. Lời Cụ Hồ "trung với nước" bị đổi thành "trung với Đảng". Trong cuộc chỉnh Đảng Trung ương khóa 2, chủ tịch Hồ Chí Minh nói: "*Có người nói, người cộng sản là vô tình, là bất hiếu. Con làm cộng sản có khi phải bỏ cả bố mẹ. Cái đó có hay không? Có! Người cách mạng nhất, là người đa tình, chí hiếu nhất. Vì sao? Nếu không làm cách mạng thì chẳng những bố mẹ mình mà hằng chục triệu bố mẹ người khác cũng bị đế quốc phong kiến dày vò. Mình chẳng những cứu bố mẹ mình mà còn cứu bố mẹ người khác, bố mẹ của cả nước nữa. Phải hiểu chữ hiếu theo tinh thần cách mạng rộng rãi như vậy. Gia đình to là cả nước và gia đình nhỏ, cái nào nặng, cái nào nhẹ? Người cách mạng chọn gia đình to! Đó là cách hiểu xa thấy rộng. Phải hy sinh cái nhỏ cho cái lớn. Phải hy sinh cái riêng cho cái chung*" (Hồ Chí Minh toàn tập, tập 4, trang 389).

Sách Đại học (Tập 1 trong Tứ thư) viết: "*Có hiếu là phải biết phụng sự vua. Có đễ là biết phụng sự người lớn*", tức là có ý dạy rằng, phụng sự vua cũng có nghĩa là có hiếu với cha mẹ, chứ không phải đòi hỏi chọn việc phụng sự vua mà bỏ cha mẹ.

Có lẽ, vì "cách mạng chọn gia đình to, hy sinh gia đình nhỏ" thể hiện triệt để tư tưởng của chủ nghĩa tập thể, cho nên "5 điều Bác Hồ dạy" không có điều nào dạy con cái phải hiếu thảo, kính yêu cha mẹ, ông bà. Bởi vì cha mẹ, ông bà của gia đình nhỏ đã được đặt trong gia đình lớn là: "Yêu Tổ quốc, yêu đồng bào".

Trong hồi ký "Chuyện làng ngày ấy" nhà thơ Võ Văn Trực đã kể khá sinh động chuyện làng của ông phá bỏ chùa chiền, miếu mạo, tập thể hóa cả mồ mả ông bà. Tiếp theo đó, hồi ký "Cọng rêu dưới đáy ao", Võ Văn Trực kể chuyện chính quyền, đoàn thể buộc người ta phải hy sinh mọi lợi ích riêng tư, dành tất cả cho tập thể. Con người muốn cho riêng mình thì buộc phải che giấu, nói dối (lý lịch gia đình, các mối quan hệ xã hội, báo cáo láo thành tích, những lo toan cho cá nhân, gia đình mình). Do đó, từ điển có thêm từ "khai man", "tố điêu".

II. Đạo đức cách mạng và cái giường Procuste.

Từ năm 1947, chủ tịch Hồ Chí Minh viết "Sửa đổi lề lối làm việc" đã đề ra việc chống các bệnh chủ quan, ích kỷ hẹp hòi, cá nhân, bản vị, cục bộ và xây dựng đạo đức cách mạng. Từ đó cho tới năm qua đời, Cụ viết rất nhiều bài mở rộng tư tưởng này, tiêu biểu là bài "Nâng cao đạo đức cách mạng, quét sạch chủ nghĩa cá nhân", viết ngày 3–2–1969, và trong "Di chúc" đoạn nói về Đảng cầm quyền, cụ chỉ ra 10 bệnh của chủ nghĩa cá nhân cần phải xóa bỏ và đề ra nội dung đạo đức cách mạng gồm: cần, kiệm, liêm, chính, chí công, vô tư.

Chí công vô tư vốn là một khái niệm đạo đức cũ. Chí công nghĩa là rất công bằng; vô tư là không có lòng riêng khi làm việc chung. Khái niệm này vốn dành cho quan lại, chứ không phải cho dân thường. Với quan chức, nó cũng chỉ đòi hỏi họ chí công vô tư khi hành xử công việc, chứ không phải trong cuộc sống riêng tư. Bởi vì trong cuộc sống riêng tư, họ cũng muốn lên chức, có lương cao, bổng hậu, vợ đẹp con khôn, thành đạt.

Cụ Hồ biến ý nghĩa cụm từ này thành đạo đức cách mạng, đòi hỏi mọi người đều phải thực hiện. Thậm chí Cụ cho rằng, nhiều đảng viên không thấm nhuần tư tưởng chí công, vô tư cho nên mắc chủ nghĩa cá nhân; và phải chí công, vô tư thì mới có cần, kiệm, liêm, chính. Theo cách hiểu phổ biến thì các nội dung trên đòi hỏi con người phải triệt tiêu cái riêng, đưa cái chung, cái tập thể lên địa vị độc tôn. Trong thời chiến (mà nước ta thời chiến quá dài), mọi người dân dễ chấp nhận tư tưởng ấy, nhất là khi đặt mình giữa cái sống, cái chết ở chiến trường. Tuy nhiên, theo nhà nghiên cứu Nguyễn Kiến Giang *"trước sự hy sinh, con người thật ra phải có ý thức rất cao về cá nhân mình. Đó là phút thăng hoa của con người cá nhân".*

Tuy nhiên, nếu cho rằng chủ nghĩa tập thể giúp cho Việt Nam chiến thắng hai cuộc kháng chiến chống Pháp và Mỹ thì không đúng. Chính chủ nghĩa yêu nước mới là động lực chiến thắng, còn chủ nghĩa tập thể chỉ hạn chế động lực ấy. Có thể đưa ông Kim Nhật Thành của Triều Tiên làm ví dụ. Ông Kim được cả triệu quân Trung Quốc chi viện, nhưng vẫn không thắng nổi Hàn Quốc. Bởi ông ta không có Cách mạng Tháng 8, không có Hiến pháp 1946, không có Mặt trận Dân tộc Giải phóng miền Nam với lá cờ Hòa bình, Độc lập, Trung lập.

Nước Mỹ giàu mạnh, nhờ có dân chủ mà người dân có quyền ngăn chặn chiến tranh Việt Nam chỉ trong 5 năm, khi họ thấy chính phủ sai lầm. Việt Nam nghèo, lại bị cấm vận, nhưng đã kéo dài sự có mặt ở Campuchia đến 10 năm, chịu biết bao hậu quả không đáng có!

Chủ nghĩa tập thể vô hiệu hóa lợi ích và trách nhiệm cá nhân và tước mất lực lượng đại đoàn kết dân tộc ngay trong thời chiến.

Những ai từng tham gia kháng chiến chống Pháp đều biết giai thoại này: Các ông Năm Lửa, Ba Gà Mổ bảo nhau *"bọn Việt Minh hội họp liên miên, cho nên còn rất ít thì giờ tìm đánh mình. Nếu họ bớt hội họp thì nguy cho mình đó"*! Từ những năm 50, do lo sợ bị loại vì chủ trương chấn chỉnh tổ chức, nhiều cán bộ chỉ huy cấp khu đã rời bỏ kháng chiến như Bảy Viễn, Trịnh Khánh Vàng... Trong thời chống Mỹ, rất nhiều nhân tài bị cách chức (như Kim Ngọc), hoặc giam cầm (Đặng Kim Giang, Vũ Đình Huỳnh, Nguyễn Kiến Giang...).

Hơn 60 năm qua, năm nào cũng có chỉ thị, nghị quyết giảm hội họp, nhưng không thể giảm được. Bởi vì, cả hệ thống chính trị đều theo nguyên tắc *"tập thể lãnh đạo, cá nhân phụ trách"*, rất cần có một quyết định tập thể để khi công việc thất bại chẳng có ai phải giơ đầu chịu báng! Vinashin nuốt tiền thuế của dân trung bình mỗi đầu người hơn một triệu đồng, nhưng đâu có ai bị kỷ luật. Bauxite Tây Nguyên, dự án lớn của Đảng, nhà nước đang băm nát đường vận chuyển ở hai tỉnh, gây tai nạn giao thông nghiêm trọng, và nếu mai kia xảy ra tai họa trút bùn độc lên đầu 20 triệu nhân dân thì cũng sẽ không có ai phải hầu tòa!

Sau giải phóng miền Bắc, chủ nghĩa tập thể bóp nghẹt mọi quyền tự do cá nhân. Tuy nhiên, chỉ có giới văn nghệ sĩ phản ứng bằng vụ Nhân văn– Giai phẩm. Bởi vì đặc thù của lao động nghệ thuật đòi hỏi phải có không gian tự do cá nhân tuyệt đối mới có thể sáng tạo.

Không chấp nhận cạnh tranh, chủ nghĩa xã hội tổ chức phong trào thi đua tập thể để thúc đẩy lao động sản xuất. Đó là hình thức làm tăng dối trá theo cấp số nhân. Ở miền Bắc ai cũng đã nghe chuyện Thủ tướng Phạm văn Đồng đến thăm trại lợn hợp tác xã. Ông hết sức ngạc nhiên khi thấy lợn cắn nhau quá dữ dội. Thì ra, chủ nhiệm trại lợn đã có "sáng kiến" mượn lợn nuôi cá thể của các gia đình, đem nhốt chung vào chuồng hợp tác xã, để báo cáo thủ tướng về tốc độ phát triển thần kỳ của chăn nuôi tập thể, chứng minh tính ưu việt không thể chối cãi của quan hệ sản xuất xã hội chủ nghĩa. Một trong những nguyên nhân chủ yếu làm sa sút, lụn bại ngành giáo dục cũng là phong trào thi đua tập thể "hai tốt".

Không có tự do báo chí, tự do ngôn luận, chủ nghĩa xã hội kêu gọi phê bình, tự phê bình để khắc phục khuyết điểm. Nhưng thực tế cho thấy chả có ai chịu "vạch áo cho người xem lưng". Đã có giai thoại: *Xin nghiêm khắc phê bình anh Hai luôn làm việc quá sức. Xin chân thành góp ý với anh Hai rằng, sức khỏe của anh Hai không phải là của riêng anh mà là tài sản quý báu của tập thể, của Đảng".* Cho đến nay, những nơi bị phát hiện tham nhũng lớn đều là nơi đang có phong trào thi đua sôi nổi, có tinh thần phê bình, tự phê bình thẳng thắn, đã nhiều năm đạt danh hiệu "trong sạch, vững mạnh", như Đại Lộ Đông Tây của Huỳnh Ngọc Sĩ chẳng hạn.

Chủ tịch Hồ Chí Minh có câu nói nổi tiếng *"muốn xây dựng thành công chủ nghĩa xã hội phải có con người xã hội chủ nghĩa".* Nhưng câu này trái với Marx, theo Marx vật chất có trước ý thức. Con người xã hội chủ nghĩa là con người có đạo đức cách mạng, là con người của giai cấp vô sản, mọi tính người hình thành trong lịch sử bị coi là của giai cấp tư sản, phải xóa bỏ. Nhiều nhà nghiên cứu cho rằng việc đặt khuôn mẫu cho con người xã hội chủ nghĩa, giống như kiểu dùng chiếc giường Procuste (chiếc giường mà tên tướng cướp trong thần thoại Hy Lạp tra tấn nạn nhân bằng cách trói vào chiếc giường, ai dài hơn giường thì chặt bớt cho vừa, ai ngắn hơn thì kéo cho dài ra).

Thực tế đã cho thấy, đến khi phe xã hội chủ nghĩa sụp đổ cũng không làm sao có được con người xã hội chủ nghĩa! Trong nhật ký ngày 18 3 1958, nhà văn Nguyễn Huy Tưởng viết: *"Bây giờ đã đến cảnh không ai dám nói thật với ai".* Năm mươi năm sau, nhà văn Nguyễn Khải, đảng viên 60 tuổi Đảng, giải thưởng Hồ Chí Minh, lặp lại lời Nguyễn Huy Tưởng như một tổng kết bản chất của chế độ trong bút ký chính trị cuối cùng: *"Một xã hội mà công dân không được quyền sống thật, nói thật".* Như vậy có thể nói, tất cả những người ưu tú nhất của chế độ xã hội chủ nghĩa ở Việt Nam không có một ai thực hiện được đạo đức cách mạng. Nói dối, nghĩ một đằng, nói một nẻo chính là nguyên nhân đầu tiên, từ đó đẻ ra những tệ nạn khác làm sa đọa xã hội.

III. Đạo đức cách mạng xung khắc với "Đổi mới"!

Cuối thập kỷ 80, đất nước lâm vào khủng hoảng toàn diện, nổi bật là kinh tế và chính trị.

Ở thành phố Hồ Chí Minh, ông Võ Văn Kiệt lắng nghe nhân dân, đã dám làm một việc tày đình là "xé rào", thực hiện "hài hòa 3 lợi ích": lợi ích nhà nước, lợi ích doanh nghiệp và lợi ích cá nhân người lao động. Lợi ích cá nhân người lao động là điều chỏi với chủ nghĩa tập thể! Năm 1982, khi bị ra khỏi Bộ chính trị, trở về làm bí thư Thành ủy thành phố Hồ Chí Minh, ông Nguyễn Văn Linh tiếp tục "xé rào" làm cho kinh tế, đời sống ở Sài Gòn tương đối dễ chịu so với cả nước.

Năm 1983, trong đợt học tập Nghị quyết Trung ương (khóa 5), tôi được xếp vào tổ thảo luận của khối Dân vận Trung ương do Trưởng ban Vũ Quang làm tổ trưởng. Ông Vũ Quang hướng dẫn tổ phê phán *chủ nghĩa tự do kinh tế ở Sài Gòn* đang vi phạm nghiêm trọng các nguyên lý xã hội chủ nghĩa. Tuy nhiên, năm 1986 Đại hội 6 đã chọn "xé rào" làm tiền đề của "Đổi mới", lấy đổi mới kinh tế làm khâu đột phá. Đổi mới kinh tế tức là trả lại tự do, dân chủ cho nhân dân, nông dân được ra khỏi hợp tác xã để nhận khoán hộ, người có vốn được đứng ra kinh doanh sản xuất và mua bán. Đổi mới kinh tế xóa bỏ những nguyên lý kinh tế xã hội chủ nghĩa, tức là chọc thủng một mảng lớn chế độ toàn trị, nhưng được gọi tránh né là "chế độ quan liêu, bao cấp".

Thật đáng tiếc, ông Nguyễn Văn Linh không ý thức được rằng "ba lợi ích" mà ông tiếp nối cách làm của Võ Văn Kiệt đã làm bật dậy sức sáng tạo của toàn dân, chính vì nó rời bỏ chủ nghĩa tập thể lỗi thời, trả lại tự do cá nhân cho người lao động. Ông khư khư định hướng xã hội chủ nghĩa, không chấp nhận đổi mới chính trị tương ứng với kinh tế. Ông vừa mới nghe tướng Trần Độ để cho ra Nghị quyết 05 "cởi trói cho văn nghệ sĩ, ngay sau đó đã giật mình, vội quy tội Trần Độ chệch hướng xã hội chủ nghĩa! Ông diệt sinh mệnh chính trị Trần Xuân Bách, chọn Đỗ Mười, người có "thành tích" trong một tuần đánh tan giai cấp tư sản dân tộc, làm người kế nhiệm. Ông chủ động cúi mình cầu thân với Bắc Kinh, vì cho rằng *"dù có tư tưởng bành trướng, nhưng cùng là xã hội chủ nghĩa với nhau"*. Đổi mới vì thế bị dẫm chân tại chỗ, đất nước bỏ lỡ nhiều cơ hội: không sớm bình thường quan hệ với Mỹ, chậm vào WTO, không dân chủ hóa xã hội, làm cho hệ thống chính trị thoái hóa, cản trở phát triển kinh tế, do vậy việc thực hiện được mục tiêu "đến năm 2020 nước ta cơ bản trở thành nước công nghiệp theo hướng hiện đại" (Nghị quyết Đại hội 11) chỉ là ảo tưởng vì không tạo được điều kiện hòa giải, hòa hợp, phát huy sức mạnh dân tộc. Không đổi mới chính trị tương thích với kinh tế đã đưa tới khủng hoảng toàn diện mà nổi bật là hai tình trạng sau đây:

Một là, quyền lực nhà nước không bị kiểm soát, hạn chế, không có nền tư pháp độc lập; không có báo chí tự do, đã khiến cho đảng viên, cán bộ lợi dụng chức quyền làm giàu bất chính, nổi bật là tình trạng chiếm đoạt nhà cửa, đất đai, ghê gớm hơn là hình thành những "nhóm lợi ích" lũng đoạn chính sách nhà nước. Nhìn từng làng xã, nhìn rộng ra cả nước, ai cũng thấy những kẻ tự xưng là đày tớ của nhân dân, mở miệng là rao giảng đạo đức cách mạng, chí công vô tư, chính là những "tư sản đỏ", sống trên luật pháp, tham nhũng từ to đến nhỏ, ăn cả tiền từ thiện cứu trợ đồng bào các vùng bị lũ lụt. Những người cơ cực, những dân đen thấp cổ bé họng, uất ức tìm mọi cách giành quyền sống trong một xã hội bất minh, bằng mọi cách "loạn cương" như lừa lọc, cướp giật, giết người. Thế là hình ảnh một xã hội trung cổ được tái hiện: *"cướp đêm là giặc, cướp ngày là quan"*.

Có thể xếp song song hai dòng người sa đọa, nhưng đối chọi nhau trong bức tranh xã hội Việt Nam: Một bên là Đinh Văn Hùng Ủy viên Trung ương Đảng, Bí thư Tỉnh ủy Ninh Bình buôn bình cổ, trống đồng trị giá hàng triệu USD, đã "hạ cánh an toàn, đang sống trong cơ ngơi như đế vương; Nguyễn Trường Tô, phó Bí thư Tỉnh Ủy, Chủ tịch tỉnh Hà Giang mua trinh học sinh vị thành niên, bị gái điếm chụp ảnh khỏa thân đã "hạ cánh an toàn," đang sống trong biệt thự sang trọng. Và tiếp theo chúng là hằng ngàn, hằng vạn "đồng chí chưa bị lộ"! Bọn này ngày càng đông nối nhau theo đà sa đọa của hệ thống chính trị. Chính chúng nó là nguyên nhân làm nãy sinh những kẻ thủ ác trong dòng người thứ hai, gồm những Lê Văn Luyện (sát thủ cướp của giết chết vợ chồng chủ tiệm vàng và đứa con 8 tháng tuổi con gái lớn bị chém đứt tay), Nguyễn Hải Dương (hung thủ giết chết sáu mạng người trong một gia đình vốn đã cưu mang hắn để trả thù, cướp của) đã và đang mọc lên như nấm!

Hai là, tự do kinh tế giải phóng sức lao động sáng tạo của

cá nhân, đồng thời đánh thức cho họ biết rằng mình còn có những quyền của con người vẫn còn bị tước đoạt: Đó là quyền làm chủ nhà nước, quyền được mở mồm ra nói, quyền được hội họp và lập hội để bảo vệ quyền lợi nghề nghiệp. Những ông Vua Lốp mới (nhân dân Hà Nội gọi ông Nguyễn Văn Chẩn là "vua lốp", người tự chế ra dép lốp, tái sinh lốp xe cũ như mới, bị chính quyền Hà Nội xử tù 3 lần và tịch biên tài sản) của tự do chính trị liên tục xuất hiện từ Trần Xuân Bách đến Nguyễn văn An, rồi Cù Huy Hà Vũ, Điếu Cày...

Chân lý đang chia đôi thành hai trận tuyến hết sức gay gắt: Yêu nước và Phản động!

Hậu thuẫn cho những người yêu nước dũng cảm là hàng ngàn người ký tên kiến nghị đòi trả tự do cho họ, gồm nhiều đảng viên, lão thành cách mạng, nhân sĩ, trí thức và nhân dân trong, ngoài nước, kể cả những người đã tham gia hằng chục cuộc biểu tình khắp cả nước từ tháng 6 đến nay. Tiếp sau đó, là hàng triệu nông dân mất đất, bị "giải phóng mặt bằng" bởi các "nhà đầu tư" cấu kết với đảng viên, cán bộ địa phương ép họ chịu đền bù đất đai với giá rẻ mạt, khiến họ hết đường sinh sống. Bên cạnh đó là hàng triệu công nhân tham gia hơn 4000 cuộc đình công bị coi là trái pháp luật, vì không có quyền chọn cho mình một tổ chức công đoàn dám bảo vệ quyền lợi đoàn viên.

Ngược lại, phía nhà cầm quyền, báo chí lề phải gọi những người kể trên là bọn phản động, nghe theo xúi giục của các thế lực thù địch chống Đảng, chống nhà nước và có âm mưu chia rẽ tình hữu nghị Việt– Trung. Nông dân bị Luật đất đai tước quyền sở hữu cá nhân (vì đất đai thuộc sở hữu toàn dân), bị chặn lại với lệnh cấm khiếu kiện tập thể. Công nhân bị cấm không được phép cử Ban đại diện công nhân ở những nơi chưa có công đoàn do Đảng lập ra.

Qua hai bức tranh xã hội miêu tả khái quát, có thể nói: Tội ác tràn lan hiện nay không phải do *"thiếu vách chắn trước cơn bốc đồng"*, không phải *"con dại, cái mang"*, càng không phải *"yếu tố cũ, lạc hậu chưa mất hẳn"*, nó là sản phẩm mới đang sinh sôi hằng ngày do khủng hoảng văn hóa, đạo đức, nằm trong cuộc khủng hoảng toàn diện của xã hội Việt Nam, nguyên nhân chính là hệ thống chính trị không phù hợp với nền kinh tế thị trường của chủ nghĩa tư bản hoang dã. Bài thuốc chữa duy nhất cho nó là dân chủ hóa xã hội, xây dựng nhà nước pháp quyền với tam quyền phân lập.

Bài trên đây được nhiều trang mạng đăng tải. Đảng cấp trên chỉ đạo Chi bộ phải kiểm thảo đảng viên Tống Văn Công vì bài viết này xúc phạm hết sức nghiêm trọng đối với các lãnh tụ từ Marx, Angels tới Hồ Chí Minh. Tại các cuộc họp kiểm thảo về vấn đề này, tôi khẳng định là mình viết hết sức trung thực, "nói có sách, mách có chứng" đề nghị chi bộ phát hiện xem tôi có bịa đặt điều gì. Cuối cùng không ai chứng minh được là tôi bịa đặt, xuyên tạc sự thật nhưng các cấp ủy Đảng vẫn khẳng định: bài này ám chỉ xỏ xiên đối với Tổng bí thư và Tống Văn Công đã đưa ra thứ lý luận cực kỳ phản động.

Trong tình trạng văn hóa đạo đức băng hoại, Văn kiện Đại hội Đảng 11 đưa ra nội dung xây dựng nền văn hóa Việt Nam xã hội chủ nghĩa là "tiên tiến, đậm đà bản sắc dân tộc." Nhiều nhà nghiên cứu văn hóa góp ý vấn đề này. Nhà nghiên cứu Lữ

Phương có bài viết "Vì sao nên nỗi"? Hưởng ứng bài viết của ông, tôi viết bài "Chúng ta đang khủng hoảng văn hóa" tiếp tục lý giải nguyên nhân văn hóa xuống cấp, đạo đức băng hoại là từ chế độ chính trị độc tài phản dân chủ.

CHÚNG TA ĐANG KHỦNG HOẢNG VĂN HÓA

I. Vì đâu nên nỗi?

Hiện nay, cả xã hội đang hết sức bức xúc trước tình trạng đạo đức băng hoại. Nhà thơ Đỗ Trung Quân viết: "Làm từ thiện cũng thích nói dối; lu loa trên truyền thông với gương mặt của 'con giả vờ' ". Giáo sư Tương Lai cho rằng quốc nạn tham nhũng và nhiều vấn đề xã hội nghiêm trọng khác không nguy hại bằng thói đạo đức giả Nhà văn Võ Thị Hảo đi "Tìm thủ phạm 'ám sát' văn hiến ", đã nhận diện được: "Với cây quyền trượng trong tay, những người lãnh đạo có thể xây dựng văn hiến, hoặc nhanh chóng ám sát văn hiến ". Mới đây, nhà nghiên cứu Lữ Phương có bài viết *"Vì đâu nên nỗi, tác động văn hoá của 'đổi mới' xét như một mô thức phát triển ",* đã phân tích sâu sắc *"cái mô thức mệnh danh 'đổi mới' nói trên rõ ràng đã không còn phù hợp nữa, mô thức đó cũng tạo ra quá nhiều hỗn loạn và mất mát trong lĩnh vực tinh thần, phá vỡ lòng tin của con người về những giá trị nhân văn phổ biến, về niềm tự trọng dân tộc chính đáng, xâm phạm đến lợi ích tối thượng của quốc gia".* Ông cho rằng có thể bị cho là động đến vấn đề nhạy cảm, nhưng nếu không dấy lên được một phản ứng thức tỉnh thì có *"nguy cơ rơi vào một hình thức lệ thuộc kiểu thực dân mới nào đó về văn hoá, hoặc một cái gì tương tự tinh vi hơn, không thể loại trừ là không xảy ra ".* Nhận thức sự hệ trọng của điều ông cảnh báo, tôi xin hưởng ứng bằng những ghi chép điều mình quan sát được.

Nước ta đang trong tình trạng khủng hoảng văn hoá. *"Văn hoá biểu hiện trong lý tưởng sống, trong các quan niệm về thế giới và nhân sinh, tín ngưỡng, đạo đức, trong lao động và đấu tranh, trong tổ chức đời sống, tạo dựng xã hội, thể hiện lý tưởng thẩm mỹ. Có thể tìm thấy biểu hiện của văn hoá trong các phương thức và công cụ sản xuất, phương thức sở hữu, các thể chế xã hội, phong tục tập quán, giao tiếp giữa người và người, trong trình độ học vấn và khoa học kỹ thuật, trong trình độ sáng tạo và thưởng thức văn học nghệ thuật "* (Từ điển Bách khoa Việt Nam). Cuộc khủng hoảng văn hoá bắt đầu từ sau ngày thống nhất nước nhà năm 1975, khi mọi người dân thất vọng vì những rao giảng về lý tưởng cao đẹp hoà bình, thống nhất, độc lập, tự do, hạnh phúc, hoà giải, hoà hợp dân tộc đã không được thực hiện.

Với đường lối tiến nhanh, tiến mạnh, tiến vững chắc lên chủ nghĩa xã hội, Nhà nước chuyên chính vô sản đã thực hiện cải tạo xã hội chủ nghĩa toàn diện về kinh tế, văn hoá, xã hội. Hàng vạn cán binh chế độ Sài Gòn cũng phải tập trung cải tạo. Cuộc xáo động quá lớn đã xua hàng triệu người, từ những nhà tư sản dân tộc, tiểu thương, tiểu chủ, cho đến những người dân cày xưa kia bom đạn không đẩy nổi họ rời mảnh ruộng quê, vậy mà nay cũng kéo nhau ùn ùn vượt biển. Tiếp theo đó, 2 cuộc chiến biên giới Tây Nam và phía Bắc, thúc đẩy nhanh cuộc khủng hoảng toàn diện trùm lên đất nước. Các văn kiện của Đảng cộng sản gọi đó là "khủng hoảng kinh tế – xã hội ". Lạm phát ba con số. Cả nước nhai bo bo. Truyện tiếu lâm mới, ca dao mới lan tràn, ông Trần Ta– bit đã sưu tầm thành một tập sách. Xin nhắc lại mấy câu:

"Tôn Đản là chợ vua quan.
Nhà thờ là chợ trung gian nịnh thần,
Bắc Qua là chợ thương nhân,
Vỉa hè là chợ nhân dân anh hùng."

Và:

"Bác Hồ chết nhằm ngày trùng,
Cho nên con cháu dở khùng dở điên.
Thằng khôn thì đã vượt biên,
Những thằng ở lại toàn điên với khùng ".

Các nhà văn đã sớm thổ lộ tâm tư dằn vặt. Chế Lan Viên nhận rằng niềm tin của mình là "Bánh vẽ". Nguyễn Đình Thi thấy mình vướng nhiều "Đồ bỏ ". Nhà thơ trẻ Phạm Thị Xuân Khải viết "Mùa xuân nhớ Bác" đăng trên báo Tiền Phong:

"Có mắt giả mù, có tai giả điếc.
Thích nghe nịnh hót, ghét bỏ lời trung,
Trấn áp đấu tranh, dập vùi khốn khổ,
Thoái hoá, bê tha khi dân, nước gian nan ".

Đại hội 6 của Đảng quyết định "Đổi mới", bắt đầu là đổi mới tư duy và trước hết là đổi mới tư duy kinh tế. Sau đó, tuy có nói phải đổi mới toàn diện nhưng từ năm 1991 đã bị chựng lại sau khi Liên Xô và Đông Âu sụp đổ.

Vượt qua những cấm kỵ của nguyên lý kinh tế xã hội chủ nghĩa (chấp nhận kinh tế thị trường; để nhiều thành phần kinh tế cùng tồn tại; thực hiện khoán 100 trong nông nghiệp...) nền kinh tế vượt qua khủng hoảng, phát triển nhanh chóng. Nhân dân vui mừng, phấn khởi. Nhưng do đổi mới không đồng bộ, cho nên các căn bệnh của khủng hoảng văn hoá vẫn âm ỉ không hề dứt. Chính trị chậm đổi mới, mâu thuẫn tăng lên, khiến cho khủng hoảng văn hoá bùng phát. Tham nhũng từ là "quốc nạn" đã trở thành "ung thư". Lý tưởng xã hội chủ nghĩa làm bình phong cho "lý tưởng kiếm tiền ". "Mình vì mọi người" trở thành " tất cả vì mình ". Niềm tin giả vờ. Dân chủ, tự do, công bằng cũng đều là thứ ngụy tạo. Đày tớ của nhân dân là những kẻ hành dân. Một dân tộc từng có câu châm ngôn cao cả *"Thương người như thể thương thân "*, nhưng tháng 9 năm 2010, Quỹ từ thiện Anh và Viện Gallup xếp hạng chỉ số thiện nguyện của Việt Nam đứng hạng thứ 138 trên 153 quốc gia (vẫn còn vinh dự là đứng trên nước Trung Hoa của hiền triết Khổng Khâu từng dạy lấy chữ nhân làm đầu)! Sau vụ buôn lậu, ăn cắp của nhân viên Việt Nam Airlines, người Nhật chửi rủa người Việt Nam là "bọn dòi bọ ". Các nhà hàng Singapore ở phòng ăn buffet chỉ thông báo bằng tiếng Việt: "Xin lấy thức ăn vừa đủ"!

Bạn bè Nhật Bản và khách nước ngoài đã từng chứng kiến những người Việt Nam lao vào giành giật, giẫm đạp nhau, gây ra "thảm hoạ hoa Anh đào". Sau lễ hội 1000 năm Thăng Long, khắp Hà Nội là những bãi rác khổng lồ, nhà văn Nguyên Ngọc viết: *"Không khác nhau giữa cái diêm dúa, phô trương, ồn ĩ, xa xỉ, phản cảm, cả vô cảm nữa (trước đại lũ miền Trung) của lễ hội... với cái bừa bãi xấu xa đáng buồn ngay sau lễ hội. Cái này chỉ là tiếp tục logic của cái kia "*.

Nhà thơ Trần Ái Dân viết về sa đoạ đạo đức:

"Thời buổi thế này là thế nào hả trời,
Làm xịt lốp xe, đinh rải đầy đường sá.
Giữa phố đông, người rạch mặt người.
Khách tàu hỏa tha hồ ăn đá."...
"Đến cục cứt cũng là cứt rởm.
Nông phu phải miết tay, phải ngửi kiểm tra.
Thời buổi thế này là thế nào hở trời,
Trò giữa lớp phang thầy ; Con nện cha trước bàn thờ tổ"...
"Xương trâu bò thế xương liệt sĩ.
Trâu bò lên ngôi Tổ quốc ghi công"

Một số người lo lắng: *"Vô đạo đức đang trở thành dân tộc tính"*. Tháng 9 năm 2010, trong lễ trao giải cuộc thi "Văn học tuổi 20" ở thành phố Hồ Chí Minh, nhà văn trẻ Hải Miên đoạt giải 3, đã phát biểu như sau:

"Chúng ta đang sống trong một thời đại đổ vỡ, nơi khủng hoảng những giá trị, những niềm tin va đập không ngừng, cùng những cách nhìn về xã hội Việt Nam trong giai đoạn những giá trị chuẩn mực thì đã cũ, còn những giá trị mới thì chưa hình thành. Sống trong giai đoạn như thế đôi khi có cảm giác không còn điều gì thiêng liêng, nguyên vẹn và có cảm giác đau đớn. Tôi nương vào chữ để mở cửa thoát hiểm cho mình".

Có lẽ đó cũng là tâm trạng của số đông người trẻ tuổi Việt Nam có tri thức, có lương tri. Tại sao người Việt Nam sa đọa đến như vậy?

Engels, trong lời tựa cho bản Tuyên ngôn của đảng cộng sản xuất bản bằng tiếng Đức năm 1883, đã viết:

"Tư tưởng cơ bản và chủ đạo của bản Tuyên ngôn là: Trong mỗi thời đại lịch sử, sản xuất kinh tế và cơ cấu xã hội – cơ cấu này tất yếu phải do sản xuất kinh tế mà ra – cả hai cái đó cấu thành cơ sở của lịch sử chính trị và lịch sử tư tưởng của thời đại ấy".

Nhiều luận điểm trong Tuyên ngôn, sau đó chính Marx và Engels cho rằng đã lỗi thời, tuy nhiên cái "tư tưởng cơ bản" nói trên vẫn còn nguyên giá trị, nó cho ta hiểu rằng, nền kinh tế thị trường phát triển đòi hỏi phải có một cơ cấu xã hội tương ứng. Nếu nền kinh tế kế hoạch hoá tập trung tương thích với cơ cấu chính trị chuyên chính vô sản, nhà nước toàn trị, thì nền kinh tế thị trường đòi hỏi phải có nhà nước pháp quyền (với tam quyền phân lập chứ không phải quyền lực thống nhất, phân công ba quyền, dưới sự lãnh đạo của Đảng), phải xây dựng xã hội công dân, thực hiện tự do, dân chủ, nhân quyền.

Do cố giữ những điều phi lý, cố tìm đường đi "chưa từng có tiền lệ" mà lớp trẻ thông minh, có học, nhận ra những điều nhà cầm quyền cho rằng thiêng liêng cao cả, khi đặt vào thực tế cuộc sống sẽ hiện ra là giả dối. Giáo sư Tương Lai chỉ mới nói tới cái giả dối " thứ cấp ", chứ chưa phải cái gốc, mẹ đẻ của mọi thứ giả dối. Đó là:

– Nói chúng ta kiên trì chủ nghĩa xã hội, nhưng ai cũng thấy chủ nghĩa tư bản hoang dã đang lồ lộ, ngang nhiên.

– Nói giai cấp công nhân lãnh đạo cách mạng, nhưng chính người công nhân cũng không thể tin được, bởi vì họ nhận rất rõ thân phận mình, đi tìm nơi xin được việc làm đã khó, khi có việc làm rồi thì nhận đồng lương chết đói, muốn đình công để đòi hỏi quyền lợi thì không thấy một tổ chức đủ tin cậy để mà gửi gắm, tự tổ chức đình công bị coi là bất hợp pháp!

– Nói đảng viên là những người lo trước thiên hạ và vui sau thiên hạ, nhưng sờ sờ trước mắt nhân dân là họ vui trong nhà chưa đủ, còn vui thâu đêm ở các nhà hàng bia ôm.

Có lẽ người nói về cái giả dối "gốc" sâu sắc nhất là nhà văn Nguyễn Khải, đảng viên 60 tuổi đảng, nhà văn được Giải thưởng Hồ Chí Minh đợt đầu, trong tùy bút chính trị cuối cùng "*Đi tìm cái tôi đã mất* ":

"*Và nói dối, nói dối hiển nhiên, không cần che đậy. Vẫn biết nói dối như thế sẽ không thay đổi được gì, vì không một ai tin, nhưng vẫn cứ nói. Nói đủ thứ chuyện, nói về dân chủ và tự do, về tập trung và dân chủ, về nhân dân là người làm chủ của đất nước còn người cầm quyền chỉ là nô bộc của nhân dân. Rồi nói về cần kiệm liêm chính, chí công vô tư, về lý tưởng và cả quyết tâm đưa đất nước đi lên chủ nghĩa cộng sản. Nói dối lem lém, nói dối lì lợm, nói không biết xấu hổ, không biết run sợ, vì người nghe không có thói quen hỏi lại, không có thói quen lưu giữ các lời giải thích và lời hứa để kiểm tra. Hoặc giả hỏi lại và kiểm tra là không được phép, là tội kỵ, dễ gặp tai hoạ, nên không hỏi gì cũng là một phép giữ mình* ".

Làm gì để không còn những cái giả dối mà nhà văn Nguyễn Khải đã nhận ra?

II– Không phải lủng củng mà là đặt chính trị trùm lên văn hóa.

Ông Trần Trọng Tân, nguyên Trưởng ban tuyên giáo trung ương, ngày 8-10-2010, có bài viết trên Tuần Việt Nam:

"Định nghĩa văn hóa trong dự thảo Cương Lĩnh lủng củng của ông nhắc lại Nghị quyết 5 của Ban chấp hành Trung Ương Đảng, Khóa 8, ngày 16-7-1998 định nghĩa nền văn hóa tiên tiến đậm đà bản sắc dân tộc có nội dung: "Tiên tiến là yêu nước và tiến bộ mà nội dung cốt lõi là độc lập dân tộc và chủ nghĩa xã hội theo chủ nghĩa Max - Lenin, tư tưởng Hồ Chí Minh, nhằm mục tiêu tất cả vì con người, vì hạnh phúc và phát triển phong phú, tự do và toàn diện của con người trong mối quan hệ hài hòa giữa cá nhân và cộng đồng, giữa xã hội và tự nhiên. Tiên tiến không chỉ về nội dung tư tưởng mà cả trong hình thức biểu hiện, trong cái phương tiện chuyển tải nội dung"

"... Bản sắc dân tộc bao gồm những giá trị bền vững, những tinh hoa của cộng đồng các dân tộc Việt Nam được vun đắp qua lịch sử ngàn năm đấu tranh dựng nước và giữ nước." Ông Trần Trọng Tân cho rằng "Nền văn hóa Việt Nam ở thời nào cũng có tính tiên tiến và bản sắc dân tộc của thời ấy, không phải đến văn hóa xã hội chủ nghĩa mới mang tính tiên tiến và bản sắc dân tộc". Ông đề nghị gọi tên là "Nền văn hóa Việt Nam vì độc lập tự do hạnh phúc, vì hòa bình hữu nghị". Vấn đề không đơn giản như ông nghĩ.

Năm 1943, ông Trường Chinh viết "Đề cương văn hoá Việt Nam", đưa ra nội dung Dân tộc, Khoa học, Đại chúng dựa theo Mao Trạch Đông thời Diên An, đề cao văn hoá công nông, tức là văn hóa phải có tính giai cấp. Sau cách mạng Tháng Tám, Nguyễn Hữu Đang và Nguyễn Đình Thi viết chung quyển "Một nền văn hoá mới" tuy dựa vào "Đề cương văn hóa" của Trường Chinh, nhưng dẫn giải không quá nặng ý thức hệ:

"... *Nhà ở mới, cách ăn mặc mới sẽ sửa đổi cho giản dị và hợp vệ sinh mà không mất vẻ đẹp riêng của dân tộc. Ngôn ngữ mới, cử chỉ mới sẽ biểu lộ một tinh thần tự cường và trọng bình đẳng, tự do mà không kém vẻ thanh nhã. Xã giao mới sẽ giản dị hơn, thành thực hơn. Lễ nghi mới trong nhà hay ngoài xã hội cũng sẽ trang nghiêm hơn, sơ sài hơn, mạnh mẽ hơn, có ý nghĩa hơn và hợp với điều kiện sinh hoạt mới hơn...*"

Nội dung Nền văn hoá mới tuy do hai nhà lãnh đạo văn hoá thời ấy viết ra, nhưng không được coi là tiếng nói chính thức của Đảng và nó chưa thực hiện được bao nhiêu thì tiếng súng kháng chiến đã nổ.

Năm 1948, tại Đại hội Văn hoá toàn quốc lần thứ 2, thành lập Hội Văn hoá cứu quốc Việt Nam, ông Trường Chinh đã đọc bài diễn văn có tựa đề "Chủ nghĩa Marx và vấn đề văn hoá Việt Nam" đặt yêu cầu chính trị bao trùm lên nền văn hóa.

Từ năm 1950 trở đi những nguyên lý văn hoá vô sản dần dần chi phối nền văn hoá Việt Nam. Theo hai quyển hồi ký của nhà văn Võ Văn Trực ("Chuyện làng ngày ấy" và "Cọng rêu dưới đáy ao") thì ở Nghệ An quê ông, người ta phá đình chùa, tập thể hóa cả mồ mả ông bà, sửa đổi phong tục tập quán bị coi là hủ lậu. Ở các vùng khác chưa ai viết ra, nhưng nói chung cũng na ná như vậy. Đến sau 1975, những người lãnh đạo văn hóa ở Thừa Thiên Huế còn dùng nội cung cố đô Huế làm kho giấy và cho phá bỏ Đàn Nam Giao khiến lòng dân bức xúc có nhiều câu ca dao phản đối.

Sau "Đổi mới", với chủ trương khôi phục cơ chế thị trường, chấp nhận nhiều thành phần kinh tế, đặc biệt là kinh tế tư nhân đã đưa nền kinh tế thoát khỏi khủng hoảng và phát triển vượt bậc. Tuy nhiên tự do kinh tế làm cho nền chính trị chậm đổi mới ngày càng bộc lộ những bất cập kéo theo những bất cập về văn hoá, giáo dục.

Năm 1992, nhà nghiên cứu Nguyễn Kiến Giang, trong bài "Nhìn nhận thực trạng văn hoá Việt Nam hiện nay" đã viết:

"Cuối cùng, còn một đặc trưng hết sức quan trọng nữa của khủng hoảng văn hoá ở nước ta hiện nay (nói là cuối cùng, nhưng về ý nghĩa lại đứng hàng đầu). Đó là sự hòa lẫn văn hoá và chính trị, trong đó chính trị vừa trực tiếp quyết định văn hoá, vừa bao trùm lên cả văn hoá. Trong các xã hội công dân, chính trị chỉ là một lĩnh vực của đời sống xã hội, chỉ tác động đến các quan hệ giữa nhà nước và người dân. Các lĩnh vực của đời sống xã hội cũng chịu ảnh hưởng của chính trị đến một mức độ nào đó, và đến lượt chúng, lại tác động ngược lại đối với chính trị, nhưng mỗi lĩnh vực lại có tính độc lập riêng. Đặc biệt văn hoá là lĩnh vực có tính độc lập cao hơn cả. Nhưng trong xã hội nước ta, văn hoá phụ thuộc hoàn toàn, hoặc gần như hoàn toàn vào chính trị. Nói như vậy có nghĩa là khủng hoảng văn hoá không tách rời khỏi đời sống chính trị của xã hội. Chúng tôi không bàn tới tất cả những vấn đề có liên quan tới mối quan hệ này, mà chỉ nêu bật lên một điểm: Hệ tư tưởng chính trị của Đảng Cộng sản từ lâu đã được nhiều người coi là giá trị chính thống của mình, nó đảm nhận vai trò "chất kết dính" xã hội, thống nhất xã hội trong một thời gian tương đối dài, nhất là trong cuộc kháng chiến chống ngoại xâm, hệ tư tưởng đó cũng đang khủng hoảng sâu sắc trước những chuyển

biến sâu sắc của xã hội ".

Thực trạng văn hóa Việt Nam theo nhận xét của Nguyễn Kiến Giang 18 năm trước đã không thay đổi đáng kể, bởi định nghĩa từ Nghị quyết 5, cũng như cách lãnh đạo văn hoá mà ông Trần Trọng Tân nhắc lại với ý không đồng tình, vẫn không có gì đổi khác.

Vậy nền văn hoá xã hội chủ nghĩa có những đặc điểm gì khiến cho nó không tương thích với cuộc sống của một xã hội đổi mới và hội nhập quốc tế?

1– Đặt ý thức hệ lên trên đạo đức truyền thống dân tộc.

Có lẽ điều này bắt nguồn từ sự vận dụng "lý luận kinh điển". Trong Tuyên ngôn Đảng cộng sản, trả lời câu hỏi vì sao chủ nghĩa cộng sản xoá bỏ tôn giáo và đạo đức cũ, Marx và Engels viết: *"Cách mạng xã hội chủ nghĩa là sự đoạn tuyệt triệt để nhất với chế độ sở hữu cổ truyền; không có gì đáng lấy làm lạ khi thấy rằng trong tiến trình phát triển của nó, nó đoạn tuyệt một cách triệt để nhất với những tư tưởng cổ truyền".* Chủ tịch Hồ Chí Minh nói: *"Gia đình to (cả nước) và gia đình nhỏ: Cái nào nặng? Cái nào nhẹ? Người cách mạng chọn gia đình to."*

Trước khi tiến hành một đợt "hành động cách mạng", các cán bộ Đảng và các đoàn thể tiến hành công tác tuyên truyền giáo dục làm cho nhân dân tin rằng: thực hiện thắng lợi nhiệm vụ cách mạng, bảo vệ lợi ích của giai cấp là đạo đức thiêng liêng cao cả nhất, tình cảm gia đình, thậm chí là tình mẫu tử, phụ tử đều phải đặt xuống dưới.

Đó là nguyên nhân xảy ra con tố cha, vợ tố chồng trong cải cách ruộng đất và cải tạo công thương nghiệp. Khuyến khích việc "tố" như thế chẳng những trái luân thường, mà sau này còn được biết là do quá khiếp sợ, muốn tâng công với chế độ, họ bịa chuyện vu khống người ruột thịt của mình. Nói dối ở trường hợp này đồng nghĩa với tội ác.

Nhiều tác phẩm văn học cũng thể hiện quan điểm đó.

Kịch bản "Lê Văn Tám đốt kho xăng" miêu tả Lê Văn Tám lân la cầu thân với lính gác kho, dần dà được họ tin yêu coi như con em. Lợi dụng sự tin cậy của các chú lính, Tám dễ dàng xâm nhập đốt kho xăng. Gần đây, bộ phim truyền hình "Cuồng phong" có chủ đề chống tội phạm buôn ma túy. Trong phim, công an đã giác ngộ cô Phượng nhận thức được việc buôn ma túy là tội ác, sau đó giao cho cô nhiệm vụ theo dõi, gài bẫy người bạn đồng hương muốn giúp đỡ cô có tiền giúp mẹ bằng việc buôn ma túy và theo dõi tố giác người tình rất yêu cô là một tay buôn ma túy.

Để tồn tại trong một chế độ đặt ý thức hệ lên trên đạo đức truyền thống, người ta phải khai man lý lịch, mang cái mặt nạ "lập trường giai cấp" để che giấu suy nghĩ thực.

2– Văn hóa xã hội chủ nghĩa đặt chủ nghĩa Marx– Lenin thành chân lý độc tôn.

Tự do tư tưởng chỉ được phép trong vùng soi chiếu của quan điểm Marx – Lenin. Mọi tư tưởng khác với nó đều là thù địch. Phân biệt ranh giới tư tưởng thù địch rất khó, do vậy mà nhiều ủy viên Bộ chính trị của Đảng cộng sản Liên Xô, Trung Quốc lần lượt bị trở thành kẻ thù của cách mạng và bị giết. Nhiều đảng viên cộng sản cấp cao ở Việt Nam bị quy là "bọn chống Đảng", bị tù tội cũng chỉ vì có mấy ý kiến khác Nghị quyết của Đảng. Đó là nguyên nhân khiến nhiều đảng viên cán bộ không dám nói thật ý mình, nghĩ một đằng nói một nẻo, báo cáo láo. Ông Hoàng Minh, chủ tịch Công đoàn quận 11, một đảng viên có công thời chống Mỹ, luôn luôn được đánh giá "4 tốt", bỗng bị phát hiện trước khi tham gia cách mạng ông có theo đạo Hồi mà không khai trong lý lịch. Ông bị đuổi ra khỏi Đảng và cho về hưu.

Độc tôn tư tưởng rất trái với văn hoá truyền thống Việt Nam, luôn luôn rộng mở đối với mọi tư tưởng, tôn giáo. Phật giáo, Lão giáo, Nho giáo được người Việt Nam đón nhận, hợp lưu, hòa đồng, biến những điều tích cực trở thành yếu tố bản sắc văn hoá dân tộc. Người Việt gọi là "tam giáo đồng nguyên". Đạo Cao Đài còn thoáng hơn, thờ tất cả danh nhân văn hoá thế giới.

Chủ nghĩa độc tôn tư tưởng gây ra tệ giáo điều nghiêm trọng và làm cho con người trở thành thụ động, ỉ lại, thiếu sáng tạo. Đó là nguyên nhân đưa tới chủ trương " chống tự diễn biến ", cản trở sự đổi mới của Đảng, kéo theo sự trì trệ của nhiều ngành, giáo dục, văn học, nghệ thuật...

3– Văn hoá xã hội chủ nghĩa đề cao tuyệt đối chủ nghĩa tập thể, đồng nhất chủ nghĩa cá nhân với chủ nghĩa vị kỷ và triệt để xoá bỏ.

Bảo vệ lợi ích cá nhân bị coi là vị kỷ, là xấu, cho nên nguyện vọng được hưởng thụ lợi ích chính đáng của cá nhân mình cũng luôn phải che giấu. Con người phải sống hai mặt, bên ngoài thì ca ngợi tập thể, bên trong thì toan tính cho riêng mình.

Các quyền con người đều là quyền của tập thể chứ không phải của cá nhân. Quyền tự do báo chí là quyền của đoàn thể được ra báo. Quyền hội họp là quyền của các đoàn thể đã được cho phép thành lập và chịu sự lãnh đạo tuyệt đối của Đảng. Các đoàn thể ở chế độ xã hội chủ nghĩa không phải là tổ chức dân sự, phi chính phủ (NGO) mà là tổ chức chính trị, những cánh tay nối dài của Đảng. Các đoàn thể này có chức năng tổ chức những phong trào thực hiện nghị quyết của Đảng, như phong trào thi đua tập thể, phong trào xây dựng khu phố văn hoá; phong trào dạy tốt, học tốt... Những phong trào này là nguồn sản xuất ra những báo cáo láo, tô vẽ những điển hình theo khẩu vị cấp trên.

Nguyên tắc "tập thể lãnh đạo, cá nhân phụ trách " làm cho mọi sai lầm, thất thoát không thể quy trách nhiệm cho ai. Nạn hội họp lu bù chính là con đẻ của nguyên tắc "trách nhiệm tập thể", vì cần phải họp để có quyết nghị của tập thể, mai sau hư hại không ai bị kỷ luật hoặc phải ra toà. Vụ Vinashin không thể tìm ra người chịu trách nhiệm chính là một ví dụ của cơ chế "trách nhiệm tập thể ". Hội họp lu bù đã trở thành một yếu tố văn hoá xã hội chủ nghĩa.

Có lẽ cũng là do "trách nhiệm tập thể" mà không có một cá nhân nào trong những người lãnh đạo Việt Nam chịu đứng tên trả lời thư công dân. Trong hồi ký "Nhớ Lại", nhà thơ Đào Xuân Quý có ghi lại một thắc mắc: Trước Đại hội Nhà văn lần thứ 4, năm 1989, ông có gửi thư xin ý kiến ông Cố vấn Trung ương Đảng Võ Chí Công về tình hình các nhà văn có quan điểm trái nhau rất nghiêm trọng. Ông Quý mong ngóng mãi mà không được ông cố vấn trả lời! Mấy năm nay hiện tượng "không trả lời" đã trở thành chuyện thường ngày: Các vị đại công thần của chế độ và có tuổi tác đáng cha chú các nhà lãnh đạo đương quyền như Võ Nguyên Giáp, Võ Văn Kiệt, Nguyễn Trọng Vĩnh, Đồng Sĩ Nguyên... gửi nhiều thư cho Bộ chính trị, Quốc hội, Chính phủ đều không được trả lời. Các kiến nghị của hàng ngàn trí thức cũng không được trả lời!

" *Không trả lời* " là một yếu tố văn hoá xã hội chủ nghĩa?

Trong nền văn hoá truyền thống ông bà ta có câu "Nhiều sãi không ai đóng cửa chùa" phải chăng đó là lời răn dành cho những con cháu hôm nay còn tôn thờ chủ nghĩa tập thể? *"Sự phát triển tự do của mỗi người là điều kiện để phát triển tự do của mọi người"*, tuyên ngôn ấy của Marx, Engels từ năm 1848 đã không thành hiện thực trong các chế độ xã hội chủ nghĩa khoa học do hai ông sáng lập!

4– Chủ nghĩa hiện thực xã hội chủ nghĩa tầm thường hoá văn học, nghệ thuật, khuyến khích văn học nghệ thuật minh hoạ chính trị.

Cùng thời với K. Marx, nhà văn Dostoïevski của Nga cho rằng *"Cái đẹp cứu rỗi thế giới"* và *"Không có một tác phẩm chân chính nào lại không vị nhân sinh"*. Trong chế độ xã hội chủ nghĩa, những tác phẩm có tính nhân văn, bênh vực các quyền con người đều bị cấm đoán, như "Bác sĩ Jivago" của Boris Pasternak ở Liên Xô; "Con nai đen" của Nguyễn Đình Thi, "Nỗi buồn chiến tranh" của Bảo Ninh, "Về Kinh Bắc" của Hoàng Cầm... Tác phẩm hay nhất phải là tác phẩm phục vụ kịp thời cho chính trị. Tố Hữu gọi tiểu thuyết "Hòn Đất" của Anh Đức là "hòn ngọc", mặc dù về nghệ thuật rất non kém. Cũng theo Tố Hữu, quyển tiểu thuyết hay nhất miền Bắc là "Cái sân gạch" của Đào Vũ ca ngợi cuộc sống ở hợp tác xã nông nghiệp (sự thật là các hợp tác xã đang làm cho năng suất lúa sút giảm, khiến những người trung thực như ông Kim Ngọc tìm cách khoán chui để cứu nông dân).

Năm 1967, tôi đến tỉnh Quảng Ninh, được nghe câu chuyện về "ông Các Mác của tỉnh ta". Trong cuộc triển lãm hội hoạ của tỉnh, ông Ủy viên Ban thường vụ tỉnh ủy, Trưởng ban Tuyên giáo đến xem và dừng lại trước bức tranh vẽ một cây cổ thụ, đã có ý kiến chỉ đạo: *"Tác giả này chưa quán triệt quan điểm lập trường của người thợ mỏ! Chúng ta đang thiếu gỗ chống lò. Nếu trồng ra toàn những cây có thân uốn éo như trong bức tranh này thì lấy đâu ra gỗ chống lò để khai thác than"*?!

Kể sao cho hết những chuyện cười ra nước mắt! Chính vì thế mà lúc cuối đời, nhà văn quân đội Nguyễn Minh Châu đã viết Ai điếu cho nền văn học minh họa". Nhưng đến nay nền văn học ấy vẫn còn được khuyến khích.

III– *Vì sao học đạo đức Hồ Chí Minh mà không thể làm theo?*

Các nhà lãnh đạo của Đảng đều thấy mối nguy của tình trạng cán bộ đảng viên thoái hoá, biến chất, nhưng có lẽ chưa thấy nguyên nhân chính là do không đổi mới toàn diện, kinh tế, chính trị, văn hoá, giáo dục, xã hội. Hoặc có thấy, nhưng lại sợ đổi mới toàn diện thì gây mất ổn định, đe doạ quyền lãnh đạo của Đảng

Bộ chính trị chủ trương phát động cả nước học tập và làm theo tấm gương đạo đức Hồ Chí Minh với mục đích đẩy lùi tiêu cực, tham nhũng, làm trong sạch đội ngũ Đảng và cán bộ công chức, khôi phục đạo đức xã hội. Dự thảo Báo cáo chính trị Đại hội 11 nhận định: *"Cuộc vận động Học tập và làm theo tấm gương đạo đức Hồ Chí Minh chưa thực sự đi vào chiều sâu, ở một số nơi còn có biểu hiện hình thức"*. Thực tế, có thể kể hằng loạt tên tuổi những cán bộ ở tất cả các cấp, không chỉ là người học mà còn là người đứng trên bục giảng về đạo đức Hồ Chí Minh, nhưng họ lại vi phạm ngay những điều chính họ vừa rao giảng, họ tham nhũng lớn hơn, nhận hối lộ to hơn, chiếm đất đai nhiều hơn. Chỉ cần giở danh sách những người phạm kỷ luật gần đây thôi đã cho thấy mức độ nghiêm trọng của sự sa sút về tư tưởng đạo đức trong cán bộ trung, cao cấp: Ủy viên Trung ương Đảng, bí thư Tỉnh ủy Ninh Bình bị kỷ luật vì sa sút phẩm chất đạo đức, lối sống; ba ủy viên Ban Thường vụ Tỉnh ủy tỉnh Trà Vinh bị kỷ luật vì vi phạm pháp luật về nhà, đất; thành phố Hà Nội có 282 đảng viên bị kỷ luật, trong đó có lãnh đạo Tổng công ty Đầu tư – Phát triển nhà, 5 lãnh đạo cấp Sở; 3 lãnh đạo thành phố Sơn Tây, 91 đảng viên phạm pháp. Phó bí thư Tỉnh ủy kiêm Chủ tịch tỉnh Hà Giang có lối sống sa đoạ, được cảnh báo mà không sửa. Bí thư, hai phó bí thư, một ủy viên Thường vụ tỉnh ủy Cà Mau, Bí thư tỉnh ủy Tỉnh ủy Tiền Giang, Phó bí thư Tỉnh ủy Thái Bình đều bị "thực hiện quy trình xử lý kỷ luật". Đặc biệt có các vị lãnh đạo ngành tuyên huấn như ủy viên Trung ương Đảng, Tổng giám đốc Đài Truyền Hình Việt Nam; Giám đốc Học viện chính trị – Hành chính quốc gia Hồ Chí Minh cũng phải bị " thực hiện quy trình xử lý kỷ luật ". Còn ở cấp cơ sở? Có thể nói, ở đâu cũng có tham nhũng, có nơi đã bị phát hiện và những nơi còn lại có thể chỉ vì "chưa bị lộ"! Chỉ một xã An Ninh đã có đến 60 đảng viên bị kỷ luật vì ăn xén, ăn bớt tiền cứu tế người nghèo thì có thể đoán được tình trạng chung về đạo đức ở các địa phương khác trong cả nước.

Tại hội trường Quốc hội, ngày 1 tháng 11 năm 2010, đại biểu Lê Văn Cuông phát biểu ngắn, nhưng có giá trị tổng kết: "*Cuộc vận động học tập và làm theo tấm gương đạo đức Hồ Chí Minh đã được triển khai 4 năm trên phạm vi cả nước, nhưng kết quả làm theo lời Bác chưa được nhiều, trái lại có một số vấn đề bức xúc như chạy chức, chạy quyền, tham nhũng, lãng phí, tư lợi, đạo đức xuống cấp trong một bộ phận cán bộ công chức ngày càng có biểu hiện tinh vi, phức tạp*". Ngày 30 tháng 11–2010 tại Hội nghị tổng kết công tác phòng, chống tham nhũng, ông Trương Vĩnh Trọng Phó thủ tướng, thay mặt Ban chỉ đạo công tác này báo cáo: "*Tham nhũng vẫn còn nghiêm trọng và diễn biến phức tạp, diễn ra ở nhiều lĩnh vực, nhiều ngành, nhiều cấp...*"

Vì sao nhiều lần học đi học lại đạo đức Hồ Chí Minh mà số đông cán bộ đảng viên vẫn không thực hiện được?

Trước thế kỷ 20, các nhà hiền triết khoa học giáo dục đã kết luận: Việc giáo dục đạo đức không giống như giáo dục kiến thức. Sau khi học Luật giao thông, người đi đường có thể vận dụng được. Nhưng kẻ thiếu đạo đức học xong bài đạo đức, hắn vẫn tiếp tục sống vô đạo đức. Vấn đề này đã được nhân loại tranh cãi từ 2500 năm trước. Nhà giáo dục Mỹ đầu thế kỷ 20 John Dewey cho rằng, hiểu biết lý thuyết về mìn của tên trộm két sắt có thể giống hệt như hiểu biết của một nhà hóa học, nhưng hai bên hoàn toàn khác nhau về mục đích thói quen, tính cách, đạo đức, cho nên tên trộm dùng hiểu biết về mìn để phá két sắt, trộm của cải. Nhà giáo dục John Dewey khi phân tích những lý luận về đạo đức, đã nêu ra 4 nội dung như sau:

1. Cái bên trong và cái bên ngoài: Tinh thần, cái bên trong của con người và hành vi ứng xử của một con người là thống nhất, không thể chia cắt.

2. Người có đạo đức là người thực hiện nghĩa vụ một cách hứng thú.

3. Trong một xã hội dân chủ, tính cách, đạo đức của mỗi cá nhân mới là điều đáng mong đợi.

4. Có câu châm ngôn: Gieo thói quen sẽ gặt tính cách, gieo tính cách, sẽ gặt số phận.

Các nhà hiền triết giúp cho nhân loại mỗi ngày có thêm những nhận thức mới về thiên nhiên và bản thân mình. Đến đầu thế kỷ 20, Sigmund Freud phát hiện hành vi của con người không chỉ được điều khiển bởi ý thức mà nó còn bị chi phối, thúc đẩy bởi động lực của vô thức nằm sâu tận đáy tâm thức. Có thể hiểu điều ấy theo cách nói ví von nôm na của nhiều người hôm nay là "*Trong con người có một phần 'con' và một phần người'; phần 'người' thì lộ ra, còn phần 'con' thì bị che giấu*". Tốt thì khoe, xấu thì che mà.

Từ học thuyết của Sigmund Freud, người ta đánh giá lại cách nhìn nhận đạo đức của thế kỷ 19: "*Đi qua nhanh, quay mặt không nhìn tất cả những gì là khó chịu, luôn luôn làm như không trông thấy gì: Đó là tóm tắt toàn bộ quy tắc đạo đức của thế kỷ 19"* (S. Freud, của Stephan Zweig). Đó chính là thói đạo đức giả.

Bởi vậy, chúng ta có thể hiểu nguyên nhân vì sao việc tổ chức học tập và làm theo đạo đức Hồ Chí Minh ở khắp các tỉnh thành trong cả nước không thu được kết quả. Ngược lại, cách tổ chức học tập còn gây một số tác hại như sau:

1– Với quy mô tổ chức rộng khắp và kéo dài nhiều năm rất tốn kém tiền bạc, nhất là tốn nhiều thời gian quý báu. Sau mỗi đợt học tập, mỗi người được phát giấy để viết thu hoạch nộp lên ban tổ chức. Mỗi chi bộ, đảng bộ đều có cuộc họp tổng kết biểu dương khen thưởng những người viết thu hoạch sâu sắc. Sau đó những người có thu hoạch sâu sắc lại được đưa lên cấp trên dự cuộc thi thuyết trình để chọn ra người xuất sắc nhất của phường, rồi của quận, tỉnh, thành phố.

Cách làm này khuyến khích những người có khiếu nói, tô vẽ những điều do họ nghĩ ra. Những người thực sự có đạo đức thường khiêm tốn thực thà, ít nói, nhiều người còn xin không đi học vì nghĩ rằng mình đã học nhiều lần rồi, vấn đề còn lại là chưa thực hành tốt.

2– Sau một thời gian dài, hậu quả xấu bộc lộ thành "quy luật", gây phản cảm đối với những đảng viên và người dân trung thực. Họ nhìn ra những người mồm lúc nào cũng nói làm theo đạo đức Hồ Chí Minh mà hành vi, lối sống thì ngược lại. Nhà văn, cựu chiến binh, đảng viên Phạm Đình Trọng trong bài "Ăn mày dĩ vãng" đã coi cách tổ chức cuộc vận động học tập đạo đức Hồ Chí Minh như hiện nay đã làm cho những người học trở thành *"những diễn viên đang diễn vở kịch học tập đạo đức Hồ Chí Minh"*. Và *"Một bộ máy nhà nước tham nhũng cao giọng rao giảng đạo đức Hồ Chí Minh thì đó là sự giả dối vô liêm sỉ. Cuộc vận động học tập đạo đức Hồ Chí Minh trở thành cuộc vận động làm điều giả dối, "núp bóng ăn theo vinh quang của quá khứ để tồn tại. Đó là sự ăn mày dĩ vãng."*

3– Nhà văn Phạm Đình Trọng còn có một nhận xét rất xác đáng là cuộc vận động mang *"Tính hình thức, áp đặt, duy ý chí, đầy tính tôn giáo, tụng niệm. Cách công tác tư tưởng theo lối mòn xưa cũ, không thích hợp với thời đại công nghệ thông tin"*.

Vì bài viết trên, đảng viên Phạm Đình Trọng một người trung thực, thẳng thắn bị kiểm điểm nặng nề, đưa tới quyết định phải ra khỏi Đảng!

IV– Xây dựng nền văn hóa hiện đại.

Thế kỷ 18 nước Pháp sản sinh nhiều nhà tư tưởng vĩ đại đề cao giá trị cá nhân con người, Con Người viết hoa. Ánh sáng tư tưởng của họ làm cho thế kỷ 18 mệnh danh là Thế kỷ ánh sáng: Nhân loại nhận ra mình có những quyền được tạo hoá ban cho. Niềm tin đó tạo ra sức mạnh và trí tuệ đưa tới cuộc Cách mạng Pháp với khẩu hiệu Tự do – Bình đẳng – Bác ái. Hai trăm năm qua, ánh sáng đó lan tỏa khắp châu Âu, châu Mỹ, trở thành nền văn hoá hiện đại của toàn nhân loại. Nhật Bản là những người châu Á đầu tiên sớm biết hấp thu nền văn hoá đó để trở nên một dân tộc có nền văn hoá hiện đại, trước khi trở thành một quốc gia công nghiệp hiện đại. Người Hàn Quốc, Đài Loan cũng theo hướng đó và tìm được phồn vinh về vật chất và phong phú cho tâm hồn.

Từ cuối thế kỷ 19 đầu thế kỷ 20, Việt Nam ta đã bắt đầu phong trào Âu hóa, chủ yếu là tiếp thu văn hoá Pháp và Việt hoá nó, biến nó thành của mình. Lúc ấy cũng có sự tranh chấp giữa nho học với tân học, giữa một số tập tục với sinh hoạt mới, nhưng cái mới đã tỏ rõ ưu thế. Nhờ tiếp thu văn hoá hiện đại mà chúng ta có chữ quốc ngữ, có báo chí, có tiểu thuyết mới, thơ mới, kịch nói, tân nhạc, đàn ông cắt tóc ngắn,đàn bà tóc uốn, có thói quen người lớn uống cà phê, trẻ con uống sữa.

Nền văn hóa Việt Nam ngừng tiếp thu văn hoá hiện đại suốt 30 năm chiến tranh. Nói cho đúng là nó ngừng tiếp nhận những giá trị gọi là " văn hoá tư sản Phương Tây", để bắt đầu tiếp nhận văn hoá xã hội chủ nghĩa. Ở các vùng Pháp chiếm và sau này ở các đô thị miền Nam vẫn tiếp tục giao lưu, tiếp thu văn hoá phương Tây và đạt được một số hiệu quả đáng kể. Tuy nhiên, việc này không được số đông nhân dân Việt Nam do Đảng cộng sản lãnh đạo, đang sôi sục lao vào cuộc "chống Mỹ cứu nước" chấp nhận. Giữa Sài Gòn trước năm 1975 có phong trào Bảo vệ văn hoá dân tộc nhằm chống lại cái gọi là "văn hoá thực dân mới của đế quốc Mỹ". Quyển "Người Việt cao quý" của Vũ Hạnh là tác phẩm đẻ ra từ phong trào đó.

Sau "Đổi mới", gia nhập WTO, Việt Nam mở cửa hội nhập kinh tế toàn cầu, văn hoá hiện đại cũng du nhập vào đất nước ta: Công nghệ tin học phát triển như vũ bão; nhạc rock được lớp trẻ yêu thích; các hoạ sĩ sáng tác với nhiều phương pháp là tả thực, trừu tượng, ấn tượng, nghệ thuật sắp đặt; nhiều nhà thiết kế thời trang Việt Nam được thế giới biết tới; người mẫu thời trang là một nghề mới được xã hội hâm mộ... Cùng với nhiều hình thức văn hoá hiện đại, cũng có những xu hướng bệnh hoạn xâm nhập làm trầm trọng thêm tình trạng khủng hoảng văn hoá như phim ảnh khiêu dâm, bạo lực. Nhiều clip sinh hoạt tình dục, bạo lực ở trường học bị tung lên mạng...

Điều cực kỳ quan trọng hiện nay là chúng ta cần xác định những mục tiêu nào cấp thiết nhất để hiện đại hoá nền văn hoá Việt Nam trong thời đại mà *"Thành quả của hoạt động tinh thần của một dân tộc trở thành tài sản chung của tất cả các dân tộc"* (Tuyên ngôn Cộng sản). Chúng tôi cho rằng các mục tiêu có thể tìm thấy ngay trong chủ nghĩa nhân văn từ thế kỷ ánh sáng mà tới hôm nay vẫn còn là mơ ước xa vời của người Việt Nam. Đồng thời khôi phục và gìn giữ những giá trị truyền thống tốt đẹp của dân tộc.

1– Khôi phục những giá trị văn hoá thiêng liêng:

Tình yêu Tổ quốc, từng tấc đất thấm máu tổ tiên và đồng bào ruột thịt là thiêng liêng. Mọi tổ chức, cá nhân dù là vĩ nhân cũng không được đặt ngang hàng vị trí đó. Các quyền sống và quyền tự do là những giá trị thiêng liêng.

Tình yêu cha mẹ, gia đình ruột thịt là thiêng liêng.

"Lửa tình yêu dù nước dâng cao bao nhiêu cũng không thể dập tắt" (Thánh kinh) phải là cơ sở của hôn nhân.

Sống và làm việc theo pháp luật và sống trong tình nhân ái là hai nét song đôi của nếp sống văn hoá hiện đại.

Những điều kể trên tưởng không có gì phải tranh cãi, ấy

vậy mà nhiều năm qua đã có những ngăn cách:

– Tổ quốc phải gắn liền với xã hội chủ nghĩa? Có hay không? Câu hỏi đó đang chia rẽ Việt Nam, gây bầm giập tâm can người dân Việt Nam. Nhiều người, có cả những đảng viên cộng sản phải vào trại cải tạo vì dám nói không, chỉ có một Tổ quốc! Vì sao phải bảo vệ một tín điều không tưởng để gây chia rẽ, đau đớn đến thế? Một tín điều đã gây ra cải cách ruộng đất, cải tạo công thương nghiệp, nông nghiệp, đàn áp Nhân Văn Giai phẩm! Nguy hại hơn vì tin theo nó mà những người cộng sản Việt Nam khi đối mặt với kẻ thù dân tộc cứ lầm tưởng là những đồng chí thân thiết, ngược lại lắm khi nhìn đồng bào ruột thịt của mình lại e sợ đó là những kẻ thù giai cấp!

– Nền giáo dục Việt Nam đặt nội dung giáo dục ý thức hệ Marx – Lenin là trọng tâm. Trẻ vào mẫu giáo đã nghe những bài hát chính trị. Những người soạn sách giáo khoa bất cứ môn học nào cũng cố lồng chính trị vào, coi đó là một thành tích. Chị Trần Mai Liên mẹ của một học sinh ở huyện Gò Vấp thành phố Hồ Chí Minh, gửi cho báo Phụ Nữ điều ước đầu năm 2009: *"Mong sửa đổi sách giáo khoa sao cho thiết thực. Môn giáo dục công dân dạy những lý tưởng cao xa không phù hợp với trẻ. Đối với trẻ cần phải dạy cho chúng biết yêu ông bà, cha mẹ, anh chị em và mọi người và biết sống có trách nhiệm với bản thân mình, với cộng đồng, không tham lam ích kỷ"*.

2– Xây dựng con người Việt Nam tự tin, tự lập, không thụ động, ỉ lại hoặc phụ thuộc vào tập thể cộng đồng, có tư duy độc lập, luôn luôn sáng tạo, dũng cảm bảo vệ niềm tin, quan điểm của mình trước số đông, trước bạo lực.

Thân phận của mỗi người trong mối quan hệ với cộng đồng là mối suy ngẫm nghìn năm của loài người, được nung nấu suốt thời Phục hưng và bừng nở thành một sự khám phá: *"Mỗi người sinh ra và sống tự do và bình đẳng về các quyền"* (Tuyên ngôn Dân quyền và Nhân quyền của Pháp, 1789).

Vừa qua, giải Nobel Hòa Bình 2010 trở thành một thách thức lớn đối với lương tri toàn nhân loại.

Một bên chủ yếu là Trung Quốc cho rằng *"Lưu Hiểu Ba là kẻ thủ ác, một tên tội phạm đang thụ án 11 năm tù vì tội kích động bạo loạn, mưu toan lật đổ nhà nước xã hội chủ nghĩa".*

Sau đây là nội dung "tội ác" của Lưu Hiểu Ba: *"Gạt bỏ khái niệm độc đoán của việc lệ thuộc vào một chúa tể hoặc một quan chức, thay vào đó, một hệ thống tự do, dân chủ, pháp trị, đồng thời tiến tới việc khuyến khích cổ vũ cho ý thức của các công dân mới, những người xem quyền con người là cơ bản và việc góp phần mình vào là một nhiệm vụ"* ("Linh bát Hiến chương" do Lưu Hiểu Ba chấp bút).

Ủy ban Nobel Hòa Bình đánh giá Lưu Hiểu Ba là bậc đại hiền, một nhân cách cao cả, dũng cảm bảo vệ các quyền con người.

Các quốc gia dân chủ đều hoan nghênh sự kiện này. Báo chí Việt Nam chỉ thuật lại phản ứng của Trung quốc. Không có một người Việt Nam nào phát biểu quan điểm của riêng mình đối với sự kiện này trên báo chí trong nước. Chẳng lẽ người Việt Nam thụ động chỉ chờ nghe ý kiến của những người lãnh đạo? Dân tộc ta đang rất cần một môi trường văn hoá chấp nhận tự do tư tưởng, phản biện, tranh luận, để hình thành những cá nhân có đức tính tự tin, tự lập, tự chủ. Ngay trong chế độ này, giữa tháng ngày cay đắng nhất cũng đã từng có những con người giữ được phẩm chất ấy, như ông Kim Ngọc. Tiếc thay mẫu người ấy, phẩm chất ấy không được trân trọng, nhân lên! Càng đáng buồn hơn là những người có phẩm chất ấy đã bị trù dập đày ải! Con người Việt Nam co rúm lại!

3– *Trong nền văn hoá hiện đại, mỗi người dân phải ý thức sâu sắc mình là một công dân, chứ không phải thần dân.*

Hiện nay dù đã trải qua 65 năm cách mạng, dù Hiến pháp ghi nhà nước là của dân, do dân, vì dân, cán bộ là đày tớ của dân, nhưng trong thực tế người dân vẫn bị đối xử như những thần dân. Các đày tớ của dân bày ra đủ thứ thủ tục để hành dân, để vòi của đút.

Thế nào là ý thức công dân ở một nước dân chủ? Công dân ở tư thế của người chủ nhân đất nước, có quyền ứng cử, bầu cử tự do, lập ra nhà nước theo thể chế mà mình chọn để phục vụ cho mình, hành pháp có quyền lực bị hạn chế và kiểm soát theo luật định. Chỉ có như vậy Nhà nước mới thực sự là của dân do dân, vì dân. Công dân có quyền tự do trong đó có quyền tự do báo chí, tự do lập hội phù hợp với nghề nghiệp, để bảo vệ quyền lợi của mình, trong xã hội dân sự.

Những người cầm quyền Việt Nam vẫn tiếp tục khuyến

khích cách suy nghĩ theo địa vị thần dân:

– "Ơn Bác, ơn Đảng... Ơn Đảng, ơn chính phủ... "

Mới đây người dân Miền Trung bị lũ lụt mất cả mạng sống, tài sản, khi được tặng mấy bao mì gói vẫn khúm núm nói lên lòng biết ơn Đảng, chính phủ. Báo chí, đài truyền hình đưa nguyên văn những lời này để "định hướng công tác tư tưởng".

– "Đảng cử dân bầu" trong tất cả các cuộc bầu cử từ Quốc hội cho đến các đoàn thể, đó là biểu hiện của nền chính trị và văn hoá của xã hội thần dân.

– Các danh hiệu "ưu tú ", "nhân dân" các nhà giáo, nghệ sĩ đều phải làm đơn "kính gửi... xin được phong tặng". Vài năm nay nhiều nghệ sĩ ở miền Nam phản ứng không chịu làm đơn theo gợi ý. Nhiều nghệ sĩ được nhân dân hâm mộ nhưng không có "danh hiệu", trong khi nhiều vị có danh hiệu "nhân dân" nhưng khi xuất hiện không được nhân dân vỗ tay!

4– Thời mông muội, con người luôn run sợ trước thiên nhiên. Từng bước khám phá, khuất phục, cải tạo thiên nhiên, khai thác thiên nhiên phục vụ cho mình, con người tìm cách sống hoà hợp với thiên nhiên.

Nhưng suốt quá trình công nghiệp hoá, càng ngày con người càng tàn phá thiên nhiên rất dữ dội. Đến nay, sức khỏe trái đất đang lâm nguy. Các quốc gia công nghiệp có nhiều cuộc hội họp bàn thảo, đề ra những nghị định thư, nhưng vì còn nhiều quốc gia bo bo giữ lợi ích riêng, đến nay vẫn chưa có tiếng nói bảo vệ trái đất.

Ở nước ta, nạn phá rừng được cảnh báo hằng chục năm trước và gần đây là làm thủy điện vô tội vạ. Thiên nhiên đáp trả lại bằng sự trừng phạt, lũ lụt năm sau cao hơn năm trước. Bình luận viên Đài Truyền hình Việt Nam mới đây nhận xét, mức nước ngập ở Miền Trung năm 2010 cao hơn mức ngập của "trận lũ lịch sử năm 2007"!

Các nhà máy, xí nghiệp bí mật hoặc công khai xả nước thải giết chết nhiều con sông từ Nam chí Bắc. Làng có nhiều người bị nhiễm độc chết vì bị ung thư được gọi là "làng ung thư".

Một "chủ trương lớn" trao cho Trung quốc khai thác bauxite Tây nguyên trên nóc nhà Tổ quốc, treo cái chết bởi túi bùn độc khổng lồ trên đầu hàng chục triệu nhân dân mà bao nhiêu lời can ngăn vẫn chưa được lọt tai lãnh đạo.

Vừa qua, lễ hội ngàn năm Thăng Long để lại những bãi rác không lồ. Trước đây, những hội hoa anh đào, hội hoa xuân cũng đã bị dẫm đạp xâu xé, để lại những bãi rác môi trường và bãi rác đạo đức.

Bảo vệ trái đất, bảo vệ rừng, sông, biển, bảo vệ môi trường sống đang là bài học chưa thuộc của Việt Nam từ những người lãnh đạo cho tới người dân.

Bảo vệ thiên nhiên, bảo vệ môi trường sống là một tiêu chí quan trọng của nền văn hoá hiện đại.

5– Lâu nay chúng ta nói nhiều về "đậm đà bản sắc dân tộc", nhưng chưa ai dẫn giải thật xác đáng nội dung của nó.

Nhiều người nghĩ rằng, phục hồi các lễ hội, các tục cúng bái ở đình miếu, sáng tác nhạc theo làn điệu ca cổ là phục hồi bản sắc dân tộc. Gần đây xuất hiện khái niệm các bài hát "dân gian hiện đại". Ca sĩ Trần Hiếu không đồng ý khái niệm này. Không ai cãi ông, nhưng cũng chẳng ai tiếp thu ý kiến ông. Tôi nhớ cách đây nhiều năm, trong một lần trả lời báo chí, nhạc sĩ Nguyễn Thiện Đạo cho rằng một tác phẩm đậm đà bản sắc dân tộc là khi nó thể hiện sâu sắc tinh thần yêu nước. Tôi rất tán thành ý kiến ông. Bài thơ mà ngày nay được xem là bản Tuyên ngôn độc lập lần thứ nhất của dân tộc, anh hùng Lý Thường Kiệt viết bằng chữ Tàu và dùng thể thơ tứ tuyệt đời Đường của Tàu. Thế nhưng ai cũng nhận thấy bài thơ này đầy khí phách và bản sắc dân tộc. Hồi "Thơ mới" xuất hiện, các nhà nho cực lực phản đối cho rằng nó là thứ ngoại lai nghịch nhĩ. Nhờ những người đi tiên phong thời ấy như Phan Khôi, Thế Lữ, Lưu Trọng Lư, Xuân Diệu, Huy Cận, Hàn Mạc Tử, Chế Lan Viên... mà chúng ta có được một gia tài thơ mới đáng tự hào. Suốt 30 năm chống "văn hoá thực dân mới" làm cho văn học nghệ thuật chúng ta gần như dừng lại ở nội dung giáo điều và hình thức thể hiện của thế kỷ 19. Sau khi mở cửa, người Việt Nam mới nhận ra nền văn học nghệ thuật của mình yếu kém đến thảm hại! Sách dịch chiếm trọn tất cả các gian hàng của các nhà sách. Trên truyền hình, phim Hàn Quốc, Trung Quốc chiếm tất cả các kênh.

Có người kêu lên chúng ta đang bị xâm lăng văn hoá! Thanh thiếu niên Việt Nam đổ xô đi mua sắm thời trang sao cho quần áo, tóc tai giống y như các sao Hàn Quốc! Sau đó, hàng trăm cô gái Việt Nam xếp hàng cho một anh Hàn Quốc sờ nắn chọn lựa!

Một buổi sáng tháng 9–2012, quận ủy đã chủ trì một cuộc họp, có mặt đông đảo các ủy viên đảng ủy, chi ủy để kiểm điểm tôi. Ông Luân, ủy viên thường vụ quận ủy chủ trì cuộc họp phát biểu khá dài, rồi tóm lại: "Cuộc họp này nhằm 'khuyên giải' đồng chí Công dừng lại, đừng viết những bài trái Cương lĩnh, đường lối, chính sách của Đảng" và mời tôi phát biểu. Tôi nói vắn tắt: " Liên xô, Đông Âu sụp đổ là do mô hình độc tài toàn trị xô viết kiểu Stalin trái với xu thế tự do, dân chủ của thời đại. Nếu Đảng không đổi mới chính trị từ bỏ mô hình đó thì không thể tồn tại được. Từ trước đến nay, những đảng viên nói trái với Cương lĩnh của Đảng đều phải chịu trừng phạt nặng nề. Nhưng vì sự tồn vong của đất nước, tôi không sợ chết!". Ông Thường bí thư chi bộ vui vẻ:"Tôi rất kính trọng đồng chí Công, vì tuổi đời, tuổi Đảng và sự hiểu biết đều là đàn anh của tôi. Nhưng tôi tin rằng tập thể Ban lãnh đạo của Đảng ta có đủ sáng suốt lèo lái công cuộc xây dựng và bảo vệ Đảng và đất nước. Tôi tin rằng Đảng ta không bao giờ chết và tôi cũng mong rằng đồng chí Công cũng không chết". Ông Hùng Trưởng ban Tuyên giáo quận ủy, một người trẻ, có lẽ ngày 30– 4– 75, ông còn là một nhi đồng, đứng lên giọng hùng hồn phê phán "một đảng viên được đảng giáo dục suốt 56 năm mà không chịu nghiêm túc tu dưỡng, kiên trì rèn luyện đạo đức cách mạng, do đó đã sa đọa về tư tưởng, lập trường chính trị, phát ngôn toàn là những luận điệu phản động chống Đảng, chống chủ nghĩa xã hội". Chủ tọa mời đảng viên lão thành Đỗ Liệt Hùng phát biểu.

Trái với mong muốn của họ, lão thành cách mạng Đỗ Liệt Hùng chỉ nói rằng Tống Văn Công chỉ vì tha thiết xây dựng Đảng mà viết. Chủ tọa mời vợ tôi. Mọi con mắt của các quận ủy viên, đảng ủy viên trừng trừng nhìn vợ tôi đầy đe dọa. Vợ tôi rất nhỏ nhẹ, từ tốn, nhưng khẳng định rằng chồng mình là người rất yêu nước và rất trung thực, chỉ vì lòng yêu nước mà viết và không hề lo sợ thiệt hại cho bản thân và gia đình. Vợ tôi nói "mặc dù tôi đã khuyên, anh thoát ly gia đình đi chống Pháp khi mới 17 tuổi, đã cống hiến cả đời mình. Nay già rồi nên để mọi việc cho lớp trẻ. Nhưng anh ấy không chịu, cho rằng còn sống thì còn trách nhiệm".

ĐI BIỂU TÌNH
CHỐNG TRUNG QUỐC XÂM LƯỢC.

Các mạng yêu nước kêu gọi, ngày 9– 12– 2012 xuống đường biểu tình chống Trung Quốc xâm lược. Điểm tập họp ở Sài Gòn là sân trước Nhà hát Lớn thành phố. Vợ chồng tôi định đúng 7 giờ sẽ lên xe tắc xi, đến nơi vừa đúng giờ. Đang chuẩn bị lên đường thì có điện thoại của giáo sư Tương Lai "cầu cứu". Ông cho biết, rất nhiều công an không cho xe tắc xi dừng lại đón ông. Ông đã đi bộ từ khu Mỹ Khánh (giữa con đường Nguyễn Đức Cảnh, quận 7) đến đầu đường Bùi Bằng Đoàn mà không thể gọi chiếc tắc xi nào ghé vào đón anh. Tôi bảo, anh đừng gọi tắc xi, vờ như không còn muốn đi nữa. Anh đứng dưới gốc cây bên ngoài Nhà hàng Thái. Vợ chồng tôi sẽ lên chiếc tắc xi Mai Linh màu xanh, chạy quẹo qua, dừng lại, anh nhanh chóng mở cửa xe, ngồi vào chiếc ghế cạnh tài xế, rồi ta vọt.

Giáo sư Tương Lai là thành viên Ban tư vấn của Thủ tướng Võ văn Kiệt, sau đó là thành viên Viện IDS do giáo sư Hoàng Tụy làm Viện trưởng, tiến sĩ Nguyễn Quang A làm tổng thư ký. Ông được Lê Duẩn, Phạm văn Đồng tin cậy, cho nên ông cũng rất kính trọng các vị này. Năm 2015, ông tự xuất bản quyển "Cảm nhận và Suy tư" (vì sách không được phép xuất bản). Tôi có bài giới thiệu quyển sách này với tựa đề "Cảm nhận và suy tư của một trí thức cộng sản", đánh giá rất cao những ý kiến của ông về sự cấp thiết phải đổi mới chính trị, đưa đất nước vào tự do dân chủ. Trong đó, tôi có góp ý với ông đôi điều về đánh giá Hồ Chí Minh, Lê Duẩn, Phạm văn Đồng. Ông băn khoăn về thuật ngữ "làm chủ tập thể" của Lê Duẩn: *"Bởi vì nội hàm của thuật ngữ ấy theo chân ngữ thì quá hẹp. Đó là nhược điểm về chọn một thuật ngữ để diễn đạt một quan điểm. Thà chỉ nói 'làm chủ' lại rộng hơn"*. Tôi đã góp ý với ông: "Đây không phải là nhược điểm về việc chọn thuật ngữ để diễn đạt một quan điểm mà chính là quan điểm của những người tôn thờ chủ nghĩa tập thể, chống lại tự do cá nhân mà Tuyên ngôn Dân quyền và Nhân quyền của Pháp năm 1879 và Tuyên ngôn Nhân quyền Liên hiệp quốc năm 1948. Triết gia, nhà văn Ayn Rand trong lời giới thiệu tác phẩm 'Cội nguồn' (Fountainhead) của bà đã viết: *Tất cả các biến thể của chủ nghĩa tập thể thực ra vẫn giữ nguyên những nguyên tắc đạo đức của tôn giáo, có điều họ thay từ Chúa bằng từ Xã hội"*.

Hiện nay giáo sư Tương Lai là nhà bất đồng chính kiến nổi tiếng, sở dĩ công an rình sẵn, là vì nhà anh là nơi gặp gỡ những người "tích cực xây dựng Đảng", "đòi hỏi Đảng phải thực hiện dân chủ hóa" như Huỳnh Tấn Mẫm, Lê Công

Giàu, Lê Hiếu Đằng, Huỳnh Kim Báu, Nguyễn văn Thôn, Nguyễn văn Kết, Nguyễn Tiến An, Hạ Đình Nguyên, Kha Lương Ngãi, Lưu Trọng Văn... Nhà anh cũng là nơi anh em gặp nhau cùng thảo luận xây dựng nhiều văn kiện xúc tiến dân chủ như "Kiến nghị xây dựng Hiến pháp dân chủ" (có 72 người ký tên cho nên được gọi là Kiến nghị 72), "Thành lập Diễn đàn xã hội dân sự"...

Trở lại chuyện đi biểu tình. Chúng tôi thực hiện đúng kế hoạch, nhưng xe không thể vọt được. Giáo sư Tương Lai vừa ngồi vào xe thì hằng chục chiếc xe ba bánh của công an vây kín. Công an trên chiếc xe mô tô áp sát bên tài xế tắc xi ra lệnh: "Anh chỉ được phép chạy theo chiếc xe công an ở phía trước. Anh liệu hồn, nếu không nghe lời, tôi sẽ lôi anh ra khỏi xe đấy". Chúng tôi động viên anh tắc xi: "Đừng sợ, họ chỉ ngăn không cho đi biểu tình, chứ chả dám làm gì mình đâu! Đích đến là Nhà hát lớn. Cố lên"! Anh tắc xi rất cố gắng, nhưng không thể nào luồn lách để vượt khỏi hơn mười chiếc xe công an o ép, bao vây. Cuối cùng, chiếc tắc xi bị dí phải chui tọt vào sân đồn công an phường Tân Phong. Rất lịch sự, họ mời chúng tôi vào nhà, rồi đưa chúng tôi lên lầu. Chỉ mấy phút sau, bộ máy phục vụ đã bày biện bánh mì, hoa quả, trà, cà phê. Ông Danh phó bí thư quận 7, ông Hồng chủ tịch Mặt trận Tổ quốc quận 7, Đảng ủy hai phường Tân Phong và Tân Kiểng, hai Ban chi ủy của hai khu phố nơi tôi và nơi giáo sư Tương Lai cư ngụ. Ông Sơn bí thư chi bộ khu phố của anh Tương Lai đứng lên hùng hồn thuyết lý về sự sáng suốt của Đảng cộng sản Việt Nam. Ông nói, do Đảng được trang bị tư tưởng Marx – Lê nin và trui rèn suốt quá trình đấu tranh lâu dài... Giáo sư Tương Lai quát: "Ông đừng khoác lác những điều cũ rích. Giặc Trung Quốc cướp đảo, cướp biển, bắn giết ngư dân ta, mà ông hùa với bọn coi giặc là đồng minh ý thức hệ. Tôi khinh bọn chúng, tôi khinh ông". Góp phần ngăn ông bí thư khoe mẽ lý luận, tôi giở "mẹo": "Ông bạn già ơi, nếu giảng giải lý thuyết Marx – Lê nin thì đó là chuyện của chúng tôi, chứ không thể là ông! Ông có biết quyển sách mới nhất về Marx ở Việt Nam là quyển gì không nào? Nhưng thôi, ở đây không phải là trường Đảng, không phải lúc giảng Marx –Lê mà ta đang bàn tại sao lại cấm biểu tình chống bọn bành trướng Bắc Kinh xâm lược, giết hại ngư dân Việt Nam". Ông Phó bí thư quận ủy được thể lên tiếng: "Đúng, chúng ta tranh luận cao xa làm gì. Đảng ta chỉ thị chưa cần đi biểu tình thì chúng ta bảo nhau chưa đi. Vậy thôi! Bây giờ Quận ủy đã chuẩn bị xe rồi. Chúng tôi xin mời hai đồng chí xuống nhà ra xe, chúng tôi xin đưa các đồng chí về nhà". Vậy là rất lịch sự, mỗi người chúng tôi được bốn cán bộ đảng hộ tống. Giáo sư Tương Lai khôn khéo hơn tôi, khi về đến nhà, ông mở hé cánh cửa vừa đủ để len vào, rồi đóng sập cửa lại ngay, không cho một ai kịp theo vào. Tôi có tính nể nang để cả bốn ông vào theo: Chủ tịch Mặt trận Tổ quốc quận7, Bí thư Đảng ủy và Chủ tịch Phường Tân Kiểng, Bí thư chi bộ khu phố. Tôi không thể ngờ là họ ngồi trò chuyện mãi cho đến 11 giờ 30, khi đã chắc chắn tôi không còn cơ hội tiếp tục xuống đường, họ mới ra về. Sau khi họ đã ra về tôi viết bốn câu thơ gửi lên mạng Bô xít kèm mấy lời: "Vì bị giữ ở đồn công an, xin gửi các bạn trong cuộc biểu tình chống Trung Quốc xâm lược ngày 9–12–2012 bốn câu thơ".

Biển đảo ngoài kia, giặc chiếm rồi.

Trong này tham nhũng, giặc song đôi.
Cháu con nghe tiếng Vua Hùng gọi.
Tay nắm tay đi giữ biển trời.

Một Chủ nhật sau đó khoảng vài tháng, giáo sư Tương Lai đi biểu tình lại bị hằng chục xe cảnh sát bao vây, anh phải lên gian phòng của tôi ở chung cư ngồi "tị nạn". Hai chúng tôi uống trà trò chuyện. Đến 11 giờ 30, tôi đưa anh ra cổng tìm xe tắc xi để về nhà thì thấy nhóm an ninh vẫn còn ngồi chực bên kia đường!

Nhân Hội nghị Trung ương 8, khóa 11, ngày 30–9–2013 tôi gửi bài "Kính gửi Hội nghị Trung ương 8, khóa 11: Đất nước đòi hỏi phải đổi mới chính trị!". Bài này trích dẫn Cương lĩnh và các Nghị quyết của Đảng so sánh với thực tế đang diễn ra để cho thấy việc đưa Nghị quyết vào cuộc sống đã thất bại thảm hại như thế nào và từ đó phân tích nguyên nhân thất bại chính là thể chế độc tài toàn trị. Từ đó kiến nghị không nên ép Quốc hội thông qua dự thảo Hiến pháp quá lạc hậu mà nên chấp nhận bản Hiến pháp do 72 nhân sĩ trí thức soạn thảo. Bài này bị coi là dùng những luận điệu của bọn thù địch bác bỏ Hiến Pháp mới, chống Đảng. Chi bộ Đảng lại triệu tập cuộc họp kiểm điểm.Tại cuộc họp, tôi bị quy chụp là đã tự chuyển hóa, biến chất, chống Đảng rất nguy hiểm.

Kính gửi Hội nghị Trung ương 8:
ĐẤT NƯỚC ĐÒI HỎI PHẢI ĐỔI MỚI CHÍNH TRỊ

A. Đất nước đang lâm vào khủng hoảng toàn diện

Hội nghị lần thứ 8 của BCH TƯ Đảng Cộng sản VN sẽ kiểm điểm việc thực hiện Nghị quyết ĐH11 và các nghị quyết TƯ, trên cơ sở đó sẽ quyết định các việc trọng đại của đất nước. Đối chiếu thực tế cuộc sống đang diễn ra so với các Nghị quyết của Đảng, xin gửi tới Hội nghị bài viết với sự trăn trở.

1. Kinh tế suy sụp, do "yếu kém nội tại, cơ cấu lạc hậu".

... Ngay năm đầu tiên thực hiện Nghị quyết ĐH11, nền kinh tế Việt Nam vấp phải khó khăn lớn nhất sau 20 năm, kể từ năm 1991. Mục tiêu tăng trưởng đề ra 7,5% chỉ đạt được 5,8%; Quốc hội đề ra mức lạm phát 7%, thực tế lên tới 19%; hơn 48000 doanh nghiệp phá sản; các tập đoàn kinh tế nhà nước được kỳ vọng là "quả đấm thép" của nền kinh tế thua lỗ nặng nhất, chỉ riêng Vinashin đã gây ra nợ 4 tỉ USD; thị trường bất động sản đóng băng; hàng trăm vụ vỡ nợ tín dụng đen; nợ xấu chiếm 15% tổng tín dụng; nhập siêu10 tỉ USD; khả năng cạnh tranh của nền kinh tế sút giảm nghiêm trọng vì tham nhũng, lãng phí làm cho chỉ số ICOR (số đồng vốn bỏ ra để thu 1 đồng lãi) tăng vọt xấp xỉ 2 con số (chỉ số ICOR của các nước trong vùng chỉ từ 3 đến 4). Kinh tế nhà nước là gánh nặng của nhân dân, nhận vào 65% tổng tín dụng để làm ra 28% tổng sản phẩm!

Cuối năm 2011, Đảng và Chính phủ đề ra chủ trương tái cấu trúc nền kinh tế để cứu vãn: Tái cấu trúc các tập đoàn, tổng công ty nhà nước; tái cấu trúc hệ thống ngân hàng và hệ thống thể chế tài chính, giải quyết nợ xấu; tái cấu trúc đầu tư công. Diễn đàn Mùa thu 2012 ở TP Vũng Tàu nhận định: *"Những nguy cơ mang tính cơ cấu và hệ thống đang đe dọa nền kinh tế"*. Viện trưởng Viện kinh tế Việt Nam Trần Đình Thiên cho rằng *"Cần phải đổi mới về cải cách đất đai,tiếp theo là cải cách doanh nghiệp Nhà nước theo nghĩa thị trường; sau đó là cải cách ngân hàng Nhà nước một cách quyết liệt; tất cả phải công khai, minh bạch".* Cam kết với WTO phát triển nền kinh tế thị trường, nhưng thực tế dùng nhiều biện pháp hành chính và ngắn hạn, nhiều loại giá cơ bản phi thị trường. Các nhóm lợi ích bất chính đang là lực cản của tái cơ cấu nền kinh tế, chi phối chính sách ngày càng trắng trợn. Diễn đàn kinh tế mua thu năm 2013, ở Huế, Viện trưởng Trần Đình Thiên mở đầu tham luận, cho rằng *"Kinh tế thế giới đã bước vào quỹ đạo phục hồi, nhưng Việt Nam không nằm trong quỹ đạo đó.Những "điểm đen" như nợ xấu, sở hữu chéo trong các ngân hàng vẫn còn nguyên, tái cơ cấu kinh tế nhà nước vẫn nằm trên giấy. Kinh tế vẫn trong lộ trình "xuống đáy" và nằm bẹp ở đấy".* Giáo sư Võ Đại Lược đề nghị bán các doanh nghiệp nhà nước như bia, rượu, nước giải khát, đất đai của Tổng công ty Thương mại Hà Nội lấy tiền làm việc có ích.

Nhiều nhà nghiên cứu kinh tế cho rằng mục tiêu đưa Việt Nam đến năm 2020 cơ bản trở thành nước công nghiệp theo hướng hiện đại không thể nào đạt được. Cho đến nay Việt Nam chỉ có nền công nghiệp gia công và là bãi thải công nghiệp của các nước.

Cuối năm 2013, vốn đầu tư nước ngoài có tăng lên so với hai năm trước, đã đem lại nhiều hy vọng cải thiện cho kinh tế Việt Nam. Tuy nhiên vấn đề như ông Bùi Quang Vinh, bộ trưởng Bộ Kế hoạch đầu tư thừa nhận "những yếu tố kết cấu bên trong, những yếu kém nội bộ" vẫn chưa được giải quyết! "Yếu tố và kết cấu" đó là gì? Phải chăng đó là điều mà nhiều nhà nghiên cứu khuyến nghị: Trả lại quyền sở hữu ruộng đất cho nông dân và tư nhân hóa, cổ phần hóa các doanh nghiệp nhà nước?

2. Giai cấp công nhân sống dưới mức sống tối thiểu 60%!

Hơn 20 năm qua, giai cấp công nhân đã phát triển nhanh chóng. Họ là những nông dân nghèo khó nhất rời đồng ruộng đến các khu kinh tế công nghiệp tìm việc. Theo số liệu của Tổng Liên đoàn Lao động Việt Nam năm 2013, có 15 triệu người lao động làm công ăn lương, có 7,9 triệu đoàn viên công đoàn, ở khu vực vốn đầu tư nước ngoài có hơn 1,7 triệu người. Hai mươi năm qua có ba lần cải cách chế độ tiền lương, nhưng lương tối thiểu cho đến nay vẫn chỉ đáp ứng được 60% mức sống tối thiểu của người lao động. Luật Lao động cho doanh nghiệp được phép buộc công nhân làm thêm 300 giờ/năm. Các chủ doanh nghiệp căn cứ mức lương tối thiểu do Nhà nước quy định để trả cho công nhân. Do đó hình ảnh của giai cấp công nhân hiện nay, theo báo cáo của Viện nghiên cứu Công nhân, Công đoàn: Có 94% công nhân phải làm thêm ca, thêm giờ mà vẫn không đủ sống; có 26,5 % nam công nhân và 31,8 % nữ công nhân suy dinh dưỡng; có 19,2 % công nhân thiếu máu; 70% thiếu iốt; có 20% công nhân bỏ một bữa ăn trong ngày. Công nhân coi được làm thêm giờ như một ân huệ. Nhiều ông chủ doanh nghiệp phạt công nhân bằng hình thức không cho làm thêm giờ! (ông Thee Hong Bae ở Công ty Yujin Vina TP HCM cắt tăng ca vĩnh viễn đối với công nhân Dương Văn Tam để phạt anh về "tội" sau đình công, mọi người đã đi làm mà 2 ngày sau anh mới có mặt! Cán bộ quản lý doanh nghiệp thường kiếm cớ để phạt hoặc làm nhục công nhân: Ngày 20–5– 2013, ở Công ty Yujin Vina TP HCM anh Hậu lúc tan ca không xếp vào hàng, đã bị ông quản lý Chu bóp miệng, nắm cổ áo lôi đi; tháng 7– 2013, anh HVT ở Prex – Vinh Nghệ An bị cán bộ quản lý ném phế phẩm vào mặt và đè đầu dúi vào máy; ngày 18– 7– 2013 các chị Đặng Thiên Trang, Chu Thị Vân nghỉ phép quá 1 ngày đã bị quản lý Công ty dệt may Thái Dương TP HCM phạt trừ lương và phụ cấp 700. 000 đồng)!

Từ năm 1995 đến nay đã xảy ra hơn 5000 cuộc đình công, có những cuộc huy động hơn 10.000 công nhân (như ở Công ty Keyhing Toys Đà Nẵng năm 2005, Công ty Pouchen Biên Hòa năm 2010). Tất cả các cuộc đình công đều bị coi là bất hợp pháp, vì không có công đoàn lãnh đạo. Những người được công nhân đình công cử làm đại diện đối thoại với chủ, sau khi ổn định đều bị sa thải mà không được các cơ quan chức năng bảo vệ! Cách đây 5 năm, Viện Khoa học Xã hội thực hiện cuộc điều tra tại 24 doanh nghiệp, cho thấy có 84% người lao động không thấy công đoàn có vai trò giải quyết tranh chấp. Báo cáo của Ban Chấp hành Tổng Liên đoàn Lao động Việt Namtại Đại hội 11 Công đoàn Việt Nam nhận khuyết điểm: "Công đoàn cơ sở chưa lãnh đạo được đình công theo quy định của pháp luật, tham gia giải quyết tranh chấp lao động, ngừng việc tập thể, đình công còn bị lúng túng". Chỉ cần đọc bài "Công nhân đồng loạt đình công đòi quyền lợi" trên báo Công An Nghệ An ngày 20– 7– 2013 cũng đã có thể hình dung tình cảnh khốn cùng, bị chà đạp nhân phẩm của giai cấp công nhân hiện nay. Bài báo kể trong một ngày tỉnh Nghệ An có 2 cuộc đình công ở Công ty Prex Vinh và Công ty May Hanosimex. Bài báo kể một số chi tiết: Bắt làm thêm giờ mà trả lương rất bèo, tổng thu nhập trung bình là 1650000 đồng/ tháng, nhiều công nhân bị bị ném phế phẩm vào mặt. Có người "yêu cầu quản lý không nên có thái độ như vậy" lập tức bị đuổi việc, công nhân bấm thẻ chấm công sớm 30 giây, bị trừ cả ngày công, 1900/ 2500 công nhân đã vào công đoàn, nhưng gửi kiến nghị lên, công đoàn không trả lời; chủ doanh nghiệp yêu cầu công nhân đình công cử đại diện đối thoại, nhưng cuộc đình công hồi năm ngoái, cả 8 người được cử làm đại diện đối thoại với chủ sau đó đều bị đuổi việc, cho nên lần này không ai dám nhận làm đại diện!

Bộ Lao Động, Thương Binh và Xã Hội kiên trì quan điểm "Nếu điều chỉnh lương tối thiểu đảm bảo ngay nhu cầu tối thiểu thì rất nhiều doanh nghiệp, đặc biệt là doanh nghiệp dệt may, da giày gia công sẽ phá sản". Quan điểm này rất trái trên với thực tế (thời gian qua có nhiều cuộc đình công ở các doanh nghiệp dệt may, da giày gia công đều được chủ doanh nghiệp giải quyết yêu sách tiền lương mà họ không hề bị phá sản) và trái với lý luận: "Giá trị sử dụng của thứ hàng hóa đặc biệt sức lao động là ở chỗ nó sinh ra một giá trị lớn hơn giá trị của chính bản thân nó. Do đó người sử dụng lao động phải trả mức lương tối thiểu không chỉ đủ nuôi sống bản thân người lao động mà còn phải có dư để nuôi sống gia đình anh ta, đảm bảo tái sản xuất sức lao động" (Marx, Engels T23, trang 252). Ý kiến chưa thể tăng lương tối thiểu đủ mức sông tối thiểu giống như đại diện nhóm lợi ích của các ông chủ tư bản hoang dã. Thế mà tại sao họ không bị khiển trách? Ngành dệt may da giày gia công còn được cho" ưu tiên" làm thêm giờ!

Từ năm 1930 cho đến trước "Đổi mới", những người cộng sản Việt Nam luôn luôn lấy khẩu hiệu đòi ngày làm 8 giờ để vận động công nhân. Tại sao ngày nay, sau 28 năm "Đổi mới", trong khi Tổ chức Lao động Quốc tế đòi ngày làm 7 giờ, tuần làm 5 ngày, tức 35 giờ/tuần thì Nhà nước Việt Nam lại có chính sách bảo trợ chủ doanh nghiệp buộc công nhân làm thêm 300 giờ, nhưng thực tế còn cao hơn nhiều, với đồng lương chết đói? Tại sao chúng ta thừa lao động, nhất là lao động giản đơn mà không buộc các doanh nghiệp dệt may, da giày gia công là những ngành sử dụng lao động giản đơn giá rẻ, nếu thiếu nhân công thì phải tuyển dụng thêm, cấm họ buộc công nhân làm thêm giờ và đòi họ phải trả lương theo hợp đồng thỏa thuận với người lao động?

3. Nông dân khiếu kiện, tự tử và bắt đầu dùng súng!

Sau "Đổi mới", nông dân đã đưa đất nước từ thiếu đói trở thành nước xuất khẩu gạo thứ nhì thế giới. Nhưng có nghịch lý là từ đó đến nay cuộc sống của nông dân ngày càng khốn khó. Đặc biệt là nông dân vùng đồng bằng sông Cửu Long, vựa lúa lớn nhất nước, chưa bao giờ sống khổ như bây giờ: Được mùa rớt giá, càng làm càng lỗ; mỗi năm buộc phải đóng từ 30 đến 40 loại phí; học vấn thấp nhất; nhắm mắt xếp hàng cho người Đài Loan, Hàn Quốc chọn vợ để cứu gia đình; sang Campuchia bán thân; đóng phí rất nặng để đi xuất khẩu lao động, bị đánh đập, cưỡng hiếp. Mới đây, báo Tuổi Trẻ đăng tình cảnh lao động Việt Nam cư trú bất hợp pháp ở Malaysia phải trốn chui trốn nhũi vô cùng thê thảm. Nhiều năm qua, nông dân bị thu hồi đất không được đền bù thỏa đáng, phải cơm đùm cơm nắm đi khiếu kiện lên quận, rồi lên tỉnh, lên Trung ương, nằm chờ chực ngoài vườn hoa, trên vĩa hè và bị đuổi đánh tàn tệ.

Cuối cùng tức nước vỡ bờ, nông dân đã nổi dậy, lúc đầu là tự thiêu, tự tử để tỏ sự phẫn uất một cách bất lực, sau đó là nổ súng hoa cải trong vụ nông dân Đoàn Văn Vươn để chống lại lệnh cưỡng chế đất ở huyện Tiên Lãng, Hải Phòng. Tiếp theo đó là những phát súng sát thương của nông dân Đặng Ngọc Viết nhằm vào năm quan chức ở Trung tâm phát triển Quỹ đất của thành phố Thái Bình vốn không có oán thù với riêng anh mà là để bắn vào chế độ ruộng đất bất công, phi lý, chống lại lợi ích giai cấp nông dân của anh.

Từ rất lâu, những nhà khoa học và cán bộ quản lý gắn bó với nông dân đã phát hiện những nguyên nhân chủ yếu nhưng không được Đảng lắng nghe. Gần 20 năm, giáo sư Võ Tòng Xuân nhiều lần lặp đi lặp lại câu hỏi *"Bao giờ nông dân mới giàu"*? Và ông tự trả lời, nông dân không thể thoát nghèo, bởi đầu ra của hạt lúa bị Hiệp hội lương thực độc quyền thao túng. Giáo sư Đào Thế Tuấn nói: *"Nghịch cảnh thay nông dân từng là quân chủ lực của cách mạng giải phóng dân tộc, cũng là người lặng lẽ âm thầm khởi xướng công cuộc đổi mới, nhưng lại ít được hưởng lợi nhất sau đổi mới!"*; và *"nông dân thiếu chủ quyền về đất đai, mất đất mà không có ai bênh vực"*. Đáng lo thay, nông dân là bộ phận yếu thế nhất trong xã hội, không có quyền mặc cả trên thị trường không được tham gia quyết định giá cả nông sản, vì thiếu nghiệp đoàn nông dân.Nguyên chủ tịch tỉnh An Giang, ông Nguyễn Minh Nhị phân tích nguyên nhân các chỉ tiêu không đạt được, đã cho rằng: *"Nói những điều to tát như tạo nền kinh tế bền vững,* tái cấu trúc, tăng GDP không bằng có những chủ trương, quyết sách, hành động sát thực tế để nông dân có đất canh tác, có đời sống ấm no, sung túc bền vững". Ông phân tích "Thời kháng chiến chúng tôi, những cán bộ, đảng viên cùng với nông dân có chung một lợi ích. Sau khi cầm quyền, chúng tôi với nông dân bắt đầu có sự phân chia, "tuy một mà hai". Sự phân chia dễ thấy là chúng tôi – tức chính quyền bắt đầu ra lệnh, ngay như tổ chức Đảng, các đoàn thể cũng ra lệnh được. Nông dân từ chỗ là chủ sở hữu đất, chủ sở hữu ruộng, sau khi cải tạo xã hội chủ nghĩa thì đất là sở hữu nhà nước. Có độc lập rồi bỗng dưng mất hết hai cái quyền sống còn là quyền sở hữu ruộng đất và quyền sản xuất. Rồi họ dắt díu nhau lên Sài Gòn, Bình Dương làm công nhân, lại tiếp tục bơ vơ giữa các khu công nghiệp, vắt sức với đồng lương bèo bọt...". Mang nỗi niềm của người mắc nợ nông dân, ông đi Đài Loan, Malaysia, Thái Lan để quan sát và ngạc nhiên kêu lên: "Nhìn cách họ tổ chức sản xuất nông nghiệp mà phát thèm. Nhà nước, nhà nông, nhà doanh nghiệp, nhà khoa học phối hợp rất chặt chẽ, trong đó nhà nông ở vị trí trung tâm, được nhà nước và doanh nghiệp lo cho từ sản xuất tới tiêu thụ sản phẩm. Thái Lan có công ty tổ chức sản xuất nông nghiệp lo cho cả đầu vào cả đầu ra. Chính phủ hỗ trợ chính sách rất rõ ràng". Tiến sĩ Đặng Kim Sơn Viện trưởng Viện Nghiên cứu Nông nghiệp cho rằng "nông dân, nông thôn bị lấy đi quá lớn so với được trả lại". Mới đây, trên báo Nông nghiệp Việt Nam, nhà văn của nông dân Nguyễn Khắc Trường, tác giả "Mảnh đất lắm người nhiều ma" nổi tiếng, có bài viết về tình trạng nông dân ngày nay. Bài viết có những điểm rất đáng quan tâm: Nông dân xưa chất phác nền nếp lắm. Làng xóm xưa thanh bình lắm. Nông thôn bây giờ chẳng những nghèo về vật chất mà còn nghèo tinh thần. Nay không chỉ có trộm cướp mà còn có người nghiện hút, tình làng nghĩa xóm phai nhạt. Cái gốc của nông dân là ruộng đất mà giờ người ta không còn yêu quý đất nữa! (thực ra họ không còn yêu đất chỉ vì đất không còn là của họ nữa mà là của "toàn dân"). Ông so sánh với vài nước xung quanh và cho rằng nông dân Trung Quốc khổ hơn ta, nhà cửa họ lụp xụp hơn, mặt họ sầu não hơn. Nhưng nông dân Thái Lan thì sướng hơn, giàu có hơn nông dân ta. Ông kết luận: *"Nói theo nghĩa nào đó nông dân chưa thực sự bước ra khỏi vũng bùn"*!

Hơn nửa thế kỷ trước, nhà thơ cách mạng Nguyễn Đình Thi đã tự hào viết câu thơ: *"Nước Việt Nam từ máu lửa, Rũ bùn đứng dậy sáng lòa"*! Có sao qua 68 năm, đất nước của hơn 90% nông dân từng rũ bùn đứng dậy sáng lòa, họ lại phải trở lại chìm sâu hơn trong vũng bùn!

4. Khoảng cách giàu nghèo tăng nhanh thứ 2 châu á!

Trong báo cáo chính trị lần thứ 11 có nêu: "Có chính sách và các giải pháp phù hợp nhằm hạn chế phân hóa giàu nghèo,giảm chênh lệch mức sống giữa nông thôn và thành thị".

Tuy nhiên, sau Đại hội Đảng lần thứ 11,khoảng cách giàu nghèo đã tăng tốc. Hai giai cấp lớn của xã hội là công nhân và nông dân chính là nguồn bổ sung cho số người nghèo đang phình to này. Theo Tổng cục Thống kê năm 2008 khoảng cách giàu nghèo là 8,9 lần; năm 2009 tăng lên 9,2 lần.

Gần đây báo chí phát hiện nhiều chuyện "lương khủng" ở các tập đoàn, công ty nhà nước. Vụ lương khủng ở TP HCM khoảng cách thu nhập của cán bộ lãnh đạo và công nhân hơn 200 lần. Dư luận cho rằng vụ này chỉ là phần nổi của tảng băng chìm.

Trong những năm kinh tế đất nước sa sút, số người siêu giàu (có tài sản 30 triệu USD) vẫn cứ tăng nhanh: Năm 2010 có 100 người; năm 2011 tăng lên 170 người nhanh thứ hai châu Á. Ngày 15-9-2013, nhiều tờ báo đưa tin: Công ty tư vấn tài sản Wealth– X và Ngân hàng Thụy Sĩ UBS cho biết: "Mặc cho nền kinh tế Việt Nam đang lâm vào khó khăn, số người siêu giàu của nước này vẫn tăng gần 15% so với năm trước, từ 170 lên 195 người với tổng tài sản 20 tỉ USD. Trong khi đó Việt Nam có khoảng 8,1 triệu dân nghèo đói phải tìm đến cái chết để thoát khổ đau". Xin nêu hai trường hợp người nghèo đi tìm cái chết mà nguồn tin trên đã nói đến:

Tháng 4–2012, chị Lê Thị Ngọc Nhãn ở khóm 2, phường 1, TP Cà Mau, trước khi tự tử đã gửi cho Trung tá Diện bức thư, có đoạn: "Sau khi cháu chết rồi, xin chú giúp cho các con của cháu được vào cô nhi viện. Cháu xin đội ơn chú đời đời".

Tháng 5–2013, chị Nguyễn Thị Mỹ Nhân, 48 tuổi, ở xã An Xuyên, TP Cà Mau, trước khi treo cổ, đã viết bức thư gửi chính quyền: "Xin các cấp chính quyền thấu hiểu hoàn cảnh không có lối thoát của gia đình chúng tôi hiện nay, đồng ý cấp sổ hộ nghèo cho chồng con tôi có thể sống những ngày còn lại".

5. Đạo đức xã hội băng hoại chưa từng có

Ba năm gần đây, đạo đức tiếp tục băng hoại ngày càng dữ dội! Hàng ngày báo đưa tin chém giết, trộm cướp, cưỡng hiếp xảy ra khắp mọi nơi. Người ta chém giết nhau chỉ vì những lý do lãng xẹt. Đáng lo nhất là tình trạng con cháu đánh đập, chém giết cha mẹ ông bà, anh em, vợ chồng giết nhau. "Đinh tặc" rải đinh đánh bẫy người đi xe gắn máy, để vá xe, bán ruột, vỏ xe với giá cắt cổ. Những thiếu niên ném đá lên tàu hỏa, lên ô tô như thú vui. Mới đây một nhà phê bình có bài viết tựa đề "Người Việt hung hãn". Có những hiện tượng bất thường đang nãy sinh: Người ta "tự xử", bởi không còn tin khả năng quản lý của chính quyền, cũng không tin công lý từ tòa án! Bắt được kẻ trộm chó, cả xóm ra tay tự xử bằng gậy gộc. Mới đây, xã Vĩnh Thành, huyện Châu Thành, tỉnh An Giang vừa có "sáng kiến" lập rào làng, làm bốn cổng để chống trộm!

Nhà văn Nguyễn Khải người đầu tiên phát hiện tệ nói dối đang phát triển trong xã hội. Từ đó đến nay tình trạng nói dối bùng lên như một đại dịch, lan tràn từ trong Đảng tới các cơ quan nhà nước, tổ chức kinh tế, các đoàn thể, nay nhiễm vào trẻ con. Tại diễn đàn kinh tế mùa Thu đang diễn ra ở Huế, nhiều tham luận nói về tệ báo cáo láo khiến không thể biết đúng "bệnh": nợ xấu bao nhiêu, thất nghiệp bao nhiêu, GDP của các tỉnh có tăng thực vậy không. Một trung tâm xã hội học vừa công bố kết quả điều tra: Trẻ học cấp 1 có tỉ lệ nói dối là 22%; trẻ ở cấp 2 có tỉ lệ nói dối 50%; cấp 3 là 64%; sinh viên đại học là 80%! Có thể hình dung được, đội ngũ cán bộ tương lai sẽ vượt xa cha anh về tài nói dối!

Có người giải thích đây là mặt trái của cơ chế thị trường. Nên nhớ rằng, trước khi thực hiện cải tạo xã hội chủ nghĩa, đất nước ta đã từng sống trong cơ chế thị trường.

Dân tộc ta nổi tiếng hiền hòa. Ông cha ta từng *"lấy đại nghĩa mà thắng hung tàn"*, *"lấy chí nhân mà thay cường bạo"*. Thời hai cuộc kháng chiến, nhà nhà đêm không cài cửa, ra ngõ gặp anh hùng. Một dân tộc như vậy, nguyên nhân nào đã biến thành "ra ngõ gặp trộm cướp, giết chóc"? Như vậy, thiết nghĩ nên xem lại phương thức tổ chức quản lý xã hội đang có những gì bất cập so với các nước văn minh?

6. Giáo dục tiếp tục tụt hậu

Cách đây 20 năm nền giáo dục Việt Nam đã được nhận diện những điểm không bình thường: Trường chuyên, lớp chọn; thi cử phức tạp; nhồi nhét, không chú trọng rèn luyện tư duy sáng tạo; học thuộc lòng các bài mẫu; dạy thêm học thêm lu bù; sách giáo khoa in lại liên tục, nhưng nội dung không đổi mới; chất lượng giáo viên mỗi năm thêm sa sút; lương giáo viên không đủ sống... Có nhiều cấp ủy Đảng chỉ thị ngành giáo dục phải soạn giáo án tuyên truyền chủ trương chính sách: đưa vào chương trình phổ thông 13 luật thuế, luật phòng chống tham nhũng...

Nhiều cuộc hội thảo huy động trí tuệ các nhà giáo dục góp ý xây dựng. Nhiều nhà giáo dục giàu tâm huyết và trí tuệ như Hoàng Tụy, Hồ Ngọc Đại, Văn Như Cương... phân tích mổ xẻ ung nhọt của ngành giáo dục, đề xuất nhiều kiến nghị như: Khuyến khích sáng tạo; coi trọng óc tưởng tượng; công bằng, dân chủ trong giáo dục; tôn trọng cá tính học sinh; phổ cập cấp tiểu học, tiến tới trung học và mở cửa đại học; chú trọng bồi dưỡng nhân tài. Tuy nhiên giáo dục cứ như cỗ xe tụt dốc! Dù cho được tăng tỉ lệ đầu tư, nhưng hiệu quả thì xuống thấp. Bằng cấp Đại học Việt Nam không được quốc tế công nhận.

Càng ngày càng có nhiều bậc cha mẹ cố tìm cách cho con đi học ở nước ngoài, ban đầu chỉ đi học cấp đại học, nay đưa đi học nước ngoài ngay từ cấp phổ thông. Xã hội đã quen với cụm từ "tị nạn giáo dục" nói về tình trạng này.

Nguyên Bộ trưởng Trần Hồng Quân nói: *"Nền giáo dục hiện nay có nhiều lỗi hệ thống"*. Giáo sư Văn Như Cương nói: *"Tính dối trá tràn ngập nền giáo dục"*.

Mới đây, Diễn đàn Kinh tế thế giới công bố bản báo cáo "Năng lực cạnh tranh toàn cầu 2013– 2014" thực hiện ở 148 nước. Kết quả xếp hạng các hạng mục lớn của báo cáo cho thấy: Về chất lượng giáo dục phổ thông và đại học Việt Nam đều thua kém các nước trong khu vực Châu Á. Ở bậc tiểu học Việt Nam có tỉ lệ đi học cao nhưng chất lượng giáo dục thua kém nhiều nước trong khối ASEAN. Theo ông Trịnh Ngọc Thạch, phó chủ nhiệm Ủy ban Văn hóa, Giáo dục Thanh niên, Thiếu niên và Nhi đồng của Quốc hội thì đưa trẻ đến trường nhiều chưa nói lên được chất lượng tốt. Nói chất lượng giáo dục phải tính mấy yếu tố: Thứ nhất là chương trình có tốt không. Thứ hai là giáo viên có tốt không. Thứ ba là cơ sở vật chất có tốt không. Cả ba cái này chúng ta đều yếu kém. Bà Nguyễn Thị Bình nguyên phó chủ tịch nước, nguyên Bộ trưởng Giáo dục năm 1976 nói: *"Các tổ chức quốc tế đều đánh giá, trong chiến tranh, Việt Nam là tấm gương về giáo dục.Song bây giờ giáo dục Việt Nam hầu như xếp hạng chót. Có tổ chức còn đánh giá giáo dục Việt Nam kém hơn cả Campuchia, Lào".*

Có hai vấn đề cốt lõi: Một là, mấy chục năm qua, thầy giáo không chỉ bị đãi ngộ vật chất quá thấp kém mà quan trọng hơn, trong một xã hội chính trị hóa, người thầy không còn được coi trọng như trong xã hội dân sự trước kia. Nấc thang giá trị của thầy giáo ở dưới các cán bộ Đảng và tất cả các cán bộ đoàn thể. Hai là, nền giáo dục Việt Nam bị chính trị hóa sâu sắc, bị chỉ đạo bởi ý thức hệ, nhằm đào tạo ra những công cụ trung thành phục vụ chế độ. Giáo điều, triệt tiêu tự do tư tưởng, triệt tiêu trí tưởng tượng sáng tạo, không tôn trọng cá tính đều xuất phát từ đó. Sản phẩm của một nền giáo dục như vậy sẽ không thể hội nhập được với nhân loại hiện đại và chắc cũng không thể là nguyên khí quốc gia trong sự nghiệp hiện đại hóa. Trong thời đại toàn cầu hóa, không nên tạo ra một nền giáo dục dị biệt với thế giới. Giáo dục phải tuân theo các giá trị phổ quát của nhân loại, tự do dân chủ, bình đẳng. Những nước đi sau như chúng ta rất cần tham khảo, học theo các nền giáo dục tiên tiến.

7. *Chống tham nhũng không thể từ phê bình, tự phê bình*

Ngày 26–12–2011, Hội nghị TƯ 4 nhận định: "Tình trạng suy thoái về tư tưởng chính trị, đạo đức, lối sống, tệ tham nhũng,lãng phí, hư hỏng trong một bộ phận không nhỏ cán bộ, đảng viên, kể cả ở cấp cao, chưa được đẩy lùi mà thậm chí ngày càng có chiều hướng nghiêm trọng hơn, làm xói mòn niềm tin đối với Đảng". Hội nghị TƯ 4 đề ra *"những việc cần và có thể làm ngay" là tiến hành trong toàn Đảng tự giác, gương mẫu kiểm điểm, phê bình, tự phê bình".*

Sau gần hai năm thực hiện nghị quyết TƯ 4, tình hình tham nhũng không giảm mà đang tăng lên và diễn biến rất phức tạp, đáng lo ngại:

– Ngày 5–12–2012 Tổ chức Minh bạch Quốc tế (Transparency International) xếp Việt Nam về kết quả chống tham nhũng tụt 11 bậc, xuống 123/182 nước.

– Từ tháng 9–2012 đến 3–2013 Tổ chức Minh bạch quốc tế tổ chức khảo sát và kết luận: 55% người dân Việt Nam cho rằng tham nhũng đang tăng, tham nhũng nghiêm trọng xảy ra ở các cơ quan chức năng, ở lĩnh vực đất đai. Điều đáng lo là chỉ có 38% người dân Việt Nam nói mình dám tố cáo tham nhũng, tỉ lệ thấp nhất so với người dân trong khu vực ASEAN (bình quân là 63%). Tại sao vậy? Rất dễ hiểu thôi, xin kể 2 vụ việc trong hằng trăm vụ việc như thế: Theo báo Người Cao Tuổi: Ở Ninh Bình có ông cựu chiến binh Đinh Văn Phiêu tố giác ông Ủy viên TƯ, Bí thư tỉnh Ninh Bình Đinh văn Hùng, tham nhũng, buôn trống đồng. Lập tức ông bị bắt đưa ra tòa xử 5 năm tù giam vì tội vu khống. Ông Lê Đăng đảng viên 60 tuổi Đảng tố cáo Thành phố Biên Hòa làm trái Quyết định 227 của Thủ tướng về quy hoạch, lập tức ông bị khai trừ Đảng. Người dân thường cứ nhìn vào đó mà liệu giữ mình!

– Mới đây các cơ quan thanh tra Việt Nam khảo sát cho biết có 70% doanh nghiệp chủ động đưa hối lộ, trong 20 vụ tham nhũng lớn nhất thì 50% xảy ra ở doanh nghiệp nhà nước.

– Ngày 18-9-2013, trong cuộc họp UBTV Quốc hội, chủ tịch Nguyễn Sinh Hùng nói *"Không tham nhũng lấy tiền đâu mà chạy chức"*? và ông đặt câu hỏi gây chấn động dư luận xã hội: *"Có tham nhũng trong lực lượng chống tham nhũng không"*?

Cuộc họp cho rằng rất cấp thiết phải trả lời câu hỏi: Vì sao tham nhũng không giảm mà cứ tiếp tục tăng?

Tại Hội nghị TƯ 4, TBT Nguyễn Phú Trọng nói: "Đặc biệt, có một câu hỏi lớn, rất day dứt, trăn trở lâu nay, cần được trả lời cặn kẽ là: *"Vì sao công tác xây dựng Đảng được Trung ương rất coi trọng, đã có nhiều nghị quyết, chỉ thị rất đúng, rất hay, nhiều cuộc vận động sâu rộng, nhưng kết quả vẫn chưa đạt yêu cầu?.Vướng mắc chính là ở chỗ nào"*?

Xin trả lời với Tổng bí thư: Có thể đoan chắc rằng, trong lịch sử không có một đường lối, chính sách nào rất đúng, rất hay lại được vận động sâu rộng mà đi tới thất bại cả! Hay, đúng thì phải sát thực tế, tạo ra được thiên thời, địa lợi, nhân hòa. Bất cứ giải pháp nào đưa tới thất bại, hơn nữa lại là thất bại rất nhiều lần, kéo dài hàng chục năm thì cần phải thực sự cầu thị, để nhận thức rằng đó là một giải pháp sai!

Nhà nước ta đã ký kết tham gia Công ước Liên Hiệp Quốc về chống tham nhũng từ 1-7-2009. Công ước này là tập trung trí tuệ và kinh nghiệm của nhiều quốc gia tiên tiến đúc kết nên. Trong đó, không có kinh nghiệm nào chống tham nhũng thành công từ tự phê bình, phê bình cả!

Công ước này đặt 2 điều đầu tiên cho chính sách và thực tiễn chống tham nhũng là:

(1) "Thúc đẩy sự tham gia của xã hội và thể hiện các nguyên tắc của chế độ pháp quyền".

(2) Về "cơ quan phòng chống tham nhũng" thì điều đầu tiên là có "sự độc lập cần thiết" để "thực hiện chức năng của mình một cách hiệu quả và không chịu bất kỳ sự ảnh hưởng trái pháp luật nào".

Tiếc thay cả hai vấn đề quan trọng nhất của Công ước này, đều không được Việt Nam vận dụng!

Câu hỏi của Chủ tịch Nguyễn Sinh Hùng sẽ được trả lời không khó khăn nếu tổ chức Đảng và cơ quan Nhà nước đều phải đặt dưới pháp luật.

Trước khi kiến nghị các giải pháp khắc phục tình trạng khủng hoảng toàn diện kể trên, xin trích dẫn ý kiến của Engels đại diện cho K.Marx viết lời tựa bản "Tuyên ngôn" tiếng Đức năm 1883: *"Trong mỗi thời đại lịch sử, sản xuất kinh tế và cơ cấu xã hội –cơ cấu này tất yếu phải do sản xuất kinh tế mà ra – cả hai cái đó cấu thành cơ sở của lịch sử chính trị và lịch sử tư tưởng của thời đại ấy". Nền sản xuất kinh tế đa thành phần phát triển đã làm cho chiếc áo toàn trị quá chật, đòi hỏi phải thay bằng chiếc áo dân chủ".*

B. Kiến nghị các giải pháp

1. Đổi mới chính trị phải đồng bộ với đổi mới kinh tế

Thật đáng tiếc là cho đến nay thể chế, hệ thống chính trị nước ta hầu như vẫn giữ y nguyên khuôn mẫu của chủ nghĩa xã hội kiểu xô viết. Nền móng tự do dân chủ đã có từ Tuyên ngôn độc lập và Hiến pháp 1946 đã không được thực hiện, phát huy. Các quyền tự do cơ bản như tự do báo chí, tự do ngôn luận, tự do hội họp và lập hội, tự do biểu tình đều khất "nợ" nhân dân suốt 68 năm! Đại hội 6 đã trả lại cho nhân dân quyền tự do kinh tế bị tước mất sau cải tạo xã hội chủ nghĩa. Nhờ đó mà người Việt Nam năng động sáng tạo hẳn lên, vượt qua đói nghèo, đạt được mức sống trung bình thấp. Tuy nhiên do chưa được đổi mới chính trị, nhân dân chưa có quyền tự do xây dựng một nhà nước pháp quyền thể chế hóa các quyền tự do. Không có nhà nước pháp quyền đúng nghĩa thì tự do kinh tế không được bảo trợ về pháp lý, bị vướng mắc bởi thể chế chính trị lạc hậu thao túng, chi phối, làm suy giảm năng lực phát triển. Tình trạng ốm yếu của nền kinh tế Việt Nam là vì vậy. Không có tự do chính trị cũng hạn chế tự do văn hóa, không thể tiếp thu được tinh hoa văn hóa của nhân loại, thậm chí không phân biệt thuần phong mỹ tục với hủ tục. Nhiều cán bộ chính trị tự cho mình quyền kiểm duyệt, cấm đoán tác phẩm của các nghệ sĩ bậc thầy. Thiếu tự do chính trị là nguyên nhân gây hạn chế đồng thuận, chia rẽ dân tộc, bất ổn xã hội. Tình trạng khủng hoảng toàn diện của đất nước là báo động đỏ cho sự chậm trễ đổi mới chính trị.

Có người lo ngại đổi mới chính trị sẽ gây ra nguy cơ bất ổn xã hội, đe dọa quyền lãnh đạo của Đảng cộng sản, nói như vậy là không tin nhân dân, hoặc coi nhân dân là "thần dân". Đổi mới chính trị chính là tin nhân dân, tôn trọng nhân dân, cùng nhân dân thảo luận, lựa chọn, xây dựng một thể chế thực sự của dân, do dân, vì dân, điều mà Đảng cộng sản thường nêu lên như tâm nguyện cao cả nhất từ những ngày đầu cách mạng. Đổi mới chính trị sẽ loại bỏ được nguyên nhân đã làm cho các nghị quyết của Đảng suốt nhiều nhiệm kỳ cứ phải lặp đi lắp lại:" *Quyền làm chủ của nhân dân ở một số nơi một vài lĩnh vực còn bị vi phạm. Việc thực hành dân chủ còn mang tính hình thức"* (Văn kiện ĐH 11, trang 171).

2. *Không nên thông qua dự thảo hiến pháp nếu chưa đạt yêu cầu đổi mới chính trị!*

Sửa đổi Hiến pháp 1992 chính là cơ hội vàng để đổi mới chính trị! Do đó, không nên tùy tiện phủ quyết những ý kiến không hợp với quan điểm bảo thủ, giáo điều mà cần tổ chức tranh luận công khai trên mọi cơ quan truyền thông.

Kiến nghị 72 nhằm xây dựng bản Hiến pháp bảo đảm toàn vẹn lãnh thổ, phát triển bền vững đất nước, mang lại tự do, hạnh phúc cho các thế hệ hiện tại và tương lai, gồm 7 điểm quan trọng:

1- Lời nói đầu phải làm rõ mục tiêu đảm bảo an toàn, tự do hạnh phúc cho mọi người dân, hạn chế sự lạm quyền, hướng đến hạnh phúc của các thế hệ tương lai. Quyền lập hiến phải thuộc về nhân dân. Cần nhấn mạnh nguyên tắc chủ quyền nhân dân, tôn trọng ý chí dân tộc. Do đó không nên định trước vai trò lãnh đạo nhà nước và xã hội cho một tổ chức chính trị. Chủ thể nào lãnh đạo xã hội sẽ do nhân dân tin cậy bầu chọn.

2- Mục đích thành lập Nhà nước là để bảo vệ các quyền đương nhiên của con người. Dự thảo có nhiều điểm không phù hợp với các chuẩn mực phổ quát ở các Công ước Liên Hiệp Quốc mà nhà nước ta đã gia nhập. Cụm từ "theo quy định của pháp luật" lâu nay mở đường cho việc nhân danh Hiến pháp đàn áp công dân, cần phải khắc phục. Do đó, Hiến pháp nên quy định thành lập một Ủy ban quốc gia về quyền con người.

3– Cần công nhận quyền sở hữu tư nhân, tập thể, cộng đồng đối với đất đai, để chống tham nhũng, lộng quyền, móc ngoặc giữa cán bộ nhà nước và doanh nhân gây thiệt hại cho nhân dân, đặc biệt là nông dân, gây bất ổn xã hội.

4– Thực hiện nhà nước pháp quyền, tam quyền phân lập.

5– Lực lượng vũ trang trung thành với Tổ quốc và nhân dân, nhằm bảo vệ toàn vẹn lãnh thổ quốc gia, yên bình cho nhân dân. Đó cũng chính là mục tiêu chính trị của Đảng cộng sản đặt ra cho mình từ khi thành lập. Đảng cộng sản là một thành phần trong nhân dân, không nên quy định lực lượng vũ trang trung thành với Đảng cộng sản.

6– Bảo đảm quyền phúc quyết Hiến pháp của nhân dân.

7– Thời gian lấy ý kiến toàn dân đến kéo dài hết năm 2013, khuyến khích việc tham khảo, so sánh, thảo luận công khai để xây dựng bản Hiến pháp phù hợp nhất cho quốc gia.

Bản "Kiến nghị 72" đã được 15 đại diện trình lên Ban soạn thảo Hiến pháp của Quốc hội. Hơn 14000 người ký tên hưởng ứng, trong đó có hàng trăm giáo sư trong, ngoài nước, hàng trăm đảng viên lão thành, cựu chiến binh. Thế nhưng, 700 tờ báo và cả hệ thống truyền hình phát thanh được lệnh không đưa tin, không tranh luận công khai sòng phẳng. Trái lại, tất cả cơ quan truyền thông nhà nước còn bóp méo, xuyên tạc, phê phán, không nêu đích danh "Kiến nghị 72" mà coi đó là lập luận của một "lực lượng thù địch" vô hình, một "bọn xấu" không có địa chỉ! Thật đáng tiếc, cách làm không minh bạch như vậy lại có thể xảy ra ở một đất nước đã ký kết các Công ước của Liên Hiệp Quốc, đã từng là ủy viên không thường trực của Hội đồng Bảo an!

Một số người cho rằng việc góp ý không có vùng cấm, nhưng không được lợi dụng góp ý để vi phạm những vấn đề thuộc về nguyên tắc cơ bản! Xin hỏi những điều gì được gọi là "nguyên tắc cơ bản"? Nguyên tắc cơ bản phải là đảm bảo thực hiện cho được mục tiêu "của dân, do dân, vì dân" và tất cả phải thượng tôn pháp luật. Do đó, nếu chưa thống nhất được thì nên dừng lại không nên vội vàng thông qua bản dự thảo Hiến pháp còn quá nhiều bất cập, nên có thêm thời gian và không gian dân chủ để thảo luận. Bởi vì nếu vội vàng ban hành bản Hiến pháp không đạt các tiêu chuẩn tự do dân chủ phổ quát cũng tức là chưa đạt yêu cầu *"đổi mới chính trị phải đồng bộ với đổi mới kinh tế"* mà ĐH 11 đã đề ra và hậu quả không mong muốn sẽ xảy ra cho dân tộc, cũng tức là cho Đảng cộng sản.

3. Xóa bỏ điều 4 hiến pháp là điều cấp thiết

Đất nước, nhân dân đòi hỏi Đảng từ bỏ hình thức Đảng trị trở thành Đảng cầm quyền trong Nhà nước pháp quyền, của dân, do dân và vì chấm dứt tình trạng đã kéo dài mấy chục năm nay mà nguyên UV BCT Nguyễn Văn An đã thẳng thắn và trung thực nhận định: *"Bộ Chính trị là vua tập thể"*. Không nên tiếp tục làm cho khẩu hiệu thiêng liêng *"tất cả quyền lực nhà nước thuộc về nhân dân"* để rồi Đảng *"là lực lượng lãnh đạo nhà nước"* nên cuối cùng quyền lực nhà nước thuộc về Đảng! Trong dân gian đã lưu truyền công khai những thành ngữ *"Đảng cử dân bầu"*, *"mười năm phấn đấu, không bằng cơ cấu một giờ"* thật là phản cảm.

Chúng ta đang hội nhập toàn cầu, Hiến pháp của các nước văn minh không ghi quyền lãnh đạo của một đảng chính trị. Nước ta, từ những ngày cách mạng còn trứng nước, Đảng chỉ có 5000 đảng viên, Hiến pháp 1946 không ghi vai trò lãnh đạo của Đảng, nhưng nhân dân vẫn theo Đảng, vì Đảng có đường lối giành độc lập, tự do. Việc đưa sự độc quyền lãnh đạo của Đảng vào Điều 4 Hiến pháp đã gây rất nhiều tranh cãi. Nhiều đảng viên cộng sản từng giữ cương vị ủy viên Trung ương, Bộ trưởng cũng không đồng tình. Xin đừng vu cho họ tội chống Đảng, hoặc suy thoái chính trị. Tại sao họ lại chống lại Đảng mà họ đã bỏ gần hết cả đời phục vụ chứ? Bản thân tôi, một đảng viên 55 tuổi đảng, tôi cảm thấy Điều 4 là sự xúc phạm lòng tự trọng của một đảng viên. Từ khi vào Đảng, các đảng viên từng tâm niệm *"phải yêu dân kính dân thì dân mới kính ta, yêu ta!* Liệu cách áp đặt như vậy có được nhân dân yêu mến hay không?

4. Thế nào là một nhà nước pháp quyền? Tại sao lại không chấp nhận tam quyền phân lập?

Lý do để các nhà lý luận của Đảng không đồng ý tam quyền phân lập là cho rằng đó là "dân chủ phương Tây"! Khổ quá! Các vị tìm đâu ra thứ dân chủ phương Đông chứ? Nhà sáng lập "tam dân chủ nghĩa" Tôn Trung Sơn nói hẳn rằng, dân chủ dân quyền thì phải học phương Tây, bởi vì phương Đông và Trung Quốc suốt 4000 năm lịch sử chìm đắm trong quân quyền. Đã có nhiều nước phương Đông thực hiện nhà nước tam quyền phân lập như Nhật, Hàn quốc nâng cao quyền dân, hạn chế được tham nhũng, đất nước phát triển rất nhanh. Chính các nước này đang chìa tay giúp đỡ ta. Ta cứ công kích tam quyền phân lập là theo Tây, không sợ mất lòng những người giúp đỡ mình sao?

Tiến sĩ Hồ Bá Thâm trong bài viết "Dân chủ hóa, phân quyền hóa cơ cấu hệ thống quyền lực Nhà nước theo tư duy pháp quyền biện chứng" đăng trên tạp chí Nghiên cứu Lập pháp từ năm 2009, đã cảnh báo tệ nạn tham nhũng, cửa quyền, quan liêu phát triển là do thiếu cơ chế giám sát, kiềm chế quyền lực, *"đó là lỗ hổng và yếu kém nhất trong hệ thống tam quyền của nhà nước, phải được khắc phục sớm bằng cả nhận thức và thể chế"*. Ông cũng băn khoăn khi *"việc thực hiện ba quyền đặt dưới sự lãnh đạo của Đảng"*. Ông cho rằng lẽ ra sự lãnh đạo của Đảng là ở đường lối và đưa ra quan điểm lớn *"phải làm thế nào để thực hiện cho được quyền tư pháp độc lập, thượng tôn pháp luật, không chấp nhận bất cứ sự chi phối nào ngoài pháp luật"*. Đến nay, dự thảo Hiến pháp sửa đổi cũng gần như cũ: *"Tất cả quyền lực nhà nước thuộc về nhân dân do Đảng cộng sản VN lãnh đạo. Quyền lực nhà nước là thống nhất; có sự phân công, phối hợp và kiểm soát giữa các cơ quan trong việc thực hiện các quyền lập pháp, hành pháp, tư pháp"*. Tiến sĩ Nguyễn Đăng Hưng có một thắc mắc rất có lý *"đã thống nhất sao lại còn phân công"*? Vừa qua, một báo cáo viên của Ban Tuyên huấn Trung ương xuống giảng giải cho đảng viên thuộc Đảng bộ phường Tân Kiểng, quận 7, TP HCM đã giải thích: *Quyền lực nhà nước thuộc về nhân dân mà nhân dân là một khối thống nhất, do đó không thể chia cắt, không thể phân lập!*

Tại sao các nhà lý luận của Đảng không chịu hiểu rằng, nhà nước là công cụ để phục vụ nhân dân, do đó nhân dân muốn phân chia nó thế nào để phục vụ mình tốt hơn là quyền của nhân dân chứ?

Tại sao các chế độ dân chủ tìm đến nhà nước pháp quyền, tam quyền phân lập? Xin trích dẫn ra đây ý kiến của hai bậc hiền triết của nhân loại:

Từ thời cổ đại Platon quan sát các nhà nước và đi đến nhận định: *"Tôi nhìn thấy sự sụp đổ nhanh chóng của Nhà nước ở nơi nào pháp luật không có hiệu lực và nằm dưới quyền của một ai đó.Còn nơi nào pháp luật đứng trên các nhà cầm quyền và các nhà cầm quyền chỉ là nô lệ của pháp luật thì ở đó tôi nhìn thấy có sự cứu thoát của nhà nước"*. Học trò xuất sắc của ông là Aristote, người được Karl Marx coi là nhà tư tưởng vĩ đại nhất thời cổ đại, đã cụ thể hóa tư tưởng của thày mình, cho rằng quyền lực nhà nước phải được chia làm ba lĩnh vực: Lập pháp, hành pháp, tư pháp. Suốt hơn 2000 năm sau đó những đầu óc vĩ đại của nhân loại không ngừng khám phá, bổ sung, cụ thể hóa tư tưởng phân quyền. Trong đó J. Locke và Montesquieu được đánh giá đã ghi hai cột mốc lớn nhất. Cho đến nay đã có hàng trăm quốc gia dân chủ, giàu mạnh tổ chức nhà nước theo tam quyền phân lập, dù hình thức có đôi chỗ khác nhau, nhưng điều cơ bản, phổ quát là không đổi.

Montesquieu cho rằng: *"Khi mà quyền Lập pháp và Hành pháp nhập lại trong tay một người hay một Viện nguyên lão thì sẽ không còn gì là tự do nữa, người ta sợ rằng chính ông ấy hoặc Viện ấy chỉ đặt ra luật độc tài để thi hành một cách độc tài. Cũng không có gì là tự do nếu như quyền Tư pháp không tách rời quyền Hành pháp và Lập pháp. Nếu quyền Tư pháp được nhập với quyền Lập pháp thì người ta sẽ độc đoán với quyền sống và quyền tự do của công dân. Quan tòa cũng sẽ là người đặt ra luật. Nếu quyền Tư pháp nhập với quyền Hành pháp thì quan tòa có sức mạnh của kẻ đàn áp. Nếu một người hay một tổ chức của quan chức hay của quý tộc, hoặc của dân chúng năm luôn cả ba quyền lực nói trên thì tất cả sẽ mất hết".* Ông đặc biệt nhấn mạnh quyền Tư pháp phải nhất thiết tách ra, độc lập với hai quyền kia.

Ngày nay, nhân loại đánh giá một nhà nước dân chủ văn minh khi thực hiện tốt các tiêu chí:

Xã hội được tự do khi nhà nước bị kiểm soát bởi luật pháp mà mục đích là để bảo vệ các quyền con người.

Xã hội được quản lý bởi một chính phủ của luật pháp. Một cá nhân có thể làm bất cứ điều gì luật pháp không cấm, còn quan chức nhà nước chỉ được làm những gì luật pháp cho phép.

Đối chiếu những ý kiến ở trên, soi rọi vào cách tổ chức nhà nước của ta, sẽ không quá khó khăn để hiểu vì sao nhà nước chúng ta chưa thể có tư pháp độc lập, nạn quan liêu, tham nhũng lan tràn không sao ngăn nỗi. Nhà nước tam quyền phân lập buộc Đảng, cũng như Nhà nước phải đặt mình ở dưới Hiến pháp và pháp luật. Tư pháp độc lập của nhà nước pháp quyền có thể gọi người vi phạm pháp luật bất cứ đó là ai phải trả lời trước tòa án. Một phó thường dân cũng như ông tổng bí thư đều bình đẳng trước pháp luật. Có người ví von việc khó chấp nhận điều này là *"Không ai lấy đá tự ghè vào chân mình".* Nhưng đó chính là cách duy nhất giúp cho Đảng thoát khỏi tham nhũng, quan liêu như hiện nay, để có thể lấy lại niềm tin của nhân dân đang sút giảm nghiêm trọng.

5. Xây dựng xã hội dân sự đúng nghĩa

Khái niệm xã hội dân sự có từ thời cổ Hy Lạp, nó chỉ một phạm trù rộng lớn của đời sống xã hội bao gồm gia đình, tôn giáo, giáo dục, văn hóa, nghệ thuật. Đến thời khai sáng, các nhà tư tưởng đề cao quyền tự do cá nhân trong xã hội dân sự, độc lập với nhà nước, coi xã hội có trước nhà nước, nhà nước không được lấn át xã hội dân sự. Một nhà nước được coi là văn minh, hợp pháp khi nào được thành lập bởi sự thỏa thuận của tất cả các cá nhân trong xã hội dân sự, điều đó được xác lập bằng một Hiến pháp dân chủ. Sự phân chia giữa nhà nước và xã hội dân sự được coi là đặc trưng của một thể chế chính trị thực sự dân chủ.

Trong các chế độ quân chủ, độc tài, xã hội dân sự dù bị đàn áp vẫn tồn tại, đấu tranh bảo vệ các quyền tự do của người dân bị xâm phạm. Quá trình dân chủ hóa là quá trình phát triển của xã hội dân sự từ non yếu đến mạnh mẽ. Có thể có xã hội dân sự chưa thật hoàn thiện trong một chế độ độc tài, nhưng không thể có chế độ dân chủ mà lại không có xã hội dân sự. Hàn quốc, Đài Loan, Thái Lan, Philippine, Indonexia và mới đây là Myanmar đều đi từ độc tài đến dân chủ, xã hội dân sự từ non yếu phát triển và hoàn chỉnh nhanh chóng.

Trong thể chế theo mô hình xã hội chủ nghĩa xô viết, tất cả đều Nhà nước hóa, từ đời sống kinh tế, chính trị, văn hóa, cái công cộng xóa bỏ cái riêng tư. Nhân dân chỉ còn sở hữu tập thể đối với tư liệu sản xuất, ngay sức lao động và quyền bán sức lao động của mình cũng không còn, gia đình, tín ngưỡng cũng mất tính độc lập. Xã hội dân sự nhường chỗ cho xã hội toàn trị. Tất cả các hội đoàn đều do người của cấp ủy Đảng cử ra làm chủ tịch, thậm chí cả Đoàn chủ tịch, Ban Thường vụ đều là đảng viên. Tất cả các hội đoàn lấy nghị quyết của Đảng làm chuẩn để soạn thảo nghị quyết của mình. Nông dân đi khiếu kiện không có thể dựa vào Hội nông dân; công nhân đình công không thể yêu cầu công đoàn lãnh đạo. Báo chí là tiếng nói của một hội đoàn nào đó, không phải tiếng nói của một con người tự do.

Đổi mới kinh tế mở ra một nửa cánh cửa của xã hội dân sự. Tuy nhiên các quyền tự do về tinh thần, tự do hội họp, lập hội, biểu tình, tự do tư tưởng, ngôn luận, báo chí, tự do sáng tạo nghệ thuật vẫn chưa được thực hiện theo các giá trị phổ quát của nhân loại đã được ghi nhận trong các Công ước của Liên Hiệp Quốc và đã được Nhà nước Việt Nam cam kết gia nhập. Nhiều cán bộ cao cấp vẫn còn ngộ nhận: Cho rằng nước ta đã có hàng trăm hội đoàn cớ sao cứ bảo chưa có tự do hội họp và lập hội? Đã có hơn 700 tờ báo, tỉnh nào cũng có đài phát thanh, truyền hình cớ sao cứ kêu không có tự do báo chí, tự do ngôn luận? Năm 1938, báo Dân Chúng của Đảng cộng sản xuất bản không xin phép và được nhà nước thực dân Pháp chấp nhận. Trong chế độ thuộc địa hà khắc, xã hội dân sự Việt Nam vẫn len lỏi nảy nở. Từ năm 1920 đã có công hội của Tôn Đức Thắng. Từ năm 1930 đã có các Đảng chính trị như Quốc Dân Đảng, Đảng cộng sản Việt Nam và các hội đoàn như Hội Ái hữu, Hướng đạo; từ năm 1934 có Tự lực Văn đoàn một hội đoàn hiện đại tạo ảnh hưởng rất lớn lao về văn học và xã hội; 1937 có Hội truyền bá quốc ngữ. Trừ hai đảng chính trị, các hội đoàn đều công khai hoạt động. Chẳng lẽ nhà nước Việt Nam cảnh giác đối với nhân dân đã trải qua 68 năm làm cách mạng của mình hơn cả bọn thực dân Pháp! Chúng ta hãy nhìn ra thế giới văn minh, nhìn gần hơn là các nước quanh vùng để thương cho dân mình và mau chóng thực hiện các quyền tự do đã bị treo suốt 68 năm.

Xã hội dân sự bao trùm tất cả các mặt của đời sống xã hội cho nên nó vô cùng quan trọng. Thời đại toàn cầu hóa cho thấy con đường văn minh của nhân loại có những điểm chung giống nhau trong sự vận dụng các giá trị phổ quát, hình thành mô hình xã hội tiến bộ, phát triển, gồm có " bộ ba" không thể thiếu một, đó là: xã hội dân sự, kinh tế thị trường và nhà nước pháp quyền.

Sau khi các mạng xã hội "lề trái" lần lượt đăng tải bài trên của tôi, Chi bộ gấp rút tổ chức họp nhận xét bài "Kính gửi Hội nghị Trung ương 8" là phản động,vì đã cổ vũ cho đa nguyên đa đảng,phủ nhận thành quả cách mạng của Đảng và nhân dân ta. Cuộc kiểm thảo chưa xong thì trên báo Lao Động có bài của Tiến sĩ Nguyễn Sĩ Dũng phó Chủ nhiệm Quốc hội bào chữa cho độ trễ trong nhận thức về cái tất yếu của những tư tưởng dân chủ đang tràn vào đất nước, kích thích tôi viết tiếp bài "Kìa! cái tất yếu đang lừng lững đi tới". Đây là "giọt nước làm tràn ly" đối với Đảng cộng sản.

KÌA! CÁI TẤT YẾU ĐANG LỪNG LỮNG ĐI TỚI!

1– Vì sao quốc hội không thể nhận thức được "cái tất yếu"?

Sau khi Hiến pháp được Quốc hội thông qua với số phiếu áp đảo, dư luận cả nước sôi hẳn lên. Các giáo sư, tiến sĩ Mác – Lê phân tích "Hiến pháp thể chế hóa Cương lĩnh của Đảng được Quốc hội thông qua là thắng lợi của ý Đảng lòng dân". Tổng bí thư Nguyễn Phú Trọng nói *"Hiến pháp mới sẽ nói lên tiếng nói của 90 triệu đồng bào"*. Báo Nhân Dân đăng bình luận "Hiến pháp (sửa đổi) – *một bước tiến lịch sử"*. Nhưng có sự phản ứng ngược lại. Nhà văn Võ Thị Hảo kêu lên *"ngày thông qua Hiến pháp là ngày tang khốc của dân tộc"*. Đảng viên Lê Hiếu Đằng, người từng bị chế độ Sài Gòn kết án tử hình tuyên bố từ bỏ Đảng. Hôm sau, đảng viên tiến sĩ Phạm Chí Dũng một cây bút bình luận thời sự chính trị xuất sắc, gửi tâm thư xin ra Đảng, bởi *"sự lãnh đạo toàn diện của Đảng chỉ mang hơi thở và bóng hình của các nhóm lợi ích"*. Tiếp theo, đảng viên, bác sĩ Nguyễn Đắc Diên ra Đảng nhưng hứa hẹn *"khi nào Đảng thực sự hoàn lương, nắm vững ngọn cờ dân tộc vứt bỏ ngọn cờ xã hội chủ nghĩa thì tôi lại phấn đấu xin vào"*. Đảng viên Nguyễn Minh Đào gần 80 tuổi đời, gần 60 tuổi Đảng cảnh báo *"đất dưới chân Đảng đang rung chuyển, tôi mong Đảng hãy kịp thời hành động, đừng để quá muộn"*!

Lời nói đầu Hiến Pháp mới viết rằng, Hiến pháp này "kế thừa Hiến pháp 1946". Nếu đúng như vậy thì cũng đã đáp ứng được phần lớn đòi hỏi của số khá đông đảng viên và nhân dân rồi, vậy tại sao vấp phải phản ứng dữ dội như vậy? Không đúng! Hiến pháp 1946 và Hiến pháp mới khác nhau về ý thức hệ, cho nên không có chuyện kế thừa! Hiến pháp 1946 đề cao vai trò của nhân dân, đảm bảo các quyền cơ bản của nhân dân, quy định nhân dân tham gia quyết định các sự kiện trọng đại của đất nước bằng quyền phúc quyết sau khi đã được Quốc hội thông qua. Hiến pháp 1946 quy định nhà nước pháp quyền, với tam quyền phân lập, điều mà Tuyên ngôn dân quyền và nhân quyền của Pháp năm 1879 ở Điều 16 viết: *"Ở một xã hội mà quyền con người không được đảm bảo, nguyên tắc tam quyền phân lập không được tôn trọng thì Hiến pháp có được ban hành hay không cũng chẳng có ý nghĩa gì"*. Khác với Hiến pháp 1946, Hiến pháp mới quy định cho một tổ chức chính trị được quyền lãnh đạo nhà nước và xã hội mà không cần phải qua bầu cử của nhân dân, quy định lực lượng vũ trang phải tuyệt đối trung thành với tổ chức chính trị ấy.

Giống như bào chữa cho việc bỏ phiếu thông qua Hiến pháp của Quốc Hội, tiến sĩ Nguyễn Sĩ Dũng, phó Chủ nhiệm văn phòng Quốc hội cho rằng: *"Hai năm qua, những tư tưởng về chủ nghĩa lập hiến, về chủ quyền nhân dân, về quyền con người, về cơ chế kiểm soát quyền lực... đã tràn vào nước ta, thắp sáng khối óc và con tim của hàng triệu người Việt. Tuy nhiên, nhận thức về sự tất yếu như vậy nhiều khi khó đạt một cách dễ dàng. Một độ trễ nhất định của nhận thức so với thực tiễn đã đầy 'đa nguyên' của đời sống kinh tế là rất khó tránh khỏi"*. Lời bào chữa của ông không giúp được "hạ nhiệt" dư luận mà trái lại đã làm cho người đọc thêm bức xúc: *"Tại sao những tư tưởng khai sáng tràn vào thắp sáng được khối óc, con tim của hàng triệu người Việt mà nó lại không thể thắp sáng nổi đầu óc, con tim của gần 500 đại biểu Quốc hội, trong đó có hơn 90% là đảng viên, và có mặt tất cả các ủy viên Bộ chính trị của Đảng tiên phong lãnh đạo, những đại biểu ưu tú mang trí tuệ của dân tộc và thời đại"?* Điều ấy gây khó cho những ai muốn bào chữa họ là những đại biểu ưu tú của nhân dân!

Mọi người đều biết "tất yếu và ngẫu nhiên" là một cặp phạm trù triết học phản ánh mối liên hệ khách quan giữa các hiện tượng trong quá trình biến đổi, phát triển của thế giới. Tất yếu là cái nhất thiết phải xảy ra trong những điều kiện nhất định, còn ngẫu nhiên là cái có thể xảy ra hay không thể xảy ra, có thể xảy ra thế này hay thế khác. Tất yếu gắn liền với những nguyên nhân bên trong, bản chất của hiện tượng, là xu hướng phát triển cơ bản của hiện tượng. Cái tất yếu mở đường đi cho nó thông qua vô số những cái ngẫu nhiên, còn cái ngẫu nhiên thì trở thành biểu hiện, bổ sung cho cái tất yếu. Cái tất yếu được chỉ ra trong các quy luật động học có độ xác định cao (Từ điển Bách khoa).

Nhiều học giả trên thế giới và trong nước đều khẳng định rằng, tự do, dân chủ, nhân quyền là xu thế tất yếu của thời đại mà mọi quốc gia nhanh hay chậm đều phải đi đến. Vậy nếu đi ngược lại cái tất yếu thì điều gì sẽ xảy ra? Chắc chắn phía trước tiềm ẩn nhiều tai họa!

Đại văn hào Stephan Zweig cho rằng *"luôn có những con chim báo bão, sứ giả của trí tuệ, đi trước những tai họa lớn bằng sự bay của mình"*. Tiếc thay tiếng chim báo bão ở nước ta không có người lắng nghe!

2– "Đến hết thế kỷ này chưa biết đã có chủ nghĩa xã hội hoàn thiện ở việt nam hay chưa"!

Trên đây là câu nói của Tổng bí thư Nguyễn Phú Trọng khi góp ý sửa đổi Hiến pháp. Ông vốn là tiến sĩ về lý luận xã hội chủ nghĩa Mác – Lê, là người đứng đầu Đảng cộng sản nhận nhiệm vụ *"đưa đất nước từng bước quá độ lên CNXH với nhận thức và tư duy đúng đắn, phù hợp với thực tiễn Việt Nam"* (Cương lĩnh bổ sung, phát triển năm 2011). Vậy câu nói của ông nên hiểu là với "nhận thức và tư duy" thế nào?

Theo lý luận Mác– Lê thì ở thời kỳ quá độ, chuyên chính vô sản phải thi hành các chính sách nhằm tạo ra *"điều kiện tiên quyết của công cuộc xây dựng chủ nghĩa xã hội là xây dựng nền công nghiệp xã hội chủ nghĩa hùng mạnh và tiến hành hợp tác hóa kinh tế nông dân. Thời kỳ quá độ kết thúc sau khi đã tiêu diệt thành phần tư bản chủ nghĩa ở thành thị và nông thôn, chủ nghĩa xã hội thắng lợi trong toàn bộ nền kinh tế quốc dân"* (từ điển kinh tế, nxb CTQG Liên Xô năm 1958, nxb Sự thật in lại 1962). Về thời kỳ quá độ, Đại hội 11 kết luận: *"Mục tiêu tổng quát khi kết thúc thời kỳ quá độ ở nước ta là xây dựng được về cơ bản nền tảng kinh tế của chủ nghĩa xã hội với kiến trúc thượng tầng về chính trị, tư tưởng, văn hóa phù hợp, tạo cơ sở để nước ta trở thành một nước xã hội chủ nghĩa ngày càng phồn vinh, hạnh phúc"*. Nội dung này trung thành với nguyên lý nói trên và không gây cảm giác "chuyện ấy còn lâu".

Nhiều nhà nghiên cứu trên thế giới bác bỏ khả năng thực hiện "quá độ xã hội chủ nghĩa" nói trên. Nhưng có lẽ sự bác bỏ có sức thuyết phục mạnh nhất là việc các nước SNG trong Liên Xô cũ và các nước Đông Âu vứt bỏ hoàn toàn lý thuyết nói trên để thực hiện nền dân chủ pháp quyền, kinh tế thị trường hiện đại và xã hội dân sự.

Nguyên nhân khiến cho chủ nghĩa xã hội không thể vượt qua được chiếc cầu "quá độ" là vì nó mang nhiều khuyết tật không thể khắc phục, trong đó có hai vấn đề lớn nhất:

Một là, chế độ độc tài toàn trị từng bước làm thoái hóa Đảng cộng sản cách mạng, vốn đặt mục đích vì lợi ích người lao động, cuối cùng lại trở thành Đảng quan liêu, đặc quyền đặc lợi, tham nhũng, đứng trên nhân dân. Tình trạng này không thể khắc phục được, bởi như nhận định của lý thuyết gia chính trị Lord Acton "Quyền lực dẫn tới tha hóa. Quyền lực tuyệt đối thì tha hóa tuyệt đối". Các Đảng cộng sản đều kêu gọi đảng viên gần dân, dựa vào dân, nhưng mọi quyền lợi của họ đều do Đảng quyết định, cất nhắc, phân công cho nên không có đảng viên nào thấy cần phải dựa vào dân. Hơn nữa, những điều người dân đòi hỏi mà trái với Nghị quyết của Đảng thì họ phải nhân danh Đảng bác bỏ, thậm chí trù dập, để bảo vệ quyền lãnh đạo tuyệt đối của Đảng. Nền dân chủ xã hội chủ nghĩa là "Đảng cử dân bầu".

Hai là, chế độ xã hội chủ nghĩa triệt tiêu quyền sở hữu tài sản cá nhân tức là quyền tự do về kinh tế, khiến cho con người mất động lực lao động sản xuất và sáng tạo. "Cha chung không ai khóc", "của chung là của chùa" khiến cho "làm thì nhác, chia chác thì siêng". Lê Nin cho rằng quyết định cuộc đấu tranh "ai thắng ai" là ở năng suất lao động bên nào cao hơn. Nhưng kết cục, năng suất lao động ở các quốc gia xã hội chủ nghĩa đều thấp, hàng hóa làm ra vừa ít, vừa kém chất lượng. Đời sống vật chất không được cải thiện, trong khi đời sống tinh thần không có tự do, nhân dân không thể mãi cúi đầu cam chịu.

Đảng cộng sản Việt Nam may mắn hơn các Đảng cộng sản ở một số nước là: Nhân dân ta nhạy bén, dám phản ứng khi nhìn thấy khuyết tật lộ ra sau cải tạo xã hội chủ nghĩa; Đảng có nhiều nhà lãnh đạo biết lắng nghe nhân dân, âm thầm cùng họ "xé rào" (tức là vượt qua các nguyên lý xã hội chủ nghĩa), như Võ Văn Kiệt, Trần Phương, Đoàn Duy Thành, Nguyễn văn Chính, Nguyễn văn Hơn, Bùi văn Giao... Nhờ đó, Đảng có thể lãnh đạo cuộc đổi mới kinh tế của Đại hội 6 năm 1986. Với cách nói né tránh là "xóa bỏ cơ chế tập trung quan liêu bao cấp", thực ra đó là xóa bỏ cơ chế xã hội chủ nghĩa của chủ nghĩa Mác– Lê mà nội dung đã trích dẫn ở trên. Chấp nhận nền kinh tế nhiều thành phần, trong đó có thành phần kinh tế tư bản, nhưng né tránh tên cúng cơm để gọi là doanh nhân. Tuy nhiên về mặt chính trị thì hầu như 28 năm qua không có sự tự giác đổi mới đáng kể, chỉ vì sợ mất vị trí độc quyền toàn trị. Ngay trong khóa 6, ông Trần Xuân Bách, ủy viên Bộ chính trị chỉ vì đề nghị đổi mới chính trị song song với đổi mới kinh tế đã lập tức bị sa thải!

Đại hội 7, Đại hội 8 vẫn nhắc lại đổi mới kinh tế là *"điều kiện quan trọng để tiến hành thuận lợi đổi mới chính trị"*, nhưng lại *"bác bỏ lợi dụng dân chủ, nhân quyền nhằm quấy rối về chính trị"*. Đại hội 9 rút ra 4 bài học đổi mới không nhắc gì đến đổi mới chính trị. Điều lạ lùng là Đại hội này lại khẳng định *"con đường quá độ đi lên chủ nghĩa xã hội của nước ta bỏ qua chủ nghĩa tư bản"*. Thật là cố bám lấy mớ lý luận giáo điều một cách hết sức nông nổi, dù rằng thừa nhận *"tình trạng tham nhũng suy thoái về tư tưởng chính trị, đạo đức, lối sống ở một bộ phận không nhỏ cán bộ, đảng viên là rất nghiêm trọng."*, bởi vì không nhận thức được nguyên nhân suy thoái là do không đổi mới chính trị. Đại hội 10, quyết định: *"Phát triển kinh tế là trọng tâm, xây dựng Đảng là then chốt, và phát triển văn hóa tinh thần"*; đồng thời cảnh báo tình trạng suy thoái đa dạng và nghiêm trọng hơn khóa trước: *"Suy thoái chính trị, đạo đức lối sống, bệnh cơ hội, chủ nghĩa cá nhân, tệ quan liêu, tham nhũng, lãng phí trong một bộ phận cán bộ, công chức diễn ra nghiêm trọng. Nhiều tổ chức cơ sở Đảng thiếu sức chiến đấu"*. Trước thềm Đại hội 11, nhiều đảng viên, trong đó có nguyên ủy viên Bộ chính trị và Ủy viên Trung ương, kiến nghị phải đổi mới chính trị. Ý kiến các đồng chí này không được nghe, họ còn bị quy chụp là suy thoái chính trị, "tự diễn biến"! Đại hội 11 nhắc lại *"Đổi mới chính trị phải đồng bộ với đổi mới kinh tế theo lộ trình thích hợp"*. Nhưng không nêu ra được những nội dung tự do, dân chủ của thời đại vào lộ trình đổi mới chính trị. Các văn kiện vẫn tiếp tục khái niệm "mở rộng dân chủ" mà mấy mươi năm trước, Trần Xuân Bách đã bác bỏ: *"Dân chủ không phải do lòng tốt của những người lãnh đạo muốn ban ơn cho dân, thấy thuận lợi thì mở rộng thấy bất tiện thì thu hẹp. Dân chủ không có chỗ cho những ai muốn lợi dụng"*. Thực hiện nghị quyết Đại hội 11, Hội nghị TƯ 4 ra Nghị quyết xây dựng Đảng, tìm biện pháp khắc phục tình trạng mà một nhà lãnh đạo Đảng đã chẩn đoán *"Tình trạng suy thoái trong Đảng đã nặng lắm rồi, như căn bệnh ung thư đã di căn"*. Đáng buồn là biện pháp chủ yếu để trị "ung thư đã di căn" được HN TƯ 4 đề ra chỉ là trung thành với quan điểm của nguyên Tổng bí thư Lê Duẩn *"Chúng ta là nhà nước xã hội chủ nghĩa,chúng ta không cần pháp luật,chúng ta chỉ cần phê bình tự phê bình là đủ".* Nhà văn Vũ Tú Nam xót xa bình luận *"Đảng như con cá ngúc ngoắc trong ao cạn"!*

Đến đây, đã có thể hiểu được vì sao Tổng bí thư Nguyễn Phú Trọng đặt mục tiêu xã hội chủ nghĩa xa vời đến thế. Ông đã thấy *"Tham nhũng tổ chức thành đường dây chứ không phải từng người ăn mảnh, họ đua nhau tham nhũng"*. Đảng viên có chức, có quyền, "một bộ phận không nhỏ" là những "tư bản đỏ" nắm quyền vận hành nền kinh tế theo thứ *"chủ nghĩa tư bản hoang dã"*. Ông thấy không thể nào *"cải tạo xã hội chủ nghĩa"* đối với họ. Vậy thì, làm sao biết hết thế kỷ này đã có chủ nghĩa xã hội hay chưa! Ông thấy bất lực trước thực tế, nhưng tiếc thay tại sao vẫn cố buộc cả dân tộc phải đi *"đường xa nghĩ nỗi sau này mà kinh"!*

Người viết xin được nhắc lại lời của Alexander Ivanovich Herzen, một nhà tư tưởng Nga lỗi lạc: *"mục đích mà xa bất tận thì không phải là mục đích nữa,– nếu anh muốn, chỉ là mánh khóe thôi; mục đích thì phải gần hơn, ít nhất cũng như tiền lương hay khoái cảm trong lao động. Cuộc sống không thỏa mãn với những ý tưởng trừu tượng, không chịu vội vã, cứ chậm chạp. Cho phép tôi được hỏi anh, do đâu mà anh cảm thấy thế giới bao quanh chúng ta lại vững chắc và trường tồn đến thế"?*

3– Từ bản kiến nghị 1 người ký, đến "kiến nghị 72"

Đầu năm 1991, trước thềm Đại hội 7, tình hình kinh tế đã có chuyển biến khá, nhưng đất nước chưa thoát khỏi khủng hoảng. Một số lão thành cách mạng họp nhau nhận diện cuộc khủng hoảng và bàn bạc tìm lối ra. Các cụ nhất trí giao cho ông Nguyễn Kiến Giang, nguyên Phó giám đốc Nhà xuất bản Sự thật chấp bút. Đến tháng 3–1991 bản kiến nghị viết xong với tựa đề là "Khủng hoảng và lối ra". Các cụ họp lại đọc, tất cả đều tán thành, nhưng chỉ có cụ Lê Giản, nguyên giám đốc Nha Công an đầu tiên đồng ý ký tên, số còn lại mỗi người nêu một lý do để từ chối ký tên! Bởi tháng 3 năm 1990 ông Trần Xuân Bách đã bị kỷ luật vì những luận điểm na ná bản kiến nghị này. Thế mới biết ở thời ấy nỗi sợ hãi thật là ghê gớm. Trước tình hình đó, Nguyễn Kiến Giang đành xin phép các cụ một mình ông ký tên và gửi cho Bộ chính trị!

Bản kiến nghị Khủng hoảng và lối ra dài hơn 17 trang giấy A 4, hơn 10.000 từ. Xin lược ghi những điểm quan trọng:

Đặt vấn đề

Tình trạng khủng hoảng nghiêm trọng kéo dài là hiện thực cơ bản bao trùm toàn bộ đời sống xã hội nước ta không ai không thừa nhận. Văn kiện Đảng gọi là khủng hoảng kinh tế xã hội, nhưng thực chất của nó là thế nào? Nguyên nhân chủ yếu? Có khả năng thoát ra khỏi khủng hoảng hay không? Thoát ra bằng lối nào?

Khủng hoảng

Đây là khủng hoảng toàn diện, khủng hoảng tổng thể xã hội: kinh tế và xã hội, tinh thần và đạo đức, tư tưởng và chính trị. Khủng hoảng ở mỗi lĩnh vực vừa là nguyên nhân vừa là hậu quả củ khủng hoảng ở các lĩnh vực khác.

Các quan hệ sở hữu không phù hợp với trình độ phát triển kinh tế, do đó vẫn tiếp tục kiểm hãm và phá hoại những năng lực sản xuất xã hội. Rõ nhất là ở khu vực nhà nước, đang biến thành ổ chứa những bệnh tật hiểm nghèo: tham nhũng, buôn lậu và lãng phí vô tội vạ. Những phần tử thoái hóa biến chất trong bộ máy nhà nước móc ngoặc với những phần tử lưu manh kết thành những mafia có thế lực khá lớn.

Sự phân hóa xã hội không lành mạnh đang diễn ra Nghèo khổ, lạc hậu cộng với bất công xã hội làm cho tình hình xã hội rất ngột ngạt. Trong hoàn cảnh đó, khủng hoảng tinh thần là không thể tránh khỏi. Chưa bao giờ con người sống chông chênh và lo lắng như bây giờ. Tội ác xảy ra ngày càng tăng, mang những hình thức nghiêm trọng hiếm thấy. Các giá trị tinh thần bị lật ngược: Người ngay sợ kẻ gian, người lương hiện có năng lực sống khổ cực hơn kẻ cơ hội, xu nịnh trở hành một phổ biến.

Khủng hoảng có khía cạnh quốc tế. Xu thế dân chủ hóa phát triển rộng rãi và mạnh mẽ. Trong khi đó nước ta vẫn sống cô lập với thế giới bên ngoài. Tính chất lạc hậu và lạc điệu của nước ta càng nổi bật lên, tạo thành một sức ép tinh thần lớn đối với nhân dân, nhất là lớp trẻ và giới trí thức.

Khủng hoảng ở nước ta hiện nay tập trung lớn nhất ở khủng hoảng chính trị. Đảng duy trì địa vị độc tôn quá lâu, biến sự lãnh đạo của mình là một tất yếu khách quan trong đấu tranh giải phóng dân tộc thành chế độ đảng trị hiện nay là một áp đặt chủ quan. Đảng đã tự đánh mất uy tín vốn có. Trong điều kiện đó không thể nói tới một nhà nước pháp quyền. Xã hội sống gần như không có luật pháp. Chỉ cần nhắc tới một sự thật là đã phát hiện 10.000 vụ tham nhũng, nhưng chỉ đưa ra xét xử vài chục vụ mà cũng không xét xử đến nơi đến chốn.

Lối ra

Về mặt quốc tế: Quốc tế hóa kinh tế, tiến bộ khoa học công nghệ, dân chủ hóa đời sống xã hội của nhân loại đang tạo cho chúng ta những điều kiện hòa chung với trào lưu văn minh hiện đại.

Trong nước, những lực lượng ủng hộ đổi mới có ở khắp nơi, chỉ cần có sự lãnh đạo sang suốt. Có 2 điểm cần làm rõ:

1– Bài học Đông Âu không phải là kiềm giữ, bị động đối phó với dân chủ hóa và đổi mới chính trị mà phải là chủ động thực hiện dân chủ hóa và đổi mới chính trị từng bước vững chắc triệt để.

2– Dân chủ hóa không đe dọa sẽ tước mất vai trò lãnh đạo của Đảng. Chỉ có Đảng nào không gắn bó với nhân dân, biến sự lãnh đạo của mình thành chế độ đảng trị và cố bám giữ lấy nó thì mới sụp đổ.

Chuẩn bị mảnh đất tốt cho sự phát triển lâu dài của đất nước trên nền tảng văN minh chung của loài người đã được khảo nghiệm là xã hội dân sự (Nguyễn Kiến Giang "Nội dung thuật ngữ Xã hội công dân"), kinh tế thị trường, nhà nước pháp quyền.

Phải tách Đảng ra khỏi chức năng nhà nước, tách nhà nước ra khỏi chức năng quản lý, điều hành kinh tế, mới có thể vận hành có hiệu quả guồng máy kinh tế xã hội.

Thay đổi quan hệ sở hữu: Chuyển sở hữu nhà nước thành sở hữu cổ phần và sở hữu tư nhân những phần còn lại. Đối với nông dân thực hiện quyền có (droit de possession) về ruộng đất lâu dài, kể cả quyền thừa kế và chuyển nhượng.

Hoàn thiện hệ thống pháp luật theo hướng xây dựng xã hội dân sự, nhà nước pháp quyền sát chuẩn mực quốc tế.

Phát huy năng lực trí tuệ của giới trí thức. Tôn trọng tự do tư tưởng, tự do sáng tác, tự do báo chí. Xóa bỏ độc quyền chân lý là một yêu cầu bức bách về chính trị.

Chuyển quyền lực chính trị từ các cơ quan Đảng sang các cơ quan đại diện quyền lực nhân dân. Tuyên bố xóa bỏ Điều 4 Hiến pháp quy định vai trò của Đảng là lực lượng duy nhất lãnh đạo nhà nước, lãnh đạo xã hội. Sự lãnh đạo của Đảng đối với xã hội chỉ được thực hiện bằng phương pháp thuyết phục.

Mặt trận Tổ Quốc đứng ra triệu tập một Đại Hội quốc dân mới theo kinh nghiệm Đại hội quốc dân ở Tân Trào trước khởi nghĩa Tháng 8 1945 để bàn và quyết định Một chương trình khắc phục khủng hoảng.

Theo tinh thần hòa hợp, hòa giải, đoàn kết dân tộc, Đảng chỉ cần bảo đảm cho mình một nửa số đại biểu, hoặc một đa số tương đối trong Quốc hội.

Bản kiến nghị với những điều đặt ra hết sức thiện chí đã bị xếp xó Do đó mà sau 22 năm, tình trạng khủng hoảng toàn diện của đất nước đã tăng lên theo cấp số nhân! Thực tế đất nước và nguyện vọng bức xúc của nhân dân đã hun đúc đưa tới sự ra đời của Bản kiến nghị 72. "Kiến nghị 72" là liều thuốc mạnh chữa một bệnh trạng của Đảng độc quyền lãnh đạo "ung thư đã di căn", gồm các điểm quan yếu:

– *Theo nguyên tắc chủ quyền nhân dân, không định trước vai trò lãnh đạo nhà nước và xã hội thuộc một tổ chức chính trị.*

– *Quy định quyền con người theo đúng tinh thần Tuyên ngôn về quyền con người năm 1948 và các Công ước quốc tế.*

– *Đất đai thuộc nhiều quyền sở hữu: tư nhân, tập thể, cộng đông, nhà nước.*

— Nhà nước pháp quyền với tam quyền phân lập.

— Quyền phúc quyết Hiến pháp của nhân dân.

— Quân đội chỉ trung thành với Tổ quốc.

Trí tuệ và tầm vóc lớn lao của kiến nghị lần này không phải ở con số gấp 72 lần, cũng không phải 15.000 lần tương ứng với số người đã hưởng ứng ký tên. Điều quan trọng là nó mang sức mạnh tỉnh thức của nhân dân, nhận ra cái tất yếu nhất thiết phải xảy ra! Một số nhà lý luận "phò chính thống" (theo cách nói của Nguyễn Kiến Giang) cố cãi chày cãi cối rằng, 72 hoặc 15000 vẫn là thiểu số. Các ông không nhớ rằng, Kim Ngọc, người khai sinh khoán 10 là rất thiểu số! Đảng Cộng sản Việt Nam năm 1945 với 5000 đảng viên là rất thiểu số! Vấn đề không phải là ít hay nhiều mà là tiềm năng có thể nhân lên nhanh chóng để chiến thắng, hoặc ngược lại thì, dù là một thực thể khổng lồ nhưng rất dễ bị thoái hóa, lụi tàn. Điều quyết định là ở chỗ thuận theo lòng dân và hợp với xu thế tất yếu của thời đại.

Tiếc thay, bản Hiến pháp thể chế hóa Cương lĩnh vừa được thông qua, không đếm xỉa gì đến góp ý của nhân dân!

4— Xin chớ vội reo mừng, cũng đừng buồn tang khốc!

Vô cùng chia sẻ sự âu lo của nhà văn Võ Thị Hảo khi nghe bà đau đớn kêu lên, ngày thông qua Hiến pháp là ngày "tang khốc" của dân tộc! Xin đừng quá đau buồn, hãy nhìn kìa, sự tất yếu vẫn cứ đang lừng lững đi tới!

Biên soạn bản Hiến pháp này, người ta đã rất dày công,

khéo léo chọn từng câu, tìm từng chữ để hóa trang cho nó có bộ mặt dân chủ, nhân quyền. Trước kia, Stalin, Mao Trạch Đông không cần điều đó. Nói chi xa, Hiến pháp 1980 không cần điều đó. Nghĩa là thời đại đã dần dần buộc dù muốn toàn trị cũng không được ngang nhiên, mà phải khéo diễn đạt bằng ngôn từ tự do dân chủ! Và khi đã đóng vai ông THIỆN thì không thể vung dùi cui bạt mạng được!

5- "Viết hoa chữ Nhân dân" thì sẽ có chủ quyền nhân dân?

Ngày 9- 12 2013 họp báo công bố Hiến pháp, ông Phan Trung Lý chủ nhiệm Ủy ban Pháp luật của Quốc hội cho biết *"lần đầu tiên trong Hiến pháp, chúng ta viết hoa chữ 'Nhân dân' nâng lên một bước vai trò của Nhân dân, Hiến pháp trước hết khẳng định chủ quyền của Nhân dân".*

Viết hoa chữ nhân dân là học cách nói của nhà văn Maxim Gorky khi ông nói *"Con người viết hoa"* để tỏ ý trân trọng con người lao động và tự do, chứ không phải ông viết hoa chữ con người trong các tác phẩm của mình! Tuy vậy, không vì cách nói của ông mà làm cho nhà nước xô viết Stalin tôn trọng con người, để nhờ đó mà tránh khỏi diệt vong. Các nhà ngôn ngữ sẽ cho ý kiến cách viết đó có đúng ngữ pháp hay không, nhưng vấn đề cần nói là liệu viết hoa tất cả chữ nhân dân trong Hiến pháp có tạo ra được điều kiện để khẳng định chủ quyền nhân dân trong thực tế? Xin nêu 2 điểm sau đây để cùng suy nghĩ:

– Khiếu kiện là một hình thức tỏ bày ý kiến rất cao so với những kiến nghị ở các cuộc họp, hoặc góp ý của cử tri. Tổng bí thư Nguyễn Phú Trọng nói *"Không ai thích thú gì đi khiếu kiện"*. Vậy thì tại sao người dân bắt đầu khiếu kiện suốt hơn 10 năm qua mà cho đến nay nguyên nhân chính của nó là lời hứa "người cày có ruộng" từ những năm 30 và trước cuộc cải cách ruộng đất ở thế kỷ trước, vẫn chưa được ghi nhận trong Hiến pháp này? Chắc chắn từ đây về sau, người nông dân sẽ không thể câm lặng!

– Chủ quyền nhân dân nằm trong cái khung của Cương lĩnh! Đại biểu Dương Trung Quốc khi trả lời chuyện ông không bỏ phiếu tán thành Hiến pháp: *"Khi đặt lên bàn thì phải nói là các nhà lãnh đạo Quốc hội cũng rất muốn mở rộng dân chủ để mọi người tham gia. Có lẽ cuộc thảo luận đó nó đã khá rộng rãi và nó đi quá giới hạn mà theo tôi quan niệm, là vượt quá xa Cương lĩnh của Đảng cộng sản cho nên về sau họ điều chỉnh lại"*. Như vậy "chủ quyền nhân dân" không thể vượt qua cái khung mà Đảng đặt ra trước đó!

6– Ở các nước dân chủ, Hiến pháp là quyền lực tối thượng

Các Đảng cầm quyền ở các xã hội dân chủ phải xây dựng cương lĩnh của Đảng sao cho nhân dân thấy rằng Cương lĩnh đó có chất lượng thực thi Hiến pháp hiệu quả nhất. Khi quyền con người được Hiến pháp ghi nhận thì nhân dân cứ theo đó mà thực hiện, không phải "theo quy định của pháp luật" để cắt xén vô lối. Ngay dưới chế độ thực dân Pháp, ngày 22– 7– 1938, Đảng cộng sản Việt Nam đã ra báo Dân chúng không xin phép tại số nhà 43– đường Hamelin (nay là Lê Thị Hồng Gấm, quận 1, TP HCM). Chính quyền thực dân Pháp đã chấp nhận. Chẳng lẽ sau nửa thế kỷ đổ bao xương máu để giành độc lập, tự do, người Việt Nam thực hiện quyền tự do ngôn luận theo Hiến pháp lại bị trấn áp bởi Đảng cộng sản mà mình đã cưu mang? Chẳng lẽ người Việt Nam có một nhà nước *"dân chủ gấp vạn lần hơn"* như lời bà Phó chủ tịch nước, lại không thể tự do lập ra một cái Hội nhà văn cỡ như Tự lực Văn đoàn dưới nanh vuốt của thực dân Pháp? Nhà nước Việt Nam vừa đắc cử vào Hội đồng Nhân quyền thế giới với số phiếu cao tuyệt đối. Vậy thì thế giới nhìn vào Việt Nam, họ sẽ nghĩ sao? Và nhân dân Việt Nam nhìn ra thế giới sẽ nghĩ sao về thân phận của mình? Xin đừng quá bi quan! Một sự kiện có tính lịch sử: ngày 23 tháng 9– 2013, Diễn đàn Xã hội Dân sự đã ra đời với một ban cố vấn gồm có 8 vị có uy tín đã công khai danh tính. Diễn đàn xã hội dân sự thành lập trang mạng với bài vở nhiều chiều, phong phú, do Tiến sĩ Nguyễn Quang A và nhóm trị sự điều hành, qua 2 tháng có hàng triệu khách ghé thăm. Sự kiện này cho thấy, nhân dân Việt Nam bắt đầu hiểu rằng quyền con người là do "tạo hóa ban tặng" không phải cúi xin và chờ được cho. Quyền dân chủ cũng phải đấu tranh để đạt tới chế độ bầu cử tự do, các ứng viên cạnh tranh bằng một chương trình kinh tế xã hội để nhân dân chọn lựa, từ đó mới xây dựng được Quốc hội thực sự của dân, do dân, vì dân.

7– Cái tất yếu sẽ đến với nụ cười hay với gươm súng?

Để chứng minh Đảng cộng sản Việt Nam xứng đáng là Đảng lãnh đạo, TBT Nguyễn Phú Trọng nói: *"Một Đảng gần dân, liên hệ mật thiết với nhân dân, bảo vệ quyền lợi của nhân dân và chịu sự giám sát của nhân dân và chịu trách nhiệm trước nhân dân về những quyết định của mình. Đảng như thế mới là Đảng lãnh đạo chứ"*!

Như vậy là từ nay nhân dân sẽ đòi: Không thể để cho một ông Tổng bí thư Nông Đức Mạnh bất chấp việc Trung Quốc xâm chiếm Hoàng Sa, ngang nhiên khẳng định Trường Sa, Biển Đông là của họ, vẫn cứ sang Tàu cam kết đưa họ lên vùng đất Tây nguyên có ý nghĩa chiến lược về an ninh, để khai thác bô xít, tàn phá môi trường, đe dọa nguồn nước sông Đồng Nai, bán alumina cho họ dưới giá thành, mà không bị gọi ra tòa! Từ nay, Đảng sẽ phải chịu trách nhiệm về việc "kinh tế nhà nước giữ vai trò chủ đạo" ghi trong Hiến pháp thể chế hóa Cương lĩnh", nếu nó tiếp tục gây thất thoát cỡ Vinashin. Đảng sẽ phải chịu trách nhiệm về việc từ chối nội dung nhà nước pháp quyền với tam quyền phân lập, nếu nạn tham nhũng tiếp tục hoành hành không thể ngăn chặn. Nhân dân phải có tiếng nói của mình khi câu *"tình trạng tham nhũng diễn biến phức tạp, chưa ngăn chặn được"* cứ lặp đi lặp lại từ nghị quyết Đại hội này sang Đại hội khác. Mới đây, ngày 13– 12– 2013, Tổ chức Minh bạch Quốc tế xếp Việt Nam tham nhũng đứng thứ 4 Châu Á, chỉ khá hơn 3 nước đại tham nhũng là Bắc Triều Tiên, Apganistan, Somalia. Đảng sẽ phải chịu trách nhiệm, nếu như năm 2014, Tổ chức Minh bạch thế giới lại tiếp tục có đánh giá tương tự?

Cái tất yếu sẽ đến một cách hòa bình như vậy. Trong xu thế hội nhập quốc tế không có điều gì bưng bít được, cũng không có điều gì bị kiêng kỵ cho rằng chỉ phù hợp với Phương Tây. Bởi ông cha ta ngày xưa đã dám cắt bỏ cái búi tóc mà theo văn hóa truyền thống "cái tóc là gốc con người", tức là các cụ đã làm theo văn minh phương Tây đấy!

Lịch sử cho thấy, xu thế tất yếu nhất thiết phải xảy ra, không có thế lực nào ngăn chặn được. Nhưng tùy hoàn cảnh, điều kiện, nó sẽ đến nhanh hay chậm và với hình thức nào. Con người có thể tác động để tạo ra điều kiện tương ứng. Nếu các thế lực độc tài, bảo thủ điên cuồng ngăn chặn bằng vũ lực thì cái tất yếu sẽ đến cùng với gươm và súng. Đó là bài học Lybia, Syria.

Tuy không cưỡng chế nhân dân bằng vũ lực, nhưng lại cố chần chừ, không chịu mau chóng cải cách chính trị thì, nó sẽ đến với cách mạng hoa cam, hoa nhài, như ở Ucraina. Dù không đổ máu, nhưng nó cũng gây xáo trộn, ngưng trệ sự phát triển đất nước. Sẽ rất may mắn nếu như đất nước có những nhà cầm quyền sáng suốt cùng nhân dân cải cách chính trị, thực hiện tự do, dân chủ thì "cái tất yếu" sẽ đến với nụ cười và niềm vui hòa hợp, hòa giải. Đó là cuộc "Đổi mới kinh tế" (có thể gọi là "cải cách một nửa"!) của Đại hội 6 ở Việt Nam và cải cách triệt để như Myanmar mới đây. Cải cách triệt để, toàn diện để đất nước không phải qua cách mạng hoa cam, hoa nhài đang là tâm nguyện của người Việt Nam yêu nước. Có thể tin rằng, cuối cùng các nhà lãnh đạo của Đảng cộng sản Việt Nam hôm nay sẽ vận dụng tốt nhất bài học từ Đại hội 6 của Đảng cộng sản Việt Nam để đón "cái tất yếu" đang hòa bình đi tới với nụ cười hòa hợp, hòa giải, đại đoàn kết dân tộc.

Ngày 14–2–2014, tôi được Đảng ủy mời họp tại văn phòng đảng ủy phường Tân Kiểng, quận 7, TP HCM, để nghe chỉ đạo tự kiểm điểm về những khuyết điểm của mình. Do không được trao văn bản, tôi đã ghi chép mấy điểm chính: Từ năm 2009 đã viết hơn 30 bài trái quan điểm của Đảng, đưa lên mạng gây tác động xấu; có 15 cuộc kiểm điểm góp ý mà không sửa chữa. Có những bài chống Trung Quốc, gây chia rẽ hai Đảng, hai nước xã hội chủ nghĩa; xuyên tạc tư tưởng Hồ Chí Minh; tự diễn biến hòa bình suy thoái chính trị: Cổ vũ tam quyền phân lập, đa nguyên, đa đảng, vi phạm 19 điều cấm đảng viên không được làm theo Quyết định 47–QĐ/TW của Bộ Chính trị. Đồng chí Công phải viết bản tự kiểm điểm và tự nhận một hình thức kỷ luật của Đảng.

Họ có văn bản gợi ý nội dung cần kiểm điểm đối với đảng viên, nhưng không đưa ra cho tôi mà chỉ nói mồm. Do đó tôi mở đầu bản kiểm điểm như trên.

BẢN KIỂM ĐIỂM CỦA TỐNG VĂN CÔNG.

VÌ SAO TÔI VIẾT BÀI "ĐỔI MỚI ĐẢNG TRÁNH NGUY CƠ SỤP ĐỔ"?

Tháng 9 năm 2009 tôi viết bài trên với mở đầu bằng câu *"Tổ quốc Việt Nam đang đứng trước hai hiểm họa: giặc ngoại xâm và giặc nội xâm"*. Từ 2005, Trung Quốc bắt đầu bắn giết đuổi bắt ngư dân đòi tiền chuộc. Ngày 9– 1– 2005, chúng bắn chết 9 ngư dân Hoằng Hóa, Thanh Hóa, bắn bị thương 9 người, bắt sống 9 người đòi tiền chuộc mỗi người hơn 100 triệu đồng. Các hãng tin nước ngoài đưa tin, ta im lặng. Sau 4 ngày, người phát ngôn Trung Quốc Khổng Tuyền tuyên bố *"qua 55 năm quan hệ ngoại giao hai nước đã bước qua giai đoạn phát triển mới vô cùng tốt đẹp"*. Tiếp theo Bộ Quốc phòng cử đoàn cán bộ quân sự cao cấp sang Trung Quốc học tập chính trị. Nhưng không vì thế mà Trung Quốc giảm bớt các hành động bắn giết, đuổi bắt ngư dân. Tháng 6 năm ngoái (2013), trong khi người dân bức xúc vì liên tiếp 2 tàu cá Quảng Ngãi, bị bắn chìm, một ngư dân chết thì báo chí đưa tin ngày 6– 6– 2013, Bộ Quốc phòng cử 22 cán bộ cao cấp sang Trung Quốc học chính trị, đây là đợt thứ 6. Năm 2009 còn có chuyện mở đầu thực hiện với Trung Quốc khai thác bô xit Tây Nguyên. Đại tướng Võ Nguyên Giáp gửi liên tiếp 3 thư yêu cầu ngưng dự án này với 2 lý do: Tây nguyên là địa bàn an ninh quốc phòng, không nên đưa nước ngoài khai thác; hai là không có hiệu quả kinh tế. Các nhà khoa học tổ chức nhiều cuộc hội thảo và kiến nghị giống như Đại tướng, có nêu thêm cảnh báo sẽ có hàng vạn tấn bùn đỏ trên cao hơn 1000 mét có thể đổ ụp xuống làm miền Đông và Sài Gòn chết khát. Nhưng Đảng, Nhà nước ta vẫn kiên trì thực hiện thông cáo chung đã được TBT Nông Đức Mạnh cam kết với Đảng bạn. Năm 2013, nhà máy Tân Rai đã cho ra sản phẩm. Trung Quốc mua dưới giá thành. Tính ra mỗi năm lỗ khoảng 100 triệu đô la. Những vị có trách nhiệm xin miễn giảm thuế và cam kết từ năm 2020 sẽ lãi to! Về hiểm họa nội xâm: Tham nhũng tỏ ra bất trị, cứ tăng nhanh từng năm, tháng. Tại Hội nghị Trung ương 3, năm 2006, Tổng bí thư Nông Đức Mạnh phát biểu "tham nhũng là một trong những nguy cơ lớn đe dọa sự sống còn của chế độ". Là một đảng viên sao có thể vô cảm trước "sự sống còn" ghê gớm ấy? Tuy nhiên dù rất nhiều cảnh báo góp ý, 6 năm sau, Tổng bí thư Nguyễn Phú Trọng trong bài diễn văn khai mạc Hội nghị Trung ương 4 sáng ngày 26 tháng 12 năm 2011 có đoạn như sau: "Đặc biệt có một câu hỏi lớn rất day dứt, trăn trở lâu nay, cần được trả lời cặn kẽ là vì sao công tác xây dựng Đảng được Trung ương rất coi trọng, đã có nhiều nghị quyết chỉ thị rất đúng, rất hay, nhiều cuộc vận động sâu rộng, nhưng kết quả vẫn chưa đạt yêu cầu? Tình trạng suy thoái về tư tưởng chính trị, đạo đức, lối sống, tệ tham nhũng, lãng phí, hư hỏng trong một bộ phận không nhỏ cán bộ đảng viên, kể cả ở cấp cao, chưa được đẩy lùi mà thậm chí ngày càng có chiều hướng nghiêm trọng hơn, làm xói mòn lòng tin đối với Đảng? Vướng mắc chính là chỗ nào"? Như vậy là dù 30 năm với rất nhiều nghị quyết, chỉ thị, tham nhũng vẫn không lùi, nhưng Tổng bí thư vẫn cho rằng Nghị quyết, chỉ thị rất đúng! Sau một năm thi hành Nghị quyết Trung ương 4, Tổ chức Minh Bạch thế giới xếp hạng Việt Nam tụt 11 bậc về kết quả chống tham nhũng. Nhân loại tiến bộ đã rút ra bài học thực tế rất ngắn gọn về tham nhũng như sau: *Tham nhũng là do Nhà cầm quyền độc tài, quyền quyết định của viên chức quá rộng, thiếu công khai minh bạch và quyền tư pháp không độc lập, do đó không kiểm soát được quyền lực.*

Lẽ ra những người lãnh đạo của Đảng cầm quyền sau hàng chục năm với nhiều nghị quyết vẫn không chống được tham nhũng thì phải hiểu rằng các nghị quyết ấy sai, hoặc chưa đầy đủ, phải học cách làm của những quốc gia chống tham nhũng thành công đặt ra cho mình những câu hỏi từ bài học của nhân loại.

Quan liêu, độc quyền đẻ ra tham nhũng, làm suy thoái Đảng cầm quyền, gây ra khủng hoảng chính trị. Lịch sử 84 năm của Đảng cộng sản Việt Nam chưa bao giờ có chuyện Tổng bí thư thay mặt Bộ chính trị đề cử 2 người vào Bộ Chính trị mà bị bác bỏ cả hai và bầu 2 người khác. Chưa bao giờ có tình trạng các nhà lãnh đạo công kích nhau trước nhân dân. Chưa bao giờ trong một cuộc họp báo công khai mà ông nói gà, bà nói vịt (họp báo đầu năm ngày 7– 2, Đinh Thế Huynh nói, báo chí thông tin, bình luận phải có lương tâm và trách nhiệm tạo ra sự đồng thuận, không được phép nói trái làm phân tâm các véc tơ phát triển. Sau đó, phó Thủ tướng Vũ Đức Đam nói: "Tạo đồng thuận không phải là khen xuôi chiều mà phải phát hiện phê phán với tinh thần xây dựng"). Chưa bao giờ có tình trạng nhiều đảng viên tuyên bố bỏ Đảng như bây giờ!

Từ khủng hoảng chính trị đã gây ra khủng hoảng toàn diện cho đất nước. Chỉ nêu sơ lược vài nét:

– Nền kinh tế được hy vọng sẽ sớm xuất hiện "con rồng Việt Nam "đã lâm vào khủng hoảng 2 năm trước khủng hoảng của thế giới, đến nay, theo Viện trưởng quản lý kinh tế Trần đình Thiên: *Kinh tế thế giới đã bước vào quỹ đạo phục hồi, nhưng Việt Nam thì còn ở dưới đáy, bởi nợ xấu, sở hữu chéo, đề án tái cơ cấu tiếp tục nằm trên giấy"* (hội thảo mùa Thu ở Huế).

– Nông dân kéo đi khiếu kiện vượt cấp hàng chục năm, tới lúc dùng súng chống cưỡng chế. Nguyên chủ tịch tỉnh An Giang Nguyễn minh Nhị nói: *"Bao nhiêu năm theo Đảng giành độc lập, có độc lập rồi thì mất quyền sở hữu ruộng đất, dắt díu nhau lên các khu công nghiệp tìm sống với đồng lương bèo bọt".*

– Giai cấp công nhân được mệnh danh là giai cấp lãnh đạo thông qua Đảng của mình. Nhưng họ đang trong tình trạng cùng khổ chưa từng có, và không được phép đình công. Theo Tổng liên đoàn lao động, lương tối thiểu của họ chỉ đủ cho 60%mức sống tối thiểu, có 94% phải tăng ca, tăng giờ. Họ đã tự tổ chức hơn 5000 cuộc đình công bị coi là bất hợp pháp vì không được công đoàn lãnh đạo! Trước đây công nhân còn cử ban đại diện ra đối thoại với chủ, nhưng từ năm 2013, không còn ai dám đứng ra đại diện nữa, vì sau khi tình hình ổn định thì người đại diện bị chủ sa thải, hoặc bị bắt về tội kích động đình công.

– Đạo đức xã hội băng hoại chưa từng thấy. Một dân tộc sống theo phương châm "thương người như thể thương thân", những năm kháng chiến chống Pháp nhà nhà đêm không gài cửa, ra ngõ gặp anh hùng. Sau 38 năm sống trong chế độ xã hội chủ nghĩa sao biến đổi ghê gớm như vậy? Con đánh giết cha mẹ, cháu đánh giết ông bà, vợ đốt chồng. Thanh niên ném đá lên ô tô tàu hỏa làm vui. Thợ vá xe rắc đinh bẫy người đi mô tô. Đi lao động nước ngoài thì trộm cắp và bỏ trốn để sống bất hợp pháp. Các báo mới đưa tin thày trò đánh nhau giữa lớp. Chuyện thầy gạ tình cho điểm, ép mua dâm học trò vị thành niên liên tục xảy ra. Điều tra của Trung tâm xã hội học cho hay: Học sinh cấp 1 có tỉ lệ nói dối 22%, cấp 2 tăng lên 50%, cấp 3 tăng lên 64%, đại học 80 %. Chúng ta sắp có lớp trí thức mới nói dối nhất thế giới. Nguyên Bộ trưởng giáo dục Nguyễn Thị Bình thừa nhận *"giáo dục Việt Nam kém hơn cả Campuchia, Lào"*

Cũng chính vì không chịu đổi mới chính trị, khư khư ý thức hệ giáo điều mà không có một sách lược đối ngoại đúng đắn nhất là đối với Trung Quốc, bị họ lòe bịp "16 chữ vàng" và "4 tốt". Trung Quốc chưa bao giờ là nước xã hội chủ nghĩa, và ngày càng tỏ ra là một nước phát xít. Sau khi đuổi nhà nước Trung Hoa Dân quốc, họ bắt đầu thôn tính Tây Tạng, Tân Cương, đàn áp, không ghê tay, sau đó họ tấn công lấn chiếm biên giới Ấn Độ, Liên Xô... Họ dùng 2 thủ đoạn xảo trá để buộc chính quyền Việt Nam phải khuất phục: Một là kể công ơn đã giúp ta; hai là đề cao cùng chung ý thức hệ xã hội chủ nghĩa, phải cùng *chống âm mưu diễn biến hòa bình của các thế lực thù địch phương Tây*. Họ khuyên, cử cán bộ Việt Nam sang nghe họ giảng dạy về bảo đảm an ninh chính trị, chống âm mưu diễn biến hòa bình và Nhà nước Việt Nam đã ngoan ngoãn làm theo.

Nên biết, ngày xưa họ giúp ta chỉ vì sách lược dùng máu Việt Nam để mặc cả với Mỹ và phương Tây và để có điều kiện thao túng ta. Năm 1954, họ ép ta nhận sự chia đôi đất nước. Năm 1972 họ bắt tay Nixon bán đứng ta, để chiếm trọn Hoàng Sa. Năm 1975 họ nhờ tướng Pháp Vanuxem khuyên Dương Văn Minh lên tiếng cầu cứu, Bắc Kinh sẽ cứu Việt Nam Cộng Hòa, bị tướng Minh từ chối. Năm 1979, họ xui Pôn Pốt đánh ta, rồi cho rằng ta bị kẹt ở Campuchia, họ đưa 600.000 quân xâm lược 6 tỉnh biên giới phía Bắc, giết hàng vạn dân thường, đập phá từng cái nồi, hãm hiếp, giết chết đàn bà con trẻ ném xuống giếng. Bị thua đau, họ rút quân, nhưng vẫn chiếm giữ nhiều vùng núi hiểm trở. Năm 1988 họ tấn công đảo Gạc Ma và các đảo ở Trường Sa, xả súng giết 64 hải quân ta. Mỗi dịp kỷ niệm ngày hải quân họ đưa phim này ra chiếu. Hiện nay họ vẫn tuyên bố toàn bộ Trường Sa và 80% Biển Đông là của họ, việc đánh chiếm chỉ là chờ thời cơ.

Nhiều đảng viên cộng sản dẫn đầu biểu tình phản đối tội ác của chúng đã bị đuổi bắt. Nhà văn Nguyên Ngọc đi biểu tình phản đối Trung Quốc gây hấn đã bị Đài truyền hình Hà Nội gọi là bọn phản động, ông kiện, tòa trả lại hồ sơ không xử. Tôi và giáo sư Tương Lai, trên đường đi dự cuộc mít tinh phản đối Trung Quốc xâm lược tại Nhà hát Thành phố (ngày hôm trước đã báo với ông Lê Minh Trí Phó chủ tịch UBND TP HCM) đã bị hơn chục xe cảnh sát bao vây buộc phải vào đồn công an

Quá bức xúc trước tình trạng khốn khổ của ngư dân, anh André Menras tên Việt Nam là Hồ Cương Quyết, người từng treo cờ Mặt trận Giải phóng trước Nghị viện Sài Gòn, bị Chính quyền Sài Gòn bỏ tù, đã xin Chủ tịch Nguyễn Minh Triết cho phép làm bộ phim *"Hoàng Sa– Việt Nam, nỗi đau mất mát"*. Anh bỏ tiền dành dụm nghỉ hưu đem làm phim. Phim làm xong được duyệt, nhưng cho tới nay vẫn cấm chiếu. Một lần họp mặt với bạn tù thời chống Mỹ ông đem phim ra chiếu đã bị cảnh sát giải tán

Nhân đây tôi muốn nhắc lại trong cuộc kiểm điểm tôi về bài viết "Đổi mới Đảng tránh nguy cơ sụp đổ", có chi ủy viên đã nói *"Hoàng Sa, Trường Sa là bãi hoang chim ỉa. Ta nói của ta. Trung Quốc nói của Trung Quốc. Đồng chí Công nói vậy là gây chia rẽ hai Đảng và hai nước xã hội chủ nghĩa anh em"*. Lãnh đạo các cấp ủy không ai có ý kiến gì. Tôi băn khoăn lo lắng: Vì sao Đảng không quan tâm giáo dục cho đảng viên và nhân dân hiểu lời của đức Trần Nhân Tông *"các ngươi phải nhớ lời ta dặn: Một tấc đất của tiền nhân để lại cũng không được để lọt vào tay giặc"*. Tháng trước, Thủ tướng chỉ đạo phải đưa Hoàng Sa, Trường Sa vào sách giáo khoa, báo vừa đăng lên đã bị gỡ xuống từ áp lực phía Trung quốc. Quan hệ với Trung Quốc gây thiệt hại về phía Việt Nam chưa thể lường hết. Qua 20 năm, FDI từ Trung Quốc chỉ chiếm 1,5% nhưng Trung Quốc lại trúng thầu hơn 90% các công trình điện, khai khoáng, luyện kim, hóa chất. Họ đưa cho ta thiết bị lỗi thời. Mấy năm qua ngành mía đường cứ kêu bị đường nhập lậu đánh bại là do thiết bị Trung Quốc cũ kĩ, tiêu hao năng lượng, lao động nhiều, giá thành cao, chất lượng kém. Sau đường là xi măng và nhiều thứ khác. Các công trình trúng thầu, họ đưa lao động cơ bắp người Trung Quốc sang xây nhà ở, lập nhà hàng, lấy vợ sinh con, mua đất đứng tên vợ. Các làng Trung Quốc hình thành khắp nơi từ Móng Cái, đến Hải Phòng, Ninh Bình, Thanh Hóa, Nghệ An, Hà Tĩnh, Khánh Hòa, Trà Vinh... Thương lái Trung Quốc gây khó từ Lạng Sơn tới tận Cà Mau, họ hợp đồng mua rễ hồi, móng trâu, khoai lang, đỉa, ốc bưu vàng, lá vải... ít lâu thì họ biến mất.

Chúng ta đã lập quan hệ hữu nghị hợp tác với những "kẻ thù cũ" Pháp, Mỹ, đặc biệt đã đưa Tổng thống Pháp Mitterand đi thăm chiến trường xưa Điện Biên Phủ nơi họ bị bắt sống 17.000 quân nhục nhã. Suốt hơn nửa thế kỷ chúng ta vẫn long trọng tổ chức những ngày kỷ niệm chiến thắng. Thậm chí hàng ngày báo chí, đài truyền hình, phát thanh còn ra rả chửi thực dân Pháp, đế quốc Mỹ. Nhưng không vì thế mà họ gây khó khăn cho ta, thậm chí họ vẫn viện trợ, tạo điều kiện cho ta phát triển. Cuộc chiến chống xâm lược biên giới phía Bắc từng được báo Nhân Dân bình luận với tựa đề "Chiến công hiển hách ghi vào lịch sử chống xâm lược của dân tộc", thế nhưng sau khi lập lại quan hệ bình thường với Trung Quốc thì dường như bị buộc phải quên "chiến công hiển hách" ấy đi? Tại sao với Trung Quốc chúng ta không dám đòi bình đẳng như các quốc gia khác? Rất tệ hại là chủ trương đục bỏ bia chiến thắng ở Cầu Chánh Khê, bôi xóa tên liệt sĩ Hoàng Thị Hồng Chiêm trên tượng đài của chị và đổi tên trường trung học mang tên chị thành trường Bình Ngọc (thuộc Móng Cái).

Cách xử lý như trên cùng với việc cho cảnh sát đuổi bắt, ném lên xe những đảng viên và nhân dân đi biểu tình mỗi lần Trung Quốc gây hấn vô lý, có phải là sách lược sáng suốt hay không? Một Đảng trong sạch không tham nhũng, tôn trọng và hết lòng phục vụ nhân dân, đồng thời không khuất phục trước kẻ thù hung bạo là hai điều kiện quyết định để có thể đứng vững và tồn tại.

Nguyên nhân của mọi nguyên nhân gây khủng hoảng và hèn yếu trước ngoại bang là do Đảng không đổi mới chính trị tương ứng với đổi mới kinh tế. Thế nào là đổi mới chính trị? Nội dung chủ yếu đã có trong hai câu mở đầu Tuyên ngôn độc lập năm 1945 trích từ Tuyên ngôn độc lập 1776 của Mỹ: *"Tất cả mọi người sinh ra đều có quyền bình đẳng. Tạo hóa cho họ những quyền không ai có thể xâm phạm được; trong những quyền ấy, có quyền được sống, quyền tự do và quyền mưu cầu hạnh phúc"* và Tuyên ngôn nhân quyền 1791 của Pháp: *"Người ta sinh ra tự do và bình đẳng về quyền lợi; và phải luôn được tự do và bình đẳng về quyền lợi".*

Hơn 60 năm qua Liên Hiệp Quốc đã lần lượt ban hành nhiều Tuyên ngôn, Công ước cụ thể hóa các quyền tự do của con người. Nhà nước Việt Nam cũng đã ký cam kết thực hiện nhiều Công ước quan trọng.

Các quyền tự do gồm có: Quyền sở hữu tài sản riêng, quyền tự do tư tưởng, nhận thức và tôn giáo, tự do ngôn luận, báo chí, tự do hội họp và lập hội, tự do đi lại và cư trú, quyền tham gia quản lý đất nước trực tiếp, hoặc thông qua lựa chọn người đại diện bằng cuộc tự do bầu cử thường kỳ, chân thực, bình đẳng, phổ thông đầu phiếu và bỏ phiếu kín. Các quyền tự do nói trên đều được ghi vào Hiến pháp, nhưng suốt 70 năm chưa được thực hiện hoặc thực hiện một cách hình thức. Cho nên nhân dân có câu "Đảng cử dân bầu". Quyền lập hội chỉ là vào các hội, đoàn do Đảng lập ra. Báo chí được xem là công cụ tuyên truyền của Đảng Đó là trái với các Công ước mà nhà nước ta đã ký kết. Để các quyền tự do của con người trở thành hiện thực thì phải có một chế độ dân chủ để thực thi. Dân chủ là thể chế hóa các quyền tự do của con người bằng một bản hiến pháp đảm bảo pháp quyền, thể hiện trung thực ý chí chính trị của nhân dân. Theo bản Tuyên ngôn nhân quyền và dân quyền đã nói ở trên, điều 16 có nội dung như sau: *"Một xã hội mà trong đó các quyền con người không được đảm bảo, nguyên tắc tam quyền phân lập không được tôn trọng, thì hiến pháp có được ban hành hay không cũng chẳng có ý nghĩa gì".* Tức là phải có nhà nước pháp quyền với tam quyền phân lập thì mới có thể đảm bảo quyền tự do của con người (Nga và các nước Đông Âu ngày nay đều ghi "tam quyền phân lập" trong hiến pháp của họ). Nhà nước dân chủ phải tôn trọng đời sống của một xã hội dân sự, nội dung phong phú của nó đã được ghi đầy đủ trong "Công ước quốc tế về các quyền dân sự và chính trị" mà nhà nước Việt Nam đã ký cam kết thực hiện từ ngày 24 – 9– 1982, nhưng sau 30 năm hầu như chưa thực hiện được gì đáng kể!

TẠI SAO TỰ DIỄN BIẾN?

Cuộc sống luôn luôn biến động. Cái hôm qua cho là đúng hôm nay không còn thích hợp. Cho nên chống "tự diễn biến", chống "diễn biến hòa bình" tức là chống lại sự thay đổi, chống tinh thần sáng tạo tìm những điều thích hợp trong hoàn cảnh mới, chống trào lưu tiến bộ, cố ôm giữ mớ giáo điều mà ngay những nhà mác xít trước đây cũng không chấp nhận. Phép biện chứng cho rằng, mọi sự vật đều tiệm tiến dần dần đi tới đột biến. Tôi xin ôn lại về sự "tự diễn biến" của chính hai ông tổ khai sáng chủ nghĩa cộng sản là Karl Marx và F. Engels.

Năm 1848 Marx và Engels công bố Tuyên ngôn của Đảng cộng sản, cơ sở lý luận của Quốc tế cộng sản thứ nhất. Trong đó có những luận điểm về đấu tranh giai cấp, cho rằng giai cấp tư sản tạo ra những người đào huyệt chôn chính nó, cách mạng vô sản sẽ lật đổ nhà nước tư sản, thực hiện chuyên chính vô sản, xóa bỏ tư hữu, xóa bỏ thị trường, xóa bỏ cả tôn giáo. Từ thập niên 60 thế kỷ 19 hai ông bắt đầu thấy có sự biến đổi trong chủ nghĩa tư bản và chủ trương đấu tranh hợp pháp, không làm cách mạng để lật đổ nhà nước tư bản. Sau khủng hoảng kinh tế năm 1866, Các công ty cổ phần và các ngân hàng đầu tư quy mô lớn ra đời làm thay đổi cơ cấu xã hội của chủ nghĩa tư bản. Marx nhận xét, vậy là nhà tư bản "đã từ bỏ sản nghiệp tư hữu của chủ nghĩa tư bản họ chỉ còn là chủ cổ phần của xí nghiệp". Do đó, phát biểu với quần chúng ngày 8– 9– 1872 ở Amsterdam (Hà Lan) Marx công nhận các nước như Mỹ, Anh, Hà Lan, công nhân có thể đạt được mục đích của mình bằng biện pháp hòa bình. Hai ông tán thành quan điểm của Ferdinand Lassalle lãnh tụ Đảng Xã hội – Dân chủ Đức chủ trương hòa bình đi lên chủ nghĩa xã hội. Sau khi tan rã quốc tế thứ nhất năm 1876, hai ông không tìm cách khôi phục lại mà bắt đầu soạn thảo Cương lĩnh chuẩn bị ra đời Quốc tế thứ 2. Năm 1883 Marx qua đời, do đó Engels là người chủ trì Đại hội quốc tế của những người lao động xã hội chủ nghĩa tại Pari từ 14 đến 21 tháng 7 năm 1889 thành lập Quốc tế thứ 2 mà nội dung của nó hoàn toàn khác với Tuyên ngôn cộng sản năm 1848 ở những điểm lớn sau đây:

– Đảng và công đoàn đấu tranh bênh vực, bảo vệ quyền lợi mọi mặt của công nhân lao động.

– Không dùng bạo lực cách mạng lật đổ nhà nước tư sản mà đấu tranh nghị trường đa nguyên đa đảng, chấp nhận thể chế đại nghị, cử đại diện tham gia bầu cử, nếu thắng cử thì nắm quyền chính trị thực hiện chế độ xã hội – dân chủ.

– Trong Đảng không lấy lập trường, quan điểm ý thức hệ để sát phạt nhau mà thực hiện tự do tư tưởng, và thượng tôn pháp luật.

Ngày 6–3–1895, Engels viết lời tựa cho quyển sách "Đấu tranh giai cấp ở Pháp", trong đó có đoạn như sau: "Lịch sử chứng tỏ chúng ta mắc sai lầm. Quan điểm của chúng ta hồi đó chỉ là một ảo tưởng. Lịch sử còn làm được nhiều hơn, không những xóa bỏ những mê muội của chúng ta mà còn thay đổi điều kiện đấu tranh của giai cấp vô sản. Phương pháp đấu tranh năm 1848 đã lỗi thời về mọi mặt".

Lê nin không chấp nhận đường lối của Quốc tế thứ 2. Do đó không thể xem ông là người kế tục Marx và Engels. Ông kế thừa chủ nghĩa Blanqui, phái bạo lực trong Quốc tế thứ 1, cho rằng, chỉ cần dựa vào cách mạng bạo lực là có thể sáng tạo được một thế giới mới không có bóc lột và áp bức.

Do Lê nin chống Quốc tế 2, Đảng Xã hội Dân chủ Nga chia ra thành 2 phái đối lập nhau, phái theo Lê nin chiếm đa số nên gọi là bonsevich. Trái với dự đoán của Marx – Engels là cách mạng xã hội chủ nghĩa chỉ thành công ở nước tư bản phát triển nhất như Đức, Lê nin lãnh đạo Cách mạng tháng mười thành công ở nước Nga nông nghiệp lạc hậu. Điều này đã làm cho ông tự tin rằng mình không kém Marx, mà còn đúng hơn Marx! Ông đề ra các nguyên lý về chuyên chính vô sản không phải là chuyên chính của cả giai cấp mà là chuyên chính của Đảng độc quyền, không còn bảo đảm "sự tự do của mỗi người là điều kiện cho sự phát triển tự do của mọi người" (Tuyên ngôn của Đảng cộng sản), ông đề ra nguyên tắc tập trung dân chủ.

Ngay sau cách mạng Tháng 10 thắng lợi đã có nhiều nhà cách mạng Nga và thế giới không đồng ý với các quan điểm của Lê nin như Plekhanov, Kausky, Rosa Luxemburg. Trong đó, bà Luxemburg được Franz Mehring người viết tiểu sử của Marx cho là "khối óc tốt nhất đứng sau Marx", bà nhân định "chuyên chính vô sản của Lê nin đối lập với dân chủ".

Các ý kiến phản đối cho rằng Lê nin sẽ làm chế độ cách mạng Liên Xô đi tới chỗ sụp đổ đã được nhà nghiên cứu xã hội John Reed ghi lại trong quyển "Mười ngày rung chuyển thế giới" (Việt Nam đã dịch và xuất bản 2 lần năm 1960 và 1977). Lê nin đọc sách này một cách hứng thú, ông đã viết thư cổ vũ nhà xuất bản in sách, chấp nhận công khai các lời chỉ trích nói trên đối với ông. Do đó, sau khi Liên Xô sụp đổ nhiều nhà bình luận cho rằng chính Lê nin mới là người gieo mầm cho Liên Xô bị tan rã 70 năm sau.

Ngày nay nhiều nhà nghiên cứu có uy tín đều cho rằng chính các Đảng xã hội – dân chủ mới là những Đảng thừa kế đúng đắn tư tưởng của Marx và Engel. Nhiều nước Bắc Âu vận dụng tư tưởng này đã giành thắng lợi lớn, thực hiện đa nguyên, đa đảng, nhưng luôn giành thắng lợi trên nghị trường, xây dựng nhà nước phúc lợi, nâng cao đời sống nhân dân, đặc biệt là công nhân lao động, khoảng cách giàu nghèo không đáng kể, tham nhũng hầu như không có.

Đảng xã hội – dân chủ Thụy Điển, chấp nhận đa nguyên, dựa vào người lao động, đấu tranh nghị trường. Có thời gian rất dài Đảng liên tục cầm quyền 44 năm, đưa nước Thụy Điển nghèo nàn, lạc hậu trở thành nước giàu bật nhất, khoảng cách giàu nghèo không đáng kể, hầu như không có tham nhũng, ổn định nhất thế giới. Năm 2013 Cộng hòa Liên Bang Đức nước giàu mạnh nhất Châu Âu kỷ niệm 150 năm Đảng dân chủ – xã hội Đức, một Đảng theo đường lối của Quốc tế 2 lâu đời và vững mạnh vào bậc nhất. Nhân dịp này Tổng thống Joachim Gauck có bài diễn văn ca ngợi Đảng có lịch sử lâu dài dám xả thân vì niềm tin của mình: "*Đó là bầu cử tự do, bình đẳng trong cả nước, bất chấp sự khác biệt xã hội của những người tham gia bầu cử, là cấm lao động trẻ em, là các tòa án phải độc lập*". Quan điểm đúng đắn đã thắng thế trong

Đảng, đó là: Không thiết lập một đặc quyền giai cấp mới nào", "dân chủ phải vừa là phương tiện vừa là mục tiêu", "đấu tranh cho cải cách chứ không phải cho việc làm cách mạng", " can đảm phấn đấu cho sự hợp tác chính trị với những lực lượng to lớn khác của các đảng phái tư sản"; "cải thiện từng bước cụ thể đời sống con người, thay vì công bố những mục tiêu xa vời không tưởng". Do đó, Đảng kế thừa tư tưởng của Marx, Engels, Lassalle vững mạnh suốt 150 năm làm choTây Đức có thu nhập cao gấp 4 lần Đông Đức xã hội chủ nghĩa theo chuyên chính vô sản của Lê nin khi thống nhất!

Lịch sử Đảng cộng sản Việt Nam cũng tỏ rõ một quá trình tự diễn biến rất gian nan, có lúc nhanh, lúc chậm, có lúc đúng, lúc sai và nhiều lần sai rất nghiêm trọng và kéo dài. Khoảng 1930– 1931 khẩu hiệu vang dội của Đảng là *"Trí, Phú, Địa, Hào, đào tận gốc trốc tận rễ"*. Năm 1945 đảo ngược lại hoàn toàn: *Đoàn kết mọi người yêu nước, không phân biệt, đảng phái, giai cấp. Đoàn kết, đoàn kết, đại đoàn kết!* Khoảng năm 1950 bắt đầu nói *"Đoàn kết công, nông, binh"*. Còn hiện nay thì nói " Liên minh công nhân, nông dân, trí thức là nền tảng".

Sau năm 1975, Đại hội 4, Đại hội 5 đều đặt nhiệm vụ lớn nhất là *"Thiết lập hệ thống chuyên chính vô sản trong cả nước"* và *"Nắm vững chuyên chính vô sản là nắm vững đường lối của Đảng"*. Nội dung của nó là tiếp tục đấu tranh giai cấp, tiêu diệt mầm móng bóc lột, giải quyết triệt để *"vấn đề ai thắng ai"*. Ngày nay hầu như những chữ "chuyên chính vô sản" và "ai thắng ai" đã biến mất mà Nghị quyết bắt đầu nói *"con* người là trung tâm", và "phải thực hiện quyền con người". *Nghị quyết Đại hội 4 và 5 đều có chủ trương lớn là cải tạo xã hội chủ nghĩa về công nghiệp, nông nghiệp, thương nghiệp. Về công nghiệp không để một xí nghiệp tư nhân nào. Nông dân phải vào hợp tác xã. Cửa hàng tạp hóa của tiểu thương cũng không còn. Nghị quyết Đại hội 4 ghi "sản xuất lớn xã hội chủ nghĩa chỉ có thể thành công thông qua xây dựng có ý thức, có kế hoạch. Vì vậy kế hoạch là công cụ chính để quản lý và điều khiển quá trình từ sản xuất nhỏ lên sản xuất lớn xã hội chủ nghĩa".* Hiện nay, nghị quyết bảo phải vận dụng đầy đủ quy luật thị trường. Đại hội 4 và Đại hội 5 đều quyết định *"Tiến nhanh, tiến mạnh, tiến vững chắc lên chủ nghĩa xã hội".* Năm 1976, Tổng bí thư Lê Duẩn nói *"thời kỳ quá độ kéo dài khoảng 20 năm".* Năm 2013, tại Quốc hội Tổng bí thư Nguyễn Phú Trọng nói, *"chưa biết đến hết thế kỷ này đã có chủ nghĩa xã hội hay chưa".* Đại hội 6 nhận định nền kinh tế đạt kết quả không tương xứng với sức lao động và vốn đầu tư bỏ ra. Nguyên nhân là do *"mười năm qua đã phạm nhiều sai lầm trong việc xác định mục tiêu và bước đi về xây dựng cơ sở vật chất kỹ thuật, về cải tạo xã hội chủ nghĩa và về quản lý kinh tế".* Đại hội 6 cho sai lầm là do "duy ý chí" không nhìn đúng sự thật và đưa ra khẩu hiệu "Nhìn thẳng sự thật, đánh giá đúng sự thật, nói rõ sự thật". Đại hội quyết định Đổi mới toàn diện, bắt đầu là đổi mới kinh tế. Đại hội 9 cho phép doanh nhân (tên mới của nhà tư sản) được thuê công nhân với số lượng không hạn chế. Đại hội 11 chủ trương kết nạp doanh nhân vào Đảng cộng sản, tức là nhà tư sản được đứng vào đội tham mưu của giai cấp công nhân lãnh đạo cách mạng (điều này ông Nguyễn Đức Bình nguyên ủy viên Bộ chính trị, giám đốc

Học viện Nguyễn Ái Quốc kiên trì cực lực phản đối vì cho rằng như vậy không còn gì là chủ nghĩa xã hội)!

Lược qua ở trên đã cho thấy Đảng cộng sản Việt Nam luôn luôn tự diễn biến hòa bình. Diễn biến hòa bình lớn nhất là Đổi mới của Đại hội 6, quyết định bỏ một nửa, nhưng là một nửa quan trọng nhất lý thuyết xã hội chủ nghĩa của Lê nin, Stalin. Quan trọng nhất là nói theo Marx: cơ sở kinh tế quyết định đối với thượng tầng kiến trúc. Nhờ đó mà dư luận quốc tế hi vọng sẽ sớm xuất hiện "con rồng Việt Nam". Nhưng sau gần 30 năm đã làm người ta thất vọng. Thành tích đổi mới kinh tế đã làm cho những người lãnh đạo chủ quan cho rằng có thể không cần đổi mới chính trị. Thực ra những người lãnh đạo sợ rằng đổi mới chính trị sẽ đe dọa vị trí độc quyền lãnh đạo của Đảng. Những người sáng suốt nhất, dũng cảm nhất của Đảng như Trần Xuân Bách, Trần Độ, Nguyễn Hộ... đề nghị đổi mới chính trị đều bị sa thải.

TẠI SAO TÁN THÀNH TAM QUYỀN PHÂN LẬP?

Chủ nghĩa Marx và chủ nghĩa Lê nin đều không có nhà nước pháp quyền mà chỉ có nhà nước chuyên chính vô sản. Nhà nước pháp quyền với tam quyền phân lập là của nền dân chủ phương Tây. Nhà nước Việt Nam theo Hiến pháp 1946 là nhà nước pháp quyền, tam quyền phân lập. Các Hiến pháp sau này khác Hiến pháp 1946 chính là ở đó. Sau Đổi mới, đến Đại Hội 7, TBT Đỗ Mười là người có "sáng kiến" đưa ra khái niệm *nhà nước pháp quyền xã hội chủ nghĩa*, có định nghĩa như hiện nay.

Ngày nay các nước dân chủ đều thực hiện nhà nước pháp quyền với tam quyền phân lập để: Xã hội được tự do khi nhà nước bị kiểm soát bởi luật pháp mà mục đích là để bảo vệ quyền con người. Xã hội được quản lý bởi một chính phủ của luật pháp. Thông điệp đầu năm 2014 của Thủ tướng Nguyễn Tấn Dũng có câu *"người dân có quyền làm tất cả những điều gì luật pháp không cấm và sử dụng luật pháp để bảo vệ quyền và lợi ích hợp pháp của mình. Cơ quan nhà nước và cán bộ công chức chỉ được làm những gì mà pháp luật cho phép"*.

Phải chăng đó là câu nói để xoa dịu lòng dân? Vì làm sao có thể thực hiện được nếu như không có nhà nước pháp quyền, với tam quyền phân lập! Bởi vì ở Điều 2 của Hiến pháp ghi *"Quyền lực nhà nước là thống nhất, có sự phân công phối hợp giữa các cơ quan nhà nước trong việc thực hiện các quyền lập pháp, hành pháp, tư pháp"*. Quốc hội là cơ quan lập pháp, nhưng thực ra gồm có đủ mặt những người của hành pháp và tư pháp. Điều đó gây hậu quả: *Quyền tư pháp độc lập không thể thực hiện theo "sự phân công phối hợp"* được. Do đó nó đẻ ra những "án bỏ túi". Án oan sai nhiều không kể xiết, rất đáng lo là nhiều án tử hình oan sai. Rất nhiều vụ án xét xử kéo dài hàng chục năm như vụ án "vườn đào", vụ án "ăn trộm dê". Nghị quyết 49/TW của Bộ chính trị về cải cách tư pháp đến năm 2020 không có đề ra việc thực hiện quyền Tư pháp độc lập. Do đó, mỗi năm đều họp bàn mà suốt 10 năm vẫn không có nền Tư pháp trong sạch vững mạnh như mục tiêu đề ra!

Nguyên nhân quan trọng nhất khiến quyền tư pháp không thể độc lập là do Điều 4 Hiến pháp quy định Đảng cộng sản Việt Nam là *"lực lượng lãnh đạo Nhà nước và xã hội"*. Như vậy "quyền lực nhà nước là thống nhất". Nhưng cuối cùng cả 3 quyền đều đặt dưới sự lãnh đạo của Đảng, tức là Đảng có quyền đứng trên quyền tư pháp, đứng trên pháp luật.

TẠI SAO LÀ ĐẢNG VIÊN CỘNG SẢN LẠI TÁN THÀNH ĐA NGUYÊN, ĐA ĐẢNG?

Như vậy là tạo điều kiện cho các đảng đối lập giành quyền lãnh đạo của Đảng mình? Hậu thuẫn cho câu hỏi này là lập luận: Trong thời kháng chiến gian khổ, tại sao các đảng đối lập không nhảy ra tranh với Đảng cộng sản về sự hi sinh, nay sau khi đất nước hòa bình phát triển lại muốn nhảy ra tranh phần? Cách nghĩ như vậy giống như đòi chia "quả thực" trong cải cách ruộng đất, ai "đấu tố" mạnh thì phải được chia phần nhiều hơn; hoặc giống như một Công ty cổ phần bàn chuyện chia lãi, chứ không giống một Đảng cách mạng từng tuyên bố "Đảng ta không có lợi ích nào khác ngoài mục đích phấn đấu cho quyền lợi của Tổ quốc và hạnh phúc của nhân dân". Trong các quyền tự do có quyền tự do chính trị. Công ước quốc tế về các quyền dân sự và chính trị mà Nhà nước Việt Nam ký kết từ 24– 9– 1982 ở lời nói đầu có ghi "Chỉ có thể đạt được lý tưởng của con người tự do được tận hưởng tự do về dân sự và chính trị không bị sợ hãi..." và ở Điều 1 ghi nhận "quyền quyết định thể chế chính trị". Hiến pháp 1946 ghi nhận quyền: "Tự do tổ chức và hội họp". Các Hiến Pháp sau này đều có ghi nhận tất cả các quyền tự do, trong đó có quyền lập hội, nhưng đã mắc nợ nhân dân suốt 70 năm không được thực hiện. Mặc dù Hiến pháp và Luật đều không điều nào cấm lập đảng, lập hội, nhưng thực tế thì không cho phép. Từ năm 1866 Marx và

Engels đã chấp nhận đa đảng. Thật ra ngay từ 1848, trong Tuyên ngôn của Đảng cộng sản ở chương 4 về "Thái độ đối với các đảng đối lập", hai ông đã dạy những người cộng sản cách sống chung với các đảng tư sản. Không chấp nhận đa nguyên chính trị, cứ tưởng sẽ tốt, có lợi cho Đảng cầm quyền, bởi vì không sợ ai tranh giành với mình. Nhưng theo bài học rất sơ đẳng thì chính đó lại là tự giết mình. Đó là bài học từ sự sụp đổ của các Đảng cộng sản Liên Xô, Đông Âu. Bởi vì độc quyền thì sinh ra quan liêu, quan liêu sinh tham nhũng, tham nhũng lũng đoạn mọi mặt sẽ làm bại hoại mục ruỗng cả Đảng và gây họa cho cả dân tộc. Chấp nhận đa nguyên đa đảng là học bài học trường tồn một cách đường đường chính chính của các Đảng xã hội – dân chủ Thụy Điển, Na Uy, Đức. Nguyên ủy viên Bộ chính trị, chủ tịch Quốc hội Nguyễn Văn An cho rằng, tình trạng suy thoái của Đảng như hiện nay, *"không phải là do bị diễn biến hòa bình. Chính những đảng viên cộng sản chân chính, liên minh giai cấp công nhân, nông dân và đội ngũ trí thức cách mạng, cũng không muốn bảo vệ sự độc quyền của một Đảng biến chất, thoái hóa, tham nhũng. Đảng nay đã thành vua tập thể"*.

TẠI SAO VI PHẠM 19 ĐIỀU CẤM THEO QUYẾT ĐỊNH 47/QĐ/TU?

Mấy mươi năm trước, đảng viên chỉ thực hiện Điều lệ, Nghị quyết Đảng và pháp luật nhà nước mà nói chung ít tham nhũng. Hơn 10 năm qua, có thêm quy định các điều cấm đảng viên không được làm, nhưng tình hình cứ xấu đi. Quyết định 47/ QĐ/TU ghi là "Căn cứ Hiến pháp và pháp luật Việt Nam". Nhưng Hiến pháp Việt Nam có ghi các quyền tự do ngôn luận, tự do hội họp, lập hội, biểu tình thì Quyết định 47/QĐ/TU ở Điều 6 cấm "biểu tình tập trung đông người gây mất an ninh trật tự". Quy định này không rõ, bao nhiêu người thì gọi là đông người, và nếu đông người mà không gây mất trật tự thì có được phép hay không? Như trên tôi đã kể, chúng tôi mới trên đường đi biểu tình thì đã bị vây bắt rồi, làm gì đã gây ra mất an ninh!

Và nói trái nghị quyết cũng là một khái niệm rất khó xác định. Mọi đảng viên đều phải bình đẳng, vậy Tổng bí thư Nguyễn Phú Trọng nói ở Vĩnh Phú, phê phán các đảng viên đi biểu tình phản đối Trung Quốc là suy thoái chính trị có đúng Nghị quyết Đảng và Hiến pháp không?

Cách quy định những điều cấm như thế qua hơn 10 năm đã chứng tỏ nó không làm Đảng mạnh và tốt lên, trái lại, bêu riếu sự lạc hậu trong thời đại bùng nổ thông tin. Thời đại ngày nay các đảng chính trị đều thực hiện dân chủ nội bộ và thực hiện công khai minh bạch không chỉ trong nội bộ mà trước toàn dân. Chỉ có như vậy mới không tái diễn chuyện "khoán chui" và "xé rào". Tuy vậy, tôi cũng đã nhiều lần định không đưa bài góp ý lên mạng mà chỉ gửi cho Đảng và các báo, các mạng của Đảng, nhưng các báo đều không đăng, Đảng thì không bao giờ hồi âm!

Nhiều khi tôi quá bức xúc, cảm thấy Đảng ngày nay không phải là Đảng mà ngày xưa mà tôi giơ tay thề hi sinh đến giọt máu cuối cùng vì Đảng ấy không phải như lời tuyên ngôn *"không phải là một tổ chức để làm quan phát tài. Nó làm trọn nhiệm vụ giải phóng dân tộc làm cho Tổ quốc giàu mạnh đồng bào sung sướng"*. Có những kẻ muốn biến Đảng thành công cụ của các "nhóm lợi ích" giúp họ giữ ghế và làm giàu! Là một nhà báo có 35 năm theo dõi phong trào công nhân lao động, cho nên bức xúc nhất của tôi là nhìn thân phận khốn cùng của giai cấp công nhân hôm nay. Hai giai cấp lớn nhất, có công đóng góp lớn nhất cho thắng lợi của cách mạng và kháng chiến là công nhân và nông dân đã bị phản bội bằng nhiều chính sách quá bất công đối với họ.

Có lẽ bản kiểm điểm của tôi không đáp ứng được yêu cầu của các đồng chí chỉ đạo cuộc kiểm điểm. Nhưng biết làm sao, khi đó là nhận thức thành thật của tôi, một đảng viên sau hơn 56 năm đứng trong hàng ngũ Đảng, sống thanh bạch, ngoài 80 tuổi còn ký kết hợp đồng viết bài cho báo Lao Động và lúc nào cũng nghĩ về vận nước và sự suy thoái của Đảng, lại là kẻ suy thoái chính trị ư? Không! Tôi cho rằng chính những người bảo thủ, giáo điều, không sáng suốt chấp nhận đổi mới chính trị, khiến cho một Đảng cách mạng, trở thành một Đảng suy thoái tham nhũng, họ mới chính là kẻ suy thoái chính trị. Do đó, tôi không nhận bất cứ hình thức kỷ luật nào có tên gọi là suy thoái tư tưởng chính trị. Nhưng tôi không muốn tuyên bố từ bỏ Đảng mà xin nhường cho Đảng quyền khai trừ mình. Bởi vì như vậy, tôi sẽ được yên lòng rằng, Đảng khai trừ tôi không phải là Đảng mà tôi từng tha thiết xin được gia nhập và thề phục vụ suốt đời. Và có lẽ nhờ đó từ ngày mai tôi sẽ không còn quá băn khoăn về trách nhiệm đối với Đảng, không còn bức xúc cứ muốn viết bài góp ý, xây dựng Đảng Lẽ ra, tôi phải được đọc Bản kiểm điểm trước chi bộ để các đảng viên nhận xét đánh giá tôi phạm sai lầm thế nào. Nhưng Quận ủy, Đảng ủy, Chi ủy không để tôi được đọc, có lẽ họ sợ lý lẽ "phản động" của tôi sẽ tiêm nhiễm vào đầu óc" lành mạnh" của các đồng chí đảng viên. Họ mời tôi đến, góp ý là tôi viết bản tự kiểm điểm chưa đạt yêu cầu, và cho rằng tôi cũng chưa tự đề xuất hình thức kỷ luật cho mình, họ yêu cầu tôi viết lại và tự đề xuất cho mình nhận một hình thức kỷ luật. Do tôi đã viết là "không có bản hướng dẫn kiểm điểm" lần này họ đưa bản hướng dẫn kiểm điểm có đóng dấu đỏ của Đảng ủy phường, nội dung như sau:

Văn bản số 299– cv/ĐU của Đảng ủy có nội dung như sau:

"Thực hiện theo Kế hoạch số 174–KH/QU ngày 7–2–2014 của Ban Thường vụ Quận ủy về xử lý đảng viên vi phạm Điều 1, Điều 2 Quy định số 47–QĐ/TW, ngày 1–1–2011 của Ban chấp hành Trung ương về những điều đảng viên không được làm.

Ngày 14–2–2014, Đảng ủy phường phối hợp cùng cấp ủy chi bộ khu phố 4, đã mời đảng viên Tống văn Công làm việc, yêu cầu viết kiểm điểm, tự nhận hình thức kỷ luật; cuối buổi họp đảng viên hứa với cấp ủy chi bộ, Đảng ủy nộp bản kiểm điểm cho Bí thư chi bộ vào ngày 20–2–2014. Đến ngày 22–2–2014 đồng chí thông qua một đảng viên trong chi bộ gửi bản kiểm điểm cho bí thư chi bộ, nhưng nội dung chưa đạt yêu cầu, đồng thời cũng không tự nhận hình thức kỷ luật.

Căn cứ Điều 39 Điều lệ Đảng Cộng sản Việt Nam (khóa 11) và Điều 39 Quy định 46– QĐ/TW ngày 1–11–2011 của Ban chấp hành Trung ương, Đảng ủy phường yêu cầu đồng chí Tống văn Công, đảng viên chi bộ khu phố 4, phường Tân Kiểng nghiêm túc viết lại bản kiểm điểm, tự nhận hình thức kỷ luật và nộp trong ngày 25–2–2014 cho đồng chí Bí thư chi bộ (đính kèm gợi ý những nội dung cần kiểm điểm). Đề nghị đồng chí Tống văn Công thực hiện nghiêm những yêu cầu trên".

Tôi trả lời họ là nếu viết lại Bản kiểm điểm thì tôi chỉ mở rộng ra, chứ nội dung vẫn là như vậy. Tôi không nhận hình thức kỷ luật nào cả, vì tự thấy mình không có khuyết điểm mà chỉ có tấm lòng hết sức chân tình muốn xây dựng cho Đảng từ độc tài toàn trị trở thành Đảng của dân tộc và dân chủ. Tôi cho rằng những người không chịu đổi mới chính trị làm cho Đảng sa vào độc tài, hũ hóa, tham nhũng mới đáng phải bị kỷ luật. Họ không đồng ý, vẫn yêu cầu tôi phải tự nhận một hình thức kỷ luật.

Hôm sau, tôi viết Lời chia tay với Đảng cộng sản Việt Nam.

LỜI CHIA TAY
VỚI ĐẢNG CỘNG SẢN VIỆT NAM

Trong bản tự kiểm điểm ngày 22–2, ở phần "tự nhận một hình thức kỷ luật", tôi viết:

"Là một đảng viên hơn 55 năm đứng trong hàng ngũ Đảng, sống thanh bạch, 82 tuổi còn làm việc hợp đồng cho báo, lúc nào cũng nghĩ về vận nước và sự suy thoái của Đảng, tôi nghĩ rằng, tôi không phải thuộc số không nhỏ đảng viên thoái hóa chính trị mà chính những người bảo thủ, giáo điều không sáng suốt chấp nhận đổi mới chính trị, khiến cho một Đảng cách mạng, trong sự nghiệp giải phóng dân tộc, nay trở thành một Đảng độc đoán, tham nhũng, đó mới đúng là những kẻ suy thoái chính trị. Do đó tôi không thể nhận bất cứ hình thức kỷ luật nào có tên là suy thoái tư tưởng chính trị.

Tuy vậy, tôi không muốn tuyên bố từ bỏ Đảng mà xin nhường cho Đảng quyền khai trừ mình. Bởi vì làm như vậy, tôi sẽ yên lòng rằng, Đảng khai trừ tôi không phải là Đảng mà tôi từng tha thiết xin được gia nhập và thề phục vụ suốt đời. Và có lẽ nhờ đó mà mai kia tôi sẽ không còn quá băn khoăn về trách nhiệm đối với Đảng, không còn quá bức xúc cứ muốn góp ý xây dựng.

Ngày 24 tháng 2 năm 2014, tôi nhận được văn thư của đảng ủy cho rằng tự kiểm điểm của tôi "chưa đạt yêu cầu", phải "nghiêm túc viết lại bản tự kiểm điểm và tự nhận hình thức kỷ luật". Cùng với văn thư trên, có bản gợi ý nêu ra ba trường hợp mà theo Quyết định 47 – QĐ/TW là phải khai trừ: *"Có quan điểm ủng hộ hoặc tán thành đa nguyên chính trị, đa đảng; công khai phê phán bác bỏ chủ nghĩa Mác – Lê nin, tư tưởng Hồ Chí Minh, nguyên tắc tập trung dân chủ của Đảng."*

Tôi hiểu, Ban chỉ đạo muốn bảo rằng: Khuyết điểm của tôi là phải tự nhận hình thức khai trừ ra khỏi Đảng. Không làm như vậy thì tôi gây khó cho tổ chức Đảng. Nhưng làm như vậy thì thật là khó cho tôi. Bởi vì cho đến nay, tôi vẫn tự hào về cái ngày là anh lính vệ quốc đoàn, viết đơn xin vào Đảng để được noi gương các đảng viên trong giờ phút gay go của chiến dịch Cầu Kè năm 1950 (Trà Vinh) đã hô to "Các đảng viên cộng sản! Xung phong!" Tôi vẫn tự hào ngày được vào Đảng, giơ tay thề hy sinh chiến đấu cho sự nghiệp giải phóng dân tộc, giành độc lập, thống nhất, dân chủ cho nhân dân. Còn chủ nghĩa xã hội, chủ nghĩa cộng sản là gì thì, thú thật không chỉ tôi mà cả các bậc đàn anh cũng chẳng hiểu!

Càng tự hào về lý tưởng cao cả mà mình đã bỏ cả đời để phục vụ, tôi càng day dứt, xấu hổ vì sự thoái hóa, tham nhũng của một bộ phận không nhỏ những người trong guồng máy lãnh đạo, khiến Đảng cầm quyền phạm nhiều sai lầm, làm mất hết niềm tin của nhân dân, làm khoảng cách tụt hậu của đất nước càng ngày càng xa so với các nước khu vực. Những người lúc nào cũng hô hào kiên trì ý thức hệ lỗi thời, cấm không được tự diễn biến, thực ra, họ chỉ nhằm duy trì quyền lực, khai thác "lợi ích nhóm", làm giàu cho bản thân, bất chấp thiệt hại của nhân dân lao động và đất nước. Giặc "nội xâm" bao giờ cũng là chỗ dựa của giặc "ngoại xâm". Bất kể bọn bành trướng hung hăng ra rả khẳng định toàn bộ Hoàng Sa, Trường Sa, cả "lưỡi bò" biển Đông là của Trung Quốc, lời họ đáp lại chủ yếu vẫn là kiên trì "16 chữ vàng" và "bốn tốt", vì đây là "đồng chí cùng chung ý thức hệ", cùng chống lại các thế lực thù địch phương Tây. Truyền thống bất khuất, lòng tự tôn dân tộc bị xúc phạm nghiêm trọng, làm mất dần sự đồng thuận xã hội trước hiểm họa đe dọa sự tồn vong của dân tộc, mà thực ra cũng là sự tồn vong của chính Đảng cộng sản Việt Nam.

Vì những lẽ đó mà thời gian qua, tôi hết sức tự kiềm chế, cố gắng tiếp tục đứng trong hàng ngũ Đảng để cùng với các đảng viên chân chính trực tiếp đấu tranh, góp ý xây dựng Đảng, hi vọng những người lãnh đạo nhận ra sai lầm, vứt bỏ ý thức hệ lạc hậu, tiến tới một Đại hội Đảng đổi mới lần 2: Đổi mới chính trị, thực hiện nhà nước pháp quyền đúng như các thể chế chính trị hiện đại. Từ đó mà vực dậy niềm tin đang cùng kiệt của nhân dân, tiếp tục sứ mệnh mà đảng viên và nhân dân giao cho.

Hôm nay, con đường ấy đã bị chặn lại. Phải đành vậy thôi! **Từ giờ phút này, từ ngày hôm nay, 25–2–2014, tôi xin nói lời chia tay với Đảng Cộng sản Việt Nam.**

Buổi sáng ngày 25– 2– 1014, khi tôi đến nộp Lời chia tay với Đảng cộng sản Việt Nam, ông Thường bí thư chi bộ nói: "Cấp trên đã cho dừng việc kiểm thảo đối với anh rồi. Như vậy theo tôi anh không phải đưa thêm gì nữa". Tôi nói, tôi đã suy nghĩ kỹ và đã viết bằng tất cả tâm huyết của mình, cho nên dù Đảng "cho dừng", tôi vẫn xin nộp và ngay hôm nay tôi sẽ đưa lên các mạng xã hội. Bảy ngày sau, Quận ủy quận 7 ra quyết định khai trừ đảng viên Tống Văn Công vì đã phạm những điều đã kể trong bản gợi ý kiểm điểm. Tôi được mời đến văn phòng Đảng ủy phường Tân Kiểng để nhận quyết định khai trừ. Tại đây, có mặt đại diện chi ủy khu phố 4, nơi cư trú cũ của tôi và bí thư Đảng ủy phường Tân Phong, nơi tôi đang cư trú. Tôi đã rời khu phố 4, phường Tân Kiểng từ năm 2011, đã chuyển hộ khẩu sang phường Tân Phong, nhưng chi ủy, đảng ủy phường Tân Kiểng vẫn giữ tôi lại, không làm giấy chuyển sinh hoạt Đảng, chính quyền Tân Kiểng vẫn coi tôi là cư dân của Tân Kiểng, lãnh đạo Quận 7 cũng chấp nhận như vậy! Đến nay, khi tôi tuyên bố ra Đảng, Quận ủy quyết định khai trừ thì đồng thời họ bàn giao tôi cho chính quyền phường Tân Phong, để nơi mới, những người lạ lẫm tha hồ giở ngón răn đe.

Ngay hôm sau, tờ báo của báo Lao Động tỉnh Nghệ An gửi tặng tôi phong bì đã bị xé toạc trước khi cho vào hòm thư. Dưới chế độ toàn trị của Đảng cộng sản, trạm Bưu điện cũng có chi bộ Đảng, mới có thể kiểm soát thư từ cá nhân bất chấp luật pháp như thế. Một đại úy công an được giao nhiệm vụ chuyên trách theo dõi tôi hằng ngày. "Đồng chí lão thành cách mạng" sau khi rời khỏi Đảng lập tức trở thành "lực lượng thù địch". Tôi đã nghe Nguyễn Kiến Giang, Nguyễn Hộ nói về sự o ép của cả hệ thống chuyên chính, nhưng vẫn không hình dung được nó ngột ngạt đến như vậy. Cứ nghĩ, mình thoát ly gia đình tham gia kháng chiến chống Pháp khi mới 16 tuổi, vào Vệ quốc đoàn khi vừa tròn 18, rời quân ngũ đã sẵn sàng đi cuốc đất, gánh gạch xây nhà, hằng chục năm cầm bút bảo vệ chế độ, tôi có đủ tư cách để khuyên Đảng trở về với dân với nước. Khi tôi là anh bộ đội bốn tuổi quân tập kết ra Bắc thì Tổng bí thư Nguyễn Phú Trọng còn là cậu bé chưa qua cấp một kia mà! Tôi đã nhầm! Không phải nhầm hôm nay. Nhầm từ ngày đầu tiên với lòng đầy tự hào bước vào "con đường cách mạng". Nhầm khi đọc ba chữ Vệ Quốc Đoàn mà không hiểu nó hóa trang cho một ý thức hệ còn đang ẩn giấu. Nghe "Đảng không phải là một tổ chức để làm quan, phát tài. Ngoài lợi ích của dân tộc, của Tổ quốc, thì Đảng không có lợi ích gì khác", tôi tin ngay, đã giơ tay thề phấn đấu suốt đời. Rất muộn màng, khi thấy nó không làm đúng những lời đã hứa, tôi lên tiếng xây dựng, kiên trì xây dựng. Những cậu bé ngày tôi vào tiếp quản Sài Gòn, nay là những đảng ủy viên, với tư thế của người bảo vệ Đảng, đã lớn tiếng lên án tôi *kẻ được Đảng giáo dục suốt đời mà thoái hóa,biến chất, tự diễn biến*! Thực ra, không phải trường học xã hội chủ nghĩa có sức mạnh giáo hóa họ mà, chính hệ thống quyền lực độc tôn móc ngoặc với chủ nghĩa tư bản thân hữu đã khiến họ hung hăng quyết bảo vệ lợi ích đang có. Khi bị lên án *"phủ nhận quan điểm đường lối của Đảng về con đường đi lên chủ nghĩa xã hội, phân tích xuyên tạc tư tưởng Hồ Chí Minh, ủng hộ cổ xúy đa nguyên chính trị, đa đảng, nhà nước tam quyền phân lập, xã hội dân sự, dân chủ, tự do báo chí theo phương Tây"* tôi mới kịp hiểu nhận định của Bô–rit En–xin: ***"Cộng sản không thể sửa chữa mà chỉ có thể vứt bỏ.***

PHỤ BẢN

Tống Văn Công phỏng vấn tổng bí thư Đỗ Mười dịp Tết Nhâm Thân 1992.

Thủ tướng Võ Văn Kiệt và phó chủ tịch nước Nguyễn Hữu Thọ nghe Tống Văn Công kể tình hình buôn lậu ở các tỉnh.

Tống Văn Công trình bày dự án xuất bản báo Lao Động chủ nhật.

Tống Văn Công và nhà văn Nguyễn Khải.

Thủ tướng Võ Văn Kiệt thăm báo Lao Động, Tống Văn Công tiếp.

Tống Văn Công và nhà văn Sơn Nam.

Tống Văn Công tổng biên tập báo Người Lao Động, Nguyễn Hộ chủ tịch Liên hiệp công đoàn thành phố, Mai Văn Bảy phó chủ tịch Liên hiệp công đoàn thành phố. *(từ trái sang phải)*

Tòa soạn báo Lao Động Mới năm 1976 (từ phải sang trái: Sơn Tùng nguyên Tổng thư ký báo Đại Dân Tộc của Võ Long Triều, thứ 2; Phan Hồng Đức nguyên Tổng thư ký báo Tin Sáng, thứ 5; Việt Quang Nguyên Tổng thư ký báo Bút Thép của Lê Hiền, thứ 9; Tống Văn Công Tổng biên tập báo Lao Động Mới, thứ 13.)

Ngày Tống Văn Công ra Hà Nội làm Tổng biên tập báo Lao Động:
(từ trái sang phải: nhà báo Lê Lành, nhà văn Phạm Thị Hoài, Tổng
biên tập Tống Văn Công, nhà báo Mai Thục Tổng biên tập báo Phụ
Nữ Thủ Đô, nhà nghiên cứu phê bình văn học Vương Trí Nhàn, Nhà
văn Dương Thu Hương.)

Hàng đầu từ trái sang phải: Tống Văn Công và nhà văn Bùi Ngọc
Tấn; hàng sau: Nhà thơ Hoàng Hưng, nhà báo Nguyễn Minh Phong,
nhà báo Lưu Trọng Văn.

Hàng đầu từ trái sang phải: họa sĩ Chóe, Tống Văn Công, Lý Quý Chung. Các nhà báo ở hàng sau: Nguyễn Trung Dân, Đinh Quang Hùng, Trần Trọng Thức, Trần Thức, Trần Quang, Mai Hiền, Cúc Phượng (vợ Lý Quý Chung), Hữu Tính.

Tống Văn Công và chủ tịch Tổng Công Đoàn Phạm Thế Duyệt.

Made in the USA
Monee, IL
30 January 2024